காலத்தை விஞ்சி நிற்கும் கலை

காலத்தை விஞ்சி நிற்கும் கலை

கீரனூர் ஜாகிர்ராஜா

எழுத்து பிரசுரம்

காலத்தை விஞ்சி நிற்கும் கலை
Kaalathai Vinji Nirkum Kalai © 2020 Keeranur Jakiraraja

First Edition: 2017
First Edition by Ezutthu Prachuram: January 2020
(An imprint of Zero Degree Publishing)
ISBN: 978-93-88860-46-8
Title No. EP: 96

Zero Degree Publishing
No. 55(7), R Block, 6th Avenue,
Anna Nagar,
Chennai - 600 040

Website : www.zerodegreepublishing.com
E Mail   : zerodegreepublishing@gmail.com
Phone   : 98400 65000

Cover Art : Iyal
Layout: Creative Studio

புத்தக வாசிப்பை மட்டுமே துணைகொண்ட
நாமக்கல் பெருமாள் அவர்களுக்கு...

நன்றி

சல்மா
அரவிந்தன்
ஷாஜகான். ஆர்
அம்பை சி.எஸ்.லஷ்மி
கிருஷ்ணப்ரியா
குப்பு வீரமணி
மணிச்சுடர்
அகல் பஷீர்
கே.என். செந்தில்
எச். பீர்முகம்மது
உமா ஷக்தி
பொள்ளாச்சி இலக்கிய வட்டம்
கோவை சங்கமம்
கடலூர் நற்றிணை இலக்கிய வட்டம்
கீரனூர் பசுமை அமைப்பு
தஞ்சாவூர் நெருஞ்சி இலக்கிய முற்றம்
தமிழ்நாடு முற்போக்கு எழுத்தாளர் கலைஞர்கள்
சங்கத்தின் மாநிலத் தோழர்கள்
புத்தகம் பேசுது
உயிர் எழுத்து
தி இந்து தமிழ்

சொல்லத் தோன்றியது

க டந்த சில ஆண்டுகளாக நான் எழுதிய கட்டுரைகளில் பெரும்பாலானவை இப்போது தொகுக்கப்பட்டு நூல் வடிவம் பெற்றுள்ளது. புனைவெழுத்துக்கான இடைவெளிகளில், பெரிதும் என் வாசிப்பனுபவத்தின் அடிப்படையில், இக்கட்டுரைகள் உருவாகியுள்ளதை இச்சந்தர்ப்பத்தில் குறிப்பிட்டாக வேண்டும். கட்டுரைகளுக்கு என்றுள்ள மரபான வடிவத்தைத் தவிர்த்துவிட்டு, இயல்பாக என் ரசனை அடிப்படையில் எழுதுகின்ற ஒருவிதப் புதிய பாணியை உருவாக்கிக் கொண்டேன். அது நான் சொல்ல விழைந்ததை நெருடலின்றிச் சொல்ல ஏதுவான வழியை உருவாக்கித் தந்தது. பலரும் இதைக்குறிப்பிட்டுச் சொல்லியிருக்கின்றனர். என் அபுனைவுகளிலும் எனக்கான அரசியலை வலுவாகப் பேசியுள்ளதாகவே கருதுகிறேன். பெரும்பாலும் இவை இலக்கியக் கட்டுரைகள்.

புதுமைப்பித்தன், கு. அழகிரிசாமி, வைக்கம் முகமது பஷீர், ந.பிச்சமூர்த்தி ஜெயகாந்தன், வெங்கட் சாமிநாதன், சா.கந்தசாமி, தஞ்சை ப்ரகாஷ், நாஞ்சில் நாடன், பால் சக்காரியா, பிரபஞ்சன், பொன்னீலன், ஜெயமோகன், எஸ்.ராமகிருஷ்ணன், வண்ணதாசன், கலாப்ரியா, திலீப்குமார், ஆ.மாதவன் என ஒரு நீண்ட வரிசையைத் தேர்ந்து கொண்டு, என்னளவில் இவர்களைப் பேச இயன்றது மகிழ்ச்சியை அளிக்கிறது. ஒவ்வொருவரையும் எழுத அவர்களுடைய ஒரு புத்தகம் துணை நின்றதும் முக்கியமான விஷயம்.

1930களில், சித்தி ஜுனைதா பேகம் என்கிற பெண்மணி ஒரு கட்டுத்திட்டான இஸ்லாமியக் குடும்பத்தில் பிறந்து நாவல், கதை, கட்டுரை என்று எழுதித்தள்ளியிருக்கிறார். அவரைக்குறித்த எவ்வித அறிமுகமும் தமிழ்ச் சூழலில் பெரிதாக இல்லாத நிலையில், தி இந்து தமிழ் நாளிதழில் நான் எழுதிய கட்டுரை, அவரைத் தேட வைத்திருக்கிறது. ஹெப்ஸிபா ஜேசுதாசனின் 'புத்தம் வீடு' ஒரு

சமூகத்தின் அப்போதைய வாழ்க்கை முறையின் பதிவு. நாடார் சாணார் அரசியலை 'புத்தம் வீடு' போல கலை அமைதியுடன் சித்தரித்த நாவல் வேறொன்றில்லை. மலையாளத்தில் சக்காரியா எழுதியதை 'யேசு கதைகள்' என்னும் பெயரில் மொழிபெயர்த்துத் தமிழுக்குத் தந்திருக்கும் கே.வி.ஜெயஸ்ரீ ஒரு முக்கியமான இலக்கியக் கடமையை நிறைவேற்றியவராக எனக்குப்படுகிறார். 'பர்ஸா' எனும் நாவல், மலையாளத்திலிருந்து குளச்சல் யூசுப் மொழி பெயர்த்தது. தமிழுக்கு வந்து, இஸ்லாமிய சமூகத்தில் சிறிய சலனத்தைக் கூட நிகழ்த்தாதது எனக்கு வியப்பாகவே இருக்கிறது. காதம்பரி வெங்கட்ராமன் போன்றவர்கள் இலக்கியத்துக்காக வாழ்ந்து மறைந்ததை இச்சமூகம் ஒரு போதும் பொருட்படுத்தியதில்லை. இவர்களை எல்லாம் குறிப்பிட்டு எழுதியதாலும் கூட இத்தொகுப்பின் முக்கியத்துவம் அதிகரிக்கிறது.

'சாளரம்' என்றொரு சிறுபத்திரிகை கடித இலக்கியங்களுக்கு என்றே நடத்தப்பட்டது, நம்மவர்களுக்குத் தெரிந்தே இருக்காது. அந்த இதழ் குறித்து எழுதியிருக்கிறேன். ஒரு நூலில் இடம்பெறும் முன்னுரை, எத்தனை முக்கியத்துவம் வாய்ந்தது என்பதைச் சுட்டிக் காட்ட வென்றே ஒரு கட்டுரை எழுத நேர்ந்தது; அதுவும் ஒரு வித்தியாசமான அனுபவம். இரண்டு தோழர்களின் மனம் திறந்த உரையாடல் 'தோழர்களுக்காகவே' எழுதப்பட்டது.

மகேந்திரன், ஜான் ஆப்ரஹாம், சத்யஜித் ரே போன்ற திரையுலக பிரம்மாக்களும் இத்தொகுப்பில் கவன ஈர்ப்புக்குள்ளாகி இருக்கிறார்கள். சிற்றிதழாளர் சுகன் குறித்து நான் எழுதிய கட்டுரை 'உயிர் எழுத்து' இதழில் வெளிவந்த சமயத்தில் பலத்த சர்ச்சைக்குள்ளானது. சுகனின் நிறைகுறைகளை அலசிப்பார்த்த அக்கட்டுரை சிலரால் தவறாகப் புரிந்து கொள்ளப்பட்டது துரதிர்ஷ்டவசமானது. ஆனால் சுகனுக்கு நான் நேர்மையாகச் செய்த அஞ்சலி அது. சுகனுடன் நெருங்கிப் பழகிய சிலர் இதைப் புரிந்து கொண்டது எனக்கு ஆறுதல் அளித்தது.

க.நா.சு. 'அன்புவழி' என்னும் பெயரில் மொழிபெயர்த்த நாவல் 'பாரபாஸ்'. அதைப் படித்தவர்களுக்கு மட்டுமே அதன் முக்கியத்துவத்தைப் புரிந்து கொள்ள முடியும். இது குறித்த கட்டுரையை நான் எழுதிய தருணத்தில் 'உயிர் எழுத்து' இதழ் மிகுந்த முக்கியத்துவம் அளித்துப் பிரசுரித்தது. ஆனால் நாவல் out of print. நிறைய நண்பர்கள் அந்த நாவல் எங்கே கிடைக்கும் என்று போனில் கேட்டார்கள். நான் தான் என்ன சொல்ல முடியும்? 'அவன் காட்டை வென்றான்', 'தூங்கும் அழகிகள் இல்லம்' போன்ற மிக முக்கிய மொழிபெயர்ப்பு நாவல்கள் குறித்தும் எழுதியுள்ளேன்.

பொன்னீலனின் நாவல்களை மட்டுமே வாசித்தவர்களுக்கு அவருடைய சிறுகதைகள் எப்படிப்பட்டவை என்று காட்டுவது போன்ற தொனியில்

எழுதப்பட்ட முன்னுரை, அதன் முக்கியத்துவம் கருதி இத்தொகுப்பில் சேர்த்துக் கொள்ளப்பட்டுள்ளது. அதேபோன்று அரவிந்தனின் தனித்துவமான கதைசொல்லல் உத்தி, கதைக்கும் கட்டுரைகளுக்குமான இடைவெளியில் நின்று புதியதோர் பாணியில் வாசகனுடன் உரையாடும் எஸ்.கே.பி கருணா, வடசென்னை விளிம்புநிலை மக்களைப் பிரதிநிதித்துவப்படுத்தும் பாக்கியம் சங்கர், மதுரை உருது முஸ்லிம் சமூகத்தினரை எழுதியுள்ள ஓவியர் ரஃபீக் என முற்றிலும் புதிய கலவையில் இத்தொகுப்பு உருவாகியுள்ளது.

இக்கட்டுரைகளைச் சிரமம் பாராமல் தொகுத்துத்தந்த என் இணை ராஜி, நண்பர் சுதீர் செந்தில், என் நலனில் அக்கறை கொண்ட மேனாள் மத்திய அமைச்சர் அக்கா சுப்புலட்சுமி ஜெகதீசன், அண்ணன் ஜெகதீசன் எழுத்தாளர்களும் அண்ணன்மார்களும் ஆகிய நாஞ்சில் நாடன், ச.தமிழ்ச்செல்வன், வாசிப்பின் அருமை உணர்ந்த ஆத்மா வேலூர் பி.லிங்கம் எல்லோருக்கும் இத்தருணத்தில் என் நெஞ்சார்ந்த நன்றி.

கீரனூர் ஜாகிர்ராஜா
பேச: 9789581656
keeranur1@gmail.com

புதுமைப்பித்தன்

காலத்தை விஞ்சி நிற்கும் கலை மேதைமை

நவீன இலக்கிய வாசிப்பில் நான் ஈடுபடத் துவங்கிய 90களின் ஆரம்பத்தில் எனக்கு வாய்த்த முதல் புத்தகம் புதுமைப்பித்தன் சிறுகதைகள். 'புதுமையும் பித்தமும்' என்று க.நா.சு அதற்கொரு பெரிய முன்னுரை எழுதியிருந்தார். அந்த முன்னுரையை வழிகாட்டலாகக் கொண்டு அத்தொகுப்பிலிருந்த அனைத்துக் கதைகளையும் வாசித்து முடித்தேன். வாசித்தேன் என்பதைக் காட்டிலும், 'கற்றேன்' எனக்குறிப்பிடுவது பொருத்தமாக இருக்குமென்று தோன்றுகிறது.

'சந்தின் பக்கத்தில் ஒருவன் அம்மாளுவின் மேல் ரொம்ப நாளாக 'கண்' வைத்திருந்தான். இருவரும் இருளில் மறைகிறார்கள். அம்மாளு முக்கால் ரூபாய் சம்பாதித்து விட்டாள். ஆம், புருஷனுக்குப் பால் கஞ்சி வார்க்கத்தான். என்னவோகற்பு, கற்பு என்று கதைக்கிறீர்களே இதுதான் ஐயா பொன்னகரம்' என்னும் வரிகள், எழுதப்பட்ட காலம் கடந்தும் ஒருவிதமான அதிர்வை உண்டாக்கவே செய்தது. இந்த அனுபவம் எனக்கு மட்டுமல்ல, புதுமைப்பித்தனை வாசித்த அனைவருக்குமானது என நான் பிற்பாடு அறிந்துகொண்டேன். 'பொன்னகரம்' கதை இரண்டரைப் பக்கங்களில் முடிந்து விடுகிறது. அம்மாளுவை அவர் இரண்டாவது பக்கத்தின் இறுதிப்பாராவில் அறிமுகப்படுத்துகிறார். அடுத்த பாராவில் கதை முடிந்து விடுகிறது. கதாபாத்திரங்களுக்கிடையில் எவ்வித உரையாடலுமில்லை. பெரிய விவரணைகளும் கிடையாது. ஆனால் நான்கே வரிகளில் நெஞ்சில் தைக்கிறமாதிரி ஒரு உண்மையை உணர்த்த அவரால் இயன்றிருக்கிறது.

பொன்னகரம் மட்டுமல்ல; கவந்தனும் காமனும், இது மிஷின்யுகம்,

தெருவிளக்கு உள்ளிட்ட சில கதைகளை புதுமைப்பித்தன் சொற்பமான இரண்டல்லது மூன்று பக்கங்களில் எழுதிமுடித்திருக்கிறார். சில கதைகளில் பிரதான பாத்திரத்துக்குப் பெயரில்லை. ஒன்றரைப் பக்கக் கதையான 'இது மிஷின் யுகம்' சில உதிரியான உரையாடல்களுடன் நிறைவடைகிறது. அளவில் சிறியதான இந்தக் கதைகளில் பித்தன் நகர வாழ்வின் இருளான பக்கங்களை மிகச்சாதுர்யமாக வாசகனுக்குக் கடத்திவிடுகிறார். இது ஒரு சிறந்த கவிஞனுக்கேயான சாதுர்யம்.

புதுமைப்பித்தனை வாசிக்கத் தொடங்கியபோது நான் இது போல தெறிப்பான, சிறிய கதைகளைத் தேர்ந்து கொண்டு முதலில் வாசித்தேன். பிறகுதான் செல்லம்மாள், நாசகாரக் கும்பல் போன்ற கதைகளுக்குச் சென்றேன்.

பாரதி, மாதவய்யா, வேதநாயகம் பிள்ளை, வ.வே.சு. அய்யர் போன்றோரை முன்னோடிகளாகக் கொண்ட புதுமைப்பித்தன், மரபின் தாக்கம் விலகியிராத, சிறுகதைகள் புரியவில்லையே என்று நம் சமூகம் முணுமுணுத்துக் கொண்டிருந்த ஒரு காலக்கட்டத்தில் எழுதத் தொடங்கியவர். தந்தையுடன் ஏற்பட்ட மனக்கசப்பில் வீட்டை விட்டு விலகி சென்னைக்கு வந்து எழுத்து வாழ்க்கையைத் தொடங்கிய அவர், தனது எழுத்துக்கான சூழலை அமைத்துக் கொள்ள கடுமையாகப் போராட வேண்டியிருந்தது.

வ.ராமஸ்வாமி எனும் வ.ரா. இருந்தவரைக்கும் மணிக்கொடி இதழில் சிறுகதைகளுக்கான முக்கியத்துவம் இல்லை. பெரும்பாலும் நடைச்சித்திரங்களைத் தான் எல்லோரும் எழுதிக் கொண்டிருந்தனர். 1934இல் வ.ரா. மணிக்கொடியிலிருந்து விலகிய பிறகு அங்கு ஒரு மாற்றம் நிகழ்ந்தது. கு.ப.ரா, ந.பிச்சமூர்த்தி, மௌனி இவர்களுடன் புதுமைப்பித்தனும் சிறுகதைகள் எழுதினார். அப்போதும் அங்கு சிலரின் மறைமுகமான ஆதிக்கத்தை அவர் எதிர்கொள்ள நேர்ந்தது. புதுமைப்பித்தன் தொடக்கத்தில் எழுதிய சிறுகதைகளில் புறவய சித்திரிப்புகளே மேலோங்கி இருந்தன. அது அவரை ஒரு முற்போக்கு பகுத்தறிவுச் சார்புள்ள எழுத்தாளராக சுலபமாக அடையாளம் காட்டியது. 'புதுமைப்பித்தன் என்ன சூனா மானாக்காரரா' என்று ராஜாஜி கேட்டதும் அந்த அடிப்படை யில்தான். அகவயமான எழுத்துக்காரர்களாகிய கு.ப.ரா, பிச்சமூர்த்தி, மௌனி போன்றவர்களுக்கிடையில் புதுமைப்பித்தன் ஒரு மாதிரி தனிமைப்படுத்தப்பட்ட நிலையில் உழன்றார் என்றுதான் கூறவேண்டும். கபாடபுரம், சிற்பியின் நரகம், பிரம்ம ராக்ஷஸ், கயிற்றரவு போன்ற அவருடைய வித்தியாசமான ஆக்கங்கள் பிறகு எழுதப்பட்டவையே.

'சிறுகதைகளின் திருமூலர்' என்று மௌனியை வர்ணித்த பித்தன், மௌனியைப் போல் முற்றிலும் கனவுலகத்தில் சஞ்சரித்தவரில்லை.

கண்முன் கண்ட நடப்புகளை அவரே கூறிக் கொள்ளும் 'தவளைப் பாய்ச்சல்' நடையில் கதைகளாக்கினார். அதில் கோபாவேசமும். கசப்பும், கிண்டலும் இழையோடின. கதை கூறல் முறையில் அவர் ஒருவழிப்பாதையில் பிரயாணித்தவரல்ல என்று அவரை வாசித்துணர்ந்த எல்லோராலும் தீர்க்கமாகக் கூறிவிட முடியும். புழுதி கிளப்பியவாறு நாலாதிசைகளிலும் தன்னுடைய கற்பனைப் புரவியைத் தட்டிவிட்டவர் அவர். அடுத்த கதையை அவர் இன்ன வடிவத்தில் தருவாரென எவராலும் கணிக்க முடிந்ததில்லை. ஆனால் பத்திரிகை அலுவலகத்தில் காத்திருக்கும் பதினைந்து நிமிஷ இடைவெளியில் வெற்றிலையைக் கிள்ளிப்போட்டுக் கொண்டு ஒரு தரமான கதையை எழுதிவிடக் கூடிய திராணி அவருக்கிருந்தது.

1930–40களில் தேசமெங்கும் சுதந்திர வேட்கை எனும் அனல் காற்று வலுவாக வீசிக் கொண்டிருந்தது. அது இலக்கிய உலகிலும் எதிரொலித்தது. ஆயிரக்கணக்கான பக்கங்களில் இலட்சியவாதமும், சாகசமும், காதலும் அட்சரங்களாக உருண்டோடிக் கொண்டிருந்தன. புதுமைப்பித்தனின் கதைகளில் இந்த அம்சம் தென்படாததை சிலர் விமர்சனமாகவே வைக்கின்றனர். கலையில் பிரசங்கம் கூடாதென்பதில் அவர் உறுதியாக இருந்ததையே இது காட்டுகிறது. அதேபோன்று காசநோயால் கடைசிவரை அவதிப்பட்ட அவர், கழிவிரக்க மிகுதியால் அப்படியான பாத்திரங்களை தன் கதைகளில் உருவாக்கியதே இல்லை. இதை ஜெயமோகன் ஓரிடத்தில் சுட்டிக்காட்டுகிறார்.

'என் கதைகளின் அடிநாதம் நம்பிக்கை வறட்சி' என்று பித்தன் கூறியிருந்தாலும் அது அத்தனைக்கு கறாரான சுயவிமர்சனம் அல்ல. புனைந்து கொண்ட பெயர் அமெரிக்கத் தன்மையிலானது என்பதில் தொடங்கி, சமயம் வாய்க்கிற பொழுதெல்லாம் தன் கதைகளைக் குறித்த அபிப்ராயங்களைக் கூறியவாறிருந்த அவர் எங்குமே 'நான் உலகத்தை உய்விக்கப் பேனா எடுத்தவன்' என்று இறுமாந்ததில்லை.

வடிவரீதியாகப் பரீட்சார்த்தமான முயற்சிகளைக் கையாண்டு பார்த்த முதல் தமிழ்சிறுகதைப் படைப்பாளியாக புதுமைப்பித்தனை விமர்சகர்கள் அடையாளப் படுத்துகின்றனர். அதில் மிகையில்லை என்றும் தோன்றுகிறது. பின் நவீனத்துவமோ, பேண்டஸியோ, மேஜிகல்ரியலிஸமோ, மறுவாசிப்பு உத்திகளோ அவை இன்னவென்று அறிந்திராத காலத்தில் பித்தன் தன்னுடைய கதைகளில் அவற்றைப் பிரயோகித்துப் பார்த்திருக்கிறார். இதையே அவரில் குறையாகக் காணும் விமர்சனமும் வந்துள்ளது. ஆனால் மேற்படி உத்திகள் செல்வாக்குப் பெற்றுள்ள இக்காலகட்டத்தில், எளிய வாசகனிடத்தில் அவர் ஒரு பிரம்மிப்பை உருவாக்கிவிடுகிறார் என்பதும் நிஜமே. எனினும் புதுமைப்பித்தன் கதைகளின் சிறப்பம்சம் எதுவென விவாதிக்கையில்,

இந்த வடிவ உத்திகளை எல்லாம் பின்னுக்குத் தள்ளிவிட்டு பிரதானமாக நிற்பது உள்ளடக்கமும், சமூக விமர்சனமும்தான்.

மனிதப்போலிகளையும், ஜாதிமதக்கூடாரங்களையும், நிறுவன மயமாக்கலையும், நகர வாழ்வின் அவலங்களையும் அவர்போல் எள்ளி நகையாடியவர் எவருமில்லை என்பது போலவே, அவரளவு விமர்சனத்துக்குள்ளான படைப்பாளியுமில்லை. தான் அறிந்த வாழ்க்கைப் பின்னணியிலிருந்து கதைகள் எழுதியதற்காக சைவ வெள்ளாள ஜாதி அபிமானமுள்ளவராக விமர்சிக்கப்பட்டார். அவருமைடைய சுய ஜாதிப் பரிவற்ற தன்மைக்கு அவர் உருவாக்கிய டாக்டர் விசுவநாத பிள்ளை (நாசகாரக்கும்பல்) பாத்திரமே மிகப்பெரிய சான்று. "பிள்ளைமாருன்னா என்ன கொம்பு மொளச்சிருக்கா? பிரிட்டிஷ் ராச்சியமா என்ன? ரொம்ப உறுக்கிரஹீளே !" என்று தன் மருதப்பர் பாத்திரத்தைக் கேட்க வைத்தவர். மேல்ஜாதி அடக்குமுறை யிலிருந்து விடுதலைபெற இஸ்லாம் மதத்திற்கு மாறும் தாழ்த்தப்பட்ட பிற்படுத்தப்பட்ட மக்களின் முடிவைத் தன்னுடைய கதையின் முடிப்பாக அன்றே அமைத்துக் காட்டியவர் பித்தன்.

'ஒரு நாள் கழிந்தது' புதுமைப்பித்தனின் சுயவிமர்சனத் தன்மை யிலான கதை. அதில் வரும் முருகதாசர் என்னும் எழுத்தாளனுக்குள் எழுத்தையே நம்பி வாழும் எண்ணற்ற எழுத்தாளர்களை அடையாளம் காணலாம். முருகதாசர் அந்தக்கதையில் தனது 'நாவல் எழுதும்' ஆவலை அடிக்கடி வெளிப்படுத்துவார். இது பித்தனின் நிறைவுறாத நாவல் ஆசையைத் தெரிவிக்கும் உத்தியாகவும் கருத வாய்ப்பிருக்கிறது. மேலும் 32 பக்கங்கள் மட்டுமே எழுதி அவர் விட்டு வைத்த 'அன்னை இட்ட தீ' நாவல் வாசிப்பனுபவமும், அவருடைய குறுநாவல் தன்மை யிலான பல கதைகளும், இயன்றிருந்தால் சிறந்த நாவலாசிரியராகவும் அவரால் விளங்கியிருக்க முடியும் என்பதை உறுதிப்படுத்துகிறது. தவிர 1942ஆகஸ்ட் புரட்சி வரைக்குமான நாடு தழுவிய அரசியல் பின்னணியில் நான்கு பாகங்கள் கொண்ட ஒரு நாவலை எழுத அவர் திட்டமிட்டிருந்ததையும் அறிகிறோம்.

பலரும் அபிப்ராயப்படுவது போல 'செல்லம்மாள்' கதைதான் புதுமைப்பித்தனின் 'மாஸ்டர் பீஸ்' என்று நானும் கருதுகிறேன். செல்லம்மாளை வாசிக்க நேர்ந்த தருணங்களில் கண்களைக் கண்ணீர் நனைக்காமல் இருந்ததில்லை. அதைக் காதல் கதை என்று சிலர் மதிப்பிடுகின்றனர். ஆனால் இன்றைக்குப் பிடிதளர்ந்து கொண்டிருக்கும் தாம்பத்ய வாழ்வின் அச்சாணியாக பிரம்ம நாயகம் பிள்ளை செல்லம்மாள் தம்பதியினரை என்னால் காணமுடிகிறது. மொழிநடையும், தங்குதடையற்ற சித்தரிப்பு முறையும் 'செல்லம்மாள்' கதையை இன்னும் ஒரு நூற்றாண்டுக்கு நவீன அடையாளத்துடன்

வைத்திருக்கும் என்று நான் நம்புகிறேன்.

புதுமைப்பித்தன் கலைஇலக்கியத்தின் சகல துறைகளிலும் கால் பதித்தவர். கவிதைகள் எழுதியபோது வேலூர் வெ.கந்தசாமிப் பிள்ளையாக அவதாரமெடுக்கிறார். விமர்சகர் விருத்தாசலமாக மாறும்போது "இந்த சௌந்தர்ய உணர்ச்சியற்ற பாழ்வெளி எப்பொழுதும் இம்மாதிரி ஒன்றுமற்றதாகவே போய்விடாது" என்று நம்பிக்கை தெரிவிக்கிறார். 'பக்தகுசேலா', 'சார் நிச்சயமா நாளைக்கு' போன்ற நாடக ஆக்கங்களைத் தன்னுடைய சிறுகதைகளின் சாயலில் உருவாக்கினார். 'தி ஹிஸ்டாரிக்கல் ரோல் ஆஃப் இஸ்லாம்' என்னும் எம்.என்.ராய் புத்தகத்திற்கு மதிப்புரை எழுதும்போது 'ஹிந்து நாகரிகப் பண்புகளை உணர்ந்து அனுபவிக்க அதன் தற்போதைய பிரதிநிதிகளை மறந்தால் தான் இயலும்; அதைப்போல முஸ்லிம் நாகரிகத்தை ரசிக்க வேண்டுமெனில் அதன் தீவிரக்குரல்களை மறந்தால்தான் சாத்தியம்' என தீர்க்கதரிசனமாகக் குறிப்பிடுகிறார்.

'புதுமைப்பித்தனின் நூறு கதைகளில் அறுபதுக்கும் மேற்பட்டவற்றில் உருவ விஷய அமைதி காணக் கிடைப்பது உலக சரித்திரத்திலேயே வெகுசிலருடைய எழுத்தில் தான் சாத்தியமாகி இருக்கிறது' என்று க.நா.சு. குறிப்பிடுவதிலிருந்தும், 'புதுமைப்பித்தனைப் போன்ற ஒரு மேதை, மேலான உலக இலக்கியப் படைப்பாளிகள் சிலருடன் ஒப்பிட்டுப்பார்க்கத் தகுந்த மேதை, நோபல் பரிசு பெற்றுள்ள ஒரு சிலரையேனும் பின் தள்ளிவிடும் மேதை...' என்று சுந்தரராமசாமி மதிப்பிடுவதிலிருந்தும் அந்த ஆளுமையை நாம் மேலதிகமாகப் புரிந்து கொள்ள முடிகிறது. 42 ஆண்டுகளே வாழ்ந்த ஒரு உன்னதமான எழுத்துக் கலைஞன் புதுமைப்பித்தன். கலைஞன் தான் வாழ்ந்த காலத்தைப் படைப்புகளில் பிரதிபலிப்பவன் என்பதற்கு மிகச்சரியான உதாரணங்கள் அவருடைய கதைகள். ஆனால் காலத்தையே விஞ்சி நிற்க புதுமைப்பித்தன் போன்ற ஒரு சில மேதைமைகளால் மட்டுமே இயலும்.

(தி இந்து தமிழ் – 24.04.2016)

மாமணியைத் தோற்றோம்

"இவரைப் பத்திரமாக பாதுகாக்கவேண்டும். இதற்கு தமிழ்நாட்டில் வேறு எவரும் இல்லையா?" என்று மகாத்மா காந்தி ஒருமுறை ஆதங்கத்துடன் கேட்க நேர்ந்தது. பத்திரமாகப் பாதுகாக்க வேண்டுமென காந்தி கேட்டுக்கொண்டது பாரதியைத்தான். காந்திக்கு தமிழர்களைப் பற்றி அவ்வளவாக ஒன்றும் தெரியாதுபோல. தமிழர்கள் சினிமா நடிகனுக்கானால் கோயில் கட்டுவார்கள். கும்பாபிஷேகம் நடத்துவார்கள். இலக்கியவாதிகள் அவர்களுக்கு மயிருக்குச் சமம். அதனால்தான் பாரதி எனும் மாமணியைத் தோற்றோம் என்று வேதனையுடன் குறிப்பிடுகிறேன்.

யதுகிரி அம்மாள் எழுதிய 'பாரதி நினைவுகள்' முதல் பதிப்பிற்கான மெய்ப்புத் திருத்திக் கொண்டிருந்த போதே ஒரு மதிப்புரை எழுத வேண்டுமென ஆவல் கொண்டேன். இயலாமல் போனது. காலம் கடந்தேனும் சந்தர்ப்பம் வாய்த்திருப்பது மகிழ்ச்சியளிக்கிறது.

பாரதி நினைவுகளைப் பலரும் பல்வேறு சந்தர்ப்பங்களில் பலவிதக் கோணங்களில் பகிர்ந்து கொண்டுள்ளனர். பாரதியைப் பிடித்தவர்கள், பாரதிக்குப் பிடித்தவர்கள், தேசாபிமானிகள், பாரதியை மானசீக குருவாக மனதில் வரித்துக்கொண்டவர்கள், பேச்சாளர்கள், சிறுபத்திரிகையாளர்கள், வணிக இதழாளர்கள், சினிமாக்காரர்கள் இவர்களுள் அடக்கம். பாரதி மிக விரும்பிப் பூணூல் அணிவித்த கனகலிங்கம் 'என் குருநாதர் பாரதியார்' என்றொரு புத்தகம் எழுதினார். வ.உ.சி., வ.ரா., பாரதிதாசன், பாரதியாரின் துணைவியார் செல்லம்மாள், மகள் தங்கம்மாள் ஆகியோரும் தங்கள் பங்கிற்கு எழுதியிருக்கின்றனர். பாரதியின் படைப்புகளை நவீன இலக்கியக் கோட்பாடுகள் வரை எல்லாவற்றுக்குள்ளும் பொருத்திப்பார்த்து நூற்றுக்கணக்கிலான ஆய்வு

நூல்கள் இன்றைக்கும் வந்தவண்ணம் இருக்கின்றன. பாரதி வரிகளை மேற்கோள் காட்டாமல் இந்த மாநிலத்தில் எந்த அறிவுஜீவியாலும் கடந்துவிட முடிவதில்லை. நூற்றாண்டு கடந்து பாரதியால் இன்றைக்கும் 'புதியவனாக' நிற்கமுடிகிறது. அது அவன் சொல்லின் சக்தி. ஒரே நேரத்தில் முற்போக்காளனாக, பிற்போக்குவாதியாக, மகாகவியாக, அஞ்சாநெஞ்சனாக, பலவீனனாக அவரைப் பலராலும் பார்க்க முடிகிறது. இதுதான் காலங்கடந்து ஜீவித்திருக்கிற படைப்புக்கலைஞனின் பலம்.

யதுகிரி அம்மாள் பகிர்ந்து கொள்கிற பாரதி நினைவுகளுக்கு ஒரு கவித்துவ வசீகரம் உண்டுதான். அது குரு சிஷ்யை எனும் ஆழமான நேசத்திலிருந்து பிறப்பெடுத்தது. இந்நூலை அறிமுகப்படுத்தியுள்ள ரா.அ.பத்மநாபன் குறிப்பிடுகிறார், "பாரதியின் அன்புக்குப் பாத்திரமான ஒரு சிறுமி என்ற கோணத்திலிருந்து பாரதியை ஒரு மனிதராக, குடும்பத் தலைவராக நம்முன் கொணர்ந்து நிறுத்துகிறார் யதுகிரி. இதில் அவர் கையாளும் 'வீட்டுநடை' நூலுக்கு ஒரு தனிச்சுவை அளிக்கிறது"

மொழிநடையில் 'வீட்டு நடை' என்று தனியாக ஒன்று உள்ளதா? நமக்குத் தெரியாது. பிராமணப் பதங்கள் கலந்த பெண்களுக்கேயான எழுத்துப்பாணியைத்தான் அவர் அப்படிக் குறிப்பிடுகிறார் என்று நான் கருதுகிறேன்.

அந்நாளில் புதுச்சேரி, விடுதலை வீரர்களுக்கான சரணாலயமாக இருந்திருக்கிறது. சென்னையில் இந்தியா பத்திரிகையில் பணியாற்றிய பாரதி போலீசாரின் அச்சுறுத்தல்களிலிருந்து மீள புதுச்சேரிக்குச் சென்றார். அதைத் தொடர்ந்து மண்டயம் ஸ்ரீநிவாசாச்சாரியாரும், வ.வே.சு.ஐயரும், வ.ரா.வும் புதுவைக்கு வர, இந்தியா பத்திரிகை அச்சகமும் கூடவே வந்துவிடுகிறது. பிரிட்டிஷ் இந்தியாவில் இருந்தவர்கள் பிரெஞ்சு இந்தியாவிற்கு ஜாகையை மாற்றிக்கொண்டு முன்பிருந்தும் புத்துணர்வுடன் செயல்படத் துவங்கினார்கள்.

மண்டயம் ஸ்ரீநிவாசாச்சாரி, பாரதி என்கிற மேதைமையைப் பலவிதங்களில் தாங்கியவர். அவருடைய புதல்வி யதுகிரி தன் பதின் வயதுகளில் அந்த மகாகவியுடன் ஒரு குடும்பமாகப் பழகும் பெறற்கரிய வாய்ப்பைப் பெற்றிருந்ததும், அந்நினைவுகளை நாற்பது ஆண்டுகளுக்குப் பிறகு எழுதிப்பார்த்து பெருமிதப்பட்டுக் கொண்டதும், ஆக இவையாவும் பாரதியைக் குறித்த ஒரு புத்தகம் வந்தது என்கிற அளவில் மட்டுமே முக்கியத்துவம் பெற்றிருக்கவில்லை. 1912 முதல் 1918 வரையில் ஒரு ஆறேழு ஆண்டுகாலப்பதிவுகள்தானே என்று எவரும் அலட்சியப்படுத்திவிட்டுச் செல்லவும் வழியில்லை.

பாரதி இப்புவியில் வாழ்ந்ததே 39 ஆண்டுகள்தான். அதிலும் தோழர்

பாரதி கிருஷ்ணகுமார் குறிப்பிடுவதுபோல, பாரதி கவிதையே எழுதாமல் வாழ்ந்த அந்த 1898-1904ஆம் ஆண்டுகளையும் நாம் கனத்த மௌனத்துடன் கணக்கில் எடுத்துக்கொண்டால் அவன் இயங்கியதென்னவோ 16 ஆண்டு காலம்தான். அதனாலென்ன? பல நூற்றாண்டுக்கான பணிகளைச் செய்துவிட்டுத்தான் சென்றான் பாரதி. அதனால்தான் 'செயற்கரிது செய்துவிட்டாய்' என்றார் பாரதிதாசன். எனவே யதுகிரி அம்மாளின் இந்த ஏழாண்டுக்காலப் பதிவு பாரதி வரலாற்றில் முக்கியத்துவம் பெறுவது தவிர்க்க முடியாதது. பாரதியின் முழுமையான வாழ்க்கை பதிவுபெறுவதற்கு யதுகிரியின் இந்தப் புத்தகம் பெருமளவு உதவியாக இருந்திருக்கிறது. பாரதி போன்ற உணர்ச்சித் துடிப்புள்ள நிஜமான கலைஞனை உடனிருந்து உன்னிப்பாக அவதானிப்பதென்பது சிரமமான பணி. சமவயதும் புலமையும் கொண்டவரானாலும் அது சவாலான காரியமே. ஒரு பெண்ணாக இருந்து பாரதியுடன் யதுகிரி பழகியிருப்பதும், அதை எழுதியிருப்பதும்தான் இங்கு குறிப்பிட்டுச் சொல்லத்தக்கது.

தன் பலங்களுடனும், பலகீனங்களுடனும் நமக்கு முழுமையாகச் சித்திரமாகிறார் பாரதி. அது இந்த நூலின் சிறப்பம்சம். "சுமார் 40 வருடங்களுக்கு முன் புதுச்சேரியில் பாரதியாரின் சிஷ்யையாகவும், அபிமான புத்ரியாகவும் இருக்கும் பாக்கியம் எனக்கிருந்தது. இதைச் சொல்லிக் கொள்வதில் எனக்கு இப்போது என்னையறியாமல் ஒரு பெருமிதம் உண்டாகிறது" என்று யதுகிரி கூறிக்கொண்டாலும், பாரதியுடனான உரையாடல்களில், ஆங்காங்கே அவர் தன் விமர்சன சவுக்கை சொடுக்கத் தவறவில்லை. 'பாரதியார் வாயால் பெண்கள் சுதந்திரம் பாடினாரே ஒழிய செல்லம்மாவைத் தம் நோக்கத்தின் படியேதான் நடக்கும்படி செய்தார். செல்லம்மா தமதிஷ்டப்படி நடப்பது வெகு அபூர்வமே...' என்றெல்லாம் கூட யதுகிரி எழுதியிருக்கிறார்.

"பாரதியாருக்கு சங்கீதக் கச்சேரிகளைக் காட்டிலும் பாம்பாட்டி, வண்ணான், நெல்குத்தும் பெண்கள், செம்படவர்கள், உழவர் இவர்களுடைய நாடோடிப் பாட்டுகள் என்றால் மிகவும் இஷ்டம்" இப்படித்தான் யதுகிரி தன் நினைவுகளை எழுதத்தொடங்குகிறார். இதுவே பாரதி மீது வைக்கும் மறைமுகமான விமர்சனமாகத்தான் படுகிறது. இதே அத்தியாயத்தின் மூன்றாவது பத்தியில் பாரதியின் துணைவியார் செல்லம்மாள், "அவர் சுபாவம் உனக்குத்தெரியாதா? வீதியில் மாரியம்மன் எடுத்துக்கொண்டு உடுக்கை அடிப்பவன் வந்தால் இவர் கூத்தாடுகிறார். தன் நினைவேயில்லை" என்று உள்ளே நுழைகிறார். இந்நூல் முழுவதையும் பாரதியுடன் யதுகிரியும், செல்லம்மாளும் ஆக்கிரமித்துக் கொள்கிறார்கள். இடையிடையே மண்டயம் ஸ்ரீநிவாசாச்சாரி, வ.வே.சு.ஐயர் வருகிறார்கள். பாரதி எதையேனும் பிரஸ்தாபிக்க, செல்லம்மாவும் யதுகிரியும் அதில் குறுக்கிட

பாரதி அதற்கு வியாக்கியானம் தர, சபை கலகலக்கிறது. இவ்வாறு உரையாடல்களின் வழியே நூலை நடத்திச்செல்வது வாசகர்களை அயர்ச்சிக்குள்ளாக்காத ஒரு உத்தியாகப்படுகிறது.

ஒரு மகாகவியின் துணைவியாகிய செல்லம்மா அதற்கான எவ்வித ஒப்பனைகளுமின்றி லௌகீஹ நெருக்கடிகளில் உழலும் சராசரிப் பெண்ணாக நமக்கு அறிமுகமாகிறார். பொருளாதாரப் பிரச்சனைகள் கலைஞர்களின் வாழ்க்கையில் சகஜம்தான். ஆனால், செல்லம்மாள் பாரதியின் ஆளுமைக்கு ஈடுகொடுக்க இயலாத பெண்ணாக, பழமைச் சகதிகளில் உழலும் கர்நாடகமாகப் பல நேரங்களில் வந்து நிற்பது நமக்கு நெருடலாகவும் துயரமளிப்பதாகவும் உள்ளது. ஆனால் எதார்த்தம் அப்படித்தான் இருந்திருக்கிறது.

உதாரணத்திற்கு ஒரு காட்சி. செல்லம்மாள் அரிசியைக் களைந்து உலையில் போடுவதற்காக வந்து பார்க்கிறார். அரிசியில் கால்பங்கைக் காணோம். முற்றத்தில் நின்ற குருவிகளுக்கு அதை இறைத்துவிட்டு பாரதி தன் குழந்தை சகுந்தலாவைத் தூக்கி வைத்து ஆனந்தக் கூத்தாடுகிறான்.

"விட்டு விடுதலையாகி நிற்பாயிந்தச் சிட்டுக் குருவியைப் போல..."

அடுக்களையிலிருந்து செல்லம்மாவின் குரல் தீனமாக ஒலிக்கிறது. "வீட்டிலிருந்து வருகிற பொறுக்கின அரிசியை குருவிக்குப் போட்டுவிட்டீர்களே? உங்களுக்குப் பணம் வர இன்னும் எவ்வளவு நாளாகுமோ? நீங்களோ இன்னும் கட்டுரை எழுதியாகவில்லை. பால்காரன் மானத்தை வாங்குகிறான். வேலைக்காரி இரண்டு நாளாய் வரவே இல்லை. நீங்கள் இதை யோசிக்க வேண்டாமோ? என்னைக் குருவியைப் போல் சந்தோசமாக இரு என்கிறீர்களே. கடவுளுக்கு கண்ணே இல்லை. இந்த குழந்தைகளை கொடுத்து வைதக்கிறார்."

பாரதி மரணித்து நீண்டகாலத்தின் பிறகு 1951ல் திருச்சி வானொலியில் செல்லம்மாள் 'என் கணவர்' என்கிற தலைப்பில் பேசினார். "ஊருக்குப் பெருமை என் வாழ்வு. உலகத்தோடொட்டி வாழ வகையறியாத கணவருடன் அமரவாழ்வு வாழ்ந்தேன் என்றால் உங்களுக்கு சிரிப்பாகத்தான் இருக்கும். யாருக்கு மனைவியாக வாழ்ந்தாலும் வாழலாம். ஆனால், கவிஞன் மனைவியாயிருப்பது கஷ்டம்" என்று தொடங்கி சில கசப்பான நினைவுகளைக் கூறுகையில் நமக்கு மனதைப் பிசைகிறது. எனவே நானும் இந்த இடத்தை வார்த்தைகளின்றி கடுமையான மௌனத்தால் நிரப்புகிறேன். மன்னிக்கவும்.

பாரதி ஒரு சனாதனி, பார்ப்பனக் கவிஞன், சாதியைப் பேணுகிறவன், வேதாந்தம் பாடிய இந்துத்துவவாதி, அவன் பெண் விடுதலை பாடியதெல்லாம் பொய்... என்றெல்லாம் சில அறிவுஜீவிகள்

விமர்சிப்பதை செவிகொண்டு கேட்டிருக்கிறேன். இன்னும் பாரதியின் சொற்களிலிருந்தே இதற்கான ஆதாரங்களையும் அவர்கள் அள்ளி விளம்புவதுண்டு. இன்னும் சில 'பொறுப்பான' நண்பர்கள் இருக்கிறார்கள். நம் அம்மா, அப்பாக்களைப் போல துணைவியார்களைப் போல அவர்கள் பாரதியை "பொறுப்பில்லாதவன், தானும் பட்டினிகிடந்து தன் குடும்பத்தையும் பட்டினியால் வாட்டியவன்" என ஏசுகிறார்கள்.

சனாதனவாதியாகப் பார்க்கிறவர்களிடம் ஆணித்தரமாக மறுத்துப் பேசுவதற்கென, தனது ஏராளமான கவிதைவரிகளை பாரதி விட்டுச் சென்றிருக்கிறான். மட்டுமின்றி நிஜவாழ்வில் பாரதி சமரசமின்றி நடந்துகொண்ட பல தருணங்களை இந்த இடத்தில் நினைவு கூரலாம். அதே போன்று பற்றற்ற தன்மையை விமர்சிப்பவர்களிடம் எதிர்வினை புரிவது வீண் என்பதே என் கருத்து. ஒரு நிஜமான கலைஞன் 'வெற்றிகரமான குடும்பஸ்தனாக' இருப்பது கடினம். அவ்வாறு இருப்பின் எங்கோ சமரசம் நிகழ்ந்திருக்கிறது என்றே பொருள்.

> "ஏமாற்றி மற்றவரை ஏட்டால் அதை மறைத்துத்
> தா மட்டும் வாழச் சதை நாணா ஆரியத்தை
> நம்புவார் நம்பட்டும் நாளைக்குணர்வார்கள்
> அம்பலத்தில் வந்ததின்றே ஆரியரின் சூழ்ச்சியெல்லாம்"

என்று தன்னினத்தை வார்த்தைகளால் வதைத்தவன் பாரதி. "'என்னுடைய மகள் தாழ்த்தப்பட்ட இளைஞருடன் கடல் கடந்த நாட்டிற்கு ஓடிப்போய் அங்கிருந்து அப்பா, நான் சௌக்கியம் என்று எழுதும் கடிதம் எத்தனைப் பேரின்பம்" என்று நெருங்கிய நண்பர்களிடம் சொல்லுகிற துணிச்சல் பாரதிக்கு இருந்தது. "இழிந்த சாதியில் பிறந்த ஒருவன் எல்லா வேதஞானம் பெற்றாலும் சிருங்கேரி மடத்தின் தலைவராக முடியுமா" என்று பெரியாருக்கு முன்பே கேட்டவன் பாரதி.

நூலின் பல்வேறு அத்தியாயங்களில் பாரதி தனது சகல பாவங்களுடன் அப்பட்டமாக வெளிப்படுகிறான். தான் யார், தனது நோக்கம் என்ன என்பதில் அவனுக்கு எவ்விதத் தடுமாற்றமும் இருக்கவில்லை. ஆனால் ஆச்சார அனுஷ்டானங்களை தீவிரமாகப் பாவிக்கிற துணைவி செல்லம்மாளுக்கு பாரதி ஒரு புரியாத புதிராகவே நீடித்திருக்கிறார். யானையிடம் சிநேகிதம் பழகி, கழுதைக்கு முத்தம் தந்து, சட்டைப்பையில் உள்ள பணத்தைப் பிறருக்கு வாரி இறைத்து, புல்லினங்களை நேசித்து, மீசை முறுக்குவதும், லாகிரிவஸ்துகளை உபயோகித்துச் சதா கற்பனையில் ஆழ்வதும், சகதர்மிணிகளுக்குப் பிடித்த விஷயங்களா என்ன?

ஒரு முறை முகம் மழித்துக்கொள்ள இன்றைக்கு நாள் நன்றாக இல்லை(!)

என்று செல்லம்மாள் தடுக்க, பாரதி யதுகிரியின் வீட்டிற்குப் போய் மழித்துக்கொள்ளும் நிலை. "இதோ பார். தொந்தரவு பண்ணினால் நான் தலைமேல் துணியைப் போட்டுக் கொண்டு போய்விடுவேன்" என்று பாரதி மிரட்ட, "நீங்கள் இந்தப் பக்கம் போனால் நானும் அந்தப் பக்கம் போய்விடுகிறேன். இந்த கஷ்டம் எதற்கு?" என்று செல்லம்மாள் பதில் கூற, இவ்வாறு தம்பதியருக்குள் சகஜமாக நடக்கின்ற சம்பாஷணைகள் ஏராளம். ஆனால் அதே மனைவியைத்தான் பாரதி "என் செல்லம்மா முக்கிய பிராணன், என் செல்வம். எல்லாம் எனக்கு அவள்தான். அவள் பாக்கியலஷ்மி...' என்று ஒரு சந்தர்ப்பத்தில் தூக்கிக் கொண்டாடுகிறார். இவ்வாறு எதார்த்தமும் தீவிரமும் கலந்து எண்ணற்ற சம்பவங்களை யதுகிரி ஒளிவுமறைவு இல்லாமல் விவரித்துச் செல்கிறார். பல சம்பவங்கள் நாம் அதிகமும் கேள்விப்படாதவை.

பாரதி வாழ்வின் பல நிகழ்வுகளை எல்லா எழுத்தாளர்கள் கலைஞர்களின் வாழ்வுடனும் பொருத்திப் பார்க்க வேண்டிய கடமை நமக்குண்டு. அப்போதுதான் புறச்சூழல் நெருக்கடிகளை எதிர்கொள்ள முடியாமல் கலைஞன் அல்லலுற்றதை, தவித்த தவிப்பை, அப்புறம் பாரதிக்கும் பிறருக்குமான வித்தியாசத்தை ஓரளவேனும் உணர்ந்து கொள்ள முடியும்.

"மனுஷ்ய ஜீவனுக்கு இரண்டு வித நிலைமைதான் உண்டு. எதுவும் தன்னிஷ்டப்படி செய்து, அதனால் ஏற்படக்கூடிய இன்பதுன்பங்களுக்கு தான் பொறுப்பாளியாக இருப்பது ஒரு நிலைமை. அதுதான் சுதந்திரம். அப்படியில்லாமல் பிறர் விருப்பப்படி கட்டுப்பட்டிருந்தால் அடிமைநிலை" இவ்வாறு பாரதி ஒரு கட்டுரையில் எழுதுகிறார்.

பாரதி வேண்டிய விடுதலை தேசத்தின் விடுதலை மட்டுமன்று, தன் விடுதலையுமாகும். எட்டயபுரத்தானிடம் ஏவல் செய்தபோதும் சுமீதசமித்திரனில் அடங்கியிருந்தபோதும் அவன் 'தன்னை ' விடுவித்துக்கொள்ளப் பெரும்பாலும் போராடியிருக்கிறான். ஆனால், இந்தப் பிரபஞ்சமெங்கிலும் ஏசுவோ, அல்லாவோ, ஈஸ்வரனோ ஏனைய தெய்வங்களோ பாரதி உள்ளிட்ட எந்தக் கலைஞனையும் சுதந்திரமாக இயங்கவிட்டதில்லை. தெய்வங்களைச் சண்டைக்கிழுத்து நடுமுச்சந்தியில் நிறுத்தவும், சவால் விடுக்கவும், தண்டனை அளிக்கவும் திராணி உள்ளவனாக கலைஞன் இருப்பதனாலேயே அவனை நசுக்குவதற்கு தெய்வங்கள் மட்டுமின்றி மனிதர்களும் விரும்புகிறார்கள்.

ஆனால் கலைஞர்கள் இந்தச் சராசரிகளிலிருந்து சாமர்த்தியமாகத் தப்பித்து அமரர்களாகி விடுகிறார்கள். பாரதி அமரன்!

(புத்தகம் பேசுது – ஜூன் 2014)

பஷீர்

பேய்ப்பூர் சுல்தானின் கதை

எங்கள் இலக்கியப் பாட்டன் வைக்கம் பஷீரைக் குறித்து ஒரு சிறிய இடைவெளியில் மீண்டும் எழுதக் கிடைத்த வாய்ப்புக்காக மகிழ்கிறேன். ஏற்கனவே 'அட்சரநதி' தொடரில் 'பஷீராக மாறுவது சுலபமில்லை...' என்னும் தலைப்பில் தோப்பில் முஹம்மது மீரான் சாகித்ய அகாதமிக்காகத் தமிழில் மொழிபெயர்த்த பஷீர் வாழ்க்கை வரலாறு குறித்து எழுதினேன்.

அந்தக்கட்டுரைக்கு கிடைத்த வரவேற்பினால் கிளர்ச்சியுற்று, பஷீரைப் பற்றி தனியாக ஒரு புத்தகம் எழுதத் துணிந்த போது, குறிஞ்சிவேலன் தமிழாக்கம் செய்த 'காலம் முழுதும் கலை', குளச்சல் யூசுப் மொழிபெயர்ப்பில் வந்த 'உண்மையும் பொய்யும்' என இரண்டு புத்தகங்களை வேலூர் லிங்கம் எனக்கு அனுப்பித் தந்தார். என்னிடமும் சில முக்கிய சேகரிப்புகள் இருந்தன. நேரமின்மை காரணமாகப் பிறகு அந்தத் திட்டத்தைக் கைவிட்டேன். ஆனால் என் வாசிப்பனுபவத்தில் எழுந்த பஷீரின் மகோன்னத சித்திரத்தை அனுபவித்து வரைந்து பார்க்கும் வேட்கை அடிமனதில் உறுமிய புலியாகப் பதுங்கியே கிடக்கிறது. அதற்கேற்ற சந்தர்ப்பம் வாய்க்கும் என இத்தருணத்தில் உறுதியாக நம்புகிறேன்.

மலையாளத்தில் எம்.கே.ஸாநு மாஸ்டர் இலக்கிய ஆளுமைகளின் வாழ்க்கைச் சித்திரங்களைத் தீட்டுவதில் வல்லவர். அவரொரு சிறந்த விமர்சகர், தனித்துவம் மிக்க படைப்பாளியும் கூட. ஸ்ரீ நாராயண குரு, சகோதரன் அய்யப்பன், எம்.சி.ஜோசப், சங்கம்புழா, எம். கோவிந்தன் என அவர் எழுதிப்பார்த்த வாழ்க்கை வரலாறுகள் எல்லாம் இதற்கு மிகச் சிறந்த உதாரணங்கள். ஸாநு மாஸ்டர் மலையாளத்தில்

எழுதிய 'ஏகாந்த வீதியிலே அவதூதன்' நூலை யூமா வாசுகி தமிழில் மொழிபெயர்க்கிறார் என்கிற தகவலை நான் அறிந்தபோது, என் நண்பர்களிடத்தெல்லாம் அதை ஒரு முக்கியமான இலக்கியச் செய்தியாகப் பரப்பிக்கொண்டிருந்தேன். "அப்படியா? எப்போது வரப்போகிறது?" என அவர்களும் ஆவலாகக் கேட்காமலில்லை. புத்தகம் பேசுது இதழில் அப்போது நாங்கள் படைப்புக்களம் என்றொரு சுவாரசியம் கூடிய பகுதியைப் பிரசுரித்துக் கொண்டிருந்தோம். எழுத்தாளர்கள் என்ன எழுதிக்கொண்டிருக்கிறார்கள் என்று கேட்டு புகைப்படத்துடன் செய்தியாக வெளியிடுவோம். வாசர்கள் மற்றும் படைப்பாளிகளிடம் அதற்கு நல்ல வரவேற்பிருந்தது. யூமா வாசுகி பஷீரின் வாழ்க்கை வரலாற்றை மொழிபெயர்க்கிறார் என்றொரு செய்தியை படைப்புக்களத்தில் வெளியிட்டபோது அவரிடம் யாரும் விசாரித்தார்களா என்று எனக்குத் தெரியாது. என்னிடம் சிலர் கேட்கவே செய்தனர். அவற்றுள் முதன்மையான விசாரணை வேலூர் லிங்கத்தினுடையது. "எப்போ வரும், எப்போ வரும்" என்று அவர் அடிக்கொருதடவை குடைந்த குடைச்சலில் எனக்கு பஷீரின் மேல் காய்ச்சலே வந்துவிட்டது. லிங்கம் அத்தனைக்குத் தீவிரமான பஷீரின் காதலர்.

யூமா அப்போது வெவ்வேறு பணிகளின் நிமித்தம் அடிக்கடி அலுவலகம் வருவதும் போவதுமாக இருந்தார். புத்தகம் வந்தபாடில்லை. இரண்டாண்டுகள் கழித்து ஒருவழியாகக் கடந்த சென்னை புத்தகக்காட்சிக்குத்தான் வந்தது. வாசித்தேன். காத்திருந்ததில் நியாயம் இருப்பதாகப்பட்டது எனக்கு.

பஷீரைக் குறித்து அநேகம் புத்தகங்கள் வந்துவிட்டன! ஆயிரம் வந்திருக்கட்டுமே... எல்லாவற்றிலும் இடம்பெற்றுள்ள அதே சம்பவங்கள் தாம்! ஓ.. அதனாலென்ன? இந்த நூலை எழுத லாநு மாஸ்டருக்கு உந்துதலாக இருந்த பி.கே.பிரதாபசந்திரன் எழுதுகிறார்; "பலர் பஷீரின் படைப்புகளை வாசித்ததிலிருந்து கிடைத்த துணுக்குகளையும், சொல்லக் கேட்ட கதைகளையும், வைலாலில் வீட்டில் மங்குஸ்தான் மரநிழலின் சபையில் அனுபவித்த ஈரமான நினைவுகளையும் கண், காது, மூக்கு வைத்து புத்தகங்களாக்குகிறார்கள். ஆனால் அதிகாரப்பூர்வமான ஒரு வாழ்க்கை வரலாறு இல்லாதது முற்றிலும் ஒரு குறையாகவே இருந்தது. அப்படிப்பட்ட ஒரு பள்ளத்தைத்தான் இந்தப் புத்தகம் நிரப்புகிறது."

வாழ்க்கைச் சரிதங்கள் வாசகனுக்குள் நிகழ்த்த வேண்டியது என்னவென்றால், சரிதம் ஒரு படைப்பாளியைக் குறித்ததாகவும் இருக்குமேயானால், அது அவனுடைய ஆன்மாவைப் பிரதியெடுத்திருக்க வேண்டும் என நான் தீவிரமாக நம்புகிறவன். பஷீரைக் குறித்த லாநு

மாஸ்டரின் அவதானிப்புகளில் பஷீரின் ஆன்மா வாசகனுடன் நெருங்கி நின்று சம்பாஷிக்கிறது. வாசிக்கையில் இதை அநேக இடங்களில் நீங்களும் உணரக்கூடும்.

எப்போதுமே வாழ்க்கை வரலாறு எழுதுவோர் ஜனனத்தில் துவங்கி மரணத்தில் முடிப்பதை வழக்கமாகக் கொண்டிருப்பர். இது அலுத்துப்போன சம்பிரதாயமான அணுகுமுறை. ஆனால் தனிவழி யிலோர் ஞானி இவ்வழியிலிருந்து விலகி, கைகளில் விலங்கிட்டு போலீஸ்காரர்கள் நடத்திச் செல்கிற ஒரு குற்றவாளியை பஷீர் பார்த்து அதிர்ச்சி கொள்ளும் இடத்திலிருந்து தொடங்குகிறது. பஷீர் அடையும் அதிர்ச்சிக்கு காரணம் என்னவென்று நான் சொல்வதைக்காட்டிலும் நீங்கள் வாசித்து அனுபவிப்பதே மிக்க உவப்பானதாக இருக்கும்.

ஸாநு மாஸ்டரின் திறமான கதை கூறல் உத்தி இந்நூலின் தொடக்கம் முதலே துலங்குகிறது. பஷீரைக்குறித்த அவரது விவரணைகளை நாம் வாசித்துக் கொண்டிருக்கும் போதே பஷீரையும் நம்மிடம் பேசவைக்கிறார். பஷீரைக் குறித்து அவருடைய நண்பர்களாகிய மற்றவர்களும் பேசிக்கொண்டேயிருக்கிறார்கள். நமக்கோ தரமானதொரு விவரணப்படத்தைப் பார்த்தனுபவித்த திருப்தி கிடைத்துவிடுகிறது. சொற்களைனத்தும் காட்சி ரூபங்களாக கண்முன்னே விரிவதை நான் வேறெந்த வார்த்தைகளால் உங்களுக்குச் சொல்ல நண்பர்களே...?

பஷீர் தன் வாழ்க்கைக் கதையைத் தானே எழுதமால் இல்லை. எழுதியிருக்கிறார். அவர் எழுதிய கதைகளும் நாவல்களும் இன்னபிறவும் அதுவன்றி வேறில்லை. பால்யகால ஸகி, எங்க தாத்தாவுக்கொரு யானை இருந்தது, பாத்தும்மாவின் ஆடு, மதிலுகள், பார்கவீநிலையம் என அவர் மேலதிகமாக எழுதிய எல்லாமும் அவருடைய வாழ்க்கைக் கதைகள் தாம். எல்லாவற்றிலும் மையக்கதாபாத்திரமாக, கதை கூறுபவராக வருபவரும் பஷீர்தான் என்பது அவரை வாசித்துத் துய்த்த அனைவரும் அறிந்த சங்கதி. ஒரு எதார்த்தவாத எழுத்துக் கலைஞன், படைப்பில் தன் அனுபங்களைக் கடத்துபவனாக இருப்பது உண்மைதான். ஆனால் எவ்வாறு? இந்தக் கூறல் உத்திதான் (Way of Telling) சாதாரணப் பெருங்கூட்டத்திலிருந்து நிஜமான கலைஞனைப் பிதுக்கித் தள்ளுகிறது. தனித்துவமுள்ளவராகக் காட்டுகிறது. சிருஷ்டிகர்த்தாவெனக் கர்வம் கொள்ள வைக்கிறது. "இந்தத் தத்துவத்தைக் கற்றுக்கொள்ள பஷீர் முற்படவில்லை. இது இயல்பாக அவரது படைப்பாக்கத்தில் கலந்தது என்பதுதான் உண்மை " என்கிறார் ஒரிடத்தில் ஸாநு.

80க்கும் அதிகமான தன் ஆயுட்காலத்தில் பஷீர் சுவீகரித்த அனுபவங்கள் யாவும் எழுத்தாகிவிடவில்லை. எது கிடந்து அவர் மனதைக் குடைந்ததோ அதையே அவர் கலையாக்கினார்.

நூலில் பஷீரின் பால்யகாலம் ஓரிரு அத்தியாங்களில் தேர்ந்து சொல்லப்பட்டிருக்கிறது. குறிப்பாக அவரின் மீன்பிடிக்காலங்கள், சிறுபிராயத்தில் விரால்தடங்களைக் கண்டுபிடிப்பதிலிருந்த நிபுணத்துவம், தண்ணீர் பாம்புக்கு நீர்நாகம் எனப் பெயர் சூட்டும் குறும்பு, தென்னந்தோப்பில் இருந்த எட்டி மரத்தடியின் கருங்கல்லில் செதுக்கிய விக்ரஹங்கள், அந்த பெரியமனிதர் கிட்டன், பஷீரின் ஐந்து உடன்பிறப்புகள், கோழி, ஆடு, பசு என பிற ஜீவராசிகள், பாரம்பரியப் பெருமை, வாப்பாவின் பெருந்தன்மை, காந்தியைத் தொட்டுப்பார்த்தது, பூப்பந்தாட்டம், பயணங்கள் இத்யாதி.

பால்யத்தைக் கடந்த பொழுது பஷீரின் மனதிற் பெரிதும் வியாபித்திருந்தது தேசவிடுதலைப் போராட்டம்தான். "என் அனைத்தையும் பாரதமாதாவின் பாதங்களில் சமர்ப்பிக்க உறுதி கொண்டிருக்கிறேன். அடிமைச் சங்கிலியை உடைப்பதற்கு என் சர்வ சக்தியையும் நான் தானம் செய்கிறேன். நான் உடனடியாகக் கைதாகிறேன்" இது தான் பஷீரின் பிரகடனமாக இருந்தது. அத்துடன் நிறுத்திக் கொள்ளாமல், பஷீர் சிறை செல்கிறார். கடுங்காவல் தண்டனையும், துப்பாக்கிக் கட்டையால் குத்துகளும், அடியும் உதையும் படுகிறார். "சிறைத் தண்டனை முடிந்து வெளிவந்தபோது என் மன திலிருந்த காந்தியின் அகிம்சை சித்தாந்தம் புகைந்து ஆவியாகப் போய்விட்டது. ரத்தக்கடல் என் முன்னால்..." என்று கூறிய பஷீருக்குள் அப்போது காந்தியை காட்டிலும் பகத்சிங் அதிகம் ஊடுருவியிருந்தார். அனுபவங்களிலிருந்து வாழ்வின் சாரத்தைக் கிரகித்துக் கொள்ளும் பஷீரைப் போன்ற மேதைமைகளுக்குள் இம்மாதிரி மாற்றங்கள் நிகழாமலிருந்தால் மட்டுமே நாம் ஆச்சரியம் கொள்ளவேண்டும்.

இலக்கியம் எழுத வேண்டும் என்கிற ஆவல் வேர்விட்ட பொழுதுதான் பஷீரின் போராட்ட எழுச்சி சிறிது கட்டுக்குள் வந்தது. சினிமா மோகத்துடன் பம்பாய்க்குச் சென்று சாந்தாராமைச் சந்திக்கிற பொழுதும் பம்பாயின் கீழுலக வாழ்க்கையை அவதானிக்கிற மனது அவருக்கிருந்தது. எப்போதுமே பஷீர் வேசிகள், ரோஹிகள், திருடர்கள் எனப் புறக்கணிக்கப்பட்டவர்களின் பக்கம் இருந்தார் என்பதைக் கூறவும் வேண்டுமோ? ஆச்சாரங்களைக் கண்டு இயல்பாகவே முகம் சுழிப்பவருக்குள் எப்போதும் ஒரு ஆன்மிக தீபம் சுடர்விட்டவாறு இருந்ததும் நிஜமே. பலதரப்பட்ட வேலைகள் செய்து காப்புக் காய்த்த மனது கப்பலில் வேலை கிடைத்த போது பரவசம் கொள்கிறது. "... கரைகாணாத கடல் நடுவில் தொழும்போது கடவுள் சன்னிதானத்தை அடைகிற ஆன்மிகப் பேருணர்வு" அடடா என்ன வார்த்தைகள் இவை!

நூலின் இரண்டாம் பாகத்தில் பஷீர் எர்ணாகுளம் சென்றடைகிறார்.

முன்னதாக பால்யகால ஸகியின் நினைவுகளை மறக்க அவர் நாடியது எப்போதும் போல பூப்பந்தாட்டம். பந்தை எதிர்த்தரப்புக்கு கடத்துகிறபொழுதெல்லாம் உதிர்ந்தன காதல் ரணங்கள் என்றுதான் நாம் கருதவேண்டும். பிறகு பஷீரின் புதிய அவதாரம்... மூன்று சீட்டுக்காரர்களுடனான அவரின் சிநேகம். சூதாடிகள் திருடர்களென சகமனிதர்களின் முகச்சுழிப்புக்குள்ளாகிறவர்களை பஷீர் திருவாய் மலர்ந்து விளிப்பது எப்படித் தெரியுமா?

"கலைஞர்கள்."

ஆம்! கலையைக் கீழ்மையிலிருந்து அகழ்ந்தவர் பஷீர் என்பதை இதன் மூலம் உணர முடிகிறதா நண்பர்களே? ஸானு இதை அழகாகச் சொல்கிறார். "விகாரத்திலிருந்து உணர்வின் நறுமணத்தை தொனிக்கச் செய்கிற கலைத்திறன்"

எர்ணாகுளத்தை பஷீர் வந்தடைந்தபொழுது மனதில் எழுத வேண்டும் என்கிற எண்ணமே மேலோங்கியிருந்தது. அந்நகரில் அவர் தன்னை தகவமைத்துக் கொள்ள கடுமையாகப் போராடினார். கலைஞனுக்குப் பசி கூட ஒரு பொருட்டில்லை. ஆனால் அலைந்து திரிகிற கால்கள் இருட்டினால் ஓய்ந்து கிடக்க தீப்பெட்டி வடிவத்திலேனும் ஒரு அறை வேண்டும் அல்லவா? அதுதான் பஷீரின் தலையாய பிரச்சனையாக இருந்தது.

பல இன்னல்களுக்கிடையில் அவருடைய எழுத்துலகப் பிரவேசம் நிகழ்ந்தது. கொங்கணிக்காராகிய பத்மநாபபையை ஆசிரியராகக் கொண்ட ஜெயகேசரி இதழில் 'என் தங்கம்' என்கிற முதல் கதையை அவர் எழுதினார். எதிர்காலத்தில் மலையாள இலக்கியத்தையே ஆட்டுவிக்கப் போகிற எழுத்து அது என்பதற்கான சகல அடையாளங்களும் அந்த முதல் கதையில் வெளிப்பட்டதென்றே கூற வேண்டும். மட்டுமல்ல, மிகை யதார்த்தத்தை (Romantic Style) விமர்சிக்கிற பாணியையும் அவர் அப்போதே தொடங்கிவிட்டார். என் தங்கத்திற்கு கிடைத்த சன்மானம் 75 பைசா! அதில் கடனெல்லாம் கூட அடைத்துவிட்டு "நான் பணக்காரனாகி விட்டேன்" எனக் கூவியவாறு பஷீர் சிலருக்குத் தேநீர் வாங்கித் தந்ததைப் படித்தபோது எனக்கேனோ 21ம் நூற்றாண்டு எழுத்து பிரம்மாக்களில் சிலரை நினைக்கத் தோன்றியது, கேலியாகத்தான்!

எழுத்துக்கலைஞன் உருவாகி வரும்போது தகுதியான ஒருவர் அதை நுட்பமாகக் கவனித்து சரியான பாதையில் திசைதிருப்பிவிடுகின்ற வேலை இலக்கியத்தில் மிக முக்கியமானது. தக்க காலத்தில் இவ்வாறு மடைமாற்றப் பட்டவர்கள் பிறகு இலக்கியப் பயிரை செழித்து வளரச் செய்திருக்கிறார்கள் என்பதற்கு உலகம் முழுவதிலிருந்தும் சிறந்த

உதாரணங்கள் உண்டு. "நீங்கள் நன்கறிந்த முஸ்லிம் சமுதாயத்தை அடிப்படையாகக் கொண்டு நிறைய கதைகள் எழுதவேண்டும்" என பஷீரை அப்போது மடைமாற்றியவர் சகோதரன் கே.அய்யப்பன். அந்த மாற்றம்தான் மலையாளத்திலும் பிறகு தமிழிலுமாக இஸ்லாமியப் புனைவு இலக்கியத்தில் பல நல்ல விளைவுகளை உருவாக்கியது. சகோதரன் அய்யப்பனின் ஆழ்ந்த பொருளுள்ள கோரிக்கையை ஏற்று பஷீர் அன்று நிர்மாணித்த பாட்டையில்தான் என் போன்ற யாத்ரீகர்கள் பயணிக்கிறோம். எங்கள் பயண முறைகளில் சில வித்தியாசங்கள் இருக்கின்றன, அவ்வளவுதான். தென்னிந்திய இஸ்லாமிய இலக்கியத்தின் மீது பஷீர் செலுத்தியுள்ள பாதிப்பு மிக முக்கியமானது. இதை எவராலும் மறுக்கமுடியாது.

பஷீரின் சிறைவாழ்க்கை , சபைகூடல், நட்புவட்டம் போன்றவற்றிற்கு நூலின் இரண்டாம் பாகத்தில் அதிக அழுத்தம் கொடுக்கப்பட்டுள்ளது. சுவாரசியமான மனித ரூபங்களின் வழியே பல விநோத சம்பங்கள் அடுக்கடுக்காய் நிகழ்ந்த வண்ணம் உள்ளன. அவை வாசிப்புக்குச் சுவை கூட்டுவதில் இரண்டு கருத்து இல்லை. தனி வழியில் சென்ற மனிதரானாலும் பஷீர் அற்புதமான நண்பர்களைப் பெற்றார். அவர்களை பொக்கிஷம் போல பாதுகாத்தார். இலக்கியத்தில் ஸ்திரமான பிறகு இயல்பாகவே அவரைச் சுற்றி ஒரு ஒளிவட்டம் உருவானது. அவர் அதற்காக கர்வம் கொள்ளவில்லை. மாறாக அந்த ஒளிவட்டத்தைத் தன் கைகளாலேயே அவர் பலமுறை கலைத்துப்போட்டார். இந்த விசித்திரப் போக்குகள்தான் எல்லோரிடமிருந்தும் பஷீரைத் தனித்துக் காட்டியது. எந்த எழுத்தாளனும் இப்படி நடந்து கொள்ள மாட்டான் என்னும்படியான அளவிற்கு பலமுறை எல்லை கடந்திருக்கிறார். அது அவருடைய ஆளுமைக்கு எந்தவிதப் பாதிப்பையும் நிகழ்த்தாததில்தான் நமக்குப் பெருவியப்பு. மலையாளிகளுக்கு அப்படி ஒரு இதய விசாலம்! இலக்கியப் பிடிமானம்! ஒரு கற்பனைக்கதையின் கவர்ச்சிகரமான கதாபாத்திரம் போன்ற இடம் கிடைக்க எழுத்தாளன் கொடுத்து வைத்திருக்க வேண்டும். தமிழ் இலக்கியவாதிகளில் ஜி.நாகராஜன், ஜெயகாந்தன், நகுலன், விக்ரமாதித்தியன், கோணங்கி போன்றோரிடம் இதுபோன்ற மெல்லிய சாயல் படிந்திருந்ததாக நான் கருதுகிறேன்.

தன்னளவில் பஷீர் எல்லா வேலைகளையும் மிகுந்த ஈடுபாட்டுடன் செய்து பார்த்திருக்கிறார். உபயோகப்படுத்துகிற கழிப்பறையைத் தானே சுத்தம் கொள்வதிலிருந்து மேன்மையான புத்தக வியாபாரம் வரை. நூலின் மூன்றாம் பாகத்தில் சித்தரிப்புப் பெற்றுள்ள மனநோய் பாதித்த பஷீர் ஒரு அருமையான குணச்சித்திரம். கடற்கரையில் ஆடையற்ற அழகியைக் கண்டது, அறைச்சுவரில் காதை வைத்து அறியாத குரல்களைக் கேட்பது எனப் பல ரூபங்களில் அந்தப் பைத்தியக்கார பஷீர் பிரமாதமாக வெளிப்பட்டிருக்கிறார். வேற்றுலகிலிருந்து தாக்க

வரும் எதிரிகளிடமிருந்து தன்னைப் பாதுகாத்துக் கொள்ள உடலைப் போர்வையால் மறைத்து, கையில் பிச்சுவாக் கத்தியுடன் காத்திருக்கிற பஷீரை நீங்கள் அவசியம் சந்திக்க வேண்டும் நண்பர்களே!

இந்நூலில் இடம் பெற்றுள்ள பஷீரின் நிழற்படங்களும், ஓவியங்களும் நமக்கு மாறுபட்ட மனநிலைகளைத் தருகின்றன. ஸாநுவின் கவித்துவமிக்க வரிகளை யூமா வாசுகி வெகு சிரத்தையுடன் மொழிபெயர்த்திருக்கிறார். ஒரு சில இடங்களில் நேரடி மலையாள மொழிப்பிரயோகங்களைத் தவிர்த்திருக்கலாம். பஷீரின் படைப்புகளை வாசிப்பது ஒரு சுவை! பஷீரைக் குறித்த படைப்பை வாசிப்பது அதினினும் அதனினும்....

(புத்தகம் பேசுது – ஏப்ரல் 2014)

கு. அழகிரிசாமி

கரிசல் மண்ணின் அன்பளிப்பு

உங்களுக்குத் தெரிந்திருக்க வாய்ப்பில்லை. இதுவரைக்குமான என் பேச்சிலோ எழுத்திலோ எப்போதும் இந்தச் சங்கதி வெளிப்பட்டதே யில்லை. எனக்கான ரகசியக் குறிப்பில்கூட நான் எழுதி வைக்கவில்லை. என் மனதிற்குள்ளேயே அந்த வருத்தத்தை வைத்து வேறெங்கும் கசிந்து விடாத அளவிற்கு மணல் மூடைகளை அடுக்கி குறுக்கணை போட்டுத் தடுத்துவிட்டேன். ஆம்! கு.அழகிரிசாமியின் 'அன்பளிப்பு' கதையில் வரும் சாரங்களைப் போலவே நானும் என் பிராயத்தில் சிலரிடம் பிரியமாக சில புத்தகங்களைக் கோரி, அது கிடைக்காமல் போய் பெருமூச்செறிந்து ஏங்கி ஏங்கி அழுதிருக்கிறேன்.

அந்த நேரத்தில் சாரங்களுக்குப் போலவே எனக்கும் வயிறு அசாதாரணமாகக் குழிந்து புடைத்து முகம் ரத்தம் போலச் சிவந்திருக்கிறது. கூப்பிட்ட குரலை மதியாமல் அவனைப் போலவே நானும் வெட்கப்பட்டு ஓடிப்போயிருக்கிறேன். ஆனால் அழகிரிசாமி எழுதுவது போல எனக்குப் புத்தகம் தரமறுத்தவர்கள் அதற்காக அத்தனை தூரம் விசனப்பட்டிருப்பார்களா என்று தெரியாது. ஏனெனில் அன்பளிப்பு கதையில் வரும் அந்த 'புத்தகம் சூழ்ந்த வீட்டுக்காரர்' வேறு யாருமில்லை, அழகிரிசாமியேதான். என் துரதிருஷ்டம் எங்கள் ஊரில் அழகிரிசாமிகள் வாழ்ந்ததில்லை.

இந்தக் கதைகளைத் தொகுத்திருக்கிற தமிழின் குறிப்பிடத் தகுந்த சிறுகதையாளர் தமிழ்ச்செல்வன் ஒரு நேர்காணலில் இப்படிக் குறிப்பிடுவார், "அன்பளிப்பு போன்ற ஒரு கதையை என் வாழ்நாளில் எழுதிவிட மாட்டேனா"

இது ஒருவகையில் ஏக்கச் சாயை படிந்த விருப்பம்தான். அன்பளிப்பு

கதையை வாசிக்கிற ஒவ்வொருவரும் அடையும் உணர்வு அக்கதை உருவாக்கும் ஏக்கம்தான். என் கேள்வி, அன்பளிப்பை நாம் ஏன் கதையாகப் பார்க்கவேண்டும்? அது ஓர் நிகழ்வு. அனுபவம். வாழ்க்கையில் நாம் பார்த்தறியாத அல்லது பார்க்கத் தவறிய பக்கம். புத்தகங்களைச் சேகரித்து வைத்திருக்கிற ஒவ்வொருவரும் அன்பளிப்பு கதையின் நாயகன் தானே? மறுநாள் ஞாயிறென்றால் இரவு வெகுநேரம் கண்விழித்துப் படிக்கிறவர்கள்தாமே? நமக்கு அக்கம்பக்கத்திலுள்ள குழந்தைகள் எல்லோருமே, சாரங்கராஜன், பிருந்தா, சுந்தர்ராஜன், கீதா, சித்ராதானே?

இந்தப் புத்தகங்களை வைத்திருப்பதால் மட்டுமே நம்முடைய மேதைமை இவர்களுக்குப் புரியவில்லையே என்று எத்தனை உள்ளங்களைப் புண்படுத்தியிருப்போம்? புத்தகத்தின் ஒரு பக்கத்தைக் கிழித்துவிட்டதற்காக, கிறுக்கி வைத்ததற்காக, ஒழுங்கமைவைக் கலைத்தமைக்காக எத்தனை குழந்தைகளைக் கை நீட்டியிருப்போம்? அப்படிப்பட்ட நாம் ஏன் சாரங்கன் போன்றவர்கள் தாமே ஒரு டைரியை வாங்கி வருவதற்கு முன் முந்திக்கொண்டு 'என் பிரியமுள்ள சாரங்கனுக்கு அன்பளிப்பு' என்று எழுதி வைத்துக் காத்திருக்கக்கூடாது?

அழகிரிசாமி இக்கதையின் மத்தியில் எழுதுகிறார். "உலகத்தில் எல்லோரும் குழந்தைகளைக் கண்டால் பிரியமாக நடந்து கொள்கிறார்கள். ஆனால் அவர்களுடைய அன்பில் ஒரு விளையாட்டுணர்ச்சியும் நடிப்பும் கலந்திருக்கின்றன. குழந்தைகளோ அப்படி நடிப்பதில்லை, அவர்கள் உண்மையிலேயே அன்பு காட்டுகிறார்கள். இந்த உண்மை எனக்கு என்றோ ஏதோ ஒரு சந்தர்ப்பத்தில் மனதில் தைத்தது. அன்று முதல் நான் அவர்களைக் குழந்தைகளாக நடத்தவில்லை. நண்பர்களாக நேசித்தேன். உள்ளன்பு என்ற அந்தஸ்தில் அவர்களும் நானும் சம உயிர்களாக மாறினோம்"

***

காவிரிக்கரை எழுத்தாளர்களையும், புதுமைப்பித்தனையும் இன்னும் பிறரையும் வாசித்தபின் அழகிரிசாமியை நான் வெகுவாகப் பிந்தி வாசித்தேன். அதற்கு தண்டனை போலவும், ஏதோ ஒரு மாயம் போலவும் மீண்டும் மீண்டும் அவரை வாசிப்பதற்கான சந்தர்ப்பங்கள் சமீபமாகத் தொடர்ந்து வாய்த்துக் கொண்டே இருந்தது எனக்கு ஆச்சர்யம். எளிமையான குரலில் எதையும் துலக்கமாகச் சொல்லிவிடும் பாணி, அவருக்கு முன் பிரபலமாகியிருந்த 'தவளைப் பாய்ச்சல்' நடையிலிருந்து அவரை வித்தியாசப்படுத்திக் காட்டியபடியே இருந்தது. என் கரிசல் பிரதேச நண்பர்கள் எல்லோரும் அவர் மேல் பெரிய 'காதல்' கொண்டிருந்தார்கள். கடந்த ஆறேழு வருடங்களில் நிகழ்ந்த எங்கள் சந்திப்புகளில், உரையாடல்களில் அழகிரிசாமிக்கான

30

முக்கியத்துவம் அதிகமிருந்தது. அவ்வகையில் நான் அவர்களுக்கு நன்றி சொல்லவேண்டும். மௌனி, லா.ச.ரா. புதுமைப்பித்தன் என்று வாசித்தபிறகு அழகிரிசாமியை வாசிக்க எனக்கு இலகுவாக இருந்தது. நான் குறிப்பிடும் ' இலகு' மொழி அளவில்தான். முன்னவர்களின் மொழியழகு தனி. ஆனால் அவர்களிடம் இல்லாத தனித்துவமிக்க எளிமை, கதைக்களம், உளவியல் அணுகுமுறைகள் இவரிடம் இருந்தன.

அழகிரிசாமி தன் சிநேகிதர் கி.ரா.வைப் போல தான் சார்ந்த சமுகத்தின் பிரஜையாகத் தன்னைக் கதைகளில் வெளிப்படுத்திக் கொள்ளவில்லை . அவர் இனவரைவியலாளர் அல்ல. வட்டார வழக்கையும் கி.ரா. அளவிற்கு அவர் உபயோகிக்கவில்லை . அழகிரிசாமியின் எழுத்துப்போக்கு இலக்குகள், முன் முடிவுகளற்றது. வாழ்க்கையிலிருந்து இலக்கியம் என்பதற்கு ஏதுவாக அவருடைய கதைகளில் இடம் பெறும் சம்பவங்கள் பெரும்பாலும் நிஜவாழ்க்கையைப் பிரதிபலிப்பவை. (திருவொற்றியூர் வல்லி போன்ற சில கதைகள் நீங்கலாக) எல்லாக் கதைகளிலும் அவர் வாழ்க்கையை நுட்பமாக அவதானித்தவராகவே வெளிப்படுகிறார்.

இந்தக் கட்டுரையில் 'திரிபுரம்' கதையைக் குறித்து எழுதக்கூடாது என்று ரொம்பவே என்னைக் கட்டுப்படுத்திக் கொண்டிருந்தேன். இயலவில்லை. தொகுப்பாளர் ச.த.தன் முன்னுரையில் குறிப்பிடுவதுபோல உண்மை யிலேயே அது வாசகரை நிம்மதியிழக்கச் செய்யும் கதைதான்.

நம்முடைய இரண்டு தலைமுறைகளுக்குப் பஞ்சம் என்றால் என்னவென்று அத்தனை துலக்கமாகத் தெரியாது. அதிகபட்சமாக என் பிள்ளைப்பிராயத்தில், தி.மு.க ஆட்சியில் ஒரு வறட்சி வந்து அரிசிக்குப் பதிலாக மக்கள் மக்காச் சோளமும் மரவள்ளிக் கிழங்கும் மாவும் சாப்பிட நேர்ந்த துரதிர்ஷ்டவசமான ஞாபகங்கள் மங்கலாக மனத்திரையில் ஓடுகின்றன. அப்போதும் கூட மக்களுக்கு ஊர் விட்டு ஊர் இடம் பெயரும் அவலம் ஏற்பட்டதாக நினைவில்லை. எங்கள் ஊர் வீடுகளில் சமையலுக்குத் தேவையான பொருட்களுக்கு பற்றாக்குறை ஏற்படும்போது "உள்ளதைக் கொண்டு நல்லதைச் செய்வது" என்ற இசைவான வாக்கியம் ஒன்றைக் கூறுவார்கள். அது மாதிரித்தான் கூழோ, கஞ்சியோ காய்ச்சிக் குடித்துவிட்டு ஊரை விட்டுப் போகாமல் உயிரோடு கிடந்தார்கள்.

ஆனால் 'பஞ்சம் வந்துவிட்டது' என்கிற அபாய அறிவிப்புடன் அழகிரிசாமி தொடங்கும் 'திரிபுரம்' கதை அதன் 10 பக்கங்களில் ஒரு பயங்கரத்தை நம்மிடம் பகிர்ந்து கொள்கிறது. பயங்கரம் என்றால் என்ன? கொலை பாதகமும், கொடிய வன்முறையும், குண்டு வெடிப்புகளும் மட்டும்தானா? இல்லை! அழகிரிசாமி இவற்றையெல்லாம் சொல்லவில்லை. கணவனைப் பஞ்சத்துக்கு காவு

கொடுத்துவிட்டு எங்கோ ஆந்திராவிலிருந்து கோவில்பட்டிக்குப் புலம் பெயரும் நரசம்மாவையும், அவளின் மகள் வெங்கட்டம்மாவையும் சூழ்ந்து கவ்வும் வயிற்றுப் பசியைக் குறித்து சொல்கிறார். இந்தப் பசியைத்தான் நான் 'பயங்கரம்' என்கிறேன். இந்தப் பயங்கரத்துக்காக அவர்கள் சந்திக்கின்ற யாவும் அதிபயங்கரங்கள்.

பஞ்சத்தைக் குறித்து, நிறையத் தரவுகளைத் திரட்டி வைத்துக் கொண்டு நாம் பக்கம் பக்கமாக நாவல், கதை, கட்டுரை என எழுதிக் குவிக்கிறோம். ஆனால் அவை அழுகிரிசாமியின் திரிபுரம் கதைக்கு முன் சுமார் என்று எனக்குச் சொல்லத் தோன்றுகிறது. தாது வருஷப் பஞ்சம் குறித்து எழுதும்போது பத்திரிகைகள் வெளியிடுகின்ற படங்கள் நமக்குப் பீதியூட்டுகின்றன. அப்படியான எலும்புக் கூடான மனித ரூபங்களைப் புகைப்படங்களாகப் பார்க்கக்கூட மனம் பதைத்து வேக வேகமாகப் பக்கங்களைப் புரட்டுகிறோம். திரிபுரத்தில் வரும் இந்த நான்கு காட்சிகளைப் படித்தால் நீங்கள் என்ன செய்வீர்களோ எனக்குத் தெரியாது.

> கந்தல் ஆடை வழியாக வெங்கட்டம்மாவின் சரீரத்தை கடைக் கண்ணால் பார்க்கும் மனித சமூகத்திற்கு அஞ்சி தாய் நரசம்மா தன் புடவையை மகளுக்குத் தந்துவிட்டு கந்தலைச் சுற்றிக் கொள்ளும் இடம்

> சாத்தூரில் தெருவிலே கிடந்த புழு அரித்த சொத்தை வெள்ளரிக்காயை நரசம்மா தின்ன ஆசை கொண்டு, ஆனால் மகளின் முன் வெட்கப்பட்டு 'இது என்ன காய் என்று தெரியவில்லையே' என்று பொய்யாகக் கேட்டு நடிக்கும்இடம்.

> அதே தாய் பசியின் கோரப்பிடியில் சிக்கி பத்து ரூபாய்க்கும், உணவிற்கும் மகளின் கற்பை ஓட்டல் பையன்களிடம் பேரம் பேசி அவளை சம்மதிக்க வைக்க நடத்தும் போராட்டம்.

> எல்லாம் முடிந்த பிறகு அம்மாவிடமிருந்து அவ்வளவு பணத்தையும் வாங்கி வலது கையிலிருந்து இடது கைக்கும் இடது கையிலிருந்து வலது கைக்கும் மாற்றிப் போட்டுக் குலுக்கி வெங்கட்டம்மா பைத்தியம் போல் சிரிக்கும் இடம்.

இதய பலகீனமுள்ளவர்கள் இந்தப் படத்தைப் பார்க்க வேண்டாம் என்று சினிமாக்காரர்கள் அபத்தமாக ஒரு விளம்பரம் செய்வார்கள். அது வேறொன்றுமில்லை... ஒப்பனையும், பின்னணி இசையும் செய்யும் மாய்மாலம். எழுத்தால் இதயத்தை அசைத்துப் பார்ப்பதென்பது

மிகப் பெரிய வித்தை. அது அழகிரிசாமிக்கு வலுவாக சித்தித்தது.

ஏதோ ஒரு விதத்தில் எனக்கு புதுமைப்பித்தனின் பொன்னகரம் கதையையும், அழகிரிசாமியின் திரிபுரம் கதையையும் ஒப்பிட்டுப் பார்க்கத் தோன்றியது. கற்பு கற்பு என்று கதைக்கிறீர்களே இது தானய்யா கற்பு என்னும் பித்தனின் குரலுக்கும் "சிவன் சிரித்துத் திரிபுரத்தை எரித்தான்; இவள் சிரிப்பு என்ன செய்யப்போகிறதோ?" என்கிற அழகிரிசாமியின் குரலுக்கும் ஒற்றுமை இருக்கவே செய்கிறது. இரண்டும் ஒரு நேர்கோட்டில் பயணிக்கிற படைப்புக் குரல்கள்தான்.

தன் வாழ்நாளில் அழகிரிசாமி மொத்தம் 106 சிறுகதைகள் எழுதினார். விமர்சகர்கள், அறிஞர்கள் அவருடைய கதை சொல்லும் திறனை ஆண்டன் செக்காவுடன் ஒப்பிட்டனர். "புதுமைப்பித்தனுக்குப் பிறகு இன்னும் இருக்கிறது" என்று க.நா.சு. மூவரை மட்டும் அடையாளம் காட்டினார். மௌனி, லா.ச.ரா. வரிசையில் அழகிரிசாமியையும் இணைத்துச் சொன்னதன் மூலம் அந்த இடத்தில் க.நா.சு தன் நேர்மையை நிரூபித்தார்.

தமிழ்ச் சிறுகதைத் தடத்தில் பிசிறில்லாமல் ஒலித்த குரல் அழகிரிசாமி யினுடையது. சிக்கலும் சிடுக்குமில்லாத நேர்த்தியான எளிய மொழி அழகு, ஒரு எட்டாம் வகுப்புப் பையன் வாசித்தாலும் புரிந்து கொள்ளும் தன்மை அவருடைய எழுத்தின் பலம். பழந்தமிழ் இலக்கியம், ஆங்கில இலக்கியம் என எவ்வளவோ வாசித்த அனுபவங்களிலிருந்தும் அவற்றின் சாயல் சுயபடைப்புகளில் துளியும் கவியாதது அவரைப் பல முன்னோடி எழுத்தாளர்களிடமிருந்து வேறுபடுத்திக் காட்டுகிறது. அழகிரிசாமியின் மொத்தச் சிறுகதைகளின் குறுக்கு வெட்டுத் தோற்றத்தை இத்தொகுப்பின் மூலமாக தரிசிக்கத் தருவது தமிழ்ச்செல்வனின் திறமை. அது தேர்ந்த வாசிப்பு மற்றும் ரசனையைப் பொறுத்தது. காலத்தின் ரேகை படிந்த புதுமைப்பித்தனின் கதைகள் தொகுப்பிற்குப் பின் ச.த. செய்திருக்கிற சிறந்த முயற்சி இது.

(புத்தகம் பேசுது – ஏப்ரல் 2013)

ஜெயகாந்தன்

பெய்து தீர்த்த பெருமழை

பாரதியைப் போல், புதுமைப்பித்தனைப் போல் இதோ நேற்றைக்கு ஜெயகாந்தனும் நம்மிடமிருந்து விடை பெற்றுக்கொண்டார். ஆனால் பாரதியும், பித்தனும் வாழ்க்கைப் பாதையை முழுமையாகக் கடக்காமல் விரைவாகச் சென்று விட்டனர். ஜெயகாந்தன் நின்று நிதானித்து அகவை எண்பது கடந்து மரித்திருக்கிறார். ஆயினும் மரணத்துடன் எவரால் எப்போதுமே வாள் வீசிக்கொண்டிருக்க முடியும்?

ஜெயகாந்தன் ஒரு தடவை கூறினார்: "நான் உங்களிடமிருந்து விடைபெற்றுக் கொள்ளும்போது, நான் எழுதாத எவ்வளவோ பாத்திரங்கள் என்னோடு சேர்ந்து உங்களிடமிருந்து விடைபெற்றுக் கொள்வார்கள். இதை நீங்கள் அறிய மாட்டீர்கள் என்பதால் உங்களுக்கு வருத்தம் இல்லை. இதை அறிந்திருக்கிற நான் இதன் பொருட்டு சில சமயங்களில் வருந்துவதும் உண்டு. இவர்களை நான் உருவாக்கி விட்டு விடுவேனேயானால் இவர்கள் உங்களோடு நிரந்தரம் கொண்டுவிடுவார்கள். அப்படியில்லையானால் அது அவர்களின் பொறுப்பே ஆகும்..."

ஜெயகாந்தன் பல வண்ணம் படிந்த எண்ணற்ற பாத்திரங்களை உருவாக்கி நம்மிடையே உலவவிட்டுள்ளார். அவர் கூறியவாறு அவர்கள் நம்முடன் நிரந்தரம் கொண்டிருக்கிறார்கள். அக்கினிப் பிரவேசம் கங்கா, பிரளயம் அம்மாசிக் கிழவன், தீனன், பாப்பாத்தி, விழுதுகள் ஓங்கூர் சாமியார், கருணையினால் அல்ல கௌரி, ஆடும் நாற்காலிகள் ஆடுகின்றன ஜானகி, அலங்கார வல்லி, தவறுகள் குற்றங்கள் அல்ல தெரஸா, சுயதரிசனம் கணபதி சாஸ்திரிகள், இருளில் ஒருதுணை கபாலி, அந்தரங்கம் புனிதமானது வேணு... இன்னும் பலர்.

காலன் ஜெயகாந்தனைக் கடத்திச் சென்றுவிட்டான். ஆனால்

அவர் சிருஷ்டித்த கதாபாத்திரங்கள் அமரத்வம் அடைந்துவிட்டனர். அவர்களுக்கு ஒருபோதும் மரணமில்லை. "உங்களை நான் அறிந்ததைவிடச் சிறப்பாக என்னை நீங்கள் அறிவீர்கள். உங்களைப் பற்றி நான் அறிவது ஒரு பொது அறிவே ஆகும். என்னை நீங்கள் அறிந்துகொள்வது, உங்களது சிறப்பான ஞான மேன்மைக்கு ஓர் எடுத்துக்காட்டு" என்று ஓரிடத்தில் அவர் குறிப்பிடுவார். இதுவே படைப்புக் கர்த்தாவுக்கும் வாசகனுக்குமான பந்தம். இருபதாம் நூற்றாண்டின் மத்தியில் தொடங்கிய இந்த பந்தம் அடுத்த நூற்றாண்டிலும் அவர் மறைவுக்குப் பின்னரும் தொடர்ந்து கொண்டிருப்பது குறிப்பிடத்தக்கது. சங்க இலக்கியங்களும், தொல்காப்பியமும், குறளும், கம்பராமாயணமும், சிலப்பதிகாரமும் சாகாவரம் பெற்று நம்மைத் தொடர்ந்து கொண்டிருக்கின்றன. ஜெயகாந்தனும் நம்மைத் தொடர்ந்து கொண்டிருப்பார். ஜெயகாந்தன் மட்டுமல்ல, இறவாத இலக்கியம் செய்தோர் எல்லோரும்தான்.

90களில் எழுதத் தொடங்கிய நான், ஜெயகாந்தனை 'ரொம்பப் பின்னாடி' படித்தவன், படிக்காமல் விட்டு விடக்கூடாது என்பதற்காகவே படித்தவன். நான் எழுதவந்தபோது அவர் களத்தில் இல்லை. ஓயாமல் எழுதிக்குவித்த அவர் பேனா அப்போது ஓய்வெடுத்துக்கொண்டிருந்தது. "நீங்கள் ஏன் இப்போதெல்லாம் எழுதுவதில்லை? என்று கேட்கப்பட்ட கேள்விக்கு "நான் ஏற்கனவே எழுதியதை எல்லாம் நீங்கள் படித்துவிட்டீர்களளா, என்ன? என்று அவர் திருப்பிக்கேட்டார். ஒரு பொருத்தமான நேரம் பார்த்து அவர் எழுதுவதை நிறுத்திக்கொண்டார். இந்தத்திராணி, நம் தமிழ் எழுத்தாளர்களிலேயே அவருக்கு மட்டும்தான் இருந்தது. நீர்த்துப் போனதறிந்தும் எழுதிக் குவிக்கின்றவர்களைத் தானே நம் அனுபவத்தில் சந்தித்தவாறிருக்கிறோம். மரணப்படுக்கையிலும் கூட அவர் எழுதிக்கொண்டேயிருந்தார்.... என்கிற பொய்மை கலந்த வாசகத்தை, திடகாத்திரமாக இருந்தபோதே எழுதுவதை நிறுத்திக்கொண்டதன் மூலம் பரிகாசம் செய்து காட்டியவர் ஜெயகாந்தன். எல்லா எழுத்தாளனும் ஜெயகாந்தனைப் போல, எழுதுவதை ஒரு கட்டத்தில் நிறுத்திக்கொள்ளவேண்டும் என்பதல்ல இதன் பொருள். வருடத்துக்கொரு சிறுகதை என ஆமை வேகத்தில் எழுதுகின்ற நல்ல எழுத்தாளர் பலரை எனக்குத் தெரியும். எழுதி எழுதியே வதைக்கின்ற எழுத்தாளர்களையும் அறிவோம். "எழுதுவது என்று முடிவு செய்துவிட்டால் எழுதித் தள்ளப் பழகவேண்டும்" என்று ஜெயமோகன் ஆரம்பத்தில் எனக்கெழுதிய கடிதமொன்றில் குறிப்பிட்டிருப்பார். என் பதில் கடிதம் ஒன்றைப் படித்துவிட்டு, "உங்கள் கையெழுத்து அழகாக இருக்கின்றது. ஆனால் இது குறைவாக எழுதுகிறவர்களின் கையெழுத்து" என்று பத்துப் பனிரெண்டு வருடங்களுக்கு முன்னர் என்னைக் கிண்டல் செய்து தீவிரமாக

எழுத உசுப்பேற்றி விட்டவர் ஜெயமோகன்.

ஜெயமோகனும் ஒருமுறை ஏதோ சில காரணங்களால் 'விடைபெறுகிறேன்' என்று பேனாவை மூடிவைத்துவிட்டு, பிறகு மீண்டும் எழுத வந்தவர்தான். அவரால் எழுதாமல் இருக்க முடியாது. எனவே அவர் கணக்கு வேறு. ஜெயகாந்தனும் தன் விரதத்தை முடித்துக்கொண்டு ஒரு கட்டத்தில் மீண்டும் எழுத வந்தார். அவர் எழுதாமலேயே இருந்திருக்கலாம் என்றுதான் பலருக்கும் அப்போது தோன்றியது. இதனால்தானோ என்னவோ சுந்தர ராமசாமி "அவன் எழுதியபோது கலைஞன், எழுதாதபோது மேலும் கலைஞன்" என்று குறிப்பிட்டிருப்பார் போலும்.

கடலூருக்கு அருகிலுள்ள மஞ்சக்குப்பத்தில் 1933 ஏப்ரல் 24 அன்று தண்டபாணி–மகாலட்சுமி இணையருக்கு மகனாகப் பிறந்த ஜெயகாந்தன், பள்ளிக் கல்வியைப் பூர்த்தி செய்யாதவர். படிப்பறிவு கிடைக்கவில்லையே தவிர பட்டறிவு என்கிற அனுபவ ஞானம் அவருக்கு முழுமையாக வாய்த்தது.

மஞ்சக்குப்பம் அழகான ஊர். வடக்கில் பெண்ணையாறும், தெற்கில் கெடிலநதியும், கிழக்கில் கடலும் சூழ்ந்த ஊர். சில நேரங்களில் நீர்வாய்ப்பட்டு மஞ்சக்குப்பமே மிதப்பதுண்டு. "ஊர் என்பது மரமும், மண்ணும், குளமும், குட்டைகளுமல்ல. ஊர் என்றால் மனிதர்கள் என்று அர்த்தம். அதனால்தான் என் கதைகளில் மண் வாடை அடிப்பதில்லை. மனித நெடியே வீசுகிறது" என்று வித்தியாசமாகச் சொன்னவர் ஜெயகாந்தன். அவர் படைப்புகளில் அழகியல் அம்சங்கள் குறைவு Nativityக்கு முக்கியத்துவம் தந்ததில்லை அவர். Characterizationதான் பிரதானம்.

"எங்கோ போய்க் கொண்டிருந்தேன். வழியில் எழுத்தாளனாக வரவேற்கப்பட்டேன். நான் நடைபாதையில், குழாயடியில், வேலைக்குப் போன சிறிய தொழிற்சாலைகளில், பொதுவான நடைமுறை வாழ்க்கையில் தான் இலக்கியம் கற்றேன். அங்குதான் எழுத்தும், இலக்கியங்களும் பிறக்கின்றன என்று அறிந்தேன்" என்று கூறிய அவர் இளமையில் வெவ்வேறு இடங்களில், கிடைத்த வேலைகளை எல்லாம் செய்தார். கம்யூனில் வாழ்ந்தார். 1952இல் இந்திய கம்யூனிஸ்ட் கட்சியின் உறுப்பினரானார்.

1950இல் தன் முதல் சிறுகதையை எழுதிய ஜெயகாந்தன் அப்போது முதல் தீவிரமாக எழுதிவந்தவர். ஆனந்த விகடனில் அவர் தொடர்ந்து எழுதிய காலகட்டத்தில், தமிழ் சிறுபத்திரிகை வரிசையில் அழுத்தமான தடம் பதித்த 'எழுத்து' (1959/1970/ 199 இதழ்கள்) வெளிவந்து கொண்டிருந்தது. ஜெயகாந்தன் 'எழுத்து' இதழில் 'தர்க்கம்'

என்கிற ஒரே ஒரு சிறுகதையை மட்டுமே எழுதியிருந்தார். எழுத்து இதழின் கட்டுத்திட்டான, கறாரான இலக்கியக் கோட்பாடுகளுக்குள் ஜெயகாந்தனால் பொருந்திப்போக முடியவில்லை.

எழுத்து இதழில் 'தற்கால இலக்கியம்' குறித்து எழுதிய நகுலன், "ஜெயகாந்தன் கதைகளின் முடிவுகள் சம்பிரதாயமாகவோ, வெறும் அசட்டு உணர்ச்சிகளால் தீர்க்கப்படுவனவாகவோ இருக்கின்றன" என்று விமர்சித்தார். 'பாரீஸுக்குப் போ' நாவலைக் குறித்து 'எழுத்து' இதழில் மதிப்புரை எழுதிய பேராசிரியர் சி.கனகசபாபதி "பல சிறுகதைகளைச் சேர்த்துவிட்டால் அது நாவலாக ஆக முடியாது. நாவலுக்கென்று உள்ள தனிப்பட்ட கதைப்பின்னல் இந்நாவலில் இல்லை" என்று மதிப்பிட்டார். ஆனால் இது ஜெயகாந்தனின் வாக்குமூலம்:

"ஜனங்கள் எதை வேகமாக விரும்பி ஏற்கிறார்களோ அதை அதே வேகத்தோடு வீசியும் எறிகிறார்கள். ஜனரஞ்சகம் என்ற பெயரால் என் எழுத்துக்கள் எறியப்பட வேண்டாம் என்று நான் நினைக்கிறேன்."

இன்னும், விகடனில் அவர் 'பாரீஸுக்குப் போ' நாவலை எழுதத் தொடங்கும்போது வாசகர்களுக்கு எனச் சில பத்திகள் எழுதி, பெரிய பீடிகையுடன் தான் தொடங்குகிறார். "டெம்போ, வேகம், விறுவிறுப்பு இவையாவும் நல்ல இலக்கியங்களோடு சம்பந்தம் கொள்ளக்கூடாத பிரயோகங்களாகும். எனவே குதிரைப் பந்தயத்துக்கும், விளையாட்டுப் போட்டிகளுக்கும் உபயோகப்படும் வார்த்தைகளை வைத்து இலக்கியத்தை அளக்க வேண்டாம். ஆழம், தெளிவு, அமைதி, நயம் என்ற நோக்கில் இலக்கியத்தை அணுகி, எதை எழுதினால் என்ன? அதை எவ்விதம் பிரசுரித்தால் என்ன? தொடர்ச்சியாகப் பிரசுரிப்பதால் ஒரு நாவலின் தன்மை மாறிவிடாது. நான் இங்கு எழுதுவது நாவல்.

தாஸ்தயெவ்ஸ்கியும், டால்ஸ்டாயும் கூடத் தங்கள் நாவல்களைத் தொடர் கதைகளாக எழுதியிருக்கிறார்கள் என்று சொல்லுவதன் மூலம், இங்கு தொடர்கதை எழுதுபவர்கள் எல்லாம் நாவல் எழுதிவிட்டதாகவும், தொடர்கதை படிப்பவர்கள் எல்லாம் நாவல் படித்துவிட்டதாகவும் திருப்திப்பட்டுக்கொள்ளக் கூடாது என்பதை நான் முழுமையாக உணர்ந்தே வைத்திருக்கிறேன்."

தான் எழுதுவது தொடர்கதை அல்ல, நாவலே என நிறுவுவதற்கு ஜெயகாந்தன் எடுத்துக்கொண்ட பிரயத்தனம் இது என்றே குறிப்பிட வேண்டும். சில நேரங்களில் சில மனிதர்கள், சமூகம் என்பது நாலுபேர், ஒரு மனிதன் ஒரு வீடு ஒரு உலகம் போன்ற குறிப்பிடத் தகுந்த படைப்புகளை அவர் தந்தபோதும், நவீன நாவல் இலக்கிய வகைமைக்குள் ஜெயகாந்தன் நாவல்கள் வந்து நிற்கவில்லை. அவருடைய

சாதனை என்பது சிறுகதைகள் மட்டும்தான் என விமர்சிப்பவர்கள் உண்டு. தகுந்த முஸ்தீபுகளுடன் அவர் எழுதிய 'பாரீஸுக்குப் போ' நாவலின் தொடக்கம் இவ்வாறு இருக்கிறது.

"நாடுகள் என்று பிரிந்து கிடக்கும் நந்தவனங்களில் எத்தனையோ வண்ணங்களில் மலர்ந்து செழிக்கும் மனிதகுல வாழ்க்கையென்னும் மலர்களில் ஊறித் ததும்பும் ஜீவமதுவின் சுவைநாடி ரீங்கரிக்கும் ஒரு வண்டுபோல் இசைபாடிப் பறந்து வந்தது அந்த விமானம்".

மார்க்சிய அழகியல் அடிப்படையில் தன் விமர்சனங்களை வைக்கும் விமர்சகர் எஸ்.தோத்தாத்ரி "சிறுகதைகளில் நிகரற்று விளங்கும் ஜெ.கா. நாவல் உலகிற்கு வரும்போது பல சிக்கல்களைச் சந்திக்க வேண்டியதா யிற்று. சிறுகதை என்ற குறுகிய வட்டத்தில் ஒரு சில முக்கியப் பிரச்சனைகளை மட்டும் அழுத்தமாக எடுத்துக் காட்டும் பொழுது அவரது சமுதாய நோக்கில் உள்ள பலவீனங்கள் வாசகர்களுக்குத் தெரிவதில்லை . இதிலிருந்து விசாலமான பரப்பு உள்ள நாவல் உலகில் அவர் நுழைகையில் அவரது பார்வையின் முழு அம்சங்கள் நமக்குப் புலனாகின்றன. நாவலாசிரியர் வாழ்க்கை முழுமையையும் அதன் உட்தொடர்புகளையும் சிந்திக்கவேண்டி இருப்பதால் சிறுகதைத் துறையில் வெற்றிபெற்ற ஜெ.கா. நாவலில் பல இடங்களில் பின் வாங்குகிறார். ஏழைகளின் பால் அவர் காட்டக் கூடிய அனுதாபம் நாவல்களில் தொடர்ந்து வந்தாலும் அவரது ஆரம்பகால நாவல்களில் உள்ள புறவயமான சமுதாய நோக்கு அவருடைய பிந்தைய நாவல்களில் தேய்ந்து குறைந்துவிடுகிறது. யதார்த்தத்திற்குப் புறம்பான, மனதால் மட்டுமே வாழ்கிற கதாபாத்திரங்கள் அதிகம் இடம்பெறுகின்றன" என்று அபிப்ராயப்படுகிறார். ஜெயகாந்தன் குறித்த எஸ்.தோ.வின் இந்தப் பார்வையும் "ஜெயகாந்தன் என்றுமே கம்யூனிஸ்டாக இருந்ததில்லை" எனும் பேரா.அருணன் போன்றோரின் காட்டமான விமர்சனங்களும் அவரைச் சித்தாந்த சிக்கலுக்குள் தள்ளிவிட்டன என்று கூறலாம். ஆயினும் அந்தச் சிக்கலுக்குள்ளிருந்து அவர் மீண்டாரில்லை. தன் தரப்பு நியாயங்களை முன்வைத்து, இதுபோன்ற விமர்சனங்களை நிராகரித்தபடியே அவர் சென்று கொண்டிருந்தார்.

"ஜெயகாந்தன் தமிழ் வணிக இதழ்கள் வழியே ஒரு பெரிய சக்தியாக மாறிய படைப்பாளி. முற்போக்கு இலக்கியத்தின் ஆகப் பெரிய சிருஷ்டியும் அவர்தான். மார்க்சிய சமூக விமர்சனப் பார்வையைத் தன் அடிப்படையான உலக அணுகுமுறையாகக் கொண்டவர். அத்துடன் நின்றிருந்தால் அவர் வெறுமொரு பிரச்சாரக்காரராக மங்கியிருக்கக் கூடும். ஜெயகாந்தனுக்கு உள்ளார்ந்த ஆன்மிகத் தேடல் உண்டு. சமூக இயக்கத்தின் பௌதிக சக்திகளை அறிவதுடன் அதற்கு அப்பாற்பட்ட அதிருட்டமான ஆழ்மன இயக்கத்தை நோக்கி நகரவும்

அது அவருக்கு வழியமைத்துத் தந்தது. இந்தியாவின் பிற முற்போக்கு எழுத்தாளர்களிடமிருந்து அவரை ஒரு படி மேலே நிற்க வைக்கும் அம்சம் இதுவே" என்பார் ஜெயமோகன். எஸ். தோத்தாத்ரி நிராகரிக்கும் அம்சங்களை ஜெயமோகன் ஆதரிக்கிறார். ஜெயகாந்தனைப் புதிதாக அணுகவுள்ள இளைய தலைமுறையினர் இவ்விரு விமர்சனங்களையும் கருத்தில் கொள்ள வேண்டியுள்ளது.

இதுவரை எந்தத் தமிழ் எழுத்தாளருக்கும் கிட்டாத ஒரு கவர்ச்சிகர பிம்பம் ஜெயகாந்தனுக்குக் கிடைத்தது. அதற்கானவராகத் தன்னைத் தகவமைத்துக் கொண்டதில் அவருடைய முன்னோடிகளின் பங்களிப்பு அதிகம். மார்க்சியப் பின்புலம் அவருக்குள் பெரிய ஞான விசாலத்தை வழங்கியதெனில்; புதுமைப்பித்தன், கு.ப.ரா., ந.பிச்சமூர்த்தி போன்றோர் கையாண்ட சிறுகதை உத்திகள் அவருக்குப் பாடங்களாக அமைந்தன எனலாம். சென்னைத் தமிழ், பிராமணத் தமிழ் இரண்டையும் அவர் கையாண்ட விதம், பெரிதும் விளிம்பு நிலை மனிதர்களைப் பேசியது, உரத்த குரல் போன்றவை, அவரது படைப்பாக்கங்களுக்கு வலுசேர்த்தன. பால்ய பருவத்திலேயே அவர் சென்னைக்கு வந்து, உதிரிப் பாட்டாளியாய் உழன்றது சென்னை மொழிப் பரிச்சயத்துக்குக் காரணமாக இருந்தது. புலவர் பா. சொக்கலிங்கம் என்பாரிடம் அவர் முறையாகத் தமிழ் கற்றுக்கொண்டார். வேதஉபநிஷத்துக்களில் வல்லவராகிய, மன்னார்குடி நாராயணசாமி எனும் வைதீகப் பிராமணராகிய கரிச்சான் குஞ்சுவுடனான சினேகத்தில் அவர் பிராமண மொழியை லாவகமாகக் கையாளும் தனித்திறன் பெற்றார்.

இலக்கிய வெளியில் ஜெயகாந்தன் நிகழ்த்திய பரபரப்புகளுக்குப் பிறிதொரு காரணம், பாலியல் கலந்து எழுதிய துணிச்சலும், அதை நியாயப்படுத்தியதுமாகும். ஜெ.கா. 'எழுத்து' இதழில் அதிகம் எழுதவில்லையே தவிர்த்து, முற்போக்குப் படைப்புகளுக்கான களமாக அப்போது விளங்கிய 'சரஸ்வதி'யில் நிறையக் கதைகளை எழுதினார். பாலியல் என்று சர்ச்சைக்குள்ளான பல கதைகளை அவர் முற்போக்குக் களமாகிய 'சரஸ்வதி'யில்தான் எழுதினார் என்பது குறிப்பிடத்தக்கது. இது விஷயத்திலும் அவருக்கு மேற்சொன்ன மும்மூர்த்திகளே முன்னோடிகள். கு.ப.ரா., ந.பிச்சமூர்த்தி, புதுமைப்பித்தன் போன்றோர் நாசூக்காகப் பிரயோகித்த பாலியலை, அவர் வெளிப்படையாகப் பயன்படுத்தினார் என்றும் கொள்ளலாம்.

பால்பேதம், திரஸ்காரம், தாம்பத்யம், பௌருஷம் போன்ற கதைகள் அவை. அவற்றுள் தாம்பத்யம் – வசிக்க வீடற்ற புதுமணத் தம்பதிகள் தம் முதல் இரவை வெட்டவெளியில் நிறைவேற்றிக்கொண்ட அவலத்தைச் சித்தரித்தது. பால்பேதம் ஒரு பசு தன் கன்றுக்குப் பாலூட்டுவதையும், ஒரு தாய், தன் மகவுக்குப் பால் புகட்டுவதையும்

இணைத்துப் பேசியது. பால் பேதம் கதையில் "அவளை அறியாமலே அவளது கை ரவிக்கை முடிச்சை அவிழ்த்தது. பால் நரம்புகள் புடைத்துப் பருத்த முலைக்காம்புகளில் வெண்முத்துப் போல் ஈரம் சிந்தியிருந்தது. தன்னை மறந்து ரவிக்கை அவிழ்கிறது. ஒவ்வொரு முட்டுக்கும் ஒவ்வொரு உணர்ச்சி உண்டாகிறது..." என்று அவர் அனுபவித்துக் கிறங்கிப்போய் எழுதியதை "ஆபாசம்" "ஆபாசம்" என்று கூச்சலிட்டுப் பலர் ஆட்சேபம் தெரிவித்தனர். பழந்தமிழ் இலக்கியங்களில் மெத்தப் பரிச்சயங்கொண்ட ஜெயகாந்தன், ஆழ்வார் பாடலையும், பாரதியையும் துணைக்கு அழைத்துக்கொண்டு இவற்றை எதிர்கொண்டார்.

ஒரு சிறுகதை (அக்கினிப் பிரவேசம்) தொடர்கதையாகி (காலங்கள் மாறும்) பிறகு அதன் தலைப்பு மாறி நாவலாகி (சில நேரங்களில் சில மனிதர்கள்) அதன் நீட்சியாக மற்றொரு நாவல் (கங்கை எங்கே போகிறாள்) உருவாகி, மீண்டும் மீண்டும் வாசக மனதில் ஒரு கதைப் பிரவாகத்தைத் தந்தது ஜெயகாந்தனின் இலக்கியச் சாதனை. விகடனில் 'அக்கினிப் பிரவேசம்' சிறுகதையை எழுதியபோது, ஜெயகாந்தன் தன்னுடைய கதை நாயகிக்குப் பெயரே சூட்டவில்லை . வெறும் 'அவள்' தான். அவள் 'கங்கா'வாக மாறிய பிறகு சீரழிக்கப்பட்ட பெண்களின் குறியீடாக ஆகி நின்றாள்.

1960களில் ஓர் இளம் பிராமணத்தியை கற்பிழந்தவளாகப் படைப்பில் வெளிப்படுத்தியது ஜெயகாந்தனின் துணிச்சல் என்றால், அதைவிடத் துணிச்சல் அந்த இளம் பிராமணத்தியை, அவளின் தாய் சொற்ப நீரினால் குளிப்பாட்டி, சுத்தமாகிவிட்டாளெனக் கூறுவதாகும். 60களில் இது பெரியதொரு அதிர்வலை. 'சில நேரங்களில் சில மனிதர்கள்' என்கிற தலைப்பு தமிழர்களின் நாவில் புதுமையெனத் தவழ்ந்த காலம் எழுபதுகள். ஒரு சிறுகதையை விரித்துப் பரந்த கதைக்களமாக்க முடியும் என்று ஜெயகாந்தன் நிறுவினார். அதைவிடப் புதுமை – ஆர்.கே.வி. என்னும் எழுத்தாளர் எழுதிய கதையாகப் புனைவுப்படுத்தியது. அந்த ஆர்.கே.வி.யும் ஜெயகாந்தன் தான். அவர் ஆர்.கே.வி.யாகவும் பேசினார் கங்காவாகவும் பேசினார். ஒருவித சளைக்காத தொடர்ச்சியான உரையாடல்களுக்குத் தமிழ் வாசகர்களைத் தயார் செய்தது ஜெயகாந்தனின் பங்களிப்பாகும்.

கங்கா கையில் விஸ்கி பாட்டிலை ஏந்துகிற கதை முடிப்பு தமிழ் வாசகர் உலகம் அதுவரை எதிர் கொள்ளாததாகும். "ofcourse i'll take liquor" நான் குடிக்கிறேன் ஏன்? நான் ஏன் குடிக்கிறேன். இதை ஸிப் பண்ணின்டே மகாத்மா காந்தியோட 'பெண்களுக்கு' புத்தகமும் படிக்கிறேன். நிறையவே படிக்கிறேன். நான் ரிலாக்ஸ் பண்ணிக்கிறது தப்பா?"

ஜெயகாந்தனின் நாவல்களில் அவருடைய சோவியத் இலக்கிய வாசிப்பின் பாதிப்புகளிலிருந்தன டால்ஸ்டாயும், மக்சிம் கார்க்கியும் அவரிடம் தாக்கம் செலுத்தினர். 'புத்துயிர்ப்பு' நாவலின் பாதிப்பு சிலநேரங்களில் சில மனிதர்களிலும், பாவம் இவள் ஒரு பாப்பாத்தியில் 'தாய்' நாவலின் பாதிப்பும் நன்றாகவே தெரிந்தது. டால்ஸ்டாயின் 'அன்னா கரனினா'வை வாசித்துவிட்டு நாவல் எழுதுவது எவ்வளவு பெரிய விஷயம் என்று அஞ்சியிருந்ததாகவும், கார்க்கியின் எழுத்துகளை வாசித்திருக்காவிட்டால் தன் கதைகள் பலவும் செறிவடைந்திருக்க வாய்ப்பில்லை எனவும் ஜெயகாந்தன் பகிரங்கமாகவே ஒப்புக்கொண்டுள்ளார்.

எழுத்தாளர்களில் பலரும் அவருடைய 'டிரெடில்' கதையைச் சிலாகித்திருக்கின்றனர். யுகசந்தி, தாம்பத்யம் என்று இவ்வரிசையில் சேர்ந்து கொள்ளச் சில கதைகள் உண்டு. தன் படைப்புகளைக் குறித்த விமர்சனங்களை ஜெயகாந்தன் எதிர்கொள்ளும் விதமும் விநோதமானது. "விமர்சனம் என்பது மயிரை இரண்டாகப் பிளந்து Which is thick, which is thin என்று பார்க்கின்ற வேலையல்ல. "I Create, if you feel it good, go and read. Otherwise throw away" என்று அவர் ஒருமுறை கூறியதாக சேலம் தமிழ்நாடன் தனது கட்டுரையொன்றில் குறிப்பிடுவார்.

'சில நேரங்களில் சில மனிதர்கள்' போன்று தலைப்பிலேயே புதுமை தொற்றிக் கொண்டுள்ள ஜெயகாந்தனின் பிறிதொரு நாவல் 'ஒரு நடிகை நாடகம் பார்க்கிறாள்' நடிகை ஒருத்தியின் நாடகங்களை ரசிகர்கள் கண்டு அனுபவித்து மகிழ, நடிகையே தன் வாழ்க்கையில் நிகழும் சம்பவங்களை நாடகம் போல காண்பதுவே புதுமை. "வாழ்க்கை நாடகம் மாதிரிதான் இருக்கு. நான் இருக்கிற உலகத்திலே வர்ர மனுஷங்க எல்லாம் புதுப்புது கேரக்ட்ராகத்தான் வராங்க. நாடகம் மாதிரி சில மெலோ டிராமாக்கள் வாழ்க்கையிலும் நடக்குது..." என்று பேசுகிறாள் கல்யாணி. இந்நாவல் இதே தலைப்பில் திரைப்படமாக உருவாகி நம் தமிழ் ரசிக மகாஜனங்களின் பொறுமையை அநியாயத்துக்குச் சோதித்தது. "இண்ட்ரோலுக்கு முன்னால இரண்டு பாட்டு, இரண்டு பைட்டு... இண்ட்ரோலுக்குப் பின்னால இரண்டு பாட்டு, இரண்டு பைட்டு" என்று பழகியவர்கள், கணவன்மனைவி இருவரின் 'ego' குறித்த தொடர்ச்சியான உரையாடல்களை ஆழ்ந்த தர்க்கங்களை எவ்வாறு சகித்துக்கொள்வர்?

"முப்பதாண்டு கால உலக அரசியல் பிரக்ஞை எனக்கிருக்கிறது. மூவாயிரமாண்டு கலாச்சாரப் பின்னணியும் எனக்கு உண்டு" என்று தன் இலக்கிய வாழ்வின் முக்கியமான கட்டத்தில் ஜெயகாந்தன் முழங்கினார். அந்தக் கூற்றில் உண்மை இல்லாமல் இல்லை. ஆனால் அவர் நிகரற்ற இலக்கியச் செருக்குடன் உலவிய காலத்தில்,

அதற்கிணையான விமர்சனங்களும் எழுந்ததைக் குறிப்பிடாமல் இக்கட்டுரை நிறைவுபெறாது.

பெரியாரும், ஏனைய திராவிட இயக்கத் தலைவர்களும் பொதுவுடைமை இயக்கத்தினரும் இந்து மதத்தைக் கடுமையான விமர்சனத்துக்கு உள்ளாக்கிய வேளையில் அவர் இந்து மதத்தைத் தாங்கிப் பிடித்ததும் இந்திய ஆன்மீக சிசுவைக் காப்பாற்றும் அவருடைய அக்கறையும் விமர்சிக்கப்பட்டது. ஜாதிகள், மநுதர்மம் ஆகியன இந்து மதத்தின் ஆகப்பெரும் பலவீனங்களாகக் கருதப்பட்டபோது, தான் சிலாக்கிற இந்து மதம் வேதகால இந்து மதம் என்றும் விவேகானந்தர், திருமூலர், பாரதி, இராமகிருஷ்ணர் போன்றவர்களின் வழியே காணும் இந்து மதம் என்றும் அவர் விளக்கமளித்தார்.

கம்யூனிஸ்ட் அறிக்கையை புதிய வேதம் எனவும், கம்யூனிசம் புதிய மதம் எனவும் "எவன் ஞானத்தைத் தவிர வேறு செல்வத்தைத் தேடாமல், தேடியதையும் மனிதகுல மேம்பாட்டுக்காக விநியோகம் செய்து வருகிறானோ அவனே பிராமணன். அவன் ஒரு சமூகத்தின் ஆசான், ஞானக் களஞ்சியம்" என்று பிராமண இளைஞர் மாநாட்டிலும் பேசினார். "இந்தியாவில் மனித வாழ்வையும் சமூக வாழ்வையும் மேம்படுத்திய உண்மை ஆன்மீக நெறிகளுக்கு கம்யூனிஸ்டுகள் என்போர் வறட்டுத்தனமான எதிரிகளாய் இருக்க வேண்டுமென்றால் பன்றியைப் பகைக்கிற இஸ்லாமிய வெறியர்களின் மூடத்தனத்துக்கும் இதற்கும் என்ன வித்தியாசம்?" என்றும் கேட்டார்.

படைப்புரீதியாகவும் இக்கருத்துகளை அவர் முன்வைத்தபோது அதற்குரிய விமர்சனங்களும் எழாமல் இல்லை. பேரா.அருணன் எழுதிய ஒரு கட்டுரை இவ்வகையில் ஜெயகாந்தனைக் கடுமையான விமர்சனத்துக்குள்ளாக்கியது. அக்கட்டுரையில் ஜெயகாந்தன் நாத்திகத்திற்கு எதிரான நிலைப்பாடு கொண்டவர், முற்போக்குக் கொள்கைகளுக்கு மாறானவர், வர்க்கப்போராட்டத்தை மறுப்பவர் என்றெல்லாம் அவருடைய படைப்புகளுக்குள்ளிருந்தே ஆதாரங்களை அடுக்கினார் அருணன்.

ஜெயகாந்தன் தன் காலத்தின் பெரும் ஆளுமையாக இருந்து கொண்டே நியாயங்களையும், முரண்களையும் வெளிப்படுத்தியவாறு இருந்தார். அவர் ஒரு பக்கமிருந்து கற்களை வீசியபோது, அவரை நோக்கியும் கற்கள் வீசப்பட்டன. இதைத்தான் ஒரு படைப்பாளியின் இருப்பு செய்யவேண்டும். இன்றைய படைப்பாளிகளில் சிலர் எழுதுவதைத் தவிர்த்து வேறெதையும் செய்வதறியாதவர்களாக உள்ளனர். அவர்களுடைய எழுத்தும் எதையோ எழுதினோம் என்கிற போக்கில் இருக்கிறது. ஆனால் ஓர் எழுத்தாளன் என்பவன் செய்ய வேண்டியவை

இவையல்ல, அவன் காலத்தின் குரலாக ஒலிப்பதுடன் நின்றுவிடாமல், தன் கருத்தில் நின்று அதிர்வுகளை உருவாக்குகிறவனாகவும் இருத்தல் வேண்டும். இதைத்தான் ஜெயகாந்தன் தன் இலக்கிய வாழ்வின் சங்கதியாக எல்லோருக்கும் சொல்லிச் சென்றுள்ளார்.

அவ்வகையில் அவரைத் தமிழ் இலக்கிய நிலத்தின் மேல் பெய்து தீர்த்த பெருமழை என்றே குறிப்பிட்டாக வேண்டும்.

உதவிய நூல்கள்:

ஜெயகாந்தன் இலக்கியத் தடம் தொ.ப.கிருஷ்ணசாமி காவ்யா சென்னை.

ஜெயகாந்தன் கதைகள் தொ. டாக்டர் என். ராம் வனிதா ராம் விகடன் பிரசுரம், சென்னை.

நவீனத் தமிழ் இலக்கிய அறிமுகம் ஜெயமோகன் காவ்யா சென்னை.

(உயிர் எழுத்து – செப்டம்பர் 2015)

ஒரு பனங்காட்டு கிராமத்தின் கதை

பெண்கள் எழுதுவது மிக அபூர்வமாகக் கருதப்பட்ட ஒரு காலத்தில், அதாவது தேசவிடுதலைக்குப் பதினேழு ஆண்டுகள் இடைவெளியில் ஒரு ஆங்கிலப் பேராசிரியையால் இந்நாவல் எழுதப்பட்டுள்ளது. இதை 15 நாட்கள் என்னும் குறுகிய கால அவகாசத்தில் அவர் எழுதிமுடித்திருக்கிறார். எனவே இதை ஒரு சாதனை என்றே கருத்தில் கொள்ளவேண்டியுள்ளது. ஹெப்ஸிபா அப்போது திருவனந்தபுரம் பெண்கள் கல்லூரியில் பேராசிரியராகப் பணிபுரிந்து வந்தார். அவருடைய கணவர் ஜேசுதாசன் ஒரு தமிழ்ப் பேராசிரியர். ஆங்கிலம் முறையாகக் கற்ற ஒரு பெண்ணைத் திருமணம் செய்து கொண்டால், தமிழின் சிறந்த படைப்புகளை ஆங்கிலத்தில் மொழிபெயர்க்க வசதியாக இருக்கும் என்பது ஜேசுதாசனின் எண்ணம். அதை அவருடைய கனவென்றும் கூறலாம். இந்த அடிப்படையில் தான் ஜேசுதாசன் ஹெப்ஸிபா இருவரும் வாழ்க்கையில் இணைந்தனர். திருமணத்துக்குப் பிறகு கணவரின் விருப்பத்துக்கிணங்க ஹெப்ஸிபா சில மொழிபெயர்ப்புப் பணிகளில் ஈடுபட்டார். ஒரு நாவல் எழுதிவிடுவதற்கான தூண்டுதலையும், நம்பிக்கையையும் கூட அவர் தன் கணவரிடமிருந்தே பெற்றிருக்கிறார்.

ஹெப்ஸிபாவுக்கு எல்லோருக்கும் போல தொடக்கக் கல்வி தமிழில் தான் வாய்த்தது. பிறகு பர்மாவுக்கு குடும்பம் புலம் பெயர்ந்துவிட அங்கே ஆங்கிலம் பயிற்று மொழியாகிறது. மீண்டும் குடும்பம் ஊர் திரும்பியபோது பயிற்றுமொழி ஆங்கிலம் தமிழ் என்று மாறிமாறி அமைகிறது. பள்ளித்தேர்வுகளில் அவருக்குத் தமிழ்ப்பாடத்தில் பெரிய அளவு மதிப்பெண்கள் கிடைக்கவில்லை. ஆண்டு விழா, இலக்கிய

மன்றம் போன்றவற்றிலும் அவருடைய பங்களிப்பு இருந்ததாகத் தெரியவில்லை. வீட்டில் பேச்சுமொழி தமிழாக இருந்தது. புத்தம் வீடு நாவல் உருவாக்கத்திற்கு அவருடைய கணவர் தந்த ஊக்கம்தான் பிரதானக் காரணம். ஹெப்ஸிபா நாவலை எழுதி முடித்ததும் அதன் கையெழுத்துப் பிரதி முதலில் நகுலனுக்கும், பிறகு சுந்தரராமசாமிக்கும் அனுப்பி வைக்கப்பட்டது. இருவருமே கணவரின் அபிமானத்துக்குரிய எழுத்தாளர்கள், நண்பர்கள். அதன் பிறகுதான் கண.முத்தையா அதைப் பதிப்பித்தார்.

ஹெப்ஸிபா ஜேசுதாசன் எழுதிய 'புத்தம்வீடு' நாவல் வெளிவந்து சுமார் 52 ஆண்டுகள் கடந்துவிட்டன. 1964இல் ஜூன் மாதத்தில் தமிழ்ப்புத்தகாலயம் அதன் முதல் பதிப்பை வெளியிட்டுள்ளது. அரை நூற்றாண்டு கடந்த பின்பும் அந்நாவலை வாசிக்க, இப்போதுதான் எழுதப்பட்டது போன்ற புத்துணர்வைத் தருவது என் வாசக அனுபவத்தில் வியப்பாக உள்ளது. 1960களின் காலம் தமிழ் நவீன இலக்கியத்தின் வளர்ச்சிக் காலகட்டம் என்று கருதப்படுகின்ற காலம். 'புத்தம் வீடு'க்குப் பிறகுதான் தமிழின் முக்கிய நாவல்கள் ஒன்றன்பின் ஒன்றாக வெளிவரத் தொடங்கின. 'ஒரு புளிய மரத்தின் கதை' (1966), 'அம்மா வந்தாள்' (1967), 'தலைமுறைகள்' (1968), சாயாவனம் (1969) என அவ்வரிசையில் முக்கியத்துவம் வாய்ந்த உதாரணங்கள் சிலவற்றைக் குறிப்பிடலாம்.

பள்ளி, கல்லூரிக் காலங்களில் ஹெப்ஸிபா தமிழில் சோபிக்கவில்லையே தவிர, தாய்மொழி என்னுமளவில் தமிழ் அவருடைய நாளெமெல்லாம் கலந்திருந்தது. இளமையில் கவனத்துக்குள்ளான கிராமத்து எளிய வாழ்க்கை , அவருடைய எழுத்துக்களுக்கு ஆதாரமாக அமைந்துவிட்டது.

ஹெப்ஸிபா சித்தரிக்கின்ற பனைவிளை கிராமம் கன்யாகுமரி மாவட்டத்தில் நாகர்கோயிலுக்குச் சில மைல் தூரத்திலுள்ளது. அங்கு கண்ணப்பச்சி என்னும் மூப்பர் தலைமையேற்றுக் கொண்ட ஒரு கூட்டுக்குடும்பத்தின் கதைதான் புத்தம்வீடு காலப்போக்கில் வீழ்ச்சி நோக்கிப் பயணிக்கும் ஒரு பெரிய குடும்பத்தின் கதையென்றும் இதைக்குறிப்பிடலாம்.

கண்ணப்பச்சிக்கு இரண்டு மகன்கள். இருவரும் உழைக்காமல் குடும்பப் பழம்பெருமையில் மிதந்து சோம்பித்திரிகின்றனர். மூத்தவருக்கு லிஸி, இளையவருக்கு லில்லி என்று பெண்பிள்ளைகள். புத்தம்வீடுக்கென்று இருக்கும் பனையேறி அன்பையன். அவன் தன் உழைப்பால் பாரம்பரியமான புத்தம்வீடுக்கெதிரிலேயே தனக்கொரு வீடு கட்டிக்கொள்கிறான். இது கண்ணப்பச்சி குடும்பத்தினருக்கு மறைமுகமான எரிச்சலை உண்டாக்குகிறது. பனையேறி அன்பையனின்

மகன் தங்கராஜ், புத்தம் வீட்டுப் பெண் லிஸியை நேசிக்கிறான். கறுப்பு நிறத்தவள் என்னும் தாழ்வு மனப்பான்மை கொண்டு உழலும் லிஸிக்கு, தன்னாலும் ஒருவனை காதல் வயப்படுத்த இயலுகின்றதென மகிழ்ச்சி. ஆனால் அவன் ஒரு பனையேறியாக அந்தஸ்த்தில் குறைந்தவனாக இருக்கிறானே என்று வருத்தம்.

அந்தஸ்த்தில் உயர்ந்திருந்தும் நிறம் கம்மி என்பதால் கல்யாண வயது அடைந்தும் லிஸிக்கு வரன் அமைவது குதிரைக்கொம்பாக இருக்கிறது. இத்தருணத்தில் ஊர் மருத்துவர் புத்தம் வீட்டு மாப்பிள்ளையாகி விட முயற்சிக்கிறார். லிஸியை அவர் விரும்புவதாக தப்பப்பிராயம் கொண்டு, புத்தம் வீட்டில் லிஸிக்கு கல்யாண வேலைகள் நடக்கிறது. தான் லில்லியைத்தான் விரும்பியதாக மருத்துவர் தெரிவிக்கிற போது புத்தம் வீட்டாருக்கு அதிர்ச்சி உண்டாகிறது. ஆனாலும் அவர்கள் மருத்துவர் மாப்பிள்ளையை விட்டுவிடாமல் லில்லிக்கு மணம் முடிக்கின்றனர். இதன் காரணமாக சகோதரர்களுக்கிடையில் மோதல் உருவாகி அண்ணன், தம்பியைக் கொலை செய்கிறான். பழி பனையேறி அன்பையனின் மகன் தங்கராஜ் மீது சுமத்தப்படுகிறது. அவன் சிறைக்கும் செல்கிறான். இறுதியில் குற்ற உணர்வின் மிகுதியால் உண்மையைச் சொல்லிவிட்டு லிஸியின் தகப்பன் தற்கொலை செய்துகொள்கிறான். தங்கராஜ் விடுதலையடைந்து ஊருக்குத் திரும்பி வந்து உபதேசியார் தயவில் லிஸியை மணந்து கொள்கிறான். குலப்பெருமையில் இறுமாந்து கிடந்த கண்ணப்பச்சி கால மாற்றங்களுக்கேற்ப தன்னை மாற்றிக்கொள்ள நேர்கிறது.

புத்தம்வீடு கதை நிகழும் காலம், சுதந்திரத்திற்கு சற்று முன்பின்னான 20ஆம் நூற்றாண்டின் துவக்கம், 19ம் நூற்றாண்டு எச்சங்கள் முழுவதும் காய்ந்திராத தருணம். லிஸி லில்லி என்னும் 9வது அத்தியாத்தில் 'தினத்தாள்களில் சுதந்திரப் போர் முழக்கம் ஓய்ந்துவிட்டது. அதன் இடத்தை திருவிதாங்கூர் தமிழ்நாடு காங்கிரஸ் போராட்டம் எடுத்திருக்கிறது. பனைவிளையில் கூட மின்சாரக்கம்பிகள் ஆகாயத்தை ஊடுருவிச் செல்கின்றன' என்பது போன்ற விவரிப்புகளின் மூலம் நாவலின் காலம் சூசகமாக உணர்த்தப்படுகிறது. இக்கால வேளைகளில்தான் தமிழகக் கிராமங்களுக்குள் கிறிஸ்துவம் வேகமாக ஊடுருவி வேர்பிடிக்கிறது. அப்படிக் கிறிஸ்தவர்களானவர்கள் கண்ணப்பச்சி குடும்பத்தினர். 'கிறிஸ்தவ ஆலயத்துக்குப் போகிறவர்களில் பெரும்பாலானவர்களுக்கு, கிறிஸ்துமஸ் கர்த்தர் பிறப்புப் பண்டிகை என்றும், துக்கவெள்ளியன்று அவரைச் சிலுவையில் அறைந்தார்கள் என்றும் தெரியுமே தவிர ஏசுநாதரைப் பற்றிய மற்ற விவரங்கள் ஒன்றும் தெரியாது' என்று புதிதாக மதம் மாறியவர்களின் அறியாமையை ஓரிடத்தில் ஹெப்ஸிபா சுட்டிக்காட்டுகிறார்.

பனைவிளை கிராமவாசிகள் இரு பிரிவுகளாகப் பிரிந்திருக்கின்றனர். முதல் பிரிவினர் பனைமரங்களைச் சொந்தமாக்கி, தங்களுக்கென்று பனையேறிகளைக் கூலிக்கு அமர்த்திக்கொண்டு, கள்ளும், பதநீரும் இறக்கி விற்று அதன் மூலம் தங்கள் வாழ்வாதாரத்தைப் பெருக்கிக்கொள்ளும் மேட்டுக்குடியினர், இரண்டாவது பிரிவினர் பனையேறும் சிரமமான தொழிலை மேற்கொள்ளும் பனையேறிகள். சமூக அடுக்கில் இந்தப் பனையேறிகள் கீழ்த்தட்டைச் சார்ந்தவர்களாகக் கருதப்படுகின்றனர். இந்த வர்க்க பேதம் கண்ணப்பச்சி முதல் நாவலின் மையக்கதாபாத்திரம் போன்ற லிசி வரைக்கும் கூட உள்ளோடி உறைந்து கிடக்கிறது. இதற்கு எதிர்வினை போன்றே 'பனையேற்றத் தொழிலாளி என்ற ஒன்று தவிர நாடார் சமுதாயத்தில் ஒரு கண்ணியமான ஸ்தானம் கொடுக்கக்கூடாதபடி என்ன காரியம் இருக்கிறது?' என்கிற ஆசிரியரின் குரல் நாவலின் இடையில் ஒலிக்கிறது.

பனையேறிகளின் வாழ்க்கை , நாவலில் மிகுந்த அழுத்தத்துடனும் அழுகுணர்ச்சியுடனும் சித்தரிப்புப் பெறுகிறது. பனைவிளை கிராமத்தில் மார்கழி மாதம் பனையேற்றுக்காலம். கிராமவாசிகளின் வாழ்வில் ஒருவித புத்துணர்வு தட்டுப்படும் காலமும் அதுதான். சேலை கட்டத்தெரியாத பனையேறிகளின் வாழ்க்கைத் துணைவியர் புதுச்சேலை கட்டுவதும், சந்தையிலிருந்து திரும்பும் பனையோலைத் தோண்டிகளில் உற்சாகம் விளைவிக்கத்தக்க 'கிளாத்தி' என்னும் மீன்வகை தட்டுப்படுவதும், கள் மலிவாகக்கிடைப்பதும் அக்காலத்தில்தான். சண்டை, குத்துக் கொலைகளுக்கும் அப்போது பஞ்சமிருக்காது.

பனையேறுவதொன்றும் எட்டடி ஏணியிலேறி வர்ணம் பூசுகின்ற பணியல்ல. எழுபது அடி உயரத்திலிருந்தவாறு காற்றுடனும் மழையுடனும் போராடும் காரியம். நடுக்கடலிற் சென்று மீன் பிடிக்கும் செம்படவர்களின் சவாலான தொழில் முறைக்கு இது சற்றும் சளைத்ததல்ல என்று ஓரிடத்தில் சொல்லிக்காட்டுகிறார் நாவலாசிரியர். அப்படியான அபாய நேரத்திலும் கூட ஆகாயத் திலிருந்து பனையேறிகளுக்குள் ரசமான சம்பாஷணைகள் நடக்கிறது, "பிலே தங்கைய்யோவ்.." "என்னா மாணிக்கண்ணோ ஓவ்..."

சிறுபிராயத்திலேயே கல்வி கற்கும் பிள்ளைகளைப் பள்ளியிலிருந்து நிறுத்திக் கொள்கிறார்கள் இந்தப் பனையேறிகள். அதற்கு வசதியின்மையும், பரம்பரைத் தொழிலும் காரணமாக சுட்டப்படுகிறது. மத உணர்ச்சியும் அவர்களிடையே பெருகி ஓடவில்லை. 'பனையேற்றுத் தொழிலாளியிடம் கேட்டால் அவனே சொல்லுவான் அவன் வயிறு அவன் தெய்வம் என்று. அந்த வயிறு பனை மரத்தை நம்பியிருந்தது. பெரும்பாலும் அவன் சிந்தனை அதற்கப்புறம் ஆன்மீக விஷயங்களில் ஓடுவதில்லை' என்கிறார் ஹெப்ஸிபா.

உழைத்துச் சம்பாதித்து ஓரளவு செல்வம் சேர்த்துக்கொண்ட பிறகும் கூட பனையேறிகளிடமுள்ள அடிமை உணர்வு அகலுவதில்லை. புத்தம் வீட்டு கண்ணப்பச்சி போன்ற ஆதிக்க சக்திகளும் அவர்களிடம் அதைத்தான் எதிர்பார்க்கின்றனர். "ஆரு பிலே அங்கே நிக்யது?" "நாந்தா ஐயா" "நாந்தாண்ணா?" "நாந்தா பனையேறி". அன்பையன் தனக்கென்று 50 செண்ட் நிலம் வாங்கி வீடு கட்டிக்கொண்ட பிறகான கண்ணப்பச்சியுடனான உரையாடல் தன்மை இத்தகையது. .

அக்கானி எனப்படும் பதநீர்க்கலசங்கள், விறகு கிடைப்பதிலுள்ள கஷ்டம், தும்பெடுப்பதற்கு அறுக்கும் பற்றைகளின் தராதரம், அக்கானிக்கு அடுப்புக்கூட்டி நெருப்பில் காய்ச்சுவதிலுள்ள பாடுகள், காய்ச்சிக் கருப்பட்டிகளாக்கி சந்தையிற்சென்று விற்பனை செய்வது வரையிலான தகவல்கள் நாவலில் கதையோட்டத்துடன் இணைத்துக் கூறப்படுவது குறிப்பிட்டுச் சொல்லத்தக்கது. இவை நாவலாசிரியரின் இளமைக்கால அவதானிப்புகளாகவே இருக்கக்கூடும்.

பனையேறிகள், பனையேற்றம், அக்கானி காய்ச்சுதல் என்னும் தொழில் சார்ந்த விவரிப்புகளுக்கிடையில் புத்தம் வீட்டின் நிகழ்வுகள் நாவலில் அடுக்கடுக்காக விவரிப்புப்பெறுகிறது. வீட்டின் முகப்பான அடிச்சுக் கூட்டில், இரண்டு பெஞ்சுகளைச் சேர்த்துப் போட்டுக்கொண்டு நீண்ட பனைமரம் போலத் தூங்குகின்ற பெரியவர் கண்ணப்பச்சியை நாவலாசிரியர் பழைய நிலப்பிரபுத்துவத்தின் தூர்ந்துபோன குறியீடு போலக்காட்டுகிறார். ஆனால் பனைவிளையில் புஞ்சை நிலங்களே கிடையாது. அது ஒரு வறண்ட பனங்காடு.

லிஸி புத்தம்வீட்டின் குலவிளக்காகக் கருதப்படுகிறாள். ஆனால் பதினான்கு வயதில் பெரியபிள்ளை ஆனதும் குலவழக்கப்படி 'இற்செறிப்பு' அவள் மேல் திணிக்கப்படுகிறது. அதுவரை மிஷன் வீட்டுக்கும் புத்தம் வீட்டுக்குமாகத் துள்ளித்திரிந்தவள் வீட்டுக்குள் முடக்கப்படுகிறாள். கல்வி மறுக்கப்படுகிறது. கோயிலுக்குச் செல்லவும் தடை. 'இற்செறிப்பு' சங்க காலத்திலிருந்தே தொடரும் ஒரு வழக்கம். தமிழ்நாட்டின் அனைத்துச் சமூகங்களிலும் இது பரவலாகக் கடைப்பிடிக்கப்பட்டு இன்றளவும் நடைமுறையிலுள்ளது. இஸ்லாமியப் பெண்களுக்கு விதிக்கப்படும் 'கோஷா' இவ்வகைச் சார்ந்ததாகும். இதன் காரணமாகவே சென்ற சில தலைமுறை சார்ந்த இஸ்லாமியப் பெண்கள் கல்வியறிவற்றவர்களாகக் கிடக்கின்றனர். 'சுயேச்சையாக ஓடியாடித்திரிந்து, நெல்லிமரத்தில் கல்லெறிந்து குளத்தில் குதித்து நீச்சலடித்து, கூச்சலிட்டுச் சண்டை போட்டு, கலகலவென்று சிரித்து மகிழ்ந்து எப்படி எப்படியெல்லாமோ இருந்த ஒரு குழந்தை – பாவாடைக்கு மேல் ஒற்றைத் தாவணி அணிந்து கொண்டு அது தோளிலிருந்து நழுவி விடாதபடி இடுப்பில்

இழுத்துக்கட்டிக் கொண்டு, கதவு மறைவில் பாதிமுகம் வெளியில் தெரியும்படி குற்றவாளி போல் எட்டிப்பார்க்கிற பரிதாபத்துக்கு இத்தனை சடுதியில் வந்து விடுகிறதே' என்னும் ஹெப்ஸிபாவின் வரிகள், காலகாலமாகப் பெண்களுக்கெதிராகப் பூட்டிவைக்கப்பட்ட தாழ்ப்பாள்களுக்கு எதிரான குரலாகவே ஒலிக்கின்றன.

புத்தம்வீடுக்குள் ஒரு மிஷன் வீடு வருகிறது. அது சர்ச்சுடன் தொடர்புடையது என்று சொல்லத் தேவையில்லை. அந்தப் பழைய சின்னஞ்சிறு மிஷன் வீட்டின் சுத்தமும் அமைதியும் தான் லிஸியைக் கவர்ந்துவிடுகிறது. அங்கே மேரியக்கா இருக்கிறாள். அவள் அன்பானவள். லிஸிக்கு முற்றிலும் பரிச்சயமில்லாத, முன்பின் யாரும் தந்திராத 'ப்ரசென்று' அவள் தருகிறாள். அது கூண்டுக்குள் இருக்கும் ஒரு மைனா. மேரியின் சகவாசத்தில் அது 'லிஸீ. லிஸீ...' என்று கத்துகிறது. லிஸிக்கு அது தாங்கவொண்ணாத ஆச்சர்யம். 'இற்செறிப்பு' திணிக்கப்பட்டதில் லிஸிக்கு இழப்பு இந்த மிஷன் வீடு.

தங்கராஜ் உடனான லிஸியின் காதலுக்கும் பெரிய அத்தியாயங்கள் எதுவுமில்லை. சொற்ப கால அவகாசத்துக்குள் அது வாசகனுக்கு கடத்தப்படுகிறது. லிஸிக்கும் அவளது சித்தப்பன் மகள் லில்லிக்குமான உறவு வலுவாகச் சொல்லப்படுகிறது. லிஸி தூக்கி வளர்த்த பெண் லில்லி. தனக்கு வாய்த்த மணமகன் லில்லியை விரும்புவதாகக் கூறும்போது லிஸி அடையும் துயரமும், தங்கராஜ் லிஸி இருவரின் காதலை அறிந்து கொண்ட லில்லி, லிஸியைக் கடிந்து கொள்வதுமான போராட்டத்தையும் நாவலில் நாம் எதிர்கொள்கிறோம்.

புத்தம் வீடு சுமார் 200 பக்கங்கள் மட்டுமே கொண்ட நாவல். இதில் சொல்லப்படாத விஷயம் என்று எதுவுமில்லை. இந்தக் கச்சிதமான வடிவம் இந்நாவல் மீதான வாசகக் கவனத்துக்கும் ஈர்ப்புக்கும் முக்கியக் காரணம். ஹெப்ஸிபா எழுதிய பனைவிளை கிராமம், இந்த இடைவெளியில் பெரும் வளர்ச்சியையும், மாற்றங்களையும் கண்டிருக்கக்கூடும். ஆனால் புத்தம் வீடுகளுக்கும் பனையேறிகளுக்கும் இடையிலான முரண்கள் மாறிவிட்டனவா என்றறிந்து கொள்ளவே நாம் விரும்புகிறோம். ஏனெனில் கண்ணப்பச்சிகள் காலம்தோறும் வெவ்வேறு ரூபங்களில் வந்து கொண்டேயிருப்பார்கள். ஒரு குக்கிராமத்தையும் கூட்டுக்குடும்பத்தையும் முன் வைத்துப் பெரிதும் இந்நாவலாசிரியர் பேச விளைவது அவ்வகை முரண்களையே. பனையேறியுடன் சமரசமாகிக்கொள்வதற்கும் அவர்களுடனான உறவுக்கலப்புக்கும் புத்தம்வீட்டார் சம்மதிப்பது, பெரிய நெருக்கடிகளை முன் வைத்தே. இந்த நெருக்கடிகளை உருவாக்குபவர்களாக அன்பையனும், தங்கராஜும் இருக்கிறார்கள்.

உடைமையாளனை விட அவனிடத்தில் உழைப்பவன் எந்த விதத்தில் குறைந்தவன் என்கிற முக்கியமான கேள்வியை எழுப்பி, அதற்கு தீர்வு காண்கிறது இந்நாவல். எனவேதான் எழுதப்பட்ட காலத்திலும் அதன்பிறகும் முக்கியமானதாகவே இருக்கிறது. அதாவது, இதுபோன்ற படைப்புகளின் தேவை எப்போதைக்குமானதாக இருக்கிறது. இந்த 52 ஆண்டுகால இடைவெளியில் புத்தம்வீடு போன்ற உள்ளடக்கம் கொண்ட நாவல்கள் எழுதப்பட்டுக் கொண்டே இருப்பதும், விவாதத்திற்குள்ளாவதும் கவனிக்கத்தக்கது.

பனைகள் மண்டிய ஒரு குக்கிராமத்தை அதன் அசலான நெடியுடன் வாசகனுக்கு அறிமுகம் செய்வதில் ஹெப்ஸிபா வெற்றிபெறுகிறார். ஒரு பெண்ணால் அரை நூற்றாண்டுக்கும் முன்னர் இச்சாதனையை நிகழ்த்த இயன்றிருப்பது விசேஷமாகக் குறிப்பிடத்தக்கது. விவரணைகளை நவீனமான மொழியிலும், உரையாடல்களைக் கொச்சையான குமரிமாவட்ட வழக்கிலும் அமைத்து, தலைப்பிடப்பட்ட தெளிவான அத்தியாயப் பிரிப்புகளுடன் நாவல் வடிவம் பெற்றுள்ளதையும் குறிப்பிட்டுச் சொல்லியாக வேண்டும். காற்றில் சரசரக்கின்ற பனைமரங்களின் ஓசைகளுடன், ஆகாயத்தில் நடைபெறும் பனையேறிகளின் உரையாடல்களும் காலம் முழுவதும் நம் செவிகளில் விழுந்தவாறிருக்கும் விதத்தில் நாவல் படைக்கப்பட்டுள்ளது. புத்தம் வீடு இன்னும் வெகுகாலத்துக்கு புத்தம் புதிய படைப்பாகவே இருக்கும்.

(தி இந்து இதழ் – 03.07.2016)

சித்தி ஜைனுதா பேகம்

இருபதாம் நூற்றாண்டின் இஸ்லாமிய அதிசயம்

'**கா**தலா கடமையா' என்ற தலைப்புடன் கூடிய அபிநவகதையை நான் பார்த்தபோது எனக்கு மிக்க மகிழ்ச்சியும் வியப்பும் உண்டாயின. மகம்மதியர்களுள்ளும் தமிழ் நூல்களைப் பயின்றுள்ள பெண்மக்கள் இருக்கிறார்கள் என்பதை இப்புத்தகம் நன்கு விளக்குகிறது. இதன் நடை யாவரும் படித்தறிந்து மகிழும்படி அமைந்திருக்கிறது. கதைப்போக்கும் நன்றாக உள்ளது. இடையிடையே பழைய நூல்களிலிருந்து மேற்கோள்கள் கொடுத்திருப்பது இந்நூலை எழுதியவருக்குத் தமிழ் இலக்கிய நூல்களில் நல்ல பயிற்சியுண்டென்பதைக் காட்டுகின்றது'. இவ்வாறான மதிப்புரையைத் தனது நாவலொன்றுக்காக மகாமகோபாத்தியாய டாக்டர் உ.வே.சா.விடமிருந்து பெற்றிருக்கும் சித்தி ஜைனுதா பேகம், *1917 ஆம் ஆண்டு நாகூரில் ஒரு தமிழ் முஸ்லிம் குடும்பத்தில் பிறந்தவர்.*

மூன்றாம் வகுப்பு வரை மட்டுமே அப்போது இவருக்கு கல்வி அனுமதிக்கப்பட்டது. 12 வயதில் பெற்றோரால் மணவாழ்க்கைக்கு நிர்பந்திக்கப்பட்டார். இது அன்றைய இஸ்லாம் சமூகத்து வழக்கம். ஏறக்குறைய அது ஒரு பால்ய விவாகம் போலவேதான். நான்கு ஆண்டுகளில் கணவர் இறந்தும் போக, அவ்வேதனையை மறக்கும் பொருட்டு எழுதத்தொடங்கியவர், 82 வயதுவரை சளைக்காமல் தொடர்ந்து எழுதிக்கொண்டேயிருந்தார். 1930 களில் ஒரு பெண் தீவிரமான எழுத்துப்பணியை மேற்கொள்வது, அவர் எச்சமூகத்தவரா யினும் ஆச்சரியத்துக்குரியதே. அவர் இஸ்லாமியப் பெண் எனில் அவர் மீதான கட்டுப்பாடுகள் குறித்து எல்லோராலும் மேலதிகமாக யூகித்துக்கொள்ள இயலும்.

சித்தி என்றால் சிற்றன்னை என நாம் நேரிட அர்த்தம் கொள்ளத் தேவையில்லை. சித்தி, நேர்மையாளர் எனப்பொருள் தரும் ஒரு அரபுச்சொல். சித்தி ஹமீதா, சித்தி மகமூதா, சித்தி சாதுளா, சித்தி ஜபீரா என அவருடைய நான்கு பெண்குழந்தைகளின் பெயர்களிலும் இந்த சித்தி என்னும் சொல்லின் தொடர்ச்சியைக் காணலாம். கணவரை இழந்த சூழலிலும், தனக்கு இளமையில் கிட்டாத உயர்கல்வியைத் தன் பெண்மக்களுக்குத் தந்துள்ளார் அவர்.

மூன்றாம் வகுப்புவரை மட்டுமே படித்திருந்தாலும் தன் வீட்டு முகப்பில் 'சித்தி ஜுனைதா பேகம், பன்னூராலாசிரியர்' என்று பெயர்ப்பலகை மாட்டிக்கொள்ளக் கூடிய துணிச்சலும் தன்னம்பிக்கையும் அவருக்கு இருந்திருக்கிறது. தொடக்கத்தில் சிறுகதைகளும், கட்டுரைகளும் எழுதி வந்தவர் பிறகு எவ்விதத் தயக்கமுமின்றி நாவலும் எழுதி விடுகிறார். 'காதலா கடமையா' என்னும் முதல் நாவல் 1938ஆம் ஆண்டு உ.வே. சா. முன்னுரையுடன் வெளிவந்துள்ளது. அப்போது அதைப்படித்திருந்த புதுமைப்பித்தன் 'முஸ்லிம் பெண்கள் எழுத முன்வருவதை நாம் வரவேற்கிறோம்' என்று அபிப்ராயப்பட்டுள்ளார்.

கலை சித்திப்பதற்கு கல்வி முக்கியமில்லை; ஆனால் ஏதோ ஒரு விதத்தில் பாரம்பரியம் காரணமாக இருக்கிறது என்பதற்கு ஜுனைதாபேகம் ஒரு சிறந்த உதாரணம். தமிழில் காப்பியங்கள் பல இயற்றியுள்ள வண்ணக்களஞ்சியப் புலவரின் வழித்தோன்றல் இவர். அந்தக்காலத்தில் ஆனந்தவிகடனில் முத்திரைக்கதைகள் எழுதியவரும், பிறகு தமிழ்த்திரைப் படத்துறையில் வசனகர்த்தாவாக, தயாரிப்பாளராகவும் விளங்கிய துரயவன் உள்ளிட்ட இவருடைய சகோதரர்களும் எழுத்து, பேச்சு என்று எப்போதும் தமிழுடன் நெருங்கிய தொடர்புள்ளவர்களாக இருந்தனர். சமகாலத்தில் எழுதிவரும் நாகூர்ரூமிக்கு இவர் பெரியம்மா முறை. ஜுனைதாவை இந்தத் தலைமுறைக்கு அறிமுகப்படுத்தியதில் ரூமிக்குப் பங்குண்டு. எழுத்தாளர் ஆபிதீனும் இவருக்கு உறவின்முறை என்றறிகிறேன்.

முதன்முதலில் 1929இல் 'தாருல் இஸ்லாம்' என்னும் இதழில் ஜுனைதாவின் எழுத்துக்களைப் படித்துவிட்டு ஊரே திரண்டு இவர் வீட்டுக்கு வந்து துக்கம் விசாரித்துத் திரும்பியதாம். 'ஒரு நல்ல குடும்பத்துப் பெண் கதை எழுதி நாசமாய்ப் போகிறாளே...' என்கிற தொனியில். 1999இல் 'முஸ்லிம் முரசு' இதழுக்கு அளித்த நேர்காணலில் இதை அவரே குறிப்பிட்டுள்ளார்.

'மொழி வளர்ச்சி பற்றி பேசுகிறோம், எழுதுகிறோம். பல்வேறு இலக்கிய மாநாடுகள் கூட்டுகிறோம். ஆயிரக்கணக்கில் செலவு செய்கிறோம். பயன்? திருக்குறள், நாலடியார் முதலியவைகளிலிருந்து தமிழரின் தத்துவ ஞானத்தைப் பற்றியும், மணிமேகலை, சிலப்பதிகாரம்

போன்றவற்றிலிருந்து தமிழரின் நாகரிகத்தைப் பற்றியும் ஒருவாறு நாம் தெரிந்துகொள்கிறோம். ஆடம்பரத்திற்காக செலவு செய்யும் இந்த ஆயிரக்கணக்கான தொகைகள் எந்தப் பயனைத் தந்தன?' என அவர் அன்று எழுப்பியுள்ள குரல் இன்றைக்கும் பொருந்துவதாக உள்ளது.

'எந்த சமூகம் பெண்மக்களை அடிமைப்படுத்தி வைத்திருக்கிறதோ அந்த சமூகம் ஒரு காலத்திலும் தலைநிமிர்ந்து நிற்க முடியாது' என்று ஜுனைதா தனது நாவலின் ஒரிடத்தில் குறிப்பிடுவதை ஒரு கலகக்குரலாகவே நம்மால் அடையாளங் காண முடிகிறது. அவருடைய புனைகதைகளாகட்டும், கட்டுரைகளாகட்டும் எல்லாவற்றிலும் அடிநாதமாக ஒலிப்பது பெண் விடுதலையே.

முஸ்லிம் பெண்கள் தங்கள் பெயருடன் கணவனின் பெயரை இணைத்துக்கொள்ளத் தேவையில்லை என்று கூறிய ஜுனைதா பேகம் ஒரு முஸ்லிம் பெண் தன்னில் தானே ஒளி வீசுகின்றாள். அவள் பெயருக்கு அவளே உரிமை பெற்றவள். அவள் செல்வத்துக்கும் அவளே அதிகாரி. அவள் திருமணம் செய்து கொண்டதால் உரிமைகள் அனைத்தையும் இழந்துவிடவில்லை. அவளுக்குத் தனியாக ஆத்மா உண்டு. அவளுக்குத் தெய்வம் அவள் கணவனல்ல...' என்று மேலும் எழுதி ஆணாதிக்கவாதிகளுக்கு அதிர்ச்சியூட்டியது 1955ஆம் ஆண்டு 'நூருல் இஸ்லாம்' என்னும் இதழுக்கு எழுதிய கட்டுரையில். ஒரு முஸ்லிம் பத்திரிகையிலேயே இக்கருத்துகளைக் கூறியிருப்பது அவருடைய துணிச்சலுக்குச் சான்று.

'இஸ்லாமும் பெண்களும்' என்னும் தலைப்பில் தொகுக்கப்பட்டுள்ள ஜுனைதாபேகத்தின் கட்டுரைகள் பலவும் 60 ஆண்டுகளுக்கு முன் எழுதப்பட்டவை. இஸ்லாமும் பலதார மணமும், பெண்கள் சினிமா பார்க்கலாமா, பெண்களும் சமையலும், பெண் கல்வி, அன்னை, முஸ்லிம் பெண்களும் விவாகவிலக்கும் போன்ற பல கட்டுரைகளில் அவர் சுய மதச்சார்பற்ற தொனியில், பெண்களுக்குச் சாதகமான கருத்துகளை வலுவாக முன் வைக்கிறார்.

'காதலா கடமையா' நாவல் 80 பக்கங்கள் கொண்டது. இதை 18 சிறு அத்தியாயங்களாகப் பிரித்து, தனித்தனித் தலைப்புகளிட்டு, சிக்கலற்ற தெளிவான மொழிநடையில் கதை கூற அவரால் இயன்றிருக்கிறது. 'சண்பகவல்லிதேவி அல்லது தென்னாடு போந்த அப்பாசிய குலத்தோன்றல்' அவருடைய குறுநாவல். மகிழம்பூ, மலைநாட்டு மன்னன், ஹலிமா அல்லது கற்பின் மாண்பு, பெண் உள்ளம் அல்லது கணவனின் கொடுமை, நாகூர் ஆண்டவர் வாழ்க்கை வரலாறு, முஸ்லிம் பெருமக்கள் வரலாறு என்று அவர் எழுதிக்குவித்திருப்பவை ஏராளம்.

வரலாற்றுப் பின்புலத்துடன் எழுதுவது சற்று சிரமமான பணி. ஆனால் ஜுனைதாவின் பெரும்பாலான படைப்புகள் அவ்வகைப்பட்டதே. அவருக்கான தீவிர வாசிப்பு, பழந்தமிழ் இலக்கியப் பரிச்சயம், தேடல் இவையனைத்தும் அவருடைய எழுத்துகளில் விகசிக்கக் காணலாம். மரபான முஸ்லிம் எழுத்தாளர்களுக்கேயான மனத்தடை அவரிடம் இருந்ததாகத் தெரியவில்லை. இதன் காரணமாகவே அவர் இஸ்லாமிய இதழ்களில் எழுதியவர்களில் தனித்துத் தெரிகிறார்.

இசையை இஸ்லாம் புறக்கணிப்பதாகக் கருதப்படும் சூழல் இங்கு எப்போதுமே இருந்து வந்திருக்கிறது. ஆனால் ஜுனைதா 'சிவாஜி' என்னும் சிறுபத்திரிகையில் 'இசையின் இன்பம்' என்றொரு கட்டுரை எழுதியிருக்கிறார். 'ஆயற்பாடியில் ஆய்ச்சியர் குரவையாடி மகிழ்கின்றான் கோபாலன். குழலூதுகின்றான், இசையெழுப்புகின்றான். உலகமே அவன் வயப்படுக்கின்றது' என்று தொடங்கி நீண்டு செல்லும் அந்தக்கட்டுரை 'உலகமே இசையின் வழி இயங்குகின்றதெனக் கூறின் மிகையாகாது' என்று ஓய்கிறது.

பண்பாட்டு கலாச்சார அழித்தொழிப்பு என்னும் அபாயத்திலுள்ளது இன்றைய தமிழ் முஸ்லிம் உலகம். வலிந்து திணிக்கப்படும் இக்கருத்தியல், சமூகத்தில் பெருங்குழப்பத்தையும் பிரிவையும் ஏற்படுத்திக் கொண்டிருக்கிறது. நல்லிணக்கத்திற்கும், மண் சார்ந்த சில கலாச்சாரக் கூறுகளுக்கும் ஆதாரமாக இருக்கின்ற தர்கா கந்தூரி விழாக்களைப் புறக்கணிக்கக் கூறும் மதத்தூய்மைவாதிகளுக்கு சித்தி ஜுனைதா பேகம் அப்போதே பேரெதிர்ப்பைத் தெரிவித்திருக்கிறார். 'சிரித்துக் களிப்பதற்கே சந்தர்ப்பமில்லாத ஏழைகட்கு இந்தக் கந்தூரிக் கொண்டாட்டங்கூட இருக்கக் கூடாதென்று சொல்ல முடியுமா? இது ஒரு முஸ்லிம் விழாவாக இருப்பினும் திரளான இந்து சமூகத்தினரும் கலந்து கொள்கின்றனரே...' என்பதாக அவருடைய குரல் அடிப்படைவாதத்துக்கு எதிராக ஒலிக்கிறது.

ஜுனைதா பேகம் எழுதத்தொடங்கிய காலம், தமிழ் நவீன எழுத்துக்கான தொடக்க காலமும் கூட. பாரதியும் பாரதியைத் தொடர்ந்து மணிக்கொடி மரபினரும் உற்சாகமாக இயங்கிய காலம். மணிக்கொடியிலும் ஆலி சாஹிப் என்றொரு இஸ்லாமிய எழுத்தாளர் எழுதியிருக்கிறார். இத்தகவலை அசோகமித்திரன் தனது 'நவீன விருட்சம்' கட்டுரை ஒன்றில் தெரிவிக்கிறார். என்னுடைய ஆதங்கமெல்லாம் மணிக்கொடியில் ஜுனைதா எழுதியிருந்தால் வேறொரு பரிணாமம் கண்டிருப்பார்; அது நிகழவில்லையே என்பதுதான்.

ஜுனைதா பேகத்தைத் தொடர்ந்து இஸ்லாமியப் பெண்ணெழுத்தில் ஒரு நீண்ட பாரம்பரியம் உருவாவது தடுக்கப்பட்டிருப்பதாகவே நான் உணர்கிறேன். இஸ்லாமியப் பெண்கள் பலரும் எழுதினர்

எழுதிக்கொண்டும் இருக்கின்றனர். ஆனால் அவர்கள் இஸ்லாமிய இதழ்களில் மட்டுமே அதுவும் குறிப்பிட்ட வரையறைகளுக்குப்பட்டே எழுத வைக்கப்படுகின்றனர். அவ்வகையில் எழுத்தாளர் சல்மாவின் வருகை முக்கியமானது. சல்மாவுடன் இணைந்து எழுத இன்று ஒருவர் கூட இல்லை. ஆளற்ற களமாக அது வெறிச்சோடிக் கிடக்கிறது. இன்றைக்கு எழுதிக்கொண்டிருக்கும் அனார், ஸர்மிளா செயித் போன்றவர்கள் ஈழத்தைச் சேர்ந்தவர்கள். இந்நிலையில் தான் ஜுனைதா பேகத்தின் தொடர்ச்சியான இயக்கத்தை ஒரு சாதனை என நம்மால் மதிப்பிட முடிகிறது.

'சிறு பருவம் முதல் படிப்பதும் எழுதுவதும்தான் என் தொழில்' என்று தன்னைக் குறித்து கூறிக்கொள்ளும் ஜுனைதா பேகம் அங்கீகாரம், புகழ், விருது இவற்றுக்கெல்லாம் அப்பாற்பட்டவர். கணவரற்ற நீண்ட பெருந்தனிமையை அவர் எழுதியும் வாசித்தும் கடந்து வந்திருக்கிறார்.

பெண்களுக்காக ஒலித்த அவருடைய குரல் மிக அழுத்தமானது, ஆழமானது. தன்னுடைய 2ஆவது வயதில் மரணத்துக்கு நான்கு நாட்களுக்கு முன்புவரை அவருடைய சிந்தனையோட்டம் தடைபடவே இல்லை எழுதிக்கொண்டே இருந்தன அந்த விரல்கள்.

இஸ்லாமியப் பெண்களுக்கு என்றில்லை; எல்லாப் பெண்களுக்குமே சித்தி ஜுனைதா பேகம் ஒரு அழகிய முன் மாதிரிதான், சந்தேகமில்லை .

(தி இந்து தமிழ் – 17.07.2016)

'ரே' என்கிற
சிறுகதை எழுத்தாளன்

பதேர் பாஞ்சாலி போன்ற ஒரு அசலான இந்திய சினிமாவைக் கண்ட அனுபவம் வேறெதுவும், அதைக்கண்ட நாள் முதல் இன்றளவும் எனக்கு வாய்க்கவில்லை. சத்யஜித் ரே என்னும் பரிபூரணமான கலைஞனுக்கு அந்நாளில் என் இதயத்தில் கொடுத்து வைத்த இடத்தை வேறு எந்தக் கொம்பனாலும் இன்றுவரை தட்டிப் பறிக்க இயலவில்லை.

ரித்விக்கட்டக், மிருணாள் சென், ஜான் ஆப்ரஹாம், அடூர் கோபால கிருஷ்ணன், மகேந்திரன் என்று என் மனதைக் கவர்ந்த இயக்குநர்களின் பட்டியல் ஒன்று உண்டு தான். ஆனால் இவர்கள் எல்லோருக்குள்ளும் ரேயின் பாதிப்பு மெல்லியதாகவேனும் இல்லாமலில்லை. எனவே ரேக்குத்தான் முதலிடம் எப்போதும்.

தஞ்சாவூரில் நண்பர்களுக்கு மட்டுமான பிரத்தியேகத் திரையிடல் ஒன்றில் பதேர் பாஞ்சாலியை முதன்முதலாகக் கண்டபோது – அதுவரை எனக்குள் சிம்மாசனம் இட்டிருந்த சில இயக்குநர்களின் இடங்களெல்லாம் மெல்லத் தகர்ந்தபடியே இருந்தது.

தி லாஸ்ட் எம்பிரர், சிகுஜிரோ, சில்ரன் ஆப் ஹெவன், தி வே ஹோம், ரேபிட் ப்ரூப்ஃபெண்ஸ், வேர் இஸ் மை பிரண்ட்ஸ் ஹோம், தி ரன்னர், அலிஸோவா என எத்தனையோ படங்களில் விதம்விதமான குழந்தைக் கதாபாத்திரங்களைச் சந்தித்த பின்பும், மிகச் சாதாரணர்களாகிய அப்புவும், துர்காவும் மட்டும் இன்னும் மனதைவிட்டு அகல மறுக்கிறார்களே ஏன்? அவர்கள் வியந்து ரயிலைப் பார்ப்பது

போலவேதான் நானும் என் ஐந்து வயதில் பழனியில் ரயிலைப் பார்த்து வியந்துபோய் நின்றிருந்தேன். அவர்களுடைய பாட்டியைப் போலவே தான் என்னுடைய பாட்டியும் அம்மாவை எதிர்த்துக்கொண்டு என் மேல் அத்தனை கரிசனம் காட்டினாள். அவர்களுடைய பூர்வீக வீட்டைப் போலவேதான் எங்கள் வீடும் வறுமை, தரித்திரம் பீடித்து மாற்றான் கைக்கு மாறிற்று. ஒரே ஒரு வருத்தம் அப்புவுக்குப்போல எனக்கொரு துர்கா அக்கா வாய்க்கவில்லை. இன்னும் கூட துர்கா இறந்துபோகும் காட்சியில் என்னைக் கட்டுப்படுத்த முடியாமல் கதறி அழுதுவிடுவேன் என்பதாலேயே, அந்தக் காட்சி வரும்போது மட்டும் வெளியில் சென்று மறைந்து நின்று கொள்வேன்.

நான் பார்த்துப் பார்த்துப் பலமிழுந்து போன ஒரே குறுந்தகடு பதேர் பாஞ்சாலி. எனவே நான் கேட்டுக்கொண்டதற்கிணங்க கடந்த 5.9. 2016 விநாயகர் சதுர்த்தி அன்று, மாலை தஞ்சை தமுளகச தோழர்கள் களப்பிரனும், விஜயகுமாரும் அவர்கள் வீட்டுக் கொழுக்கட்டைகளுடன் இரண்டு புத்தம் புதிய 'பதேர் பாஞ்சாலி', 'பை சைக்கிள் தீவ்' குறுந்தகடுகளை என் குழந்தைகளுக்கு அன்பளித்துச் சென்றனர். அவர்கள் விடைபெற்றுச் சென்றபின் குழந்தைகளிடம் நான் கேட்டுக் கொண்டேன். "தயவு செய்து நான் வீட்டில் இல்லாத நேரம் பார்த்து பதேர் பாஞ்சாலி பாருங்கள். ஏனென்றால் நான் நேசிக்கின்ற துர்கா இன்னொரு தடவையும் இறந்து போவதை என்னால் சகித்துக்கொள்ள இயலாது..."

நண்பர்களே, பதேர் பாஞ்சாலி திரைப்படம் வெளிவந்து 60 ஆண்டுகளுக்குப் பின்பும் புத்தம் புதியதாக உயிர்ப்புடன் இருக்கிறது. எக்காலத்துக்கும் பொருந்துவதாக, ஒரு இந்திய கிராமத்து வாழ்க்கையைப் பிசிறில்லாமல் சத்தியத்துடன் பேசுவதாக உள்ளது. யோசித்துப் பாருங்கள், அந்தக்குடும்பம் எதையெல்லாம் இழுக்கின்றதோ, அவற்றையெல்லாம் இந்த உலக மயமாக்கல் காலத்தில் நாமும் வேக வேகமாக இழுந்து வருகிறோம். எனவே தான் எதிர்காலத்தில் பதேர் பாஞ்சாலி திரைப்படம் அதன் நூற்றாண்டு விழா கடைப்பிடிக்கப்படும் நேரத்தில் கூட, இந்திய சினிமாவின் பிரதான அடையாளமாகவே நீடிக்கும் என்கிறேன். இதை மெய்ப்பிப்பது போலவே, இந்திய எழுத்தாளர்கள் எவரேனும் சிலர், அப்படம் குறித்து இன்றளவும் சிலாகித்து எழுதியபடியே உள்ளனர். அன்றாடம் ஒரு ஆயிரம் ரசிகர்களேனும் அத்திரைப்படத்தின் காட்சிகளைக் கண்டு நெகிழ்ந்து போய் பேசிக்கொண்டேயிருக்கிறார்கள்.

சத்யஜித் ரே தனது நீண்ட காலப் போராட்டத்துக்குப் பிறகு 1955 ல் பதேர் பாஞ்சாலியை எடுத்து முடித்துத் திரைக்குக் கொண்டு வந்தார். அதற்கு அடுத்த ஆண்டில் 'அபராஜிதோ' எடுத்தார். 1959ல்

'அபுசன்சார்' படம் தந்தார். இம்மூன்று படங்களுமே ஒன்றுடன் மற்றொன்று பின்னிப்பிணைந்த 'அப்பு முத்தொகுப்பு' (Appu Triology) ஆகும். இம்மூன்று படங்களைப் பார்த்த அனுபவங்களைக் கொண்டு மட்டும் ஒரு நூல் எழுதும் ஆவல் எனக்கு இருக்கிறது. மலையளவுக்கு கனவுகள். கடைசியில் மணற்குன்றளவேனும் சாதித்துச் சாவோமா தெரியயவில்லை.

ரே தனது படங்களுக்காக பிரசித்தி பெறத் தொடங்கியிருந்த காலத்தில் 'இந்தியாவின் ஏழ்மையைப் படம் பிடித்து விற்கிறார்' என்பது போன்ற விமர்சனங்கள் எழுந்தன. கலைப்படைப்பின் ஆதார சுருதியே மானுட சோகத்தை எதிரொலிப்பதுதான் என்னும் அடிப்படையையே அறியாத அறிவிலிகளின் விமர்சனம் அது. ஒரு பக்கம் தேசத்தில் வறுமையும் பிணியும் கோரத்தாண்டவமாடிக் கொண்டிருந்த நேரத்தில் நம்முடைய பேரரசர்களும், குறுநில மன்னர்களும், பூர்ஷ்வாக்களும் நவாப்புகள் ஜமீன்களும் ஈடுபட்ட கேளிக்கை வாழ்க்கையை ஆடம்பரப் பகட்டுகளை, ரே படம்பிடித்திருக்க வேண்டுமென்பது அவர்களின் நோக்கமா தெரியவில்லை. துரத்தும் வறுமைக்கு மத்தியிலும் அதற்கு எதிர்வினையாற்றுவது போல அல்லவா ரே தனது குழந்தைக் கதாபாத்திரங்களைக் கூட்டாஞ்சோறு ஆக்க வைத்தார்; மழையில் நனைந்து மகிழவைத்தார். இந்தியாவின் இன்னுமொரு முக்கியமான இயக்குநராகிய அடூர் கோபாலகிருஷ்ணன் இப்படிக் கூறுவார்: 'ரே ஒரு கலங்கரை விளக்கம். இந்திய சினிமாவை ரேக்கு முன் பின் என்று பகுத்துப் பார்த்தால் முக்கிய உந்துதலாக அமைவது பதேர் பாஞ்சாலி திரைப்படம்.'

சத்யஜித் ரே கல்கத்தாவில் விளம்பர ஓவியராக வேலை செய்து கொண்டிருந்த காலகட்டத்தில் அட்டைப்படம் வரைவதற்காக அவருடைய மேஜைக்கு வந்து சேர்ந்த நாவல் எழுத்தாளர் விபூதிபூஷன் எழுதிய பதேர் பாஞ்சாலி. அட்டை வரைவதற்காக நாவலை வாசிக்கத் தொடங்கிய ரே, அதில் லயித்துப்போய் சம்பவங்களைத் தன் மனத்திரையில் காட்சிகளாகவே செதுக்கத் தொடங்கிவிட்டார். அனேகமாக பதேர் பாஞ்சாலியின் முதல் படப்பிடிப்பு அதுவாகவே இருக்கவேண்டும். ஆம், வாசிப்பு என்பது மனதுக்குள் நடக்கிற அந்தரங்கமான படப்பிடிப்பு தான். ஜீவனுள்ள ஒரு எழுத்துக் கலைஞனால் வாசக மனப்பரப்பில் இது போன்ற மாயங்களை நிகழ்த்த இயலும்.

***

ரே இலக்கியப் பின்புலம் கொண்ட ஒரு குடும்பப் பாரம்பரியத்திலிருந்து கிளைந்து வந்தவர். ரேயின் தாத்தா 'சந்தேஷ்' என்னும் குழந்தை இலக்கிய இதழின் ஆசிரியராகவும், பதிப்பாளராகவும் இருந்தவர். 20ஆம்

நூற்றாண்டின் துவக்கத்தில், வங்காள மொழியில் குழந்தைகளுக்கான இலக்கியத்திற்கு தடம் அமைத்துத் தந்தவர். நூலாக்கத்திலும் அதைச் சிறப்பாக வெளியிடுவதிலும் அவருக்குத் திறமை இருந்தது. ரேவுக்குள் அவருடைய தாத்தாவின் ஆளுமையும் இயங்கியதாக நாம் இவ்விடத்து அனுமானிக்கலாம், தவறில்லை.

ரேயின் தகப்பனார் சுகுமாரும் சாதாரணர் இல்லை . அவரும் தன் தகப்பனாரைத் தொடர்ந்து இதழ் நடத்தினார். குழந்தைகளுக்காக எழுதினார். இவர்களின் வழிவந்த ரேவும் ஒரு பண்பட்ட கலைஞராகத் திகழ்ந்தது விந்தைக்குரியதன்று.

கடந்த சில ஆண்டுகளின் முன்னர் பாரதி புத்தகாலயம் சத்யஜித் ரே எழுதிய 'ஃபெலுடா துப்பறியும் கதை வரிசை' என்று பதினைந்துக்கும் அதிகமான புத்தகங்களைச் சரமாரியாக வெளியிட்டது. வங்க மொழிப் பரிச்சயமுள்ள தோழர் வீ.பா. கணேசன் அவற்றைத் தமிழில் மொழிபெயர்த்திருந்தார்.

நான் அந்நாள் வரை ரே ஒரு ஓவியர், கதைகளும் எழுதியிருக்கிறார்; தன்னுடைய திரைக்கதைகளுக்கு Story Board வரைந்து வைத்துக் கொள்வார் இலக்கியம் அறிந்தவர் என்று பொத்தாம் பொதுவாக அறிந்து வைத்திருந்தேன். ஃபெலுடா கதை வரிசையில் சில நூல்களை வாசித்தபோதுதான் அவருடைய இலக்கியப் பின்புலத்தையும், கதைசொல்லும் ஆற்றலையும் உணர்ந்து கொண்டேன். தீவிரமான இயக்குநர் ஒருவர் குழந்தைகளுக்காகக் கதைகள் எழுதியிருக்கிறார் என்கிற விஷயம் என்னைச் சிந்திக்க வைத்தது. ரே இயக்கிய படங்களில் குழந்தைக் கதாபாத்திரங்களின் அழுத்தமான சித்தரிப்பு முறையை நான் ஆழமாக அறியத் தொடங்கியதும் அப்போதுதான். ரே திரைப்படங்களே இயக்காமல் இருந்திருந்தாலும் கூட எழுத்தாளராகப் புகழ்பெற்றிருப்பார் என்றும் அந்த நேரத்தில் எனக்குத் தோன்றியது. இன்று நான் அறிந்து கொண்ட மற்றொரு தகவல்: 'தாகூருக்குப்பிறகு உலகறிந்த வங்காளி எழுத்தாளர் சத்யஜித் ரே' என்பது. இதில் இன்னொரு ரகசியம் இருக்கிறது. அவர் தன்னுடைய கதைகளைத் தானே ஆங்கிலத்தில் மொழிபெயர்த்து நூலாக்கிப் பரவலாக்கியிருக்கிறார். நம்மவர்கள் செய்யத் தவறும் விஷயம் இது.

எஸ்.அற்புதராஜ் மொழிபெயர்த்து, மலைகள் பதிப்பகம் வெளி யிட்டுள்ள 'சத்யஜித் ரே கதைகள்' என்னும் நூலில் இடம் பெற்றுள்ள 11 கதைகளையும் வாசித்துப் பார்த்தேன். இதை ஒரு மாறுபட்ட வாசிப்பு அனுபவம் என்றுதான் கூறத்தோன்றுகிறது. தற்கால நவீனத் தமிழ்ச்சிறுகதைகளுக்குச் சற்று அந்நியமான களங்களில்தான் ரேயின் கதைகள் இயங்குகின்றன. அவருடைய கதைகளில் உலவுகின்ற கதாமாந்தர்கள், அவர்தம் சுபாவங்கள், சம்பாஷனைகள் மற்றும்

நிலக்காட்சிகளிலிருந்து வெகு தொலைவிலிருக்கிறது நம்முடைய தமிழ்ச்சிறுகதை உலகம். 'இதிலென்ன அதிசயிக்க இருக்கிறது. மொழிபெயர்ப்புக் கதைகள் என்றால் அப்படித் தானே இருக்கும்?' என்று சிலர் தர்க்கம் செய்யலாம்.

இவை வங்காளக் கதைகளாக இருக்கின்ற அதே நேரத்தில், அந்த மண்ணின், மக்களின் வாழ்வைப் பிரதிபலிக்கின்ற கதைகளாக இல்லை என்று நான் கூறவந்தேன். என் வெளிப்படுத்தலில் பிழையிருப்பின் நண்பர்கள் என்னை தாராளமாக மன்னிக்கலாம். தமிழ்ச் சிறுகதைகளில் மட்டும் தமிழ் வாழ்க்கை அச்சு அசலாகப் பதிவு பெற்றுள்ளனவா என்ன? நிலமும், மக்களும் தொழிலும் கலாச்சாரக் கூறுகளும் எதுவும் இல்லாமல், இந்தக் கதைகளை எந்த வகையில் சேர்ப்பது என்றே புரியாமல், தமிழ்க்கதைகளைக் கூர்ந்து கவனிப்போர், ஆய்வாளர்கள் பெரும் சோகத்தில் ஆழ்ந்திருக்கின்றனர். ரேகுழந்தைகளுக்காக எழுதியிருக்கிறார். எனவே சிறு கதைகளுகக்கான இலக்கணக் கண்ணாடியணிந்து கொண்டு இவற்றை ஆராயத் தேவையில்லை.

சரி, குழந்தைகளுக்கும் கூட இந்தக் கதைகள் 'ஓவர் டோஸ்' ஆக இருக்காதா? மொழியில், சித்தரிப்பு முறையில் 'முதிர்ச்சி' இருக்கிறதே; குழந்தைகள் புரிந்து கொண்டிருப்பார்களா, அல்லது புரிந்து கொள்வார்களா?

இவ்வாறெல்லாம் கவலை கொள்ளத் தேவை இல்லை என்று தோன்றுகிறது. இன்னும் கூட நாம் 'ஒரு ஊர்ல ஒரு ராஜகுமாரி' என்கிற பாணியில் குழந்தை இலக்கியம் பண்ணிக் கொண்டிருக்க முடியாது. சத்யஜித் ரே இவ்வாறான கதைகளை 1960களிலேயே எழுதத் தொடங்கியிருக்கிறார். ஒரு முன்மாதிரியாக இயங்கியிருக்கிறார். அவருடைய ஃபெலுடா துப்பறியும் கதைகளும் கூட, ஒரு சின்னப் பையனுக்குக் கதை சொல்கிற தொனியில் எழுதப்படவில்லை என்பதையும் இவ்விடத்துக்கூற விழைகிறேன்.

தமிழில் குழந்தை இலக்கியம் 'செழித்து' வளர்ந்து கொண்டிருப்பதாகக் கூறுகிறார்கள். அல்லது வளர வேண்டுமெனப் பலரும் அக்கறை கொண்டிருக்கிறார்கள். குழந்தைகளுக்காக எழுதுவோர் ஒரு அணியாகத் திரண்டும், பதிப்பகங்கள் அவர்களுக்காகக் கதவுகளைத் திறந்து வைத்துக் காத்திருக்கிற மாதிரியான சூழலும் தமிழில் உருவாகியுள்ளது. இது வரவேற்கத் தக்கது. அறம் சார்ந்த நீதிபோதனைக் கதைகள் எழுதுவது மட்டுப்பட்டுள்ளது. விஞ்ஞானத்தின் திசையில் குழந்தைகளைத் திருப்பி விடுவதற்கான முயற்சிகள் நடைபெறுகின்றன. மொழிபெயர்ப்புகள் வெளிவருகின்றன. கபாலி ரஜினி மாதிரி இதற்கொரு 'மகிழ்ச்சி' கூறலாம். ஆனால் குழந்தைகளுக்கு எப்படிக் கதை சொல்வது என்பதில், நம்முடைய எழுத்தாளர்களுக்குள் 'சிறு குழப்பம் இருப்பதாகவே

எனக்குத் தோன்றுகிறது. சத்யஜித் ரே தனது 'கதைகள்' மூலம் இதற்கொரு தீர்வு சொல்லிச் சென்றிருக்கிறார்; அல்லது சொல்ல முற்பட்டிருக்கிறார். எனவே என் வேண்டுகோள், நம்முடைய குழந்தைகள் இலக்கியம் படைப்போர் இக்கதைகளை வாசிக்க வேண்டும். இது ஒரு ஆலோசனை தான்.

இந்தக் கதைத்தொகுப்புக்கு அம்ஷன்குமார் ஒரு சிறிய முன்னுரை எழுதியிருக்கிறார். அதில் ஒரு முக்கியமான பத்தியை இங்கு மேற்கோள் காட்டுவது தவறில்லை என்று கருதுகிறேன்: 'சிறுவர்களுக்குக் கதைகள் சொல்லும் போதே அவர்களுக்குப் பொது அறிவு, விஞ்ஞானம், சரித்திரம், புராணம் இவற்றையும் ரே கற்றுக்கொடுக்கிறார். ஆனால் அதெல்லாம் அவரது நோக்கம் என்று கொள்ள முடியவில்லை. சிறுவர்களைத் தனக்கு சமமானவர்களாக அவர் மதிக்கிறார். எனவே தன்னைப் போன்றே பெரியவர்களிடம் எதையெல்லாம் சொல்ல முடியுமோ அதையெல்லாம் அவர்களிடமும் சொல்லலாம் என்கிற எண்ணத்தை அதன் இயல்பான வீச்சுடன் அவர் பெற்றுவிடுகிறார்'.

'எனக்குள் இயற்கையாக விநோதமான அதிமானுஷ்யக் கதைகளில் அதீத மோகம் உண்டென்பதால் என்னுடைய கதைகளிலும் அவை வெளிப்படும்' என்கிறார் ரே. நிஜம்தான்; இத்தொகுப்பிலுள்ள 10 கதைகளில் நம்பமுடியாத, விந்தைக்குரிய, உருமாற்றம் போன்ற சம்பவங்களை முன்வைக்கிறார். அவற்றை நாம் ஃபேண்டஸி, மேஜிகல் என்று விருப்பம்போல வகைப்படுத்திக் கொள்ளலாம். இந்த விந்தைக்குரிய சம்பவங்களே இக்கதைகள் வெற்று யதார்த்தத் தட்டைகளாகி நின்று விடாமல் காப்பாற்றுகின்றன என்று வாசிக்கையில் நீங்கள் உணரக்கூடும். இக்கதைகள் பள்ளி நாட்களில் அவர் படித்திருந்த அவருக்குப் பிடித்தமான வெர்ன், வெல்ஸ், கானன்டாயில் போன்றோரின் எழுத்துச் சாயலை ஒத்திருக்கும் எனறும், இவைகள் எல்லாம் பேராசிரியர் சாலஞ்ஜருடைய உலகளாவிய சாகசங்களின் மென்மையான வடிவங்கள்' என்கிற பேராசிரியர் ஷொங்குவின் விமர்சனத்தையுமே கூட ரே தன்னுடைய முன்னுரையில் குறிப்பிடத் தவறவில்லை.

ரே தன்னுடைய தாத்தா, அப்பாவைத் தொடர்ந்து ஒரு கவி நண்பருடன் (பெயர் குறிப்பிடப்படவில்லை) இணைந்து 'சந்தேஷ்' இதழை நடத்திக் கொண்டிருந்தபோது, அதில் அவர் எழுதிய நூற்றுக்கணக்கிலான கதைகளிலிருந்து தேர்ந்தெடுத்த 11 கதைகள் 'கதைகள்' என்னும் தலைப்பில் ஆங்கிலத்தில் மொழிபெயர்த்து வெளியிடப்பட்டது. மொழிபெயர்ப்பாளரும் ரே தான்.

'காகம்' என்கிற முதல் கதையில் விசேஷ சக்திகள் கொண்ட பெரியவர்

இம்லிபாபாவைச் சந்திக்கச் செல்கின்றனர் துர்ஜாதி பாபுவும் அவர் நண்பரும். அந்த பாபா 'பால்கிஷன்' என்கிற ராஜ நாகத்தை வளர்க்கிறார். துர்ஜாதி பாபுவுக்கு சாமியார்கள் குறித்த அபிப்ராயம் இல்லை. அதனாலோ என்னவோ அவர் பாபாவின் வளர்ப்புப் பிராணியை (பாம்பு) கல்லால் அடித்தே கொன்று விடுகிறார். பாபா, துர்ஜாதி பாபுவை தனது வலது கை நீட்டிச் சபிக்கிறார். அவர் கை நீட்டியது துர்வாச முனிவர் சகுந்தலையைச் சபிக்க கைநீட்டியது போலிருந்ததாகக் கதையில் குறிப்பிடப்படுகிறது. பிறகு பாபாவின் சாபத்தினால் துர்ஜாதி மெல்ல மெல்லப் பாம்பாக மாறி பால்கிஷனாகிக் கடைசியில் பாபாவிடமே போய்ச் சேருவதாகக் கதை முடிகிறது.

நம்முடைய இந்திய தேசத்தில் பாம்புகள் குறித்த தொன்மங்களுக்கும் நம்பிக்கைகளுக்கும் எல்லையே இல்லை. ஆனால் ஒரு விசேஷம்; துர்ஜாதி பாபு பாம்பாக மாறுகின்ற அவஸ்தையை (ஆம். அதை அப்படித்தான் சொல்ல வேண்டும்) ரே வெகு சுவாரஸ்யமாகச் சொல்லிக்கொண்டு போகிறார். எனக்கு ஒரே ஒரு சந்தேகம் – அது என்ன 'துர்ஜாதி பாபு' என்று ஒரு பெயர்? இந்த ஒரு பாபு மட்டுமில்லை; படோல் பாபு – அதுல் பாபு – கராளி பாபு – ப்ரத்யோத் பாபு – துளசி பாபு – அனிமேஷ் பாபு – அச மஞ்ச பாபு – பிரேன் பாபு – ரத்தன் பாபு – கேசவ் பாபு – மணிலால் பாபு – போலா பாபு... என்று ஒருபாடு பாபுக்கள் (தேடிப்பார்த்தால் இன்னுமொரு நூறு பாபுகளேனும் அகப்படக் கூடும்) இக்கதை வெளியெங்கிலும் அலைந்து திரிகிறார்கள்.

'பெரும் பறவை' கதையில், நண்பர்கள் மூலிகையைத் தேடிவரும் இடத்தில் கிடந்த முட்டையிலிருந்து குஞ்சு பொறித்து வெளிவரும் சிறுபறவை 'அண்டல் கலோர்னிஸ்' என்னும் ராட்சஷ் பறவையாக மாறி அதை வளர்ப்பவருக்கே பெரும் சவாலாகி விடுகிறது. பிறகு அவர் அதைக் கொல்ல யத்தனிக்காமல் சக்ராபரணச்சாறு கொடுத்து சைவபட்சிணியாக்கி விடுகிறார். இதில் ரே என்னும் கதை சொல்லியின் சாமர்த்தியம் வெளிப்படுகிறது.

'அச மஞ்ச பாபுவின் நாய்' ப்ரௌனி சிரிக்கிறது. நாய் சிரிக்கிறது என்றால் நாட்டிலுள்ளோர்க்கு அது ஆச்சரியம் தானே? அமெரிக்காவின் செல்வமும் மதிப்பும் மிக்க ஒரு பிரஜை இதை கேள்விப்பட்டு, நியூயார்க் சிட்டி செக் புத்தகத்துடன் அச மஞ்ச பாபுவைத் தேடி வந்துவிடுகிறார். (பிரஜை ஏற்கனவே லத்தீன் மொழியில் மட்டும் பேசுகின்ற கிளியொன்று வைத்துள்ளார்) அவர் வந்த நேரம் பார்த்து அந்த நாய் சிரிக்கமாட்டேன்கிறது. ப்ரௌனி சிரிக்க ஒரு காரணம் வேண்டும். கடைசியில் காரணமே இல்லாமல் ப்ரௌனி சிரிக்கிறது அதை வைத்து ப்ரௌனி சிரித்த காரணத்தைக் கண்டுபிடித்துவிடுகிறார்

பாபு. இப்படிச்செல்லும் கதையைத் தத்துவார்த்தமாக முடித்து வைக்கிறார் ரே. சரி, அது என்னங்க அசமஞ்ச பாபுன்னு ஒரு பெயர்? இதை அசமந்த பாபுன்னு எழுதித் தொலைக்காமலிருக்க நான் ரொம்பக் கஷ்டப்பட்டேன்.

'ரத்தன்பாபுவும் அந்த இன்னொரு மனிதரும்' கதை உருவரீதியாக சுபாவ ரீதியாக, இன்னும் நிகழும் சம்பவங்களின் ரீதியாகவும் ஒன்று போலவே இருக்கும் இரு நபர்களைக் குறித்துச் சித்தரிக்கின்றது. 'இண்டிகோ' 19 ஆம் நூற்றாண்டு ஆங்கிலேயனாக உருமாறிவிடும் ஒருவனைக் குறித்த புனைவாகவும், 'டுயெல்' நூற்றாண்டு வரலாறுகளுக்குள் பயணிக்கிற மாயா யதார்த்தவாதக் கதையாகவும் எழுதப்பட்டுள்ளன. கோர்வுஸ், டெலஸ், சஹாரா மர்மம், ஒற்றைக் கொம்பனைத் தேடும் பயணம் – போன்ற பிறகதைகளும் இவ்வகையான உருவமாற்ற, அமானுஷ்யத் தன்மைகளுக்கு குறைவில்லாமல் படைக்கப்பட்டுள்ளன.

தொகுப்பின் ஒரே யதார்த்தக்கதை 'படோல் பாபு ஒரு சினிமா நட்சத்திரம்'. சத்யஜித் ரே தன்னுடைய திரைத்துறை சார்ந்த கதையாக இதை எழுதியிருக்கிறார். அதே சமயத்தில், ஒரு முன்னாள் நாடக நடிகனுக்குள் புதையுண்டு கிடக்கும் ஏக்கப் பெருமூச்சுக்களை கலா நேர்த்தியுடன் சிருஷ்டிக்கிறார். நாடகத்தையே மறந்துபோன படோல்பாபுவுக்கு திடீரென்று ஒரு சினிமா சான்ஸ் அடிக்கிறது. இந்தச் செய்தியைச் சொல்ல வந்தவரிடம் படோல் பாபு கேட்கும் ஒரு கேள்வி: 'என் கேரக்டருக்கு வசனம் இருக்கிறதா?' வசனம் இருக்கிறது என்று அவர் உறுதி சொல்கிறார். ஏனென்றால் படோல் பாபு ஒரு காலத்தில், நாடகத்தில், நம்ம 'வீரபாண்டிய கட்டபொம்மன்' சிவாஜி கணேசனைப்போல "பார் பார் அதோ பார் உன்னதப்போரில் காண்டீப வில்லின் நரம்புகள்..." என்றெல்லாம் நரம்புகள் புடைக்க, ரத்தம் கொப்பளிக்க வசனம் பேசி நடித்தவர்.

கடைசியில் அந்தச் சோகத்தை என்னென்று கேட்பீர்கள்? படப்பிடிப்பின்போது படோல் பாபு தனக்கான வசனத்தை எழுதிக் கேட்கிறார். எழுதி, கைக்கு வருகிறது காகிதம். அதிலிருந்த வசனம் 'ஒஹ்...' என்கிற ஒற்றைச் சொல் மட்டும். நொந்து போகிறார் படோல். ஆனால் அவருக்குள்ளிருந்த கலா வேட்கையைப் பாருங்கள். 'ஒஹ்' எனும் அந்த ஒற்றைச் சொல் வசனத்தை வெவ்வேறு த்வனிகளில், பாவத்தில் சொல்லிப் பார்க்கிறார். இந்த 'ஒஹ்'வுக்கு ஒத்திகை பார்க்க அவர் எடுத்துக்கொள்ளும் கால அளவு மிக அதிகம். கடைசியில் அந்தக் காட்சியை சிறப்பாக நடித்துக் கொடுத்துவிட்டு, அதற்குரிய ஊதியத்தைக் கூட பெற்றுக்கொள்ளாமலேயே சென்றுவிடும் குணச்சித்திரம் அடேங்கப்பா... பத்து மிகை யதார்த்தக் கதைகளையும் இந்த ஒற்றை யதார்த்தக் கதை லபக்கென்று விழுங்கி ஜீரணித்து

விடுகிறது. யதார்த்தமாவது சாவதாவது அது அமரத்துவமானது என்று இந்தக்கதையின் மூலம் ரே சொல்லாமற் சொல்கிறார்.

இந்தப் பதினொறு கதைகளையும் சொல்லிக்கொண்டே போகலாம். ஆனால் அதுவன்று கட்டுரையாளன் பணி. அப்புறம் சொல்லிக்கேட்பதினும், வாசித்தனுபவிப்பதில் நிறையச் சுகமும் சௌகர்யங்களும் உண்டு. ஆக இப்போது கேட்டலிற் கற்றலே நன்று.

(உயிர் எழுத்து – அக்டோபர் 2016)

கேசவ ரெட்டி

அவன் காட்டை வென்றான்

மீன்காரத்தெரு, கருத்த லெப்பை போன்ற நாவல்களை எழுதிய காலக்கட்டத்தில் நான் எழுதத் திட்டமிட்டிருந்த மற்றொரு நாவலுக்குப் பெயர் 'எங்க வாப்பாவுக்கு ஒரு பன்னி இருந்துச்சு'. இந்த விஷயம் ஹெச்.ஜி.ரசூல் போன்ற என் நண்பர்களுக்குத் தெரியும். இது குறித்து உரையாடிக்கொண்டிருக்க நேர்ந்தவொரு தருணத்தில் முனைவர் ஆனந்தகுமார் என்னிடம் "பஷீரின் எங்க வாப்பூப்பாவுக்கொரு ஆன இருந்துச்சுக்கு எதிர்வினையாக இதை நீங்கள் எழுதுகிறீர்களா" என்று கேட்டார்.

பதறிப்போய், உடனே நான் அதை அப்போது மறுத்தேன். இந்த நாவலை நான் எழுதினால், அந்தப் பிரதி கருத்தியல் ரீதியில் அடிப்படைவாதிகளுக்கு ஓர் எதிர்வினையாக இருக்குமே தவிர்த்து, பஷீரின் நாவலுக்கான எதிர்வினையாக இருக்காது... என்று கூறினேன். "இல்லை தோழர், அப்படியாகவும்தான் எடுத்துக்கொள்ளப்படும்" என்று ஆனந்தகுமார் தன்கருத்தில் உறுதியாக இருந்தார். பிறகு என்ன காரணத்தினாலோ அந்த நாவலை என்னால் எழுத இயலாமலே போ யிற்று. ஆனால் வடிவத்தில் கச்சிதமானதும், உள்ளடக்கத்தில் வீரியம் மிக்கதுமான அந்தக் கதை. இன்றும் என் படைப்பு நாளங்களுக்குள் ஓடிக்கொண்டே இருக்கிறது. இவ்வாறு சிலவற்றை, காலம் வந்தும் பிரசவிக்காத ஒரு பிள்ளைத்தாச்சியைப்போல சுமந்தலைவது படைப்பாளி வாங்கிவந்த சாபம்போலும்.

எனக்குப் பன்றிகளைப் பிடிக்கும். எப்படி எல்லோருக்கும் ஆடு, மாடுகளை, பூனை, நாய்களைக் குதிரைகளைப் பிடிக்குமோ அப்படி சமூகத்தில் 'ஹராம்' (விலக்கப்பட்டது) என ஒதுக்கப்பட்ட

பிராணியாகவே அவை ஒரு சாராருக்கு இருந்துவிட்டுப் போகட்டும். ஒதுக்கி வைக்க சிலருக்கு உரிமையுள்ளதைப் போன்றே அதை உவப்பாகக் கருதவும் உரிமையுண்டுதானே? ஒரு படைப்பாளியாக எனக்கு எல்லா ஜீவராசிகளின் மீதும் நெருக்கம் இருக்கிறது. எனது பள்ளிப் பிராயத்தில் நான் பன்றிகளின் அவதானிப்புடன்தான் வளர்ந்தேன் என்று சொல்லக் கூச்சப்படவில்லை. கிராமத்தில் பிறந்து வளர்ந்தவர்களுக்கு இது இயல்பான ஒன்று.

கீரனூரில் வழக்கமான வீடுகளைவிடவும் மேட்டுத்தனமாகக் கட்டப்பட்டிருந்த என் பூர்வீக வீட்டுத் தலைவாசல் படிகளுக்குக்கீழே ஓடிக்கொண்டிருக்கும் சாக்கடையிலிருந்துதான் முதன் முதலாக அவற்றுடனான என் சிநேகம் துளிர்த்தது. சற்றுத் தள்ளித்தள்ளி இரண்டு பன்றிக் குடும்பங்களேனும் அவற்றில் ஜீவித்ததுண்டு. தாயும் பிள்ளைகளுமாக அவை கொஞ்சிக் குலாவுவதைப் பல சந்தர்ப்பங்களில் ஏக்கம் தொனிக்கக் கவனித்திருக்கிறேன்.

எனக்கு சுந்தர்ராஜன் என்றொரு வகுப்புத்தோழன் இருந்தான். அருந்ததிய சமூகத்தைச் சேர்ந்தவன். அழகான குரல் வளமுள்ளவன். 'வந்தேமாதரம் என்னும் வார்த்தையினால் தேசத்தை ஒன்றாக்கி வைத்தவரே... உத்தமராம் காந்தி அண்ணல்...' என்று ராஜபார்ட் ரங்கதுரை படப்பாடலை எஸ்.ஜானகி குரலில் பிசிறில்லாமல் பாடி அவன் முதற்பரிசு பெற்றதும், 'ஒன்றே குலமென்று பாடுவோம்' என்று பல்லாண்டு வாழ்க எம்.ஜி.ஆர் பாடலை நான் பாடி பள்ளி ஆண்டு விழாவில் இரண்டாம் பரிசு பெற்றதும் உயிர்ப்பான ஞாபகங்கள். நாயுடுமார் தெரு முடியுமிடத்திலிருந்து அருந்ததியர் தெரு தொடங்குகிறது. அந்தத் தெருவுக்கு அப்போது இன்னொரு சிறப்பு 'கண்ணன் திரையரங்கம்'. தொலைக்காட்சிகளெல்லாம் வந்திராத அந்தக் காலத்தில் ஊரின் ஒரே ஆசுவாசம் அந்த ஓலைக் கொட்டகையில் அன்றாடம் நடைபெற்ற இரண்டு காட்சிகள்தாம். சக்கிலியத் தெரு என்று பழித்தாலும் அந்தத் தெருவைக் கடந்துதான் அந்த மண்ணை மிதித்துத்தான் நீ படம் பார்க்க வரவேண்டும் என்று அப்போதே அரசியல் செய்தவர், ஒரு பெரியார் பெருந்தொண்டர். அவர்தான் கொட்டகையின் முதலாளி.

படம் பாரக்க என்றில்லை, சகஜமாகப் பகல் பொழுதுகளிலும் அருந்ததியர் தெருவுக்குள் பிரவேசிக்கிறவனாகிய நான் ஊரார் அண்டவிடாமல் விரட்டி விரட்டியடிக்கின்ற பன்றியினங்களை அம்மக்கள் தம் வீடுகளுக்கு வெளியில் தொழுவம் கட்டிப் பராமரிக்கின்ற நேர்த்தியையும், அழகையும் அப்போது கண்டு வியந்திருக்கிறேன். கவுண்டர் வீட்டு ஆவினங்களுக்கு கிடைக்கின்ற மரியாதை அவர்களின் குடில்களிலே பன்றிகளுக்கு. பன்றி வளர்க்கும் மற்றொரு சமூகத்தினர்

குறவர்கள். இப்படியே சொல்லிக்கொண்டு போனால் அந்தக் கிழவனையும் பன்றியையும் அதன் பத்துக்குட்டிகளையும் குறித்து நான் ஒருபோதும் உங்களுடன் கதைக்க முடியாது. எனவே சுயபுராணத்தை இத்துடன் நிறுத்திக்கொள்கிறேன்.

'அவன் காட்டை வென்றான்' என்றொரு நாவல். முனைவர் கேசவ ரெட்டி என்பவரால் மூலமொழியாகிய தெலுங்கில் எழுதப்பட்டு ஏ.ஜி.எத்திராஜூலுவால் தமிழில் மறு ஆக்கம் செய்யப்பட்டது. 1996ஆம் ஆண்டு நேஷனல் புக் டிரஸ்ட், இருபத்தைந்தே ரூபாய் விலைக்கு, அதைப்பதிப்பித்துள்ளது. மூலமொழியில் இந்நாவலுக்குப் பெயர் 'அட்டு அடவனி ஜெயிஞ்சாடு' மிக வித்தியாசமான நாவல். தெலுங்கு மொழியில் எழுதப்பட்ட விளிம்புநிலைப் பிரதிகளுள் முக்கியமானதென்று குறிப்பிடலாம். இந்த நாவல் வெளிவந்ததற்குப் பிறகுதான் தமிழில் காடுகளைக் குறித்த புனைவுகள் அதிகம் எழுதப்பட்டன என்று கருதுகிறேன். அவன் காட்டை வென்றானை வாசிக்கும்போது 1969இல் வெளிவந்த சா.கந்தசாமியின் 'சாயாவனம்', 2003 இல் வெளியான ஜெயமோகனின் 'காடு' போன்ற புதினங்கள் நினைவிற்கடந்து செல்வதைத் தவிர்க்க இயலவில்லை. அவன் காட்டை வென்றானை 90களின் இறுதியில் முதன்முதலாக வாசித்தேன். அப்போது கட்டுரைகளில் என் கவனம் குவியாததால் அது குறித்து எழுத வாய்க்கவில்லை . சமீபமாக ஒரே அமர்வில் வாசித்துவிடக்கூடிய அளவிலான, சின்னச்சின்ன நாவல்களைத் தேர்வு செய்து கொண்டு தினமும் ஒன்று என்ற விகிதாச்சாரத்தின்படி பயணப்பட்டபோது அவன் காட்டை வென்றானை இரண்டாவது முறையாகக் கடந்தேன்.

அளவில் மிகச்சிறிய நாவல். முன்னுரையும், பின்னுரையும், நாவலுமாகச் சேர்த்து, மொத்தம் 78 பக்கங்கள். என்.பி.டி வெளியீடுகளின் ஃபாண்ட் அளவு சிறியது, அத்தியாயப் பிரிப்புகள் தனித்து இல்லாமல் தொடர்ச்சியாக வருவன என்று வைத்துக்கொண்டாலும் இப்போதைய வடிவமைப்பில் 100 பக்கங்களைத் தாண்டாது. கதை என்று பார்த்தால், இன்றோ அல்லது நாளையோ சில குட்டிகளைப் பிரசவிக்கக் கூடிய ஒரு தாய்ப்பன்றியைத் தேடி, வனாந்தரம் புகும் ஒரு கிழவனைப் பற்றியது. பன்றி, குட்டிகளை ஈன்றதா கிழவன் தாய்ப்பன்றியையும் குட்டிகளையும் கைப்பற்றித் தன் தொழுவத்திற்குக் கொண்டுவந்து சேர்த்தானா என்கிற கேள்விக்கு விடைதரக் கூடியது. சொற்பமான பாத்திரங்களுடன் ஒரு நேரடிக் கதை விவரிப்பு; யதார்த்த நடை, இயற்கையுடன் இயைந்த போக்கு அவ்வளவுதான் இந்த நாவல்.

கேசவ ரெட்டி குறித்து நமக்கு அதிகம் தெரியாது. தெலுங்கிலிருந்து தமிழுக்கு வருவனவும் குறைவு. மலையாளம், கன்னடத்துடன் ஒப்பிடும்போது, ஒட்டியே இருக்கின்ற ஒரு பிரதேசத்தின் இலக்கியப்

போக்குகளைப் பெரிதும் அறிமுடியாமற்போவது எவ்வளவு துரதிர்ஷ்ட வசமானது?

பெரிதும் கதைத்தன்மையற்ற இந்நாவலை, கேசவரெட்டி ஒரு தெருவிற்குள், அல்லது ஓர் ஊருக்குள் என்பதுபோன்ற குறுகிய வரையறை வைத்துக்கொள்ளாமல், கானகத்திற்குள் இழுத்து விடுகிறார். இயற்கை என்னும் அகண்ட வெளிக்குள் நாவலின் பெரும்பாலான அத்தியாயங்கள் நிகழ்கின்றன. கிழவனையும் அவனது வளர்ப்புப் பையனையும் மட்டுமே மானுடக் கதாபாத்திரங்களாக்கியவர், சிட்டுக்குருவியையும் நரிகளையும், பாப்பம் பூச்சிகளையும், நண்டுகளையும், பூவரச மரத்தையும், நிலாவையும், காற்றையும், நீர்நிலைகளையும், முயல்களையும் துணைக் கதாபாத்திரங்களாக்கிவிடுகிறார். தனிநபர் ராணுவம் போன்று கிழவன் தனித்திருந்து சாகசம் புரிகிறான் அழுகிறான் சிரிக்கிறான் பாடுகிறான் புலம்புகின்றான். கல்வியறிவற்ற அவனுடைய மனவோட்டங்களிலிருந்து ஒரு தத்துவச்சரடு கண்ணுக்கெட்டாத தொலைவுவரை நீள்கிறது. மனித வாழ்க்கையை மையம் கொண்டு, ஒரு மாபெரும் விவாத மேடையாகிறது. காடு. காட்டுக்குள் நிகழாதது ஏதுமில்லை என்றாகிறது.

ஒரு நாவலாசிரியனாக, நாவலின் முதல்வரி எனக்கு முக்கியமானதாகிறது; வாசகனாகவும். என் சக எழுத்தாளர்கள் பெரும்பாலும் இக்கருத்துடன் உடன்படுவதில்லை. ஒரு நாவலை எங்கிருந்து வேண்டுமானாலும் தொடங்கலாம். ஆனால் எப்படித் தொடங்குகின்றோம் என்ன மாதிரியான வார்த்தைகளை முதல் வரிக்காகக் கோர்க்கிறோம் என்பது என்னளவில் பிரதானம். 'பிறந்த குழந்தையின் அழுகைச் சத்தத்தை தேவ சங்கீதம்போலக் கேட்டு, தெருவே கொண்டாடியயது...' என்று மீன்காரத்தெரு நாவலின் தொடக்க வரிகளை அமைத்தேன். அவ்வரிகள் தந்த உற்சாகத்திலேயே முழு நாவலையும் எழுதிமுடித்தேன். பிற்பாடு எழுதிய ஆறு நாவல்களுக்கான முதல் வரிகளும் என் நினைவிலில்லை , எனக்குத் திருப்தித் தரக்கூடிய முதல் வரிகளாக அமையவில்லை என்பது அதன் பொருள்.

'கிழவன் பண்டைச்சிலைபோல் படுத்துக்கொண்டிருக்கிறான்' என அவன் காட்டை வென்றான் நாவலின் முதல்வரியை அமைக்கிறார் நாவல் ஆசிரியர். அந்தவரி என்னை எங்கோ உந்தித் தள்ளியது. 'பண்டைச்சிலை' என்கிற வார்த்தைப் பிரயோகம் தான் அந்த வரியில் முக்கியமானது. அதுதான் என்னை வெகுவாக ஈர்த்தது. பிறகு அந்த வரி ஒரு காட்சிப்படிமமாக என் மனதில் பதிந்தது. நான் தொடர்ந்து நாவலுக்குள் பயணிக்கத் தொடங்கினேன். இதுபோன்ற பல அபாரமான வரிகளை இச்சிறுநாவலுக்குள் நாம் காணலாம்.

ஒரு நாவலின் மையக் கதாபாத்திரம் சக பாத்திரங்களின் மேல்

கொள்ளும் ஈர்ப்பும், பிரேமையும் அந்நாவலின் முக்கிய விளைவுகளை நிகழ்த்த ஆசிரியருக்கு இடமளிக்கிறது. மோகமுள்ளில் ஐமுனாவின்மேல் பாபு கொள்ளும் காதலைப்போல, இந்த நாவலில் காணாமல்போன தாய்ப்பன்றியின் மேல் கிழவன் வைத்திருக்கும் அளவற்ற நேசம் முக்கியத்துவம் பெறுகிறது. அந்த நேசமே அவனைக் குடிலைவிட்டும் வெளியே தள்ளுகிறது. பன்றியை மேய்க்கச் சென்ற சிறுவனை வழியில் எதிர்கொண்டு பன்றி வழிதவறியதை அறிந்துகொண்டதும் கிழவனின் மனப்போக்கில் தீவிரமானதொரு மாற்றம் ஏற்பட்டு கானகத்துக்குள் பிரவேசிக்க வைக்கிறது. அந்த நிமிடம் முதல் அவன் பன்றியைத் தேடுவதை ஒரு தவம்போல் மேற்கொள்கிறான்.

"ஒரு தொழுவத்தில் தாய்ப்பன்றி ஒன்று தன் குட்டிகளுடன் நான்கு கால்களையும் நீட்டிக்கொண்டு முகத்தைத் தரையில் பதித்து கண்களைப் பாதி மூடியவாறு பாசத்தின் இன்பத்தை நுகர்ந்துகொண்டிருக்கிறது. குட்டிகள் தாயின் மடியை மோதியவாறு பால் குடித்துக்கொண்டிருக்கின்றன. குட்டிகள் அதிகப் பலத்துடன் மோதும்போது தாய்ப்பன்றி மகிழ்ச்சியுடன் மெல்ல முனகுகிறது."

"தனது பெண் பன்றிகளோடு உயர்ரக ஆண் பன்றிகள் மட்டுமே உறவுகொள்ள வேண்டுமென கிழவன் கையில் தடியை எடுத்துக்கொண்டு மட்டரசு ஆண் பன்றிகள் அவ்வட்டாரத்திலேயே நடமாடாமல் மிக ஜாக்கிரதையாகப் பார்த்துக்கொண்டான்."

"முழு கர்ப்பமாக இருக்கும் பன்றியை வெளியே அனுப்பியிருக்கக் கூடாது. தொழுவத்திலேயே வைத்து அதற்கு உணவும், கழிநீரும் தந்திருக்கவேண்டும்."

"அறிவீனத்திற்கும், முரட்டுத்தனத்திற்கும் பெயர்பெற்றது பெண் பன்றி. குட்டிகளைப் போட்ட பிறகு ஒருவாரம் வரை அது பேய்போல் நடந்துகொள்ளும். தன்னவரையோ, பிறரையோ அது நெருங்கவிடாது. அருகில் வருபவரை சின்னா பின்னமாக்கிவிடும்."

"பிரசவத்தின் அறிகுறிகள் காணப்பட்டவுடன் பெண் பன்றி அசாதாரணமாக நடந்துகொள்ளும். தனிமையான இடத்தைத் தேடிக்கொண்டு அது புறப்பட்டுவிடும். ஓரோர் சமத்தில் அது இவ்வாறு சில மைல் தொலைவைக்கூடக் கடந்துபோய்விடும்."

பன்றிகள் குறித்த நாவலாசிரியரின் இவை போன்ற அவதானிப்புகள் முக்கியமானவை. அதேபோல காடு குறித்த அவரின் கீழ்க்காணும் பிரக்ஞையும் குறிப்பிட்டுச் சொல்லத்தக்கவை.

காடு ரகசியங்கள் நிறைந்தது. எந்த அனுபவத்துக்கும் எப்படிப்பட்ட அறிவுக்கும் புரியாத ரகசியங்கள் இங்கே எத்தனையோ இருக்கின்றன.

உறக்கத்தில் தோன்றும் கனவுகளைப்போல இந்தப் பாதைகள் குழப்பமாக இருக்கின்றன. காடு எவ்வளவு விந்தையானதென்றால் அதன் ரகசியங்கள் அதற்கே தெரியாது போலும் என்று கூறுமளவிற்கு விந்தையானது. முரட்டு விலங்கு, பகைவர்கள், நண்பர்கள் என பாகுபடுத்திப்பார்க்கும் அறிவும்கூட அதற்குக்கிடையாது. காட்டுக்கு உயிர் வளர்ந்ததுபோல் உள்ளம் வளரவில்லை – காட்டைப் பற்றித் தெரியாதவனைக் காட்டைப்பற்றித் தெரிந்தவன் ஏமாற்றுகிறான் – காடு மவுனமாக கடவுளை வணங்குகிறது – காட்டில் தேடல் என்றால் காதுகளைக் கண்களாகவும், கண்களைக் காதுகளாகவும் மாற்றிக்கொள்ள வேண்டும்.

இந்தக் குறுநாவலில் கேசவரெட்டி உவமைகளைக் கையாள்வதிலும் தனித்துத் தெரிகிறார். 'சுட்ட கல்லின்மீது விடப்பட்ட எறும்பைப்போல, மாலை இருட்டில் பசிகொண்ட மின்மினிப்பூச்சிபோல அவன் திரிந்து கொண்டிருக்கிறான். சுருட்டிப் படுத்துக்கொண்டிருந்த பாம்புக்குட்டி விழித்தெழிந்து தலையை மேலே உயர்த்தியதைப்போல அவன் உள்ளத்தின் ஒரு மூலையில் நிராசை தலைதூக்கியது. கன்றைப் பசுவின் கர்ப்பத்திலிருந்து இழுக்கும் கால்நடை மருத்துவரின் முகத்தில் தெரியும் ஒருமுகப்படுத்தப்பட்ட கவனம் அவனது முகத்திலும் தெரிகிறது இவ்வாறான உவமைத் தெறிப்புகள் நாவலெங்கும் விரவிக்கிடக்கின்றன.

பன்றியின் மீதான கிழவனின் பாசத்தை, கிளர்ச்சியான வரிகளால் எழுதிக்காட்டுகிறார் கேசவரெட்டி. "உன்னிலே கரைந்துவிட வேண்டும் போலிருக்கிறது. உன்னருகிலே அமர்ந்து என் கைகளால் உன்னைத் தடவிக்கொடுக்க வேண்டும் போலிருக்கிறது. ஆனால் நீ என்னை நெருங்கவிடமாட்டாய். நீ ஓர் அறிவில்லாதவள். தன்னவர் யார் பிறத்தியார் யார் என்கிற வித்தியாசம் தெரியாதவள். ஆனாலும் நீ ஒரு வீரத்தாய். மின்னலைப்போல் பாயக்கூடியவள். இடியைப்போல் பகைவரைப் பிளக்கக்கூடியவள்."

பன்றியைத்தேடி கானகத்தில் அலையும் கிழவனுக்குப் பன்றி இருக்குமிடத்தைக் காட்டித் தருவது, காட்டைச் சுற்றிச்சுற்றிக் கத்திக்கொண்டிருந்த ஒரு சிட்டுக்குருவிதான். சிட்டுக்குருவி, தான்கண்ட செய்தி காடு முழுமைக்கும் தெரியும்வரை சும்மா இருக்காது. அதுகாட்டில் மறைந்திருக்கும் திருடர்களைப் பிடித்துத்தரும். காணாமல் போகும் வளர்ப்புப் பிராணிகளின் இருப்பிடத்தைத் தெரிவிக்கும் என்கிறார் நாவலாசிரியர். கிழவனைப் பன்றிக்குக் காட்டிக்கொடுத்து, ஒரு கட்டத்தில் பன்றியின் கோரைப்பற்களால் கிழவன் கடிவாங்கிக் காயப்படுவதும் இந்தச் சிட்டுக்குருவியின் இடைவிடாத கூக்குரலால்தான். இந்தக் குருவிதான் பன்றியின் இருப்பிடத்தை நரிகளுக்கும் தெரிவித்து, கிழவனின் கத்தியால் வெட்டுப்பட்டுச் சாகிறது. இந்த நாவலில்

ஒரு சிறிய சிட்டுக்குருவியின் பாத்திரம் முக்கியத்துவம் பெற்று, ஏழெட்டு அத்தியாயங்கள் வரையிலும் நீடிப்பதும், கதையின் வியத்தகு விளைவுகளை அது நிகழ்த்துவதும் விந்தைக்குரியது.

ஒரு பூவரசஞ்செடிக்கு மேலமர்ந்து கொண்டு கிழவன் தாய்ப்பன்றியையும் அதன் குட்டிகளையும் ரகசியமாகக் கண்காணிக்கின்றான். மேகங்களுக்குப் பின்னால் மறைந்திருக்கும் நிலாவிடம் 'நீ ஒண்ணும் வெளியே வரத்தேவையில்லை. இங்கே புதருக்குள் பத்து நிலாக்கள் இருக்கு. அவர்கள் உன்னை மிஞ்சியவர்களாக்கும்' என்று சவால் விடுக்கிறான். பன்றிக்குட்டிகளைக் கல்விச்செல்லும் நோக்கத்துடன் ஒரு நரி வந்து, தாய்ப்பன்றியின் மூர்க்கத்தனமான தாக்குதலைச் சமாளிக்க முடியாமல் உயிர் துறக்கிறது. கிழவன் அந்தக் காட்சியைக்கண்டு ரசித்து 'சபாஷ்ட... வீரமகளே... அப்படிக்கடி... அப்படிக்குதறு...' என்று கத்தி ஆர்ப்பரிக்கிறான். ஆனால் என்னவொரு துயரமென்றால் நரிகள் எண்ணிக்கையில் நாற்பது, ஐம்பது எனப் பெருங்கூட்டமாக வந்துவிடும்போது, குட்டிகளைக் காப்பாற்றுவதற்காக கிழவன் தாய்ப்பன்றியையே ஈட்டியால் குத்திக்கொல்ல நேர்கிறது. நரிகள் கவ்விக்கொண்டு சென்ற இரண்டு குட்டிகளைக் கழித்து மீதமிருந்த எட்டுக்குட்டிகளையும் மூங்கில்கூடை முனைந்து அதில் வைத்து புங்க இலைகளால் மூடித் தலைமேல் வைத்துக்கொண்டு நடக்கத் தொடங்குகிறான் கிழவன். ஆனாலும் கூரிய அலகுகள் கொண்ட நான்கு பருந்துகளிடமிருந்து அவற்றை அவனால் காப்பாற்ற முடிவதில்லை.

'போர் முடிந்துவிட்டது. நான் பூரணமாகத் தோற்றுவிட்டேன்' என்று கருதும் கிழவன், இறுதியில் தன் குடிசையினருகில் ஒரு ஜடம்போல் விழுந்துகிடக்கிறான். 'இத்தனைப் பெரிய யுத்தம் நடத்தியது இப்படி ஜடமாக விழத்தானா' என்று அவன் தன்னைத்தானே நொந்து கொள்கிறான். 'அசைவும் மாற்றமும் முக்கிய ஆதாரங்களாகக் கொண்ட இந்த உலகம் இறுதியில் சூனியத்தில் கலந்துவிடுவது போலவே, மிகவும் தீவிரமான அனுபவங்களுடன் நடந்த வாழ்க்கையும், கடைசியில் ஜடமாக மாறித்தான் திரும்போலும்...' என்றும் கிழவன் நினைப்பதாக இருப்பது கதாபாத்திரத்துக்குள்ளிருந்து ஆசிரியர் பேசுவதாக அமைந்துவிடுகிறது. இந்த ஓர் இடத்தில் மட்டுமல்ல, நாவலின் அநேக இடங்களில் கல்வி அறிவற்ற கிழவனின் மன ஓட்டங்களும் சொற்பிரயோகங்களும் புத்தி ஜீவித்தனமாகவே இருப்பதை நம்மால் உணர்ந்து கொள்ள முடிகிறது. மூலமொழியில் இந்நாவல் வெளிவந்த காலகட்டத்தில் இதுகுறித்த விமர்சனங்கள் எழுந்ததை, குறிப்பாக கம்யூனிஸ்ட்கள் அப்படியான விமர்சனங்கள் வைத்திருக்கிறார்கள் என்பதை முன்னுரையிலும், மதிப்பீடு என்னும் பெயரில் எழுதப்பட்டுள்ள பின்னுரையிலும் அறிந்து கொள்ள முடிகிறது.

"காட்டுக்கு உயிர் வளர்ந்ததுபோல் உள்ளம் வளரவில்லை என்கிறான் இந்தக் கிழவன். இதைச் சொல்வதற்கு இவனுக்கு வலிமை போதாதென்கின்றனர் கம்யூனிஸ்ட் தத்துவமேதைகள்."

"இந்த காட்டுக் கதையில் வடகிழக்குத் திசையிலிருந்து கூவும் சிட்டுக்குருவி மிக முக்கியமான சிறிய பாத்திரமாகும். அது எல்லாமும் தெரிந்து கொள்ளவேண்டுமென்கிற ஆர்வமுடையது. ஒரு மார்க்ஸியவாதியைப்போல் அது கத்திக்கொண்டே இருக்கிறது."

"காட்டு நீதியிலும் காரிய காரண தொடர்புள்ளது. பகுத்தறிவுவாதிகளும், கம்யூனிஸ்டுகளும், லோகாயதவாதிகளும் பயப்படும் அளவுக்குத் தலைவிதி தத்துவம் உள்ளது..."

இவ்வாறெல்லாம் பி.சுப்ரமணிய சர்மா தன் முன்னுரையில் கூறுகிறார். சர்மாவின் கம்யூனிஸ்ட் ஓவ்வாமை கலந்த முன்னுரையைக் காட்டிலும் முனைவர் சஞ்சீவதேவின் மதிப்பீடு அர்த்தப் பூர்வமாக இருக்கிறது. சஞ்சீவதேவ், நாவலாசிரியர் கேசவரெட்டியின் எழுத்துப்போக்கை 'குரூபத்தில் அழகு (The Beauty of Ugliness) என்றும், அருவருப்பு எழுத்துமுறை என்றும் மிகச்சரியாக மதிப்பிடுகிறார்.

இந்நாவலின் சில அத்தியாயங்களில் இடம்பெறுவதன் மூலம் ஒரு முக்கியக் கதாபாத்திரமாகவே மாறிவிட்ட அந்தச் சிட்டுக்குருவியை, நான் சமீபமாக வாசித்த ஜெயமோகனின் 'கைதிகள்' கதையில் (வெண்கடல் தொகுப்பு) வரும் குருவியுடன் ஒப்பிட்டுப் பார்க்கிறேன்.

தன் பொருட்டுப் பொதுமக்களை போலீஸ் தொந்தரவு செய்வதைச் சகிக்கமாட்டாமல் வலியவந்து சரணடையும் அப்புவைப் போட்டுத்தள்ள காட்டுக்குள் அழைத்துச் செல்கிறார்கள். குழி வெட்டப்படுகிறது. அப்புவை என்கவுண்டர் செய்ய டிஎஸ்பியும் அவனது சகாக்களும் ஆயத்தமாகையில் 'ரிவீட்' என்றவாறு ஒரு கரியகுருவி புதருக்குள்ளிருந்து படபடவெனச் சிறகடித்துக்கொண்டு எழுந்து கிளைக்குக்கிளை தாவியமர்ந்து ஓயாமல் குரல் எழுப்புகிறது. வெகுநேரமாக அவர்கள் வரும் பாதை நெடுகத் தொடர்ந்து வந்து தொந்தரவு செய்யும் அந்தக் குருவியை அவர்களால் ஒன்றும் செய்ய முடிவதில்லை.

ஜெயமோகனின் 'வெண்கடல்' தொகுப்பின் முன்னுரையில், 'அந்தக் கருங்குருவி கதைக்குள் வரும்வரை அந்தக்கதையில் என்ன சிக்கல் என்றே தெரியவில்லை ' என 'கைதிகள்' கதை குறித்து எழுதுகிறார். 'கைதிகள்' கதையும் ஒரு காட்டுக்குள்ளேதான் நிகழ்கிறது. 'காடு என்று சொல்லும்போது நினைவுக்கு வரும் எதுவுமே இல்லை. ஓங்கிய மரங்கள், பசுமை, இருட்டு, ஈரம் ஒன்றும் இல்லை...' என்று அந்நிலக்காட்சியை அவர் வர்ணித்தாலும் 'தீனமான பறவைக்

குரல்களினாலான அந்தி இருள் பரவியதும் காட்டின் ரீங்காரம் ஆரம்பிக்கும். அந்த ஒலியே காடாக ஆகி இரவெல்லாம் இருளுக்குள் கூடவே இருக்கும்' என்றெழுதுவது காட்டின் உருவத்தைத்தான்.

காடு குறித்தெழுதும் படைப்பாளிகளிடம் இவ்வாறு சில ஒத்த தன்மைகள் உண்டுதான். அவன் காட்டை வென்றான் நாவலின் முக்கியத் திருப்பங்களுக்குக் காரணமாக ஒரு சிட்டுக்குருவி இருந்தது. 'கைதிகள்' கதையின் போக்கில் அந்தக் கரிய குருவி மாற்றம் எதுவும் நிகழ்த்தாமலே, கதாபாத்திரங்களைச் சலனப்படுத்துகின்ற பணியைச் செய்கிறது. படைப்பாளியே கூறுவதுபோல, அந்தக் குருவியின் வருகைக்குப் பின்புதான் அந்தக் கதையிலிருந்த சிக்கல் நீங்குகிறது.

'அவன் காட்டை வென்றான்' நாவல் ஓர் உன்னதம். காலம்தோறும் காடுகளைக் குறித்து எழுதப்படும் அனைத்து விதமான படைப் பாக்கங்களுடனும் ஒப்பு நோக்கத்தக்கது. குறைந்த கதாபாத்திரச் சித்திரிப்புகளுடன், நூற்றுக்கும் குறைவான பக்க அளவில் எழுதப்பட்ட சிறந்த விளிம்புநிலை ஆக்கமும்கூட.

(உயிர் எழுத்து – மே, 2016)

வில்லன் என்கிற நாயகன்

ஜின்னாவின் டைரி என்றொரு நாவலை நான் எழுதத் தொடங்கி, அதற்கான விளம்பர அறிவிப்பு பத்திரிகையில் வெளிவந்தபோது, எனது நண்பர்களில் சிலர் "தலைப்பு பயங்கரமாக இருக்கிறது ஜாகிர்" என்றனர். உண்மையில் நான் எழுத முயற்சித்தது, நண்பர்கள் கருதிக்கொண்டது போல ஒரு அரசியல் வரலாற்று நாவலை அல்ல. ஆனாலும் ஜின்னா என்னும் பெயர் அவர்களுக்கு அப்படியான யூகத்தைத் தந்திருந்ததில் வியப்பதற்கு ஏதுமில்லைதான்.

என் பள்ளிப் பிராயத்தில் இந்திய வரலாற்றின் மேல் எனக்கு மிகப் பெரிய ஈர்ப்பு ஏற்பட்டிருந்தது. என் கல்வியையும் வரலாறு சார்ந்ததாக உருவாக்கிக் கொண்டு, அதைக்குறித்த தேடல்களுடனேயே பயணித்திருப்பேனேயானால் ஒருவேளை என் தலைவிதி வேறுவிதமாக மாறியிருக்கக்கூடும். ஆனாலும் இன்றைய என் நிலையில் பெருமளவு அதிருப்தி இல்லை. நான் எதை நினைத்தேனோ அதுவாகவே ஆகி யிருக்கிறேன்.

1970களில் பள்ளிக்கூட நாட்களில் என் தாத்தா தன் தவச்சாலையான எங்கள் வீட்டு மாடியில் அமர்ந்து கொண்டு முகமது அலி ஜின்னா என்னும் பெயரைத் தனது சக நண்பர்களுடனான உரையாடல்களின் வழியே அடிக்கடி உச்சரிக்க் கேட்டிருக்கிறேன். ஜின்னாவைக் குறித்த சில ஆங்கிலப் புத்தகங்களையும் அவர் புரட்டிக் கொண்டிருந்த நினைவு இருக்கிறது. எனக்கு அப்போது ஜின்னாவைக் குறித்த எவ்விதப் புரிதலும் கிடையாது. அதிகபட்சமாக அது ஒரு இஸ்லாமியப் பெயர் என்பதைத் தவிர்த்து. என் பாடப் புத்தகங்களிலும் ஜின்னாவைக் குறித்த பதிவுகள் இருந்ததில்லை. இந்திய வரலாறு ஒரு மறைக்கப்பட்ட,

திரிக்கப்பட்ட வரலாறு என்பதை என் வாசிப்பனுபவங்களின் வழியாக வெகுவாகப் பின்னால் நான் அறிந்துகொண்டு, அதிர்ச்சியும் கலவரமும் அடைந்திருக்கிறேன்.

வரலாற்றைக் கூட மறைக்க முடியும், அல்லது எழுதப்படுகின்ற வரலாற்றை சிலர் தங்களுக்குச் சாதகமாக எழுதிக் கொள்ள முடியும் என்பதே ஒரு இந்தியனாக நான் அறிந்து கொண்ட முதல் பயங்கரவாதம். இந்த அனுபவம் தந்த பேரதிர்ச்சியிலிருந்து நான் விடுபடுவதற்கு வெகுகாலம் பிடித்தது. பிறகு வரலாறு என்பதே ஒரு புளுகு மூட்டை, அதிகார வர்க்கங்களைத் தவிர்த்துவிட்டு மக்களால் எழுதப்படுகின்ற எதிர்வரலாறு, மாற்று வரலாறே நிஜமான வரலாறு என்பதை எளிதாகப் புரிந்து கொண்டேன். இப்போது அதிர்ச்சிகளும் பயங்கரங்களும் என்னிலிருந்து விடைபெற்றிருந்தன. எய்ட் இந்தியாவில் வேலைபார்த்து, கோபாலபுரத்தில் தங்கியிருந்த 2008ஆம் ஆண்டின் இளவேனிற்கால நாளொன்றில் அகல் பதிப்பகம் பஷீர் அலுவலகத்தில் இந்த 'மாமனிதர் ஜின்னா' புத்தகத்தைப் பார்த்தேன். திருநெல்வேலியைச் சேர்ந்த வழக்கறிஞரும், மார்க்சிய சிந்தனையாளருமான இரா.சி.தங்கசாமி என்பவர் எழுதியிருந்தார். அட்டை உள்ளிட்ட புறவடிவ வேலைப்பாடுகள் என்னை ஈர்க்காவிட்டாலும் உள்ளடக்கம் செறிவாக இருப்பதைப் புரட்டிப் பார்க்கையில் உணர்ந்து, பஷீரிடம் கேட்டு புத்தகத்தைப் பெற்றுக் கொண்டேன்.

பிறகு அவ்வப்பொழுது அந்தப் புத்தகத்தை எடுப்பதும், தீவிரமாக எதையோ தேடுவதும், அடிக்கோடுகள் இடுவதுமாக நாட்கள் கடந்தன.

ஜின்னாவின் இளமைப் பருவம் முதல், அவருடைய இறுதிநாட்கள் வரை சுமார் 15 அத்தியாயங்களாகப் பிரிக்கப்பட்டு ஆண்டு, நாள் உள்ளிட்ட ஆதாரசுருதிகளுடன் எளிய மொழிநடையில் எழுதப்பட்டுள்ளது இந்த புத்தகத்தின் சிறப்பம்சமாக இருக்கிறது. ஜின்னாவின் கல்வி, வழக்கறிஞர் பணி, அரசியல் பிரவேசம், மணவாழ்க்கை, தேசப் பிரி விணையில் ஜின்னாவின் பாத்திரம் என அடுக்கடுக்காகப் பிரித்து எழுதப்பட்டிருந்தாலும் ஒட்டுமொத்த வாசிப்பில் எனக்கு இது காந்தி ஜின்னா என்கிற இரு பெரும் தலைவர்களின் கருத்து மோதல்களையே மைய இழையாகக் கொண்டு பின்னப்பட்டிருப்பதாகத் தோன்றியது.

"முதலில் நான் ஒரு இந்து. எனவே நான் ஒரு இந்தியன்" என காந்தி கூறியபோது "முதலில் நான் ஒரு இந்தியன் அதன் பிறகுதான் ஒரு முஸ்லிம்" எனத் தெளிவாகக் கூறிய ஜின்னா, அந்த வாக்கியத்தை தன் வாழ்வின் பல்வேறு சந்தர்ப்பங்களிலும் நிரூபணம் செய்து கொண்டே யிருந்திருக்கிறார். ஏனெனில் அவர் பிற இந்தியத் தலைவர்களைப்

போல காந்தியால் ஆகர்ஷிக்கப்பட்டவரல்லர். 17 வயதிலேயே தாதாபாய் நவ்ரோஜியின் அரசியல் பள்ளியில் இணைந்து அவருடைய வழிகாட்டலின் மூலம் அரசியலில் பிரவேசித்தவர்.

ஜின்னாவின் விசேஷகுணம் அவருடைய கறாரான மதச்சார்பற்ற தன்மைதான் என்று நான் கருதுகிறேன். 1906இல் அகில இந்திய முஸ்லிம் லீக் தொடங்கப்பட்டபோது அதை 'மதநிறுவனம்' என்று விமர்சித்த ஜின்னா, லீக்கில் இணைவதற்கு பதிலாக காங்கிரஸில் இணைந்ததும், இஸ்லாமியர்களுக்குத் தலைமை தாங்குமாறு அழைப்பு விடுக்கப்பட்டபோது, தாட்சண்யம் ஏதுமின்றி நிராகரித்து "நான் முஸ்லிம்களின் தலைவனல்ல, இந்தியாவின் தேசியத் தலைவன். முஸ்லிம்களுக்காக மட்டும் நான் செயல்பட முடியாது" என்று உறுதிபடக் கூறினார்.

தனிப்பட்ட வாழ்க்கையிலும் ஜின்னா இந்த கறாரான போக்கைக் கடைப்பிடித்தார் என்று புரிந்து கொள்ள முடிகிறது. அவருடைய நெருங்கிய நட்பு வட்டத்திலிருந்தவர்கள் எல்லோரும் இஸ்லாமியரல்லாதவர்களே. தாடி வைக்காமல், தொப்பி அணியாமல், ரமலான் காலத்தில் விரதம் மேற்கொள்ளாமல் விஸ்கியும், சிகரெட்டும் கையுமாக இருந்து மதத்தின் சகல சம்பிரதாயங்களையும் தவிர்த்த காரணத்தால் ஜின்னாவுக்கு காஃபிர் பட்டம் தேடி வந்தது. பொதுவாகவே அவருக்கு ஜாதி மதங்களின் மீது தீவிரமான ஒவ்வாமை இருந்தது. எனவே நாத்திகன் என்றும் அவருடைய மூதாதையர்கள் இந்து மதத்திலிருந்து மாறியவர்கள் என்பதால் அதன் எச்சம் அவருக்குள் விழுந்திருப்பதாகவும் பல்வேறு விமர்சனங்களை ஜின்னா எதிர்கொண்டார்.

ஜின்னாவின் சுருக்கெழுத்தராக வேலை செய்தவர் பாலக்காட்டைச் சேர்ந்த அய்யர், சமையல்காரர் கோவாவைச் சேர்ந்த இந்து, கார் ஓட்டுநர் சீக்கியர், மருத்துவர் பார்சி இனத்தவர். இதை அவர் திட்டமிட்டுச் செய்ததாகவும் சொல்லப்பட்டதுண்டு. இருந்துவிட்டுப் போகட்டுமே. கொந்தளிப்பான அக்கால கட்டத்தில் இதுபோன்ற துணிச்சல் யாருக்கு வரும் என்றுதான் கேட்கத் தோன்றுகிறது எனக்கு. சட்டம் பயின்று 1897ல் வழக்குரைஞர் தொழில் செய்யப் பதிவு செய்து கொண்ட ஜின்னாவின் 'வக்கீல் வாழ்க்கை' ஏற்ற இறக்கங்களும் விசேஷமான திருப்பங்களும் கொண்டது.

குடும்பம் எதிர்பாராமல் சந்தித்த பொருளாதார வீழ்ச்சியுடன், கராச்சி தனக்கேற்ற களமல்ல, எனக் கருதி ஜின்னா பம்பாய்க்கு சென்றார். அங்கே சென்ற பின்பும் "எங்க ஆத்துக்காரரும் கச்சேரிக்குப் போகிறார்" என்கிற கதையாகத்தான் அவருடைய வக்கீல் பிழைப்பு இருந்திருக்கிறது. ஆனால் பம்பாய் அட்வகேட் ஜெனரல் சர்மக்பர்சனின் அலுவலகத்தில்

கிடைத்தற்கரிய வாய்ப்பாக முக்கியமான சட்ட நூல்களை அவர் பயின்றதும், பிறகு தற்காலிக நீதிபதியாக ஆறுமாதங்கள் பணிபுரிந்து நிரந்தர நீதிபதியாக கிடைக்கவிருந்த வாய்ப்பை உதறித்தள்ளி, தான் வாதாடும் வழக்குகளுக்கு ஒருநாள் கட்டணம் ரூ.1500 என நிர்ண யித்து, எண்ணற்ற வழக்குகளில் ஆஜராகி வெற்றி கண்டது, 1926களில் இந்தியாவின் மிகப்பெரிய செல்வந்தர்களில் ஒருவரானது, என திரைப்படக் கதாநாயகனொருவரின் சாகசங்களுக்கு நிகரானது அவரின் வக்கீல் வாழ்க்கை. ஜின்னாவின் நுட்பங்கள் கூடிய வாதாடும் திறன் அன்றைய பம்பாய் நீதிமன்றத் தாழ்வாரங்களில் பேசுபொருளாகின. "பண்பு, துணிவு, உழைப்பு, முயற்சி ஆகிய நான்கு தூண்களில்தான் மானிட வாழ்க்கை என்னும் கம்பீரமான கட்டிடம் எழுப்பமுடியும். தோல்வி என்பது வாழ்வில் நான் அறியாத சொல்" இதைத்தான் தனது வெற்றியின் ரகசியம் என ஜின்னா நம்மிடம் பகிர்ந்து கொள்கிறார்.

ஜின்னா அரசியலுக்கு வந்தபோதும் வந்த பின்பும் பாகிஸ்தான் பிரிவினை குறித்த எவ்விதமான முன் முடிவுகளும் திட்டங்களும் அவருக்கு இருந்ததில்லை. முஸ்லிம் லீக் தொடங்கப்பட்டபோது அதில் அவர் இணையயவுமில்லை. தலைமை தாங்க அவர் மனப்பூர்வமாக விரும்பியதுமில்லை. சந்தர்ப்ப சூழ்நிலைகள்தான் அவரை அதுபோலாக்கியது. காங்கிரசையும் முஸ்லிம்லீக்கையும் இணைக்க வேண்டும் என்பதுதான் அவருடைய விருப்பமாக இருந்தது. இந்த இடத்தில் சட்டசபைக்கு முஸ்லிம்களுக்காக ஒதுக்கப்பட்ட பதவிக்கு ஜின்னா தேர்ந்தெடுக்கப்பட்டதை விமர்சிப்பவர்கள் உண்டு. அதேபோன்று முஸ்லிம் லீக்கைப் புறக்கணித்த அவர் அஞ்சுமன் –இ–இஸ்லாம் அமைப்பில் உறுப்பினரானது, முஸ்லிம் வஃக்பு சட்ட முன்வரவை சட்டசபையில் தாக்கல் செய்தது போன்ற செயல்பாடுகளுக்காகவும் நடுநிலைவாதிகளால் விமர்சிக்கப்பட்டார். இவை சரியான பிரதிநிதித்துவமற்ற, சிறுபான்மை சமூகத்திற்காக அவர் மேற்கொண்ட காரியங்கள் எனக் குறிப்பிடுகிறவர்களும் உண்டு.

இந்திய அரசியலில் மதம் கலப்பதை அறவே விரும்பாத ஜின்னா, இந்து முஸ்லிம் ஒற்றுமை சாத்தியமானது என்று பெரிதும் நம்பியிருந்தார். தேசவிடுதலைக்கு முன்னதாக இதை நிறைவேற்றிக் காட்டவேண்டும் என்கிற முனைப்பு அவரிடம் இருந்தது. ஆனால் மதச்சார்பற்ற தன்மை, சாதுர்யமான செயல்பாடுகள் இவற்றால் காங்கிரசில் முக்கியமான இடம் நோக்கி நகர்ந்து கொண்டிருந்த ஜின்னாவின் வேகமான வளர்ச்சி, காங்கிரஸ் தலைமைக்கு உள்ளூற அச்சத்தை அளித்தபடி யிருந்தது. ஜின்னாவின் வளர்ச்சியைத் தடுக்கிற மலினமான உத்திகளை காங்கிரசில் ஒரு பிரிவு தொடர்ந்து பிரயோகிக்கத் தொடங்கியது.

தேசிய நீரோட்டத்திலிருந்து ஜின்னாவை அகற்றுவதில்

இந்துத்துவவாதிகளின் திட்டமும், முஸ்லிம் மக்களை வழிநடத்த ஜின்னாவைக் கவர்ந்திழுப்பதில் இஸ்லாமிய வகுப்புவாதிகளின் திட்டமும் ஒரே நேரத்தில் வெற்றிகரமாக நடந்தேறின. இவை இரண்டும் தேர்ந்த சதி, என்பதை நடுநிலையாளர்கள் அவதானித்திருந்தனர்.

"காங்கிரஸில் தான் இரண்டாம் பட்சமாக நடத்தப்படுவதை உணர்ந்த ஜின்னா, மெல்ல மெல்ல லீக்கைத் தழுவினார். (காந்தி காங்கிரஸின் முக்கியமான இடத்திலிருந்தது இந்த இடத்தில் கவனிக்கத்தக்கது) மேல்நாட்டுப் பாணியில் தைக்கப்பட்ட நாகரீக உடைகளை அணிந்தபடி, மேல்தட்டு வர்க்கத்தினரிடையே கலந்து பழகிய ஒரு வழக்கறிஞர், இஸ்லாமியர்களை அரசியல் இயக்கமாக ஒன்று திரட்டி, இந்து தேசிய இயக்கத்துக்கு அச்சுறுத்தலாக வளர்ந்துவிடுவார் என்று 1935ஆம் ஆண்டிற்கு முன்னர் காங்கிரசார் நினைத்துக் கூடப் பார்த்திருக்கமாட்டார்கள்" என்று ஒரு கட்டத்தில் இந்நூலாசிரியர் குறிப்பிடுவதை நாம் பொருட்படுத்தவேண்டியுள்ளது.

இதையே தோழர் இ.எம்.எஸ் தனது 'இந்திய விடுதலைப் போராட்ட வரலாறு' என்னும் நூலில் "இந்திய அரசியலின் ஆரம்ப நாட்களில் ஒரு முற்போக்காளராகத் தனது அரசியல் வாழ்க்கையைத் துவக்கிய ஜின்னா பிற முஸ்லிம் தலைவர்களைப் போலன்றி ஒட்டுமொத்த இந்திய முதலாளி வர்க்கத்தின் நலனுக்காக வட்டமேசை மாநாட்டுக்காலம் வரையிலும் பாடுபட்டு வந்தார். தீவிர உணர்வு மிக்க ஒரு தேசியவாதியாக இருந்த இந்த முற்போக்கான அரசியல் தலைவர் முஸ்லிம் குறுங்குழுவாதத்தின் சிறந்த பிரதிநிதியாக இறுதியில் தம்மை மாற்றிக் கொண்டிருந்தார். முஸ்லிம் முதலாளி வர்க்கம் வளர்ச்சி பெற்றதும் இதன் விளைவாக முஸ்லிம்கள் மற்றும் முஸ்லிம்கள் அல்லாத முதலாளிவர்க்கப் பிரி வினருக்கிடையே ஏற்பட்ட மோதல்கள் இவற்றின் பின்னணியில் தான் ஜின்னாவின் அரசியல் வாழ்வில் ஏற்பட்ட இந்த மாற்றத்தை மதிப்பீடு செய்ய முடியும்' என்று குறிப்பிடுகிறார்." (பக் 832)

தோழர் இ.எம்.எஸ்.ஸின் கருத்துப்படி, ஜின்னாவை வர்க்க கண்ணோட்டத்தில் அணுக 'மாமனிதர் ஜின்னா' என்னும் இந்நூலில் எவ்விதமான சந்தர்ப்பமும் இல்லை. ஒரு சில இடங்களைத் தவிர்த்து இந்நூல் தலைப்புக்கேற்ற விதத்தில் ஜின்னாவை மாமனிதராகச் சித்தரிக்கும் விதத்திலேயே கட்டமைக்கப்பட்டுள்ளது.

காந்திக்கு நிகரான காந்தியின் எதிரியாக ஜின்னா மட்டுமே விளங்கினார். பிரிட்டிஷ் அரசாங்கம் ஒரு கட்டம் வரை காந்தியை வலுவான எதிரியாக பாவிக்கவில்லை. மேலும் தென்னாப்பிரிக்காவிலிருந்து திரும்பிய சமயத்தில் காந்தி பிரிட்டிஷ் ஆட்சிக்கு ஆதரவான விதத்திலேயே செயல்பட்டார். ஜின்னாவின் முயற்சியால் அமைதிப்பட்டிருந்த

இஸ்லாமிய வகுப்புவாதத்தை, காந்தி கிலாபத் இயக்கத்திற்கு அளித்த ஆதரவின் மூலமாக (அலி சகோதர்களை இணைத்துக் கொண்டு) கிளர்ந்தெழுச் செய்ததையும், துருக்கியில் கிலாபத் இயக்கம் கைவிடப்பட்டதும் காந்தியும் கிலாபத் இயக்கத்தை இந்தியாவில் கைவிட்டு, 'இஸ்லாமியரின் பிரச்சனைகளை இஸ்லாமியர்களே தீர்த்துக் கொள்ள வேண்டும்' என அறிவித்ததும் பிரிவினைக்கு முந்தைய காந்தியின் கைங்கர்யங்கள். காந்தியின் கிலாபத் இயக்க ஆதரவுச் சறுக்கல்களும், அதற்கான ஜின்னாவின் கடுமையான எதிர்ப்பும் இந்நூலில் விரிவான முறையில் பதிவு பெற்றுள்ளன. மேலும் காந்தியின் மதம்சார்ந்த அரசியல் கோட்பாடுகள் இந்நூலின் பல பக்கங்களில் விவாதத்திற்கும் விமர்சனத்திற்கும் உள்ளாக்கப்பட்டுள்ளது குறிப்பிடத்தக்கது.

ஜின்னா காங்கிரஸை விட்டுப்பிரிந்து சென்றபின், 1946இல் காங்கிரஸ் அமைத்த இடைக்கால அரசாங்கத்தில் நிதி மற்றும் வணிகத்துறைகளை இஸ்லாமியர்களுக்குப் பெற்றுத் தந்தது ஜின்னாவின் சாணக்கியத்தனம் என்று கூறப்பட்டது. 1946ல் தாக்கல் செய்யப்பட்ட அந்த பட்ஜெட்டில்தான் உப்புவரி முழுவதுமாக ரத்து செய்யப்பட்டது. அந்த பட்ஜெட்டைத் தாக்கல் செய்த லியாகத் அலிகான் அதை ஒரு 'சோசலிஷ பட்ஜெட்' என வர்ணித்தார். இதுவும் ஜின்னாவின் இடத்தை அகில இந்திய அளவில் உயர்த்தியது. காங்கிரஸ் அமைச்சர்கள் தங்கள் துறைகளுக்கான நிதி ஆதாரங்களுக்கு லியாகத் அலிகானை எதிர்பார்த்துக் கொண்டிருக்கும் நிலை/ நேரு, படேல் போன்ற தலைவர்களை உணர்ச்சிவயப்பட்ட நிலையில் இது யோசிக்க வைத்தது. இதனால் பாகிஸ்தானைப் பிரித்துத்தருவது, அதன் மூலமாக தங்களுக்குத் தடைக்கல்லாக நிற்கின்ற ஜின்னாவை இந்தியாவை விட்டு அப்புறப்படுத்துவது என ஒரு சமரசமற்ற திட்டம் அவர்களால் உருவாக்கப்பட்டது. மறுபக்கம் இஸ்லாமிய வகுப்புவாதிகள் ஜின்னாவின் மதச்சார்பற்ற செயல்பாடுகளினால் ஆத்திரமைடைந்தவர்களாக பொறுமிக் கொண்டிருந்தனர்.

பால்ய விவாகத்தைத் தடை செய்யும் வகையில் உருவாக்கப்பட்ட 'சாரதா சட்டம்' இந்துக்களுக்கு மட்டுமானதாக இருந்ததை, ஜின்னா கடுமையாக வாதாடி இஸ்லாமியர்களுக்குமானதாக மாற்றியது, ஜின்னாவின் முயற்சியால் ஷரியத் சட்டத்திருத்தம் கொண்டு வரப்பட்டு, உடலுறுப்புகளை வெட்டியும், கல்லெறிந்தும் கொல்வதுமான அரேபிய நாட்டின் காட்டுமிராண்டித்தன வழக்கிலிருந்து இந்தியாவிலுள்ள இஸ்லாமிய ஆண்களும், பெண்களும் காப்பாற்றப்பட்டது என ஜின்னாவின் மீதான அடிப்படைவாதிகளின் கோபம் அதிகரித்துக் கொண்டே வந்தது. முஸ்லீம் லீக்கிலிருந்து

ஜின்னா பிற்போக்குவாதிகளைக் களையெடுத்துக் கொண்டேயிருந்தார். மவுலவிகள், மவுலானாக்களின் ஆதிக்கத்தை அடியோடு ஒழிக்க கங்கணம் கட்டிக் கொண்டு செயல்பட்டார்.

1916ஆம் ஆண்டு இறுதிவரையிலும் கூட, ஜின்னா பிரிவினைக்கான சிந்தனையற்றிருந்ததாகவே வரலாற்றாளர்கள் சிலர் குறிப்பிடுகின்றனர். சுயராஜ்ய இதழில் இராஜாஜியும் இதைக் குறிப்பிடுகிறார். ஆனால் நேரு மிகத் தெளிவாக இருந்திருக்கிறார். "இந்தியாவில் உள்ள பிரச்சனைகளில் ஜின்னா தொடர்ந்து தலையிடாமல் இருப்பதற்கும், அரசியலை விட்டு அவரை முற்றிலும் விலக்கி வைப்பதற்கும் பாகிஸ்தானை அல்லது அதுபோன்ற ஏதாவது ஒரு பகுதியை உருவாக்கி விடுவது நல்லது" என்றே அவரது நாட்குறிப்பும் கூறுகிறது.

விடுதலைக்குப் பிறகான இந்திய அரசாங்கத்தில், ஜின்னாவின் தலையீட்டை விரும்பாத காரணத்தால் காங்கிரஸே முன்னின்று பிரி வினையைச் செய்தது. வேறுவழியின்றிப் பாகிஸ்தான் பிரிக்கப்பட்ட போது அதை இரண்டு துண்டுகளாக (மேற்கு பாகிஸ்தான் கிழக்கு பாகிஸ்தான் எனப் பிரித்து) வாங்கியதற்காக கடைசியாக நடந்த முஸ்லீம் லீக் கூட்டத்தில் ஜின்னாவிற்கு துரோகிப்பட்டம் சூட்டப்பட்டது.

தேசப்பிரிவினைக்கு ஜின்னா ஒப்புக் கொண்டபோதும், பாகிஸ்தான் உருவாகி சில நாட்களில் ஜின்னாவிடம் பத்திரிகையாளர்கள் கேட்ட கேள்விகளுக்கு அவர் அளித்த பதில்கள் அவர் மதச்சார்பற்ற தன்மை யிலிருந்து விலகாததை வெளிக்காட்டியது. மெளலவிகளின் வழி காட்டலில் புதிய இஸ்லாமிய அரசு பாகிஸ்தானில் அமையுமா என்று கேட்கப்பட்டபோது "முட்டாள்தனமாகப் பேசாதீர்கள்" என்று ஜின்னா நிருபர்களிடம் சீறியிருக்கிறார். புதிய அரசை இஸ்லாமிய ஷரிஅத் சட்டத்தை பின்பற்றச் சொல்லி சில உலமாக்கள் கேட்டுக் கொண்டபோது 'அப்படியான எண்ணம் இல்லை' என்று உறுதியாகக் கூறியிருக்கிறார். அப்போதே ஜின்னாவை ஒரங்கட்டுகிற திட்டம் பாகிஸ்தானில் உருவாகியிருக்க வேண்டும். ஏனெனில் புதிய தேசத்தைக் கண்டவர்கள் அறிந்தோ அறியாமலோ இந்தியாவின் மீது வன்மத்தையும், பிரிந்ததால் வெற்றிப் பூரிப்பையும் கொண்டிருந்தார்கள். ஜின்னாவின் மனநிலை அப்படி ஒரு போதும் இல்லை என்பதுதான் உண்மை.

பாகிஸ்தானிலிருந்த சிறுபான்மையினர் (இந்தியர்) நலனில் ஜின்னா கொண்டிருந்த ஆர்வம், பாகிஸ்தானியர்களின் மனநிலைக்கு ஒவ்வாததாகவே இருந்தது. பழைய வெறுப்பிலேயே இந்தியர்கள் பார்க்கப்பட்டனர். 1948 இறுதியில் கராச்சியில் நடந்த கலவரத்தைக் கண்டு ஜின்னா திகைத்துத் தெம்பிழுந்து போனார். இதற்கிடையில் அடிப்படைவாதிகளின் தூண்டுதலால் ஜின்னாவைக் கொலை செய்யும்

முயற்சியும் நடந்தது. சிறுபான்மையினராகிய இந்துக்களுக்கு அளித்த வாக்குறுதிகளை நிறைவேற்ற முடியாமல் தத்தளித்து, இந்துக்களின் அகதி முகாம் ஒன்றில் ஜின்னா கதறி அழுதது இந்தியாவரை எதிரொலித்தது. ஆதரவற்ற கையறு நிலையில் ஜின்னா இந்தியாவிற்கு திரும்பிச் செல்ல விரும்பியது வரலாற்றின் உச்சகட்டச் சோகம்.

மன உளைச்சல்களாலும் தொடர்ந்து புகைப்பிடிக்கும் பழக்கத்தாலும் நுரையீரல் புற்றுநோயால் பாதிக்கப்பட்டு ஜின்னா 11.9.1948 அன்று இரவு மரணமடைந்தார். ஜமாத்–இ–இஸ்லாம் தலைவர், "ஜின்னாவைப் போன்ற காஃபிருக்கு, நாத்திகருக்கு, மதவிரோதிக்கு இறுதிச் சடங்குகள் செய்யமாட்டேன்" என மறுத்ததுடன் அவரது மரண தினத்தை மகிழ்ச்சிக்குரிய நாளாகக் கொண்டாடினார்.

ஜின்னாவுக்குப் போல இத்தனை மோசமான துயரம், ஆசியக் கண்டத்தில் எந்தத் தலைவருக்கும் நேர்ந்ததில்லை. ஒரு மதத்தின் பிரதிநிதியாக, விருப்பமின்றித் தேர்ந்தெடுக்கப்பட்டவரை மதமே தீர்த்துக்கட்டியது. தனக்கு விசுவாசமில்லாதவரை மதம் ஈவு இரக்கமற்ற முறையில் விழுங்கத் தயங்காது என்பதற்கு ஜின்னாவின் வாழ்க்கை ஒரு உதாரணம். மாமனிதர் ஜின்னா என்னும் இந்த 220 பக்க நூல் ஏற்கெனவே எழுதப்பட்ட இந்தியாவின் சரித்திரத்தை கேள்விக்குள்ளாக்குகிறது. இந்திய சுதந்திரப்போராட்ட வரலாற்றின் எந்தப் பக்கத்தில் ஜின்னா விருப்பு வெறுப்பற்ற முறையில் பதிவாகி யிருக்கிறார்? இந்தக் கேள்வி தரும் உளைச்சல்தான் இந்த புத்தகத்தின் வாசிப்பனுபவம். ஜின்னா கடைசிவரை ஒரு பாகிஸ்தானியாக மாறவில்லை. அவர் ஒரு இந்தியனாகத்தான் வாழ்ந்து மறைந்தார்.

பாரபாஸ்

எனது பைபிள் வாசிப்பு ஐந்தாம் வகுப்பில் தொடங்கியது. திருப்பூரில் என்னுடன் பயின்ற எபிநேசர் எனும் நண்பனின் வீட்டுக்குச் செல்லும் பொழுதெல்லாம், கவரில் தொங்கிய விதம் விதமான இயேசுவின் சித்திரங்களையே கண்கள் இமைக்காமல் பார்த்துக்கொண்டிருப்பேன். சிலுவையில் அறைப்பட்ட இயேசு, ஆட்டுக்குட்டியை அரவணைத்துக் கொண்டிருக்கும் இயேசு, சீடர்களுடன் உரையாடும் இயேசு, பிணியால் துன்புறுவோருக்குச் சுகமளிக்கிற இயேசுவை மட்டுமல்ல, தேவதைகள் எப்படியிருப்பார்கள் என்பதைக்கூட எபியின் வீட்டுப் படங்களின் வழியேதான் கற்றுக்கொண்டேன். இயேசுவைக் கற்பனை செய்த ஓவியன் பிரமாதமானவனாகத்தான் இருக்கவேண்டும். எந்தக் கடவுளுக்குமில்லாத கருணை வழிகின்ற கண்களை அவன் இயேசுவுக்கு வரைந்து வைத்திருக்கின்றான்.

பத்து வயதில் முக்கியமான சில பைபிள் வசனங்கள் எனக்குப் பாராயணம். எபியின் அம்மா எனக்குக் கொடுத்த கறுப்பு நிற அட்டையிட்ட பைபிளைக் கொஞ்ச காலம் வீட்டுக்குத் தெரியாமல் ஒரு மண்கப்பிய பொந்தில் செருகி வைத்து அடைகாத்தேன். பிறகு அது எப்படியோ மாயமாகிவிட்டது. ஓர் இஸ்லாமியனின் வீட்டில் ராமாயணம், மகாபாரதம்கூட இருக்கலாம் பைபிள் இருப்பது பாவம் என்று கருதப்பட்ட காலம் அது. இன்றென் புத்தக அடுக்கில் பைபிள் மட்டுமல்ல, நாஞ்சில் நாடன் கோவையில் வைத்து எனக்கு அன்பளித்த பகவத்கீதையும் கம்பீரமாக வீற்றிருக்கிறது.

பைபிளின் பேரிலான என் வசீகரத்துக்கு, அதன் கவித்துவமான மொழிநடையே காரணம் என இப்போது யூகிக்கிறேன். இயேசு எது ஒன்றையும் உவமைகளின் வழியாகவே போதிக்கிறார். கோடைகாலம்

நெருங்கி வருவதை அத்தி மரம் துளிர்ப்பதைக் கொண்டு அவர் அடையாளப்படுத்துவார். அதேபோன்று 'உப்பு சாரமற்றுப் போனால் எதைக் கொண்டு அதனை உவர்ப்பாக்குவீர்கள்' என்று ஒரிடத்தில் கேட்பார். மிகப் பிரபல்யமான 'வழி மாறிய ஆட்டுக்குட்டி' உவமை இன்றளவும் பலரால் எடுத்தாளப்படுகிறது. (இயேசுவை இஸ்லாம் மார்க்கம் ஈசா நபி என்று ஏற்றுக்கொள்ளும் அதே நேரத்தில், அவர் தேவகுமாரன் என்பதை மறுதலிக்கிறது. அவர் சிலுவையில் உயிர் துறக்கவில்லை – அப்படியானதொரு தருணத்தில் இறைவனால் விண்ணிற் கவரப்பட்டார் என்று குரானில் குறிப்பிடப்பட்டுள்ளது.)

பைபிளில் நிறைய சம்பவங்கள், கதைகள் உள்ளன. கதாமாந்தர்களும் அதிகம். இயேசுவுக்குப் பிரதான சீடனாக இருந்தவாறு, முப்பது வெள்ளிக்காசுகளுக்காக அவரையே காட்டித்தந்து துரோகமிழைக்கிற யூதாஸ், ஒரு முக்கியமான கேரக்டர். யூதாசுக்கு நிகரான மற்றொருவன், வழிப்பறிக் கொள்ளைக்காரனாகிய பாரபாஸ். இயேசுவுடன் இணைத்து இவனையும் சிலுவையிலறையைக் காத்திருந்தது நீதிமன்றம். அப்போது அந்தத் திருநாள் நெருங்குகிறது. திருநாளையொட்டி மக்கள் விரும்புகிற ஒரு கைதியை நீதிமன்றம் விடுதலை செய்யும். இது மரபு. பிலாத்து என்பவன்தான் நீதிபதி. இயேசு நிரபராதி என பிலாத்து முன்னதாக அறிந்திருந்தான். போதாக்குறைக்கு 'அந்த நேர்மையாளரின் வழக்கில் நீர் தலையிடவேண்டாம்' என்று அவன் மனைவி ஜூலியா, தன் வேலைக்காரியிடம் கடிதம் கொடுத்தனுப்புகிறாள். "எவரை விடுவிப்பது? பாரபாஸையா, அல்லது இயேசுவையா?" மக்களிடம் பிலாத்து நியாயமாகக் கேட்கிறான். துரதிர்ஷ்டவசமாக, மக்கள் இயேசுவுக்கு எதிராக இருந்தனர். பாரபாஸை விடுவித்து, இயேசுவைச் சிலுவையிற் கொல்ல வலுவாகக் குரல் கொடுத்தனர்.

பிலாத்து தன் கைகளைக் கழுவிக்கொண்டார். 'இந்த நீதிமானின் இரத்தப்பழியில் எனக்குப் பங்கில்லை' என்று அவருடைய உதடுகள் முணுமுணுத்தன. 'அந்தப் பழி எங்கள் மீதும் எம் சந்ததியினர் மீதும் விழட்டும்' என்று அப்போதும் மக்கள் இயேசுவுக்கு எதிரான வார்த்தைகளையே வீசுகின்றனர். பாரபாஸ் விடுதலையடைகிறான். இயேசு சித்திரவதைகளுக்குப் பிறகு கொல்லப்படுகிறார். (இச்சம்பவங்களின் பின்னணியில் சில நயமான கற்பனைகள் கலந்து மலையாள எழுத்தாளர் பால்சக்காரியா 'அன்புள்ள பிலாத்துவுக்கு' என்றொரு அருமையான குறுநாவல் எழுதியிருக்கிறார். கே.வி.ஜெயஸ்ரீ மொழிபெயர்த்துள்ள 'இயேசு கதைகள்' நூலில் அது இடம்பெற்றுள்ளது. மெசியாவின் காதலர்கள் அவசியம் படித்துப் பார்க்கவேண்டும்).

பர் லேகர் க்விஸ்ட் (Parlagerkvist) ஒரு ஸ்வீடிஸ் எழுத்தாளர். அவர் எழுதியுள்ள 'பாரபாஸ்' 125 பக்கங்களே கொண்ட அளவிற் சிறிய

புதினம். ஆனால் அதை ஆகச்சிறந்த புதினமாக உலகளாவிய வாசகர் குழாம் ஏற்றுக்கொண்டது. தி துவார்ப், சிபெல்லன் போன்ற மேலும் சில புதினங்களையும், கவிதைத் தொகுப்புகளையும், நாடக ஆக்கங்களையும் அவர் எழுதியிருக்கிறார். எனினும் 'பாரபாஸ்' அவரைப் புகழின் உச்சாணிக்குக் கொண்டு சென்று 1951இல் இலக்கியத்துக்கான நோபல் பரிசையும் பெற்றுத்தந்தது.

பாரபாஸை 'அன்பு வழி' என்று தமிழில் மொழிபெயர்த்த அமரர் க.நா.சு., 'ஸ்வீடிஷ் இலக்கியத்தின் கொழுந்து' என்று அதை வர்ணிக்கிறார். 'இருபது நூற்றாண்டுகளாக உலகத்தின் போக்கை ஆட்டிவைத்துள்ள கிறிஸ்தவ மதத்தின் ஆரம்பத்தை ஒப்பாதவன் ஒருவனின் கண்களின் மூலம் நமக்கு அற்புதமாக அறிமுகம் செய்துவைக்கும் படைப்பு இது' என்று அவர் கணிப்பது, நாவலின் சாரத்தையே விளம்புவதாக அமைகிறது.

பைபிளில் பாரபாஸ் ஓரிரு வரிகளில் குறிப்பிடப்படுகிறான். ஆனால் அவனது விடுதலை, இயேசுவின் மரணத்துக்குக் காரணமாக அமைந்துவிடுகிறது. இது ஒரு குறிப்பிடத்தக்க நிகழ்வு. இயேசுவுக்குப் பதிலாக பாரபாஸ் விடுவிக்கப்பட்டான். இயேசுவின் மகிமை அவனுக்குத் தெரியாது. பாரபாஸை விடுதலை செய்யக்கோரிய ஜனங்களுக்கும் தெரியாது. இயேசு தன்னை 'மெசியா' என்று கூறிக்கொண்டதை அவர்கள் நம்பவில்லை. கடவுளின் குமாரன் என்றால், தன்மீது நிர்பந்திக்கப்படும் மரண தண்டனையிலிருந்து தப்பித்துக்காட்டட்டும் என்று அவர்கள் சாதாரணமாக யோசித்தனர். அவரும் தண்டனை யின்போது 'தேவனே என் தேவனே ஏன் என்னைக் கைவிட்டீர்' என்று கதறுகிறார்.

விடுவிக்கப்பட்டவன் 'விட்டால்போதும்' என்று ஓடுவான். பாரபாஸ் அப்படிச் செய்யவில்லை. சரிவிலே சற்றுத்தள்ளி ஒருபுறமாக ஒதுங்கி – அதாவது தண்டனைக் களத்திலேயே இருந்து நடுச்சிலுவையில் நடந்த அந்த மரண அவஸ்தையை ஆரம்பம் முதல் கடைசி வரையில் ஒரு துளிகூட விடாமல் பார்த்துக்கொண்டு நின்றான். இயேசுவின் தாய் மரியாவும், மேரி மகதலேனாவும், வெரோனிகாவும், சிலுவையைத் தாங்கி வந்த சைமனும், போர்வையை எடுத்துப் போர்த்திவிட்ட ஜோசப்பும் சுற்றி நின்றனர்.

பர் லேகர் க்விஸ்ட் என்னும் படைப்பாளி மரியாவின் மனநிலையையோ, மகதலேனாவின் அவசத்தையோ நாவலாக வடித்திருக்கலாம். ஆனால் அவர் தன் சிருஷ்டிக்கு பாரபாஸைத் தேர்ந்து கொள்கிறார். இது ஓர் அசாதாரண மனநிலை. இந்நிலையிலிருந்து தோன்றுவதே உயர்ந்த கலாசிருஷ்டி.

பர் லேகர் க்விஸ்ட்டின் ஒட்டுமொத்தப் படைப்புகளின் அடிநாதமே கிறிஸ்தவ மதநம்பிக்கைகளை முழுமையாக ஏற்க முடியாமலும், நிராகரிக்க முடியாமலும் இருந்த தவிப்புதான் என்று மொழிபெயர்ப்பாளர் க.நா.சு. கூறுகிறார். பாரபாஸும் எது ஒன்றிலும் நம்பிக்கையற்றவன்தான். தனக்குப் பதில் சிலுவையிலறையப்பட்டவரை அவன் கூர்ந்து பார்க்கிறான். அப்படி ஒன்றும் பலசாலியல்ல, உடல் மெலிந்து வற்றியிருந்தது. கைகளில் வலுவில்லை. தாடிகூட அடர்த்தியில்லை. மாரிலே மயிரேயில்லை. சிறுவனுடைய மார்பு போல இருந்தது. இதனாலேயே பாரபாசுக்கு அவரைப் பிடிக்கவில்லை. ஆனால் அவர் விசித்திரமானவர் – விந்தையானவர் என்கிற எண்ணம் மட்டும் உண்டாகிறது. அது ஏன் என்று சொல்லத்தெரியவில்லை. அவர் ஒரு தினுசான ஆசாமியாக இருக்கிறார். அவர் குற்றவாளி அல்ல என்பது பார்த்த மாத்திரத்திலேயே தெரிகிறது. பிறகு ஏன் அவருக்குத் தண்டனை அளித்தார்கள் என்றும்கூட யோசிக்கிறான். 'என்ன பல்லையிளித்துக்கொண்டு நிற்கிறாய்? உன்னை விடுதலை செய்தாகிவிட்டது; ஓடு' என காவலாளி விரட்டியபோதுதான் அவனுக்குப் பிரக்ஞை தட்டுகிறது. சொல்லப்போனால் பாரபாஸின் குற்ற உணர்வாலும், பீதியாலும், அவன் எதிர்கொள்ளும் விநோதங்களாலும் கோர்க்கப்பட்டதுதான் இந்நாவல்.

சம்பவங்கள் முன்னும் பின்னுமாக நகர்கின்றன. புதிய புதிய மனிதர்கள் வருகிறார்கள், செல்கிறார்கள். பாரபாஸ், நாவல் முழுக்க ஒவ்வொரு இடமாகக் கடந்தவாறு இருக்கிறான். தான் யார் என்பதை சந்திக்கிற எல்லா மனிதர்களிடமும் மறைக்க முயல்கிறான். நடந்த துர்சம்பவத்துக்காகத் தன்னை அவர்கள் கொன்றுவிடுவார்களோ என்று அஞ்சுகிறான். ஒரு புனிதர் தீர்க்கதரிசி எவ்வாறு அடையாளங் காணப்படுகிறார்? ஒன்றின் மேல் நம்பிக்கை கொள்வது எவ்வாறு? எத்தனை ரகசியமாக அந்த விசுவாசிகள் சந்தித்துக்கொள்கின்றனர், பிரார்த்தனை என்பது இதுதானா? நேச விருந்துகள் என்றால் அவை எப்படி நிகழும்? எல்லாவற்றையும் கூர்ந்து கவனிக்கின்ற அவனது கண்கள்; முதன் முதலாக சர்க்கஸ் பார்க்கிற குழந்தையின் கண்கள். மூழ்குவதைப் போலத்தான் தெரிகிறது... ஆனால் கனநேரத்தில் அவனை அவநம்பிக்கை மேலே இழுத்துக் கொள்கிறது.

பாரபாஸின் தடுமாற்றங்கள்தான் இந்த நாவலை நடத்திச் செல்கிறது. பர் லேகர் க்விஸ்ட் கூடுவிட்டுக் கூடுபாய்ந்து பாரபாஸாக உருமாறி பல நூற்றாண்டுகளுக்கு முந்தைய புராதன மனிதனாகத் திரிகிறார். மண்டையோடுகளும், மனித எலும்புகளும், விழுந்து மக்கிய மரச்சிலுவைகளும் சிதறிக்கிடக்கும் கொல்கொதா மலைச்சரிவிலும், ரோமாபுரிச் சேனை வீரர்களுக்கு மத்தியிலும், சாவி வளைவிலும்,

டேவிட் கேட்டிலும், ஜிபி, ஹிஹாய் பாலைவனங்களிலும், செத்த கடலிலும், அப்பியன் வழியிலும், மார்கஸ் லூஷியாஸின் தோட்டத்திலும் அவர் கால்கள் பதித்து மீண்டிருக்கிறார். ஒரு துலக்கமான பைபிள் அறிவும், கிறிஸ்தவத் தொன்மங்கள் குறித்த புரிதலும் அவருக்கு இருந்திருக்கிறது.

பாரபாஸ் நாவலின் தமிழ் வடிவம் சுருக்கப்பட்டதன்று. மொத்த நாவலே அவ்வளவுதான். வாசித்து முடித்ததும் பெரிய பிரம்மிப்புத் தட்டுகிறது. ஓர் அகண்ட உலகம், சிறு சாளரத்தின் வழி நமக்குத் தரிசனமாகிறது. க்விஸ்ட் நீண்ட நெடிய வரலாற்றுப்பாதையில் பயணிக்கிறார். ஆனால் அதைச் சுருக்கமாகச் சட்டென்று கடந்துவிடுகிறார். இந்த எளிய கதைகூறல் முறையில் அவர் வெளிப்படுத்தத் தவறிய அம்சங்களை நுட்பமான வாசகனொருவனால் இட்டு நிரப்பிக்கொள்ள இயலும். ஆங்காங்கே இந்த இடைவெளிகள் நம் கண்களுக்குப் புலப்படாமலில்லை. க்விஸ்ட், பிரதிக்குத் தேவையற்ற விவரணங்களை, ஆசிரியரின் வலிந்து கூறும் கூற்றுகளைத் தவிர்த்திருக்கிறார். பாரபாஸின் மன ஓட்டங்களும் கூட அடுக்கடுக்காகச் செறிவாக வெளிப்படுகின்றன.

தொடக்கம் முதல் ஒருவிதத் துக்கம்கப்பிய நடையுடன் திருப்பங்களோ, ஹாஸ்யமோ இல்லாது தீவிரகதியில் சென்று ஓயும் கதை இது. ஆனால் பின் தொடரும்போது மர்மமும், திகிலுமான மனநிலையை வாசகனுக்குள் உருவாக்கிவிடுகிறது புதினம். அந்தத் திகிலும், மர்மமும் கேளிக்கைக்குரியதன்று.

பாரபாசுக்கு கடவுள் என்கிற வார்த்தைக்குக்கூட் பொருள் புரிவதில்லை. 'ஏலி ஏலி லெமா சபக்தானி?' (என் தேவனே என் தேவனே ஏன் என்னைக் கைவிட்டீர்?) என்று இயேசு கதறும்போது திடீரென இருள் சூழ்ந்துகொள்கிறது. அது இரவல்ல, நன்பகல். அவருடைய கதறலுக்கும், பொழுது இருட்டியதற்கும் பொருள் புரியாது திகைக்கிறான் பாரபாஸ். இதன் பிறகான அவனுடைய நகர்தல்கள், இயேசு யார் என்கிற தேடல்களாகவே அமைகிறது. சந்திக்கிறவர்களிடத்து 'அன்று நண்பகல் இருட்டிற்று' என்கிறான். அவர்கள் 'இருட்டா இல்லையே' என்று மறுக்கின்றனர். சிலர் இயேசுவை அவதார புருஷர் என்கிறார்கள். அவதார புருஷரைச் சிலுவையிலறைந்து கொல்வது நடக்குமா என்று இவன் எதிர்க்கேள்வி எழுப்புகிறான். கேள்வி கேட்கிறானே தவிர, அவன் சிந்தனை முழுவதும் அவரே நிரம்பிக் கொள்கிறார்.

மற்றவர்களுக்காக நான் இன்னல்பட்டு உயிர் நீத்தாகவேண்டும் என்று இயேசு சொன்னதும், அதன்படி நடந்துகொண்டதும், பாரபாசுக்குப் புரியாத புதிராக இருந்தது. அவர் ஏன் சாகவேண்டும் அந்த மரணத்துக்கு என்ன பொருளிருக்கிறது – என்று அவன் சந்தேகித்தான்.

இறந்தவர் மீண்டும் உயிர்த்தெழுவதாவது, சுத்தப் பைத்தியக்காரத்தனம் என்றான் அவன்.

இயேசு அடக்கம் செய்யப்பட்டதை நேரடியாகப் பார்த்தவன் பாரபாஸ். பிறகு டாமரிஸ்க் புதருக்குப் பின்னால் ஒளிந்துகொண்டு அவர் உயிர்த்தெழுவதையும் பார்க்கக் காத்திருக்கிறான். ஏதோ ஒரு மாயம்போல, கண்ணிமைக்கிற நேரத்தில் அது நடக்கிறது. பிறகு பார்த்தால் கல்லறைக்குள் சடலம் இல்லை. சிஷ்யர்கள் கடத்திவிட்டார்கள் என்றுதான் நினைக்கிறானே தவிர்த்து, அதை 'உயிர்த்தெழுதல்' என்று நம்பவில்லை. பாரபாஸ் நம்பிக்கை இல்லாதவன் – முற்றிலும்.

பிறிதொரு சந்தர்ப்பத்தில் நகரத்து வாசல்களைத் தாண்டி ஆலங்குன்றை அடைந்து மலைச்சரிவிலிருந்த கிராமத்திலுள்ள ஒரு மனிதனைத் தேடிச்செல்கிறான் பாரபாஸ். அந்த மனிதன் ஏற்கனவே இறந்துபோய் இயேசுவால் உயிர்ப்பிக்கப்பட்டவன். அவனிடமும் குறுக்கு விசாரணைதான். 'சாவு என்று நீ அனுபவித்ததுதான் என்ன?' அவன் சொல்கிறான். 'சாவு என்பது வெறுமை – வேறு ஒன்றுமில்லை', மறுபடியும் குழப்பத்தில் ஆழ்ந்துவிடுகிறான் பாரபாஸ். மறுநாள் சாலமன் வரிசையிலே தீவிர சிந்தனையுடன் நடந்து போகிறான். தான் பார்த்த மனிதன் செத்தவன் – செத்தபிறகு உயிர்தரப்பட்டவன் – ஆனால் அவனுக்கு உயிர்தர இயேசுவுக்கு என்ன உரிமை இருக்கிறது – என்று ஒரு விசுவாசியிடம் கேட்டுவைக்கிறான். இவ்வாறான தொடர்ச்சியான மறுதலிப்புகளின் மூலமாக இயேசுவின் சிஷ்யர்களுக்குச் சீக்கிரமே எதிரியாகிவிடுகிறான் பாரபாஸ். அது மட்டுமில்லை, தங்கள் குருநாதருக்குப் பதில் விடுதலை செய்யப்பட்டவன் பாரபாஸ் என்கிற இரகசியமும் வெளிப்பட்டுவிடுகிறது.

ஆந்த்ரே ழீட் 'குறுகிய வழி' போன்ற புதினங்கள் எழுதிய பிரெஞ்சு இலக்கிய மேதை. அந்த குறுகிய வழியைத் தமிழில் மொழிபெயர்த்தவரும் க.நா.சு.தான். 'குருட்டு நம்பிக்கைக்கும் நாத்திகத்துக்கும் இடையில் நடக்கும் போராட்டத்தை அதியற்புத கலா மேன்மையுடன் சித்தரிக்கும் நாவல் பாரபாஸ்' என்று ழீட் மதிப்பிடுகிறார்.

இந்த நாவலை வாசிக்கையில் தவிர்க்கவியலாது பாரபாஸைப் போன்றே நமக்கும் மயக்கமும் குழப்பமும் உண்டாகிறது. பாரபாஸ் எல்லையற்ற பெருங்குழப்பத்திற்குப் பிறகு கிறிஸ்துவர் கூட்டத்தில் சேர்ந்து கொள்கிறான். அவர்களுக்கு உதவ ரோமாபுரிக்குத் தீ வைக்கிறான். ஆனால் கிறிஸ்தவர்கள் அவனை இறுதிவரை நம்பவில்லை. ரோமாபுரி அரசாங்கமும் அவனைக் குற்றவாளியாக்கிச் சிலுவையில்லறைந்து கொல்கிறது. வாழ்நாள் முழுவதும் தனித்தலைந்த

அவனுக்குச் சாவிலும் தனிமைதான். கிறிஸ்தவர்களைச் சிலுவையிற் கொல்ல இருவர் இருவராகப் பிணைத்து அழைத்துச் சென்றார்கள். ஒற்றைப்படை எண்ணிக்கையாதலால் பாரபாஸ் தனியாகக் கடைசியில் அழைத்துச் செல்லப்பட்டான் – தனித்தே உயிர் துறந்தான்.

கதாபாத்திரங்களின் பெயர்கள் இடங்களின் பெயர்களைத் தவிர்த்து நமக்கெதுவும் அந்நியமாகப்படவில்லை இந்நாவலில். க.நா.சு. ஆழ்ந்த அக்கறையுடன் ரசித்து இதை மொழிபெயர்த்திருக்கிறார்.

இந்த நாவலைத் தனது மருதா பதிப்பகத்தின் சார்பில் வெளியிட்ட பாலகுருவைக் குறித்துத் தனியாக ஒரு கட்டுரை வடிக்க வேண்டும். எவ்வித அலட்டலுமின்றி நூற்றுக்கணக்கிலான நல்ல புத்தகங்களை வெளியிட்டவர். இராயப்பேட்டை நாகராஜ் மேன்ஷனுக்கருகிலிருந்த அவரது இல்லம் ஒரு காலத்தில் சில குறிப்பிட்ட படைப்பாளிகளின் வேடந்தாங்கலாக இருந்தது. இந்நினைவும் பாரபாஸை வாசிக்கையில் வந்து மோதியது.

தூங்கும் அழகிகள் இல்லம்

'தூ ங்கும் அழகிகள் இல்லம்' என கைக்குக் கிடைத்த நாளை நினைத்துப் பாரக்கிறேன். ஒவ்வொரு முக்கியமான புத்தகமும் நமக்கு வசமான தினத்தை அத்தனை எளிதாக மறந்துவிட முடியாது. முன்பு போலில்லாமல் இப்போதெல்லாம் புத்தகம் கையில் கிடைத்ததும் தேதியும், நேரமும், ஊரும் குறித்து என் பெயரையும் எழுதிவைக்கிறேன். ஆண்டுகள் உருண்டோடிய பிறகு புத்தகத்தைத் திருப்பிப் பார்த்து அந்நாளை நினைவு கூர்வது ரசமான அனுபவமாக இருக்கிறது.

பாரதி புத்தகாலயத்தில் 'புத்தகம் பேசுது' இதழின் உதவியாசிரியராகப் பணிபுரிந்த காலங்களில் விதம் விதமான நிறைய நூல்களை வாசிக்க வாய்த்தது. என்மீதும் என் எழுத்தின்மீதும் நல்ல அபிப்ராயங்கொண்டிருக்கும் 'வாசகர் திலகம்' வேலூர் பி.லிங்கம் எனக்கு நிறைய, முக்கியத்துவம் வாய்ந்த புத்தகங்களை நான் கேட்கிற நேரத்திலேல்லாம் மனம் கோணாமல் அனுப்பித் தந்திருக்கிறார். கரமசோவ் சகோதர்கள் 2 வால்யூம், தஸ்தயேவ்ஸ்கியின் வாழ்வும் கலையும், தாசியும் தபசியும், நடந்தாய் வாழி காவேரி என்று நிறைய.

நான் பெரிதும் மதிக்கின்ற மூத்த படைப்பாளி நாஞ்சில் நாடன் தன்னுடைய ஒவ்வொரு புத்தகம் வெளியாகின்ற தருணத்திலும் 'அன்புத்தம்பி கிரனூர் ஜாகிர்ராஜாவுக்கு' என்று எழுதிக் கையெழுத்திட்டு அனுப்பி வைப்பார். கடந்தவாரம் உறவுகளின் நிமித்தம் குடும்பத்துடன் கோவைக்குச் சென்றிருந்தபோது, நண்பர் பரக்கத்துல்லா அவரது இல்லத்தில் காரசாரமாக ஒரு விருந்தளித்து, தனது மகிழுந்தில் எங்களை ஏற்றிக்கொண்டு கோவைப்புதூரிலிருக்கும் நாஞ்சிலின் புதிய குடிலில் விட்டார். அன்றைக்கு நாஞ்சில் தனது அரிய சேகரிப்பிலிருந்து எனக்கு அன்பளித்த பனுவல்கள் தமிழ்க் கடல் ராய.சொ. அவர்களின் கம்பனும்

சிவனும், வில்லியும் சிவனும், குணங்குடி மஸ்தான் சாகிபு பாடல் திரட்டு. இதில் மஸ்தான் சாகிபுவை என் மச்சான் வாங்கிக்கொண்டார். குணங்குடியை மீட்கவென்றே இன்னொரு தடவை கோவைக்குப் படையெடுக்க வேண்டும்.

புத்தகங்களின் முக்கியத்துவத்தை உணர்ந்தபிறகு அவற்றை விட்டுத்தரும் மன இயல்பு வெகுவாகக் குறைந்துவிட்டது. புயலிலே ஒரு தோணி, பசித்த மானிடம், புளியமரத்தின் கதை, கனகாம்பரம், அம்மா வந்தாள், புத்ர, தண்ணீர், எஸ்தர், உயரப் பறத்தல், கதவு, வெக்கை, மறைந்து திரியும் கிழவன், பஞ் சமர், வாளின் தனிமை, சாயாவனம், மதினிமார்கள் கதை, தலைகீழ் விகிதங்கள், வெயிலோடு போய், திசைகளின் நடுவே, வெளியில் ஒருவன் எல்லாவற்றுக்கும் என்னிடம் முதல் பதிப்பு இருந்தது. இன்றில்லை, நாகம்மாள் நைந்து கிடக்கிறாள். குறத்தி முடுக்கும், ஊதுவத்திப் புல்லும் வேள்விதீயும் களவு போ யிற்று. உடம்பிலொரு அங்கத்தைக்கூடச் சுலபமாக இழந்துவிடலாம்; தேடிக்கண்டடைந்த நல்ல புத்தகத்தை இழப்பது அதனினும் கொடியதாக இருக்கிறது.

2004ஆம் ஆண்டு மே மாதத்தின் ஒரு பகல் பொழுது. பெரிய கோவில், சிவகங்கைப் பூங்கா என்று மனம்போன போக்கில் மாலை நேரத்தைக் கழித்துவிட்டு மேலவீதி நமச்சிவாயம் முதலியார் சந்திலுள்ள நண்பன் கவிஜீவனின் வீட்டுக்குப் போனேன். நல்ல மாட்டுச்சாண நெடி அந்தச் சந்தின் பிரசித்தம். அதற்கென்றே நான் அடிக்கடி அங்கு சென்று திரும்புவது வழக்கம். பல தடவை பாதங்களில் கோமியம் பட்டுத் தெறித்ததுண்டு. சொத்துச்சொத்தொன்று பசுக்கள் குழைந்த சாணமிடும் அபூர்வ காட்சிகளையும் சிலமுறை கண்டு மகிழ்ந்திருக்கிறேன். கவிஜீவன் ரசனை மிக்கவர். ப்ரகாஷை நிழல் போல் பின்தொடர்ந்தவரெனினும் எழுதாமல் தப்பித்துக்கொண்டவர். சில ஆண்டுகளுக்குமுன் போனால் போகிறதென்று ஒரு கவிதைத்தொகுப்பை வெளியிட்டார். 'திடல்' என்றொரு இதழும் நடத்தினார். அன்றைய சந்திப்பில் எனக்கு அவர் தந்தது யசுனாரி கவாபட்டா எழுதிய புகழ் பெற்ற நாவல் தூங்கும் 'அழகிகள் இல்லம்' (House of the sleeping beauties) சிறிய நாவல். 96 பக்கங்கள் 18.6 மேப்லித்தோ தாள்களில் 10 புள்ளி எழுத்துகளில் சாதாக்கட்டு. விலை ரூ.40/= உன்னதம் பதிப்பகத்துக்காக லதா ராமகிருஷ்ணன் இதை உன்னதமாக மொழி பெயர்த்திருக்கிறார் என்றே தோன்றுகிறது. அத்தனை நேர்த்தி.

கவாபட்டா ஜப்பானின் ஓஸாகாவில் 1899ஆம் ஆண்டு பிறந்தவர். மிக இளம்பிராயத்திலேயே பெற்றோரை இழந்த காரணத்தால் தனிமைப்படுத்தப்பட்டவர். அத்தனிமை உணர்வும் சுயசோகங்களுமே அவருடைய எழுத்துக்கு ஒரு வீரியத்தை அளித்ததாக அவரைப் பற்றிய

குறிப்புகளிலிருந்து அறிந்து கொள்கிறோம். 15வயதில் அவர் எழுதிய பத்திரிகைக் குறிப்பு ஒன்று அவரைப் பரவலாக அறியவைத்ததாகவும், பிறகு அவர் டோக்கியோ இம்பீரியல் பல்கலைக்கழகத்தில் ஜப்பானிய இலக்கியம் கற்றதாகவும் 'Bunges Jidai' என்ற முக்கியமான இதழ் தோன்ற பின்புலத்திலிருந்து உழைத்ததாகவும் மேலதிகமான தகவல்கள் கிடைக்கின்றன. கவாபட்டா இலக்கியத்துக்கான நோபல் பரிசு பெற்றவர். 1968இல் அவருடைய மரணம் சம்பவிக்கிறது.

கவாபட்டாவின் தேர்ந்த கவித்துவமான மொழி ஆளுமையும், தனித்த விசேஷமான பார்வையும், சக மானுட ஜீவன்களின் பால் அவர் கொண்டுள்ள அன்பும் கருணையும் 100 பக்கங்களுக்குக் குறைவான இச்சிறு நாவலின் வழியே நமக்கு தரிசனமாகிவிடுவது சிறப்பம்சம், வேசிகளின் வீடுகளுக்குச் சென்று திரும்புவதும், மது அருந்துவதும் ஒழுக்க வரையறைகளைத் தாண்டிய செயல்களாகக் கருதிக்கொள்ளும் நம் சமூகத்திற்கு முற்றிலும் ஒவ்வாத ஒரு கதைக்களத்திலிருந்து கொண்டுதான் கவாபட்டா இயங்குகிறார். 70 வயதுகளை நோக்கிய பயணத்திலிருக்கும் அவருடைய எகுச்சி என்கிற குணச்சித்திரத்தை ஆழ்ந்து கவனியாமல் நம்மவர்களில் சிலர் சாதாரணமாக அவர்மேல் ஸ்த்ரீலோலன் என்கிற முத்திரையைக் குத்திவிடக்கூடும். ஆனால் எகுச்சி இந்நாவலில் சாதாரணங்களில் உழன்றவாறு அசாதாரண உருவம் கொள்கிறார். அதற்கு கவாபட்டாவின் நுட்பம் கூடிய சித்தரிப்பு முறையே பிரதான காரணமாக அமைகிறது.

முதலில் 'தூங்கும் அழகிகள் இல்லம்' என்கிற தலைப்பில் அர்த்தம் கொள்ளும் விசேஷ ஈர்ப்பைக் குறிப்பிட்டாக வேண்டும். 'உறங்கும் யுவதிகள் இல்லம்' என்றும்கூட இதற்கு தலைப்பிட்டிருக்கலாம். இரண்டும் ஒரு பொருள் கொள்வனதான். எனினும் தூங்கும் அழகிகளில் உள்ள கவர்ச்சி உறங்கும் யுவதிகளுக்கு இல்லை.

பாலின்பம் துய்க்கும் சக்தியை இழந்து அதீத கிழப்பருவம் எட்டிய கிழவர்களை மட்டுமே வாடிக்கையாளர்களாகக் கொண்டு மிக ரகசியமாக இயங்கும் இல்லம் தூங்கும் அழகிகள் இல்லம். இங்கு இளம்பெண்கள் நிர்வாணமாக, ஆழ்ந்த உறக்கத்தில், போர்வை போர்த்திக்கொண்டு கட்டிலில் கிடப்பார்கள். வருகை தரும் வாடிக்கையாளர் தனி அறையிலுறங்கும் அழகியினருகில் கிடக்கலாம். வேடிக்கை பார்க்கலாம். ஏன் அவளது மயிர்க்கற்றைக்குள் கை நுழைத்து இழுத்துத் தன்னருகில் வைத்து நுகரலாம் முத்தம் கூடத் தரலாம். ஆனால் அவளுடன் உறவு கொள்ள அனுமதியில்லை. அவர் அந்தப் பெண்ணின் வாய்க்குள் தன்னுடைய கைவிரலை நுழைப்பது போன்ற சில நடவடிக்கைகளுக்கும் கூடத் தடை உண்டு. பிறகு எதற்காம் இந்த ஏற்பாடு என்று சிலர் கேள்வி எழுப்பலாம். இதுதான் புதுமை

விநோதம் என்பதைக் கடந்த ஆழ்ந்த புரிதல் கொள்ளத்தக்க வகையில் இந்நாவல் புனைவுற்றுள்ளது.

எகுச்சி அந்த அழகிகள் இல்லத்திற்குள் நுழையத் தகுதியானவரில்லை. அவருடைய வயது அறுபத்தேழு. இன்னமும் பாலின்பம் துய்க்க முடிந்தவர் அவர். ஆயினும் அவருக்கு இந்த இல்லத்தை அறிமுகம் செய்த கீகா என்கிற கிழவன் வயோதிகப் பருவத்தின் வெறுமையும் விரக்தியும் எல்லை மீறியபோது, தான் அங்குச் சென்றதாகவும், உறக்கத்தில் ஆழ்த்தப்பட்ட பெண்ணின் அருகிலிருக்கும்போது மட்டுமே, தான் உயிர்ப்புடனிருப்பதாய் உணர்வதாகவும் கூறுகிறான்.

கடுமையான எச்சரிக்கைகளுடன் எகுச்சி அந்த இல்லத்திற்குள் அனுமதிக்கப்படுகிறார். உரிமையாளரா, பணிப்பெண்ணா என்று தெரியாத, இளமையான குரல் வளமும், நிதானமான தடுமாறாத தொனியும் கொண்ட நாற்பதுக்குமேல் வயது மதிக்கத்தக்க ஒரு பெண்மணி அவரை வரவேற்கிறாள். "அப்புறம் தயவு செய்து அவளை எழுப்ப முயற்சி செய்ய வேண்டாம். செய்தாலும் உங்களால் முடியப்போவதில்லை. அவள் மேலே மேலே ஆழ்ந்து தூங்கிக் கொண்டேயிருப்பாள். அவளுக்கு எதுவும் தெரியாது. யார் தன்னோடு இருந்தார்கள் என்பதைக்கூட அவள் அறியமாட்டாள்..." இதைத்தான் அந்தப் பெண்மணி அவரிடம் அழுத்தமாகத் தெரிவிக்கிறாள்.

அந்த இல்லம் நாட்டுப்புறப் பண்ணைவீடு போன்ற அடையாளங்களுடன் இருக்கிறது. வீட்டைச் சுற்றிலும் இருந்த பெரிய தோட்டத்தில் அகன்ற தேவதாரு மரங்கள் வளர்ந்திருக்க, உயர்ந்த செங்குத்துப் பாறையின் மீது அலைகள் மோதி எழும் ஓசை விடாமல் கேட்டவாறு இருக்கிறது. உறங்கும் முன் மது அருந்திப் பழக்கப்பட்ட எகுச்சி அதற்கான அனுமதியைக் கோரும்போது விடுதிப்பெண் மறுக்கிறாள். தூக்க மாத்திரைகள் விழுங்கிக்கொள்ள மட்டுமே அங்கு அனுமதி உண்டு. பல்வேறு முஸ்தீபுகளுக்குப் பிறகு எகுச்சி அந்த மங்கிய வெளிச்சம் மிதக்கும் அறைக்குள் நுழைந்து, தூங்கும் அழகிக்கருகில் ஆடைகளைந்து படுத்துக்கொள்ளும்போது, இயல்பாகவே வாசகமனம் பரபரப்புக் கொள்கிறது. எகுச்சி பாலின்பம் துய்க்க முடியாதவர் அல்ல. ஆனால் அவர் அவளைப் பக்கத்தில் கிடத்தி வேடிக்கை பார்க்கிறார். அது ஓர் ரகசிய ஆய்வுபோல் நடக்கிறது.

அழகியின் முன்நெற்றி, கன்னங்கள், முகவாயிலிருந்து கழுத்திற்கு இறங்கி ஓடும் பெண்மைத்துவக் கோடுமீது அவர் பார்வை பதிகிறது. அவளின் மேனிவாசத்தில் ஒரு குழந்தையை உணர்கிறார் அவர். தாயிடமிருந்து பாலருந்தும் குழந்தையிடமிருந்து கிடைக்கும் வாசனையாம் அது. அந்த வாசனை அவருக்குத் தன் பழைய காதலியை நினைப்பூட்டுகிறது.

இப்படியே அவர் தன் இறந்த காலங்களுக்குள் பயணிக்கிறார். எகுச்சி பல பெண்களுடன் பரிச்சயமுள்ளவர் – மூன்று பெண்களுக்குத் தந்தையுமாவார்.

ஆடல் பாடல் தெரிந்த ஒரு வாடகைப் பெண்ணிடம் முன்னர் அவருக்கு உறவிருந்தது. அந்த உறவு முறிந்து போகக் காரணமே அவர்மேல் அப்போதைக்கு வீசிய தாய்ப்பால் குடிக்கும் குழந்தையின் வாசனைதான். அந்த வேசிக்கென்னவோ தாய்ப்பால் வாசனைமீது அவ்வளவு வெறுப்பு. "ஒரு குழந்தையைத் தூக்கிய கையோடு என்னிடம் வந்திருக்கும் உன் செயலை நான் அடியோடு வெறுக்கிறேன்" என்று அவள் அவரை விட்டே நீங்கிவிடுகிறாள்.

இந்த உறங்கும் அழகியிடமிருந்து அவ்வாறான தாய்ப்பால் வீச்சமெடுக்கிறது. அது அவருடைய கடைசிப் பெண்குழந்தையிடமிருந்து வரக்கூடிய வாசனையாகவும் தோன்றுகிறது. இன்னொரு இடத்தில் அந்த 67 வயது முதிர்ந்த எகுச்சி யோசிப்பது; "ஏன் அனைத்து விலங்கினங்களிலும் உலகின் இத்தனை மிக நீண்ட வழியின் போக்கில் மனிதப் பெண்ணினத்தின் மார்பகங்கள் மட்டும் இத்தனை அழகாக உருப்பெற்றன? பெண்ணின் முலைகளை இத்தனை அற்புதமான அழகோடு உருப்புறச் செய்தது மானுட இனத்திற்கே மிக உன்னதப் பெருமை சேர்ப்பதற்கல்லவா?"

இன்னொரு பெண்ணிடம் அவர் கண்டெடுக்கும் உன்னதம் 'மறைவான இடங்களின் தூய்மை' கனசாவில் ஒரு நதியின் அருகிலிருந்து விடுதியில் வைத்து, பனிப்பொலிவு கூடிய இரவில் அந்தப் பெண்ணின் அப்பழுக்கற்ற மர்ம இடங்களின் தூய்மை கண்டு மெய்மறந்து கண்களில் கண்ணீர் கசிகிறது அவருக்கு. அதன்பிறகான பல்லாண்டுகளில் எந்தப் பெண்ணிடமும் அத்தகைய சுத்தத்தை அவர் கண்டதில்லை. 'மறைவிடங்களில் தூய்மை' அந்தப் பெண்ணின் தனிச்சொத்து என்கிறார் எகுச்சி. அது மட்டுமில்லை, தன்னிடமுள்ள அந்த அதீதத் தூய்மை பற்றி அந்தப் பெண்ணுக்கே தெரியாது என்பதில் சந்தேகமில்லை – அவளால் அதைப் பார்க்க முடியாது என்றும் குறிப்பிடுகிறார்.

இவ்வாறான, கடந்த காலங்களினூடாகப் போய்த் திரும்பும் அவருடைய மன ஓட்டங்கள்தான், நாவலின் முதன்மைப் பக்கங்களாக விரிகின்றன. எகுச்சி மீண்டும் அந்த இல்லத்திற்குச் செல்வோம் என்கிற திட்டமெதுவுமின்றியே இருமாத இடை வெளியில் மறுபடியும் செல்கிறார். அங்கு அவருக்காக, அனுபவம் வாய்ந்த வேறொரு பெண் துயில் நிலையிலிருப்பதாக விடுதிப்பெண் தெரிவிக்கிறாள். அறைக்குள் நுழைந்த அவருக்கு முதல் பார்வையில் அந்தப் பெண் ஒரு வசியக்காரியாய்த் தோற்றம் தருகிறாள். உறக்கத்தில் குழறலாய் அவள்

முழுமை பெறாத சில வார்த்தைகளைப் பேசுகிறாள். பலதடவை புரண்டு படுக்கிறாள். "அம்மா... இரு நீ போகத்தான் வேண்டுமா... என்னை மன்னித்துவிடு" என்கிற அவளுடைய கெஞ்சல் தொனிக்கிற முனகல் ஒரு குழந்தையினுடையதாய் அவருக்குக் கேட்க, வசியக்காரியாக அவளை மதிப்பிட்டது தவறு என அக்கணமே உணர்கிறார். அந்தப் பெண்ணிடமிருந்து கிளம்புகிற வாசனை – யமோட்டாவிலுள்ள புராதனமான கோயிலின் உயரமான கல்வேலியின் கீழ் மலர்ந்தொளிர்ந்து கொண்டிருக்கிற 'கெமிலியா' என்கிற மூன்று குளிர் பருவப் பூக்களை ஞாபகப்படுத்துகிறது. அப்பூக்கள் அவருடைய மணமான மூன்று மகள்களைக் குறித்த நினைவுகளைக் கொண்டுவருகிறது.

மூன்றாவது தடவை அவர் அந்த இல்லத்துக்குச் செல்கையில் முன் இருதடவையும் இருந்தவர்களல்லாத முற்றிலும் புதியவள் அவருக்காக உறக்கத்திலாழ்த்தப்பட்டிருக்கும் தகவல் கிடைக்கிறது. அந்தப் பெண்ணைக் கண்டதும் பதினாறு அல்லது அதற்குப் பக்கத் திலிருக்கும் வயது என்று முணுமுணுத்துக்கொள்கிறார். சின்னமுகம், ஒரு குழந்தையைப் போலத்தான் அவளும் தூங்குகிறாள். 'இறப்பைப் போன்றதொரு உறக்கம்' என்று அவர் மனம் வார்த்தைகளைக் கோர்க்கிறது. இப்போதும் அவர் தன் ஞாபகங்களில் பின்னோக்கிக் கடத்தப்படுகிறார். எகுச்சிக்கு முன்னர் ஒரு திருமணமான பெண்ணுடன் தொடர்பிருந்தது. அவளுடனான ஓர் இரவின் விடியலில் 'இறந்துவிட்டவளைப்போல நன்றாகத் தூங்கினேன் நான்' என்று அவள் குறிப்பிட்டதை மகிழ்ச்சியுடன் நினைவு கூர்கிறார்.

'தூங்கும் அழகிகள் இல்லம்' நாவல், எகுச்சி என்கிற 67 வயதுக் கிழவரின் முன்னும் பின்னுமான ஞாபக இழைகளாலும், சம்பவங்களாலும் புனைவுற்றுள்ளது. கவாபட்டா வாழ்ந்த காலத்தில் ஜப்பானில் இவைபோன்ற இல்லங்கள் இருந்திருக்குமா – இது கவாபட்டாவின் சொந்த அனுபவங்களின் பாதிப்பா – என்றெல்லாம் நாம் யூகிக்கத் தேவையில்லை. அழகிகள் உறங்காது விழித்திருக்கும் ஒரு சாதாரண விடுதிகூட – அதன் ஏதோ ஒரு விநோதத் தோற்றத்தில் படைப்பாளியை இவ்வாறு சிந்திக்க வைத்திருக்கலாம்.

நாம் இச்சிறு நாவலிலிருந்தும் தாக்கமுற எண்ணற்ற சங்கதிகள் உள்ளன. எகுச்சி என்கிற மனிதர் மும்முறை அந்த இரகசிய இல்லத்துக்குச் செல்கிறார். மூன்று சந்தர்ப்பங்களிலும் அவர் வெவ்வேறு மூன்று பெண்களைச் சந்திக்கிறார். அவர்கள் எழாத ஆழ்ந்த உறக்கநிலையில் உள்ளனர். அவர்களுக்கருகில் அவர் கிடக்கிறார் உற்றுக் கவனிக்கிறார். ஸ்பரிசக்கிறார். இம்மூன்று சந்தர்ப்பங்களிலும் அப்பெண்கள் அவருக்கு அவர் வாழ்வில் ஏற்கெனவே நிகழ்ந்த வெவ்வேறு சம்பவங்களை நினைவூட்டுகின்றனர். அந்த இல்லத்தின் கறாரான விதிமுறைக்கேற்ப

அவர் அப்பெண்களிடம் தகாத செயலொன்றிலும் ஈடுபடுவதில்லை. முதலில் இப்படியான விநோத புனைவுக்காக நாம் யசுனாரி கவாபட்டாவை வியக்கத் தோன்றுகிறது.

தமிழில் சங்க இலக்கியத்திருந்தே விலைமகளிர் இல்லங்கள் எழுதப்பட்டுள்ளன. ஊர்ப்பெரியவர் மாட்டுவண்டியில் சென்று பரத்தையர் வீட்டிலிறங்கும் சித்திரமொன்றை தமிழ்சினிமாக்காரர்கள் ஆழமாக நம் மனங்களில் வரைந்து வைத்துள்ளனர். கண்ணதாசன் எழுதாத வேசியர் வீடுகளில்லை. சென்னை போன்ற பெருநகரங்களில் குடும்பப்பங்கான முறையில் இந்த விவகாரம் நடைபெறுகிறது. இவை ஏதொன்றிலுமிருந்து நம்மால் ஒரு தூங்கும் அழகிகள் இல்லத்தைப் பெற்றுக்கொள்ள முடியவில்லையே.

முதலில், தூங்கும் அழகிகள் இல்லத்தில் நடப்பது ஒழுக்கக்கேடான செயல் என்றும் அங்குள்ள உறங்கும் அழகியர் கற்பிழந்தவர்கள் என்றும் ஒப்புக்கொள்வதில் எனக்குத் தயக்கமிருக்கிறது. எந்தப் பெண்ணும் – அவர்கள் ஆழ்ந்த உறக்கத்திலிருப்பினும் – உடலுறவில் ஈடுபடுத்தப் படுவதில்லை தனக்கருகில் உறங்கியவர் யார் – எவர் என்னும் தகவல் அவர்களுக்குத் தெரியாது. அங்கு வருகை புரியும் வாடிக்கையாளர்கள் படுகிழவர்கள். அவர்கள் கண்டிப்பாக உறவுகொள்ளத் தகுதியற்றவர்களே. விதிவிலக்காக ஒருவர் வருகிறார். அவர் எகுச்சி. இந்த முரணிலிருந்து தொடங்குகிறது நாவல். உறவு கொள்ள இன்னும் தகுதியுள்ள எகுச்சிக்கு இது ஒரு சவால். சிலமுறை அவருடைய மனத்தடுமாற்றங்களை கவாபட்டா விவரிக்கிறார். ஆனால் அந்தப் பெண்களுக்கருகில் எகுச்சியால் காமுகனாக ரூபம் கொள்ளமுடிவதே இல்லை. அவர்களுடைய அங்கங்களை ஸ்பரிசிக்கையிலும் கூட அவர் எல்லை மீறுவதில்லை. ஓர் அழகியின் முலைகளை வருடித்தரும்போது அவற்றை பால்யத்தில் தான் பாலருந்திய தாயின் மார்பகங்களாகக் கண்டு திடுக்கிடுகிறார். இன்னொரு அழகியிடமிருந்து தன்னுடைய மகளின் வாசனையை நுகர்கிறார். பழைய காதலிகளையும், இன்பம் துய்த்த வாடகைப் பெண்களையும் அவர் நினைக்காமல் இல்லை. அவருக்குப் பிறந்த மூன்று மகள்களையும் கூட ஞாபகப்படுத்திக் கொள்கிறார்.

இல்லத்துக்கு வரும் பிற கிழவர்கள், நாவலாசிரியர் கவாபட்டாவுக்கு ஒரு பொருட்டே இல்லை. நாவலில் அவர்கள் எங்குமே முழுச்சித்திரம் கொள்ளவில்லை. முழுக்க எகுச்சியை மட்டுமே வைத்து கவாபட்டா படைத்திருக்கும் கலாசிருஷ்டி இது. நாவலின் இறுதியை நான் வாசகர்களுடன் பகிர்ந்து கொள்ளப்போவதில்லை. ஆனால் ஒருவித எதிர்பாராத தன்மையில்தான் இதன் முடிவு அமைந்திருக்கிறது. எனினும் அது நாவலின் ஸ்திரத்தன்மையையோ, தீவிரத்தையோ சிதறடிப்பதாக இல்லை.

மரணத்தின் விளிம்புவரை தேய்மானமடைந்துவிட்ட ஒரு வயோதிக மனிதனுக்கு யவ்வனம் கொப்பளிக்கும் ஓர் இளம்பெண்ணின் மேனியால் போர்த்தப்பட்டுக் கிடக்கும்போது கிடைப்பதைவிடத் தன்னை மறந்தநிலை ஒரு சொர்க்க மறதி வேறெப்போதும் கிடைக்க வழியில்லை என்று எழுதுகிறார் கவாபட்டா. இவ்வாசகங்கள் என்னைப் பெரிதும் சிந்திக்க வைத்தன. நான் கேள்விப்பட்டிருந்த பல பெரிய மனிதர்களின் அந்திமக்கால ஆசைகள், அபிலாஷைகள் – அவற்றையொட்டிய விசித்திரமான சம்பவங்கள் நினைவில் வந்து நீங்கின.

எகுச்சியின் கடைசி மகளுக்கு நிகழும் பெருந்துயரமும் தீர்வும் நாவலில் போகிற போக்கில் கூறப்பட்டாலும் அது ஒரு கிளைக்கதையாக மனதில் நிற்கிறது. 'குழந்தையைப் பெற்ற பிறகு ஏதோ அடியாழம் வரை கழுவி விடப்பட்டதாய் அவள் மேனி அதிகப் பொலிவோடு காணப்பட்டது' என்கிற வார்த்தைகளுக்குள்ளிருக்கும் சூட்சமம் கவாபட்டாவுக்குரியது.

மரங்களையும், மலர்களையும் கவாபட்டா பல இடங்களில் குறியீடுகளாய்ப் பயன்படுத்துகிறார். அதுபோன்றே மழையும், அலையோசையும் எகுச்சி அந்த இல்லத்தில் காணும் கனவுகளும் பிரத்தியேக அர்த்தம் பொதிந்தவை. அமைதியிழுந்தவர்களுக்கும், தோற்கடிக்கப்பட்டவர்களுக்கும், மரணத்தை எண்ணி எண்ணி பீதி கொள்கிற முதியவர்களுக்குமான முகாந்திரமாக கவாபட்டா என்கிற கலைஞன் கட்டித் தந்திருப்பதுதான் தூங்கும் அழகிகள் இல்லம். இதன் பெயரும் இங்குள்ள பெண்களும், அவர்கள் உறக்கத்தில் ஆழ்ந்திருப்பதும் கூடக் குறியீட்டு உத்தியாலானவையே. இந்தப் பெண்களுடன் உறங்குவது ரகசிய புத்தனுடன் உறங்குவதற்குச் சமமானது என்னும் வரிகள் நமக்கு உணர்த்துவது இதைத் தானில்லையா?

எகுச்சி ஒரு தீராக் காதலனாகச் சித்திரிக்கப்படுகின்ற அதே வேளையில் பொறுப்புணர்வும், அன்பும் வரம்பு மீறாத தன்மை கொண்டவராகவும் உருவகம் பெறுகிறார். அவருடைய பிள்ளைப்பாசம் அளவிடற்கரியது. நுண்ணிய கலையுணர்வு கொண்டவராகவும், கனவுக்காரனாகவும், பெண்களைப் பூப்போலக் கையாளும் ரசனை மனோபாவம் கூடியவராகவும் அவர் வெளிப்படுகிறார். அவரும், பல்வேறு ரகமான பெண்களுமே இந்நாவலின் ஆதாரம். அவருக்கு நிகரான ஓர் ஆண் கதாபாத்திரத்தைக்கூட ஏன், சாதாரண சித்திரிப்புள்ள ஆண்களைக்கூட நாவலின் எந்தப் பக்கத்திலும் நம்மால் சந்திக்கமுடியவில்லை .

தேவையற்ற விவரிப்புகள் என்று கவாபட்டா ஒரு பக்கத்தைக்கூட வீணடிக்கவில்லை. ஆனால் முழுமையாகச் சொல்லப்பட்ட தன்மையை

நாவல் இயல்பாக அடைந்துவிடுகிறது. சாதாரணமாக இதைக் கையாளும் எழுத்தாளர்களுக்கு, ஆயிரம் பக்கங்களேனும் தேவைப்படும். தேவையற்ற தத்துவ அலசல்களிலிருந்து நழுவி நழுவிச்செல்வதும், அதுபோன்ற இடங்களைக் கவித்துவமான இரண்டு வரிகளால் முழுமைப்படுத்துவதும் கவாபட்டாவின் ஆளுமையைப் புலப்படுத்துகிற விஷயங்களாகும்.

எகுச்சியின் பழைய காதலிகள் ஒருத்தியைக்கூட நம்மால் மறக்கமுடியவில்லை. ஆனால் எல்லோரும் ஒருசில பக்கங்களில் தோன்றி மறைகிறவர்கள். வாழ்க்கையைத் தன்போக்கில் வாழ்ந்து பார்க்க எகுச்சிக்கு வாய்த்திருக்கிறது. ஆனால் வெளித்தெரியாத சில அளவுகோள்களுடன். எகுச்சி எங்குமே மிகையாக நடந்துகொள்வதில்லை. மிகைக்குத் தோதான பல இடங்களை அவரொரு மென்நகையால் கடந்து சென்றுவிடுகிறார். ரகசியப் புத்தனோடு உறங்கும் அவரே நமக்குப் பல ரகசியங்களைக் கற்றுத்தரும் புத்தனாகிவிடுகிறார்.

யசுனாரி கவாபட்டாவுக்குள் எத்தனை புத்தன்கள் உறங்கினார்களோ, யார் கண்டார்?

(உயிர் எழுத்து – ஜூலை 2016)

ஜான் ஆப்ரஹாம்

நேர்த்தியற்ற சினிமாவின் அரசியல்

ஆகஸ்ட் மாதம் 11ஆம் தேதி ஜான் ஆப்ரஹாமின் பிறந்தநாள் என்பதைத் தற்செயலாகக் கண்ணுற்ற கணத்திலிருந்து, அவரைக் குறித்த பலவிதமான சித்திரங்கள், எண்ண அலைகள் மனதில் தோன்றிக் கலைந்து கொண்டிருந்தன. சிந்தனை ஓட்டத்தை மடைமாற்ற வலிந்து நான் மேற்கொண்ட முயற்சிகள் எதுவும் பலனளிக்கவில்லை.

நுரை பொங்கித்ததும்பும் கள்ளுக் கலயங்களிலிருந்து எழும் புளித்தநெடி அன்று நான் நடந்த திசைகளெங்கும் அப்பியிருந்தது. எதிர்ப்படும் மதுச்சாலையிலிருந்து வியர்வை வழிய வெளியேறும் உயரமான, ஒடிந்த உடல்வாகுகொண்ட, அந்த நடுத்தர வயதுக்காரன் ஜானாக இருக்குமோ என்கிற பதற்ற உணர்வைத் தணிக்க முடியவில்லை. அடுத்த முக்கில் ஒட்டப்பட்டிருந்த ஒரு புதுப்பட போஸ்டர்மீது வேண்டுமென்றே மூத்திரம் பெய்து, ஆபாசமாகத் திட்டிக்கொண்டிருந்த ஒரு மனிதனையும் நான் ஜான் என்றே கணித்தேன். தஞ்சாவூர் நகரத்துப் பிரதான சாலையின் போக்குவரத்துக்குப் பெரிய இடையூறாக ஒரு கழுதை தன் முதுகில் சுமைகள் எதுவுமற்ற கழுதை அலட்சியமாக நடந்து வந்து கொண்டிருப்பதாக ஒரு கனவு கண்டேன். விழித்து எழுந்தபோது அந்தக் கனவு ஜானின் பாதிப்பு என்றறிந்து கொள்வதில் எனக்குச் சிரமம் எதுவும் இருக்கவில்லை. என்னிலிருந்து ஜானின் ஆவியை வெளியேற்ற நான் அதிகம் பிரயாசைப்படவும் இல்லை. இருந்துவிட்டுப்போகட்டும் பாதகமாக எதுவும் அவர் செய்துவிடமாட்டார் என்றே தோன்றியது.

யார் இந்த ஜான் ஆப்ரஹாம்? 'பதற்றமிக்க கடற்பயணங்கள் முடிந்துவிட்டன. நான் ஒருவனைத் தேடி வந்தேன். வேதங்களில் அவனுக்கு ஜான் என்று பெயர். முகவரியும் நிழலுமில்லாதவன்...

பசியில்லாதவன்...' என்கிறார் கவி பாலச்சந்திரன் சுள்ளிக்காடு. 'தனிப்பட்ட வகையிலும், இடத்திலும் உட்படுத்தமுடியாத அசாதாரணமான ஓர் அவதூதனாகத்தான் ஜான் இருந்தார் என்று யாராவது அந்தத் தனித்துவத்தைப் பற்றிச் சிறப்பிக்க முயன்றால் அக்கருத்துடன் நானும் கிட்டத்தட்ட ஒத்துப்போவேன்' என்கிறார் இயக்குநர் அடூர் கோபலகிருஷ்ணன். 'ஜான் சொல்லிவிட்டுப்போன விஷயங்களின் தங்கப்புதையல் நம்மைச் சுற்றிலும் இருக்கின்றன. பின்பற்ற முடியாததும் பின்பற்றுவதற்குத் தகுதியில்லாததுமான அசாதாரண தனித்துவமாக இருந்தது ஜானின் நடவடிக்கை...' இது எழுத்தாளர் பால் சக்காரியாவின் அபிப்ராயம். 'ஜானுக்குள் ஒரு பழங்குடி இருந்தான். தர்க்கமும் காரணகாரிய அறிவும் சார்ந்த உலகத்தில் அல்ல பழங்குடி மனிதனின் மனது வாழ்வது. அவனது மனமும் எண்ணங்களும் படிமங்களாலும் கட்டுக்கதைகளாலும் குறியீடுகளாலும் வரையப்பட்டவை' என்று Patriotஇல் வெளியான தனது ஆங்கிலக் கட்டுரையில் எழுதுகிறார் வெங்கட் சாமிநாதன். இவர்கள் ஒவ்வொருவரும் தனிப்பட்ட முறையில் அல்லது ஏதோ ஒருவிதத்தில் ஜான் ஆப்ரஹாமால் அல்லலுற்றவர்கள், அலைக்கழிக்கப்பட்டவர்கள். ஆனாலும் இவர்களால் ஜானை ஒருபோதும் விட்டுத்தரமுடியவில்லை. இவர்கள் தங்களுக்கான அதிகபட்ச வார்த்தைகளால் ஜானை இயன்றளவு மகிமைப்படுத்துகின்றனர். இவர்களால் உதறிவிட இயலாத அளவுக்கு ஜான் என்ன செய்துவிட்டார்?

ஜான் ஆப்ரஹாம் கேரளத்திலுள்ள குன்னங்குளத்தில் 1937ஆம் ஆண்டு ஓர் ஆச்சாரமிக்க கிறிஸ்துவக் குடும்பத்தில் பிறந்தார். இளங்கலை வணிகவியல் படித்துவிட்டு, ஆயுள் காப்பீட்டுக் கழகத்தில் குமாஸ்தாவாகப் பணிசெய்தார். ஆனால் சிறுபிராயத்திலிருந்து, தன்னுடைய தாத்தாவின் மூலம் சினிமாவின் மீதான கவனத்தையும், ஈர்ப்பையும் பெற்றிருந்தார். தாத்தாவிடமிருந்த மூவிகேமராவும், புரொஜக்டரும்தான் அவரை ஒரு சுதந்திரமான சினிமாக்காரனாக உருவாக்கியிருக்கிறது. ஆம், ஜான் ஒரு சினிமாக்காரர். சுதந்திரமான சினிமாக்காரர். சுதந்திரமான சினிமாக்காரர் என்றால், மரபான சினிமா கம்பெனியின் நடைமுறைகளை எல்லாம் மறுத்தவர், வெறுத்தவர்.

கேரளம் 20ஆம் நூற்றாண்டுத் துவக்கத்திலிருந்து புரட்சிகர இயக்கங்களுக்கும் அவற்றின் நடவடிக்கைகளுக்கும் பரிச்சயப்பட்டிருந்த ஒரு பிரதேசம். ஜானின் மனமும் இயல்பாகவே கம்யூனிஸ சித்தாந்தங்களுக்கு ஆட்பட்டிருந்தது. 1965இல் நல்ல சம்பளம் வந்து கொண்டிருந்த கௌரவமான வேலையை உதறித் தள்ளிவிட்டு, பூனா திரைப்படக் கல்லூரியில் இயக்குநர் பிரிவில் சேர்ந்து, பயிற்சி முடிவில் சிறந்த மாணவருக்கான தங்கப்பதக்கத்துடன் வெளியேறிய ஜான்,

இயக்குநர் ரித்விக் கட்டக்கின் ஆழ்ந்த பாதிப்புகள் கொண்டவர். இவருடன் இணைத்து குமார் சஹானி மற்றும் மணிகௌல் ஆகியோரையும் 'கட்டக்கின் சீடர்கள்' என்று குறிப்பிடுவர்.

ஜான் இயக்கிய முதல் திரைப்படம் 'வித்யார்த்திகளெ இதிலே இதிலே' 1969இல் வெளிவந்தது. ஒரு பள்ளிக்கூட வளாகத்தில் எழுப்பப்பட்டிருந்த சிலை, மாணவர்கள் விளையாடும்பொழுது உடைந்துவிடுகிறது. அவர்களே பணம் போட்டு அந்தச்சிலையை மறு உருவாக்கம் செய்கின்றனர். மீண்டும் மாணவர்கள் விளையாடும் பொழுது, மீண்டும் சிலை உடைந்து தகர்ந்துவிடுகிறது. மேலோட்டமாக வாசிக்கையில் இதிலென்ன பிரமாதமான கதை இருக்கிறது என்று தோன்றும். ஆனால் 'தனிநபர் வழிபாட்டை மூர்க்கமாக எதிர்க்கும் ஜானின் அரசியல் படம் இது' என்று விமர்சகர்கள் மதிப்பிடுகின்றனர். மாணவர்களைத் திசை திருப்பும் முனைப்பு இப்படத்தில் வலுவாகத் தெரிகிறது. வித்யார்த்திகளெ இதிலே இதிலே என்கிற படத்தின் பெயருக்குப் பொருள் 'மாணவர்களே, இந்த வழியே... இந்த வழியே...' என்பதாகும். 1969ஆம் ஆண்டு மணிகௌல் இயக்கிய 'உஸ்கிரொட்டி' திரைப்படத்தில் உதவி இயக்குநராகவும் ஜான் வேலை செய்தார். பிறகு ஃபிலிம் டிவிஷனுக்காக இமயமலை குறித்த விவரணப்படத்தையும் தனித்து இயக்கினார்.

1970களின் பின்பகுதியில் தமிழில் அன்னக்கிளி, 16 வயதினிலே போன்ற கிராமியக் கதையம்சம் கொண்ட திரைப்படங்கள் வெளிவரத் தொடங்கி யிருந்தன. தமிழர்கள் இந்திப்படங்களைப் பார்த்துப் பிரம்மித்து, இந்திப் பாடல்களை விளங்கிக்கொள்ளாமலேயே முனங்கிக்கொண்டிருந்த காலத்தில் ஒரு திருப்பம் போல இளையராஜாவும், பாரதிராஜாவும் அறிமுகமாகி வியப்பை உருவாக்கியிருந்தனர். யதார்த்தமான வாழ்வியல் கதைகளை கிராமத்து மொழியில் ரசிக்கும்படி சொல்ல பாரதிராஜாவால் இயன்றது. ஆனால் வணிக சினிமாவின் பிறிதொரு வடிவமாகவே பாரதிராஜாவின் படங்கள் விளங்கின. தொடக்கக்காலத்துச் சில படங்களுக்குப் பிறகு அவர் 'குலப்பாடகளாக'வும் அவதாரம் எடுத்தார். அவற்றுள் சுயவிமர்சனத் தன்மையுமிருந்ததைக் குறிப்பிட்டுச் சொல்லியாக வேண்டும்.

70களின் இறுதியில் தமிழ் சினிமாவில் நிகழ்ந்த முக்கிய மலர்ச்சி என மகேந்திரனின் வருகையைத்தான் குறிப்பிட வேண்டும். புதுமைப்பித்தனின் 'சிற்றன்னை' கதையின் சாயலில் அவர் உருவாக்கிய 'உதிரிப்பூக்கள்' திரைப்படம் உலகளாவிய அளவில் தமிழ் சினிமாவை இன்றளவும் பிரதி நிதித்துவப்படுகிறது. இதே காலகட்டத்தில்தான் ஜானின் தமிழ்ப்படம் 'அக்ரஹாரத்தில் கழுதை' (1978) உருவாகி தேசிய விருது வென்றது. ஆனால் அன்னக்கிளியும், 16 வயதினிலேயும் பார்த்த தமிழ் ரசிகர்களுக்கு

அக்ரஹாரத்தில் கழுதையைப் பார்க்கின்ற சந்தர்ப்பம் வாய்க்காமலே போனது. காரணம் அந்தப்படம் அரங்குகளில் வெளியாகவே இல்லை. எம்.ஜி.ஆர். அரசாண்ட அந்த நாட்களில் பிராமணர்களின் மனம் புண்படுமென்று கருதி, அவருடைய பிரதான அமைச்சர் ஒருவரால் அக்ரஹாரத்தில் கழுதை தடை செய்யப்பட்டது. இதிலுள்ள நகைமுரண் எதுவென்றால், அந்தப்படத்தின் திரைக்கதையை எழுதியவர் பிராமண சமூகத்தைச் சார்ந்த வெங்கட் சாமிநாதன். வெ.சா.வின் மனம் புண்படவில்லையா அல்லது வெ.சா. அந்தளவுக்கு சுயஜாதி சார்பற்றவரா என்பதெல்லாம் நமக்குப் புலப்படாத விஷயங்கள்.

கோயம்புத்தூரில் தற்செயலாக ஓர் அக்ரஹாரத்தைக் கடந்து சென்றபோது 'கழுதை' யின் கரு மனதில் விழுந்ததாகவும், எந்தச் சமுதாயத்தையும் விமர்சிக்க அந்தப்படத்தை எடுக்கவில்லை என்றும் ஒரு கட்டுரையில் ஜான் தெளிவாகக் குறிப்பிடுகிறார். 'எத்தனையோ வகையான மிருகங்களை மக்கள் வளர்க்கிறார்கள். ஆனால் ஒரு கழுதைக்குட்டியை யாரும் வளர்ப்பதில்லையே என்று யோசித்தேன். அக்ரஹாரத்தில் ஒரு பிராமணன் கழுதை வளர்த்தால் என்னவாயிருக்கும் நிலைமை?' என்று ஒரு கலைஞன் யோசிக்கக் கூடாதா என்ன? கலைஞனின் கற்பனைக்கும், சிந்தனைக்கும் எல்லைகள் எதுவும் நிர்ணயிக்கப்பட்டுள்ளதா என்பதும் தெரியவில்லை. 'எல்லைகள் இல்லா உலகம் என் இதயமும் அதுபோல் நிலவும். புதுமை உலகம் மலரும் நல்ல பொழுதாய் யாருக்கும் புலரும்' என்று எம்.ஜி.ஆர். ஒரு சினிமாவில் பாடுகிறார். இவ்வரிகளின் பொருள் புரிந்திருந்தால் 'அக்ரஹாரத்தில் கழுதை' படத்தைத் தடைசெய்ய அவருக்கோ, அவருடைய அமைச்சரவை சகாவுக்கோ மனம் வந்திருக்குமா என்பதும் விளங்கவில்லை.

70-90களில் பிராமண சமூகத்தை விமர்சிக்கும்படியான பல படங்கள் வெளியாகியுள்ளன. அதை என்னால் இங்கு நீண்ட பட்டியலிட்டுக்காட்ட முடியும். அரங்கேற்றம், சில நேரங்களில் சில மனிதர்கள், சிறை, வேதம் புதிது என இந்தப் பட்டியல் நீளமானது. தமிழ்நாட்டில் தமிழனுக்காக எடுக்கப்பட்ட படத்தைத் தமிழனுக்கு காட்ட முடியவில்லையே என்கின்ற வேதனையில் ஜான் ஆப்ரஹாம் சொன்னார்; 'படமெடுத்தால் மனிதர்களுக்குக் காட்டவேண்டும் என்பது மேலான தர்மம். என்னுடைய படத்தை மக்களிடம் காட்டினால் மக்கள் அதை விரும்புவார்கள் என்று எனக்கு நன்கு தெரியும். ஆனால் அவர்கள் எம்.ஜி.ஆரையும், அமிதாப்பச்சனையும் பார்க்க நிர்பந்திக்கப்படுகிறார்கள்?'

தலைப்பிலேயே ஜாதி வெறியைத் தூண்டுகின்ற எத்தனையோ தமிழ்ப்படங்கள் வெளிவந்த காலகட்டம் ஒன்றிருந்தது. பெரியாரிஸ்ட்

என்று தன்னை கூறிக்கொள்வதில் பெருமைப்படும் கமலஹாசன் தன் சொந்த பேனரில் 'தேவர் மகன்' என்று படமெடுத்தார். நாயுடு சமூகத்தினரான விஜயகாந்த் நடிக்க 'சின்ன கவுண்டர்' வெளியானது. 'நாயக்கர் மகள்' என்று அந்தக்காலத்திலேயே கே.எஸ்.கோபலகிருஷ்ணன் படம் இயக்கினார். பெரிய கவுண்டர் பொண்ணு, இளைய கவுண்டர் பொண்ணு எனப்பல படங்கள் வெளியாகின. சரத்குமாரும், விஜயகுமாரும், விஜயகாந்த்தும், மனோரமாவும் எங்க ஊர் கொங்கு பாஷை பேசி தற்கொலைக்குத் தூண்டிய படங்கள் கணக்கிலடங்காதவை. இப்போதும் பல படங்கள் மறவர்குல மகிமைகளைப் பேசுகின்றன. (சினிமா அறிந்த நானும் வாய்த்திருந்தால் ராவுத்தர் மகன், லெப்பை மகள் என்று என் பங்குக்குச் சில படங்களை எடுத்துத் தள்ளியிருப்பேன்.) பிறகு ஏதோ உணர்வு வந்தாற்போல அரசாங்கம் ஜாதிப்பெயருள்ள படங்களுக்குத் தடைவிதித்தது. தீரன் சின்னமலை மாவட்டம், காயிதே மில்லத் மாவட்டம், முத்துராமலிங்கத் தேவர் மாவட்டம் என்று எல்லா மாவட்டங்களும் காலியாகின. ஜாதியை வேரோடு பிடுங்கி எறிந்தது போல ஆளும் வர்க்கம் காலரைத் தூக்கிவிட்டுக்கொண்டது. ஊர்ப் பெயர்களில் நாற்காலிபோட்டு உட்கார்ந்திருக்கும் ஜாதிப்பெயர்களை நீக்க இன்றுவரை ஒருத்தனுக்கும் துப்பில்லை.

1977 ஆம் ஆண்டில் வெளிவந்த தமிழ்ப்படங்களில் சிறந்த படத்திற்கான விருது ஜான் ஆப்ரஹாமின் அக்ரஹாரத்தில் கழுதைக்கு வழங்கப்படுவதாக 08.04.78 அன்று அறிவிக்கப்பட்டது. இதற்கும் கூட ஒரு பெரிய சர்ச்சை எழுந்து அடங்கியது. பொதுமக்கள் பார்வைக்குப் படம் திரையிடப்படவில்லை (இந்தக் கதை எப்படி யிருக்கிறது பாருங்கள்) தேர்வுக்குழுவில் தமிழர்கள் எவரும் இல்லை. படத்தை இயக்கியவர் தமிழர் இல்லை. தமிழரல்லாதவர்களால் தமிழ்க் கலாச்சாரத்தைப் புரிந்துகொண்டு படம் எடுக்கமுடியுமா, அக்ரஹாரத்தில் கழுதைக்குக் கிடைத்த பரிசு ஒரு கழுதைக்குக் கிடைத்த பரிசு – அது இதுவென ஏகப்பட்ட விமர்சனங்களை எதிர்கொள்ள வேண்டியிருந்தது. இவை எல்லாம் அந்த மாண்புமிகுவால் பேசப்பட்டதோ கிளப்பிவிடப்பட்டதோதான். அன்று அக்ரஹாரத்தில் கழுதையுடன் விருதுக்குக் களத்தில் நின்ற படம் 16 வயதினிலே. க.நா.சு.தான் 16 வயதினிலேவைப் புறக்கணித்து அக்ரஹாரத்தில் கழுதைக்குப் பரிசு கிடைக்குமாறு செய்துவிட்டார் என்றும் ஒரு பேச்சு நிலவியது. அது உண்மையானால், க.நா.சு.வின் பிராமண மனம் புண்படவில்லையா என்றும் கேள்வி எழுகிறது அல்லவா? எத்தனையோ வெளிநாட்டு விமர்சகர்கள் கழுதையைப் பார்த்துவிட்டு இதுபோன்ற படங்கள்தாம் தமிழ் சினிமாவை உலகளாவிய அளவில் அடையாளப்படுத்தும் என அபிப்ராயம் கூறிச்சென்றிருக்கின்றனர்.

அக்ரஹாரத்தில் கழுதை படத்தில் தொழில்நுட்பக் கோளாறுகள் இருக்கிறதாம். இதை ஜானே மனப்பூர்வமாக ஒப்புக் கொள்கிறார். கழுதையில் மட்டுமல்ல, ஜானின் எல்லாப் படங்களிலும் இது வெளிப்படை. இதை ஜானே திட்டமிட்டுச் செய்கிறார். 'ஜான் ஆபிரஹாம் கலகக்காரனின் திரைக்கதை' என்னும் நூலின் தொகுப்பாசிரியரும், காஞ்சனை திரைப்பட இயக்கத்துக்காரருமாகிய ஆர்.ஆர்.சீனிவாசன், ஜானின் இச்செயல்பாட்டிற்கு 'நேர்த்தியற்ற சினிமாவின் அரசியல்' என்று பொருள் தருகிறார்.

நேர்த்தியற்ற சினிமா (Imperfect cinema) இன்றைய நேர்த்தியான சினிமாவின் தொழில்நுட்ப, அழகியல் அம்சங்களுக்கு எதிரானது; வணிகத்திரைப்பட உற்பத்தியில் ஏற்படும் பணவிரயத்துக்கு, அழகியல் நேர்த்தியுள்ள சினிமா பார்வையாளனிடத்தில் உருவாக்கும் பூர்ஷ்வா கதையாடல் தன்மைக்கு விரோதமானது. இக்காரணங்களால் இந்திய சினிமாவின் மேதை இயக்குநராகக் கருதப்படும் சத்யஜித்ரேயின் திரைப்படங்களைக் கூட ஜான் ஆப்ரஹாமால் ஏற்றுக்கொள்ள முடியவில்லை.

இந்த இடத்தில் தாமரைச்செல்வி பதிப்பகம் வெளியிட்ட 'கலக்காரனின் திரைக்கதை' நூல் குறித்து எழுதாமல் என்னால் இக்கட்டுரையை அடுத்த இடத்துக்கு நகர்த்த முடியாது. 2000இல் ஆர்.ஆர். சீனிவாசனால் தொகுக்கப்பட்ட அருமையான புத்தகம் அது. பெயரிலேயே ஒரு பெரிய ஈர்ப்பு சக்தி அதற்கு உண்டு. தமிழ் இலக்கியப் படைப்பாளிகள் பலருக்கும் வெளிவந்துள்ள 'படைப்புலகம்' போன்ற நூல் அது. ஜான் ஆப்ரஹாமின் கட்டுரைகள், அவரிடம் எடுக்கப்பட்ட நேர்காணல்கள், அவரெழுதியுள்ள சிறுகதைகள், விமர்சனங்கள், நினைவலைகள், திரைக்கதையின் சில பகுதிகள், ஜானின் நான்கு படங்களின் கதைக்குறிப்புகள், வாழ்க்கைக்குறிப்பு, புகைப்படங்கள், ஓவியங்கள் எனப் பலதரப்பட்ட மதுவகைகளையும் கலந்து தயாரிக்கப்படும் 'காக்டெய்ல்' போல சுவையாக இருக்கிறது. இப்படியான மகத்துவம் தமிழில், மலையாளத்தில் வேறெந்த இயக்குநருக்கும் கிடைத்ததில்லை.

இதிலுள்ள விமர்சனங்களையும், நினைவலைகளையும் வெங்கட் சாமிநாதன்; நா.முத்துச்சாமி, ஓ.வி.விஜயன், அடூர் கோபாலகிருஷ்ணன், பால் சக்கரியா, சாரு நிவேதிதா, ஆர்.ஆர். சீனிவாசன் போன்றோர் எழுதியிருக்க, ஜான் ஆப்ரஹாம் குறித்த பிரமாதமான கவிதைகளை தேவதேவன், ஜோஸ் வெம்மேலி, எ.அய்யப்பன், சச்சிதானந்தன், பாலச்சந்திரன் சுள்ளிக்காடு ஆகியோர் எழுதியுள்ளனர். டி.வி.பாலசுப்ரமணியன், தி.அ.சீனிவாசன், குறிஞ்சி வேலன், உதயசங்கர், சுகுமாரன், குமாரசெல்வா, சிவன், தி.சு.சதாசிவம், போன்ற பலரும் மொழிபெயர்த்து உதவியிருக்கின்றனர். ஏ.பி.சந்தானராஜ் வரைந்துள்ள

ஜானின் உருவ ஓவியங்கள், சந்ரு வரைந்துள்ள கழுதையின் படங்கள் புத்தகத்துக்குப் பெரிய வசீகரத்தை வழங்கிவிடுகிறது. அட்டையில் 'விமர்சன சர்ச்சைக்கான மொழிபெயர்ப்புப் பதிவு' என்று துணிச்சலாகப் போட்டிருப்பதால் இந்நூல் வெளிவந்தபிறகு பெரிய விவாதங்கள் எழுந்து அடங்கியிருக்கக் கூடுமென்று கருதுகிறேன்.

ஜானைக் குறித்து ஜான் நிறைய சொல்லிச்செல்கிறார். 'சினிமாதான் எனது மிகப்பெரிய பலவீனம். எனது மிகப்பெரிய சக்தி. சினிமாவின் அடிமை நான். எனக்கு வாழ்க்கையில் பெரிய ஆசைகள் எதுவுமில்லை. சினிமா எடுக்க முடிந்தால் போதும்' என்று கூறும் ஜான், பஷீரின் 'பாத்துமாவின் ஆடு' நாவலைத் திரைப்படமாக்கி அதற்கொரு புதிய விளக்கவுரை கொடுக்கவேண்டும் எனக்கனவு கண்டார். அது நிறைவேறவில்லை. இ.எம்.எஸ். குறித்த அவருடைய விவரணப்படமும் பாதியில் நின்றுபோனது. ஆனால் ஜானின் சாதனை என்பது முக்கியமான இளைஞர்களுடன் இணைந்து 'ஓடெஸ்ஸா' என்னும் கலாச்சார அமைப்பை உருவாக்கியதும் அவ்வமைப்பினர் ஊரெல்லாம் அலைந்து திரிந்து மக்களிடம் ஒரு ரூபாய் இரண்டு ரூபாய் வசூல் செய்து 'அம்ம அறியான்' என்னும் திரைப்படத்தை 1986இல் உருவாக்கியதுமாகும்.

'அம்ம அறியான்' திரைப்படமும், அது உருவாக்கப்பட்ட விதமும் ஒரு பெரிய சரித்திர சாகசம். கேரளத்தின் சமூக வரலாற்றுப் பின்னணியில் ஜான் உருவாக்கிய கதை அது. இதுபோன்று 80இல் அவர் இயக்கிய 'செறியச்சன்டே க்ரூர கிருத்தியங்கள்' ஜான் பிறந்த ஊரான குட்டநாடு விவசாயிகளின் பிரச்சினையை அடிப்படையாகக்கொண்ட படம். ஏறக்குறைய தமிழகத்தின் தஞ்சைப்பகுதியில் கீழ்வெண்மணியில் நிகழ்ந்த கோர சம்பவத்துடன் ஒப்பிடத்தக்க மற்றொரு சம்பவத்தை செறியச்சனின் கதை உள்ளடக்கியது.

ஜான் ஓர் அபூர்வமான கலைஞன். அதேநேரத்தில் அவர் ஓர் அப்பட்டமான அரசியல்வாதி. அரசியல் முக்கியத்துவம் பெறாத அவரது படங்களே இல்லையென்று சொல்லலாம். 'நம்முடைய இயல்பு திராவிட இயல்பு. ஆரியர்களைப்போல நாம் அலைந்து திரிந்து வந்தவர்களல்ல. கொடும் துன்பங்களை விதி என்று ஏற்றுக்கொண்டு வாழப் பழகிவிட்டிருக்கிறோம். இந்த விதி குறித்த நம்பிக்கை ஆரியர்களின் வரவுடன் உள்ளே நுழைந்தது' என்று பேசும் ஜான், திராவிடர் கழகத்திற்காக பெரியார் நூற்றாண்டு விழாவைத் திரைப்படமாக்கித் தந்தவர்.

ஜான் ஒரு சிறந்த சிறுகதையாளர். அவருடைய 'நேர்ச்ச கோழி' என்கிற கதையை வாசிக்கும்பொழுது அதிலுள்ள 'பஷீர் பாணி'யைக்

கண்டு கொள்ளலாம். 'ஒரு காத்திருப்பு' கதையில் அவர் மரணம் குறித்து அளவளாவுகிறார். 'ஒரு கழுதையின் மண்டை ஓடு தேடி' கதையைத் தனது சினிமா அனுபவங்களிலிருந்து தருகிறார்.

மலையாளிகளில் எத்தனையோ பேர் எத்தனையோ தமிழ்ப்படங்களை இயக்கியிருக்கின்றனர். அவர்களில் எவரும் 'அக்ரஹாரத்தில் கழுதை' போன்ற உயர்ந்த சாதனையைச் செய்ததில்லை. இவ்வளவுக்கும் அந்தப்படம் வெகுஜனங்களின் பார்வைக்குத் திரையிடப்படவே இல்லை. செய்நேர்த்தியற்ற படம் என்று அதைச்சிலர் குறைகூறினாலும் அதன் உள்ளடக்கத்துடன் இதுவரை தமிழில் வெளிவந்துள்ள எந்தப் படத்தையும் ஒப்பிட இயலாது. சாரு நிவேதிதா இந்தப் படத்துக்கு எழுதியுள்ள ஒரு விமர்சனம் முக்கியமானது. அக்ரஹாரத்தில் கழுதையைப் புரிந்துகொள்ளாதவர்களுக்கு, மண்டையிலடித்துப் புரியவைத்துவிடுகிறது அவ்விமர்சனம்.

'இதில் வரும் கழுதையும், மற்றப் பாத்திரங்களும் ஒவ்வொரு வர்க்கத்தின் குறியீடுகள்தாம். நசுக்கப்படுகிறவர்களின் மீதான அக்கறையின்மையின் குறியீடுதான் கழுதை. அனாதைக் கழுதையை ரட்சிக்கும் அந்த ப்ரொஃபஸர் நசுக்கப்பட்ட வர்க்கத்தின்பால் இரக்கப்படும் intelligentia வின் பிரதிநிதி. இவரால் புரிந்து கொள்ளவும் இரக்கப்படவும்தான் முடியுமே தவிர துணை நிற்க இயலாது. நசுக்கப்பட்டவர்களுக்கு ஆதரவளிக்க அவர் ஒருங்கிணைக்கப்படாத உழைக்கும் வர்க்கத்தின் உதவியோடுதான் செயல்பட முடியும் என்கிற தத்துவவெளிப்பாடுதான் ப்ரொஃபஸர் உமா உறவு. கழுதையின் முடிவை ப்ரொஃபஸர் உணர்ச்சி யின்றிக் கேட்டுக் கொள்கிறார். ஏனெனில் அறிவு ஜீவிகள் உணர்வுக் கொந்தளிப்புக்கு ஆளாகுபவர்கள் அல்லர்.

கொல்லப்பட்ட கழுதையின் எலும்புச்சிதைவை ஊமைப் பெண்ணிடமிருந்து வாங்கி அதை அவர் தலித்துகளிடம் கொடுக்கிறார். அவர்கள் அதை கிராமத்துக்கு எடுத்துச்சென்று மேளம் கொட்டி ஆடுகிறார்கள். மண்டை ஓட்டிலிருந்து நெருப்புக் கிளம்பி தலித்துகளின் கையிலிருக்கும் கம்புகளுக்கும் அக்ரஹாரம் முழுமைக்கும் பரவுகிறது. மொத்தத்தில் ஓர் உன்னதமான சித்தாந்த ரீதியான கலைப்படைப்பு என்று இதைச் சொல்லலாம்' என்று குறிப்பிடும் சாரு, ஜானின் ஆன்மாவுக்குள்ளிருந்து இதைப்பேசியிருக்கிறார் என்று படுகிறது. சாரு நிறையத் தமிழ் சினிமாக்களை விமர்சித்திருக்கிறார். ஆயினும் அக்ரஹாரத்தில் கழுதையை எந்தக் குறையும் சொல்லாது உயர்த்தி வைக்கிறார். இது வியப்புக் கலந்த சந்தோஷத்தை ஏற்படுத்துகிறது என்றாலும் இதைச் சாக்காகக் கொண்டு தொழிற்சங்கங்களையும், கம்யூனிஸ்டுகளையும் தனது மதிப்புரையின் கடைசிப் பத்தியில் அவர் விமர்சிப்பதை ஒப்புக்கொள்ளமுடியாது.

இக்கட்டுரையில் நான் பெரிதும் வியந்தோத எண்ணியது ஜானின் சுபாவத்தையும் கலக மனத்தையும். அது எழுதப்படாமலே கட்டுரை நிறைவு பெறுவதும்கூட விசேஷமானதுதான். ஆனால் இரண்டு வரிகளில் அதைச் சொல்வது உசிதமென்று கருதுகிறேன்.

ஜான் ஒரு மகா குடிகாரன், குடித்துவிட்டுத் தன் மனம்போன போக்கில் சினிமா எடுத்தவன். அதற்காகத்தான் அவன் வாழ்ந்தான். அதற்காகவே அவன் மரித்தான். அதுதான் அவனுடைய அரசியல். அதுதான் அவனுடைய ஆதங்கம். அதுவே அவனது ஆத்மா.

(உயிர் எழுத்து – ஆகஸ்ட் 2016)

106

புனத்தில் குஞ்ஞுப்துல்லா

குஞ்ஞுப்துல்லா அல்ல பெரிய அப்துல்லா

ஒரு புத்தகத்தை முழுமையாக வாசித்து முடித்தபிறகுதான் அதன் முன்னுரை, அணிந்துரை போன்ற விஷயங்களுக்குள் கவனத்தைச் செலுத்துவது என்பதை வாசிப்புப் பழக்கத்தின் கோட்பாடுகளுள் ஒன்றாகக் கொண்டவன் நான். இதன் காரணமாகச் சில முன்னுரைகளை வாசிக்காமலேயே கடந்துவிட்டிருக்கிறேன். அதிலொன்றும் தவறில்லை என்றே இப்போதும் தோன்றுகிறது. ஆனால் சில நல்ல முன்னுரைகளைக் காலங்கடந்து வாசிக்கையில், என் கோட்பாடினைக் குறித்து நானே பரிகாசஞ்செய்து கொள்வதுண்டு. முன்னுரைகள் சம்பிரதாயமானவை என்கிற எண்ணம் கொள்ள வைத்த சில எழுத்தாளர்களை நினைவு கூர்ந்தவாறுதான் இந்தக் கட்டுரையை எழுதத் தொடங்குகிறேன். சில அபூர்வமான முன்னுரைகளை வரைந்த எழுத்தாளர்களை ஆத்மார்த்தமாக வணங்குகின்றேன்.

புனத்தில் குஞ்ஞுப்துல்லாவின் 'பரலோகம்' மலையாள நாவலின் தமிழாக்கமாகிய 'மஹ்ஷர் பெருவெளி' (குளச்சல் மு.யூசுப்) வாசித்து ஆண்டுகள் கடந்திருந்தன. எப்போதும்போல ஆசிரியர் குறிப்பு, மொழிபெயர்ப்பாளரின் முன்னுரை இத்யாதி விஷயங்களை விட்டுவிட்டுத்தான் அந்நாவலை வாசித்திருந்தேன். ஒரு பெண்ணின் மரணத்துடன் துவங்குகின்ற அந்த நாவல் இவ்வாறு நிறைவடைந்திருக்கும்.

"இஸ்லாத்தின் வருகைக்குப் பிறகு உருவானவற்றில் மிகவும் முக்கியத்துவம் வாய்ந்த ஒரு நிகழ்வு கம்யூனிஸம். ரோம சாம்ராஜ் யத்தின் வீழ்ச்சிக்குப் பிறகு ஏற்பட்ட மிக முக்கியமான நிகழ்வும்

கம்யூனிஸம்தான். கிறிஸ்துவுக்குப் பிறகு உருவான முக்கிய நிகழ்வும் கம்யூனிஸம்தான்."

எல்லா முக்கியமான மலையாள எழுத்தாளர்களையும் போல இயல்பாகக் கதை சொல்லத் தெரிந்த புனத்திலிடம் நான் பிரத்யேகமாகக் கவனிக்கிற அம்சம், அவருடைய எல்லாக் கதாமாந்தர்களின் மீதும் அவர் புராணிகத் தன்மையை குழைத்துப் பூசி விடுவதுதான். அவரிடம் பஷீரின் மெல்லிய சாயல் உண்டு. தோற்றத்தில் அல்ல, எழுத்தில். ஆனால் எளிமையிலும் குறும்பிலும், ஆளை அசந்தால் சவுட்டி விடும் போக்கிரித்தனத்திலும் பஷீருக்கு நிகரென்று சொல்ல கேரளத்தில் இன்னொருவன் பிறக்கவில்லை, இன்னும்.

தமிழ் எழுத்தாளர்களிடம் அறவே இல்லாத, சுயவிமர்சனத் தன்மை யிலான படைப்புகளை புனத்தில் எழுதியிருக்கிறார். இவருடைய சில நூல்களின் தலைப்புகள் – மலைமுகட்டில் அப்துல்லா, குஞ் ஞுப்துல்லாவின் குரூரங்கள், கத்தி, காமப்பூக்கள், கிருஷ்ணாவின் ராதை. அவருக்கு மத்திய, மாநில சாகித்ய அகாதமி விருதுகளைப் பெற்றுத்தந்த 'ஸ்மாரக சிலகள்' நாவல் 'மீஸான் கற்கள்' என்னும் பெயரில் தமிழில் ஏற்கெனவே வெளியாகியுள்ளது. அதையும் குளச்சல் யூசுப் தான் செய்தார். புனத்தில் எம்பிபிஎஸ் படித்த ஒரு டாக்டர், தற்போது குடும்பத்துடன் கேரள மாநிலம் வடகரையில் வசிக்கிறார். இவரைக் குறித்த இன்னொரு விசேஷமான தகவல் புனத்தில் ஒரு மாஜி பி.ஜே.பி.காரர்.

இந்த என் கட்டுரை ஒரு முன்னுரையைக் குறித்த கட்டுரை, இதற்கான பீடிகையை நான் தொடக்கத்திலேயே தந்துவிட்டேன். சில நாட்களின் முன்பு 'மஹ்ஷர் பெருவெளி' நாவலை எடுத்துப் புரட்டிக்கொண்டிருந்த போதுதான், அதில் பால்சக்காரியா, புனத்திலின் 'ஸ்மாரக சிலகள்' நாவலின் 25ஆவது வருட நிறைவு விழாவில் (மலையாளிகள் எதற்கெல்லாம் விழா எடுக்கிறார்கள் பாருங்கள்...) ஆற்றிய தொடக்க உரை இணைக்கப்பட்டிருப்பதைக் கண்டேன். உடனே அதைப்படிக்கவும் செய்தேன். அப்போது என் மனதில் ஓடிய எண்ணம்... 'நாம் முதலில் படித்திருக்க வேண்டியது நாவலை அல்ல, இந்த உரையைத்தான்' என்பதே.

'குஞ்ஞுப்துல்லா அல்ல பெரிய அப்துல்லா' என்ற தலைப்புடன் ஒரு முன்னுரையைப் போலவே இணைக்கப்பட்டிருந்த அந்த சக்காரியாவின் உரையில் எல்லாவரிகளும் எனக்கு உவப்பாக இருந்தது.

பால் சக்காரியாவைக் குறித்து நான் அதிகம் நீட்டி முழுக்கத் தேவை யில்லை. தீவிர வாசகர்களுக்கு அவர் நன்றாகவே பரிச்சயமானவர். எனக்கு மிக ஆதர்சமான படைப்பாளி. இலக்கியத்தைப் பொறுத்த

மட்டிலும் அவருக்குள்ள சுதந்திரம் குறித்து எனக்கு மெல்லிய பொறாமை உண்டு. அவரொரு கிறிஸ்துவனாகப் பிறந்து, தேவகுமாரனைத் தோழனாக்கிக் கொண்டு, தன் படைப்பில் ஒரு கதாபாத்திரமாக அவரை சர்வ சுதந்திரத்துடன் உலவ விடுபவர். இந்தச் சுதந்திரம் இங்கு எனக்கு இல்லை. நான் என் தேவனை அல்ல, தீர்க்க தரிசியைத் தோழனாக்கிக் கொள்ளமுடியாது. எனக்கு அந்தக் 'கொடுப்பினை' இல்லை. என்னிடம் சிநேகம் பாவிக்க என் தீர்க்கத்தரிசி சம்மதத்துடனிருக்கிறார். அது தெரியும். எனக்கும் அவரை ஒரு கதாபாத்திரமாக்கிப் புனைவின் நெடும்பரப்பில் காலாற அலையவிட ஆசை. ஆனாலது அத்தனை எளிதான காரியமில்லை. என் தீர்க்கதரிசிக்கு உருவம் தரக்கூட எனக்கு உரிமையில்லை. இதைவிடவும் ஓர் அடக்குமுறை உலகில் எந்த சமூகத்திலாவது இருந்திருக்கமுடியுமா? ஆனால் சக்காரியாவுக்கு அந்தச் சுதந்திரம் இருந்தது. இருக்கிறது. சக்காரியாவுக்குள்ள சுதந்திரம் இங்கே ஜக்கரியாவுக்கு இல்லை நண்பர்களே! (மதவிஷயங்கள் என்றில்லை, யதார்த்த வாழ்வுப் பதிவுகளாகவும் பல நல்ல கதைகளை, குறுநாவல்களை சக்காரியா எழுதியிருக்கிறார். 'இதோ இவிடே வரெ விளம்பர வண்டி புறப்படுகிறது...' என்கிற அவருடைய ஒரு கதையை வாசிக்குமாறு இந்த நேரத்தில் வாசகர்களிடம் பரிந்துரைக்கிறேன்.)

புனத்திலின் நாவல் விழாவில் பேசிய சக்காரியா, நாவலைக்குறித்து எதுவுமே பேசவில்லை. ஓர் அருமையான அரசியல் உரையாக அது அமைந்திருந்தது. தனது உரையின் பல இடங்களில் புனத்தில் குஞ் ஞுப்துல்லா குறித்த தனது விமர்சனத்தையும், கிண்டலையும், கேலியையும் சக்காரியா வெகு இயல்பாக முன்வைக்கிறார். இன்னொரு கோணத் திலிருந்து பார்த்தால் ஒட்டுமொத்த மலையாள சமூகத்தின் மீதான விமர்சனமாகவும் அது இருக்கிறது. எனக்குப் பெரிய ஆச்சரியம். வேறென்ன, தமிழ் இலக்கிய உலகில் இங்வொரு ஓர் எழுத்தாளர் தன் சக எழுத்தாளரைக் குறித்துச் சுதந்திரமாக உரையாட முடியுமா? இந்தக் கிண்டலும், கேலியும் மலையாளிகளின் இயல்பெனில், அதைச் சகித்துக் கொள்வதும் அவர்களின் இயல்பாக அல்லவா உள்ளது? இந்த நிலை தமிழில் இல்லையே என்பதுதான் என் ஆதங்கம்.

"குஞ்ஞுப்துல்லாவை ஒரு முஸ்லிம் எழுத்தாளர் என்பதைவிட, மலையாள எழுத்தாளர் என்றுதான் நான் சொல்வேன். நாம் ஒவ்வொருவரும் குறிப்பிட்ட வயதுவரை, பிறந்து விழுந்த மதத்தின் முக்கியப் பகுதியாகவே வளர்கிறோம். நான் கிறிஸ்தவக் குடும்பத்தில் பிறந்ததால் தன்னறிவு வரும்வரை கிறிஸ்தவனாகவே வாழ்ந்தேன். முஸ்லிம் குடும்பத்தில் பிறந்தவனும் தன்னறிவு வரும்வரை முஸ்லிமாகவே வாழ்வான். குறிப்பிட்ட கட்டத்தில் தன்னறிவு பெறாமலிருப்பதும் ஆபத்துத்தான். தன்னறிவு என்று நான் குறிப்பிடுவது இதுதான்.

எங்கோ, எப்படியோ பிறக்கவேண்டிய நாம் இந்து, முஸ்லிம், கிறிஸ்தவக் குடும்பங்களில் பிறந்துவிட்டோம். இது ஒரு தற்செயல் நிகழ்வுமட்டுமே..."

என்று தன் உரையின் தொடக்கத்தில் சக்காரியா குறிப்பிடுவதை மேலோட்டமாக மட்டுமே வாசித்து விட்டுக் கடந்து செல்லமுடியாத நிலை எனக்கு. நானும் தன்னறிவு வரும்வரை இஸ்லாமியனாக வாழ்ந்தவன்தான். இதை நான் தெளிவாகச் சொன்னபோது, அதுவரை என்னுடன் நெருக்கமாக உறவாடி வந்த என் முஸ்லிம் நண்பன் ஒருவன் என்னுடனான உறவை வலிய முறித்துக்கொண்டு ஓடிப்போனான். காலக்கரைசலில் நான் அவனைத் தேடிக்கொண்டிருக்க முடியாது, சமாதானப்படுத்தவும் முடியாது. என் வேலை அது இல்லை.

"ஒவ்வொரு ஹதீஸையும் அற்புதமான கதைகளாக நான் வாசித்திருக்கிறேன். அதிலுள்ள மானுடத்தன்மைதான் என்னைமிகவும் கவர்ந்தது. இங்கே கிறிஸ்துவும், கிருஷ்ணனும், முஹம்மதுவும் மனிதர்களாகவே வாழ்ந்திருந்தனர். நம்மைப்போலவே ஓடியும் நடந்தும் வியர்வை சிந்தியும் கலகம் செய்தும் வாழ்ந்து வந்த மனிதர்கள். முஹம்மது நபி மீது மத ரீதியிலான அம்சங்களோ பாதிப்புகளோ இல்லாமல் கூட அன்பு செலுத்தமுடியும். அவர் பற்றிச் சாதாரண மனிதராகவே ஹதீஸ்களில் சொல்லப்பட்டிருக்கிறது. நான் தீர்க்கதரிசியை ஒரு சாதாரண மனிதர் எனும் நிலையில் அதிகம் விரும்பத்தொடங்கியது ஹதீஸ்களை வாசித்த பிறகுதான்..." என்றுரைக்கும் சக்காரியா இதன் தொடர்ச்சியாக இன்னொரு விஷயத்தையும் சுட்டிக்காட்டத் தவறவில்லை.

"ஹதீஸ்களை உண்மையல்ல என்று பிரச்சாரம் செய்யவும், மறைத்து விடவும் முயற்சிகள் மேற்கொள்ளப்பட்டு வருகின்றன. இதற்குப் பின்னணியில் ஒரு அரசியல் இருக்கக்கூடும் என்பதுதான் என் அபிப்ராயம்..."

நிஜத்தில் ஹதீஸ்கள் தான் நபி முகம்மதுவைத் துல்லியமாகக் காட்டும் கண்ணாடிகளாக விளங்குகின்றன. அதில் பிரதிபலிக்கின்ற அவருடைய சொரூபம் அவரைச் சிறந்த மனிதராக நிலைநிறுத்துகின்றது. அவருடைய நண்பர்கள் 'திண்ணைத் தோழர்கள்' என்றழைக்கப்பட்டனர். வாஸ்தவத்தில் நபி முஹம்மதுவும் ஒரு திண்ணைத் தோழர்தானே? அவர் ஏழையாகவே வாழவிரும்பிய சூக்குமம் தான் என்ன? இவ்வாறான வினாக்களை எல்லாம் சக்காரியாவின் உரை எழுப்புவதாகவே உணர்கிறேன். மேலும் முஹம்மதுவைக் குறித்த கதையாடல்களில் அந்த'சர்க்கரைக் கதை' எளிமையானது, எனினும் முக்கியமானதெனக் கருதுகிறேன், தன் பிள்ளை அதிகமாக சர்க்கரை உண்கிறான் என்னும் புகாரோடு நபிகளைச் சந்திக்க வந்த தாயொருத்தி, பலமுறை

நபிகளாலேயே தீர்ப்புரைக்காமல் திருப்பி அனுப்பப்படுகிறாள். சலித்துப் போய் உண்மையை அறிந்துகொள்ள விரும்பும் அந்தப் பெண்ணிடம் தானும் ஒரு 'சர்க்கரை விரும்பி' என்று அவர் ஒப்புக்கொள்ளும் இடம் முக்கியமானது. இவ்வாறான மானுட பலவீனங்களுடன் தான் தீர்க்கதரிசி இந்த மண்ணில் உழன்றார் என்பதை ஒப்புக் கொள்ளவும் ஒரு 'மனம்' தேவைப்படுகின்றது.

"இன்று இஸ்லாமியத்தில் கதைகள் இல்லை. மிகவும் ஆபத்தான நிலையில் இன்று இஸ்லாத்தை அவர்கள் பின்னால் இழுத்துக்கொண்டு செல்கிறார்கள். கதை மரபுகளையும், விஞ்ஞான மரபுகளையும் மேனாட்டவர்கள் சுவீகரித்துக்கொண்டது இஸ்லாமியக் கலாச்சாரங்களிலிருந்துதான் என்றாலும் இன்று அவர்கள் அதை இழந்துவிட்டார்கள். ஈராற்றுப்பேட்டை போன்ற சிறு நகர்களில் போகும்போது தலிபானின் நகரில் போவதுபோன்ற மன உணர்வை உருவாக்கும் விதமாக இஸ்லாம் இன்று சுருங்கிக்கொண்டிருக்கிறது. இப்படிச் சுருங்கிக்கொண்டதால் அவர்களை யாராவது குஜராத்தில் பாதுகாத்தார்களா? ஆனால் கேரளாவில் இன்றும் முஸ்லிம்கள் தைரியமாக வாழ்கிறார்கள். அதற்கான காரணம் அவர்கள் கேரளத்தின் முக்கிய நீரோட்டத்திற்குள் வந்து சேர்ந்ததும், தங்களின் நிலைகளை அதில் உறுதி செய்து கொண்டதும்தான். அது அவர்கள் மொழி, பண்பாடு, அரசியல், சமூக வாழ்க்கை சார்ந்து கேரளச் சமூகத்தின் ஒரு பகுதியாக மாறியதன் விளைவும் கூட..."

சக்காரியாவின் மேற்காணும் வார்த்தைகள் நமக்குச் சொல்லப்பட்டதைப் போலவே இருக்கிறது. நமக்கு என்றால், தமிழக முஸ்லிம் சமூகத்தினருக்கு என்று பொருள் கொள்க. கேரளத்தில் இஸ்லாமியர்கள் தைரியமாக வாழ்கிறார்கள் என்பதை இயல்பாக, எவ்வித நெருடலுமின்றி, சுதந்திரமாக, இன்னும் சொல்லப்போனால அந்நியோன்யமாக வாழ்கிறார்கள் என்பதாகப் பொருள் கொள்ளலாம். தமிழகத்திலும் இஸ்லாமியர்கள் தைரியமாகத்தான் வாழ்கின்றனர். அதிலொன்றும் குறைச்சல் இல்லை. ஆனால் மொழி, பண்பாடு, அரசியல், சமூக வாழ்க்கை சார்ந்து தமிழ்ச் சமூகத்தின் ஒரு பகுதியாக அவர்கள் மாறி யிருக்கிறார்களா என்னும் கேள்வியை இவ்விடத்து முன்வைக்கிறேன். இது சக்காரியாவிடமிருந்து பெற்றுக்கொண்ட இரவல் கேள்வியல்ல. இதுபோன்ற கேள்விகளை இங்கு ஏற்கெனவே எழுப்பியாகிவிட்டது. கிணற்றிலிடப்பட்ட கற்களைப்போன்று அவை கிடப்பதன் காரணமாக சக்காரியாவை உதாரணங்காட்ட வேண்டியதாயிற்று.

மொழி, பண்பாடு, அரசியல், சமூக வாழ்க்கை சார்ந்து சமூகத்தின் ஒரு பகுதியாக மாறுவது எப்படி என்று நான் பிரசங்கிக்க இயலாது. எனில் அதைவிட துரதிர்ஷ்ட வசமானது எதுவுமில்லை. அது ஏற்கெனவே

இங்கு ஓரளவு நடைமுறையிலிருந்துதுதான். ஓரளவு இருந்தைப் பெருமளவாக மாற்றவல்ல முயற்சிகள் நடைபெறவில்லை. அதை முஸ்லிம் லீக் இயக்கம் செய்யத் தவறியது. காரணம் அங்கிருந்த தலைவர்கள் 'கிழடுதெட்டிப்போய்க்' கிடந்தனர். காயிதே மில்லத் இஸ்மாயில் சாகிப் போன்ற தன்னலமற்ற, தகுதிவாய்ந்த தலைமை பிற்பாடு உருவாகவில்லை. இஸ்லாமியர்களுக்கும் வெளிநாட்டில் சம்பாதிக்க வேண்டும் என்கிற வேட்கை உருவாகி, பாஸ்போர்ட், விசாவைத் தவிர்த்து அவன் கனவில் எதுவுமே நிழலாடாத துர்பாக்ய நிலை உண்டாயிற்று. மலையாள முஸ்லிம்களும் வெளிநாடுகளுக்குச் சென்று சம்பாதித்தார்கள் தான். இன்னும் சொல்லப்போனால், தமிழக முஸ்லிம்களுக்கு வெளிநாட்டுக் கலாச்சாரத்தைக் கற்றுத் தந்தவர்களும் அவர்கள்தான். மலையாள முஸ்லிம், கேரளத்திலிருப்பினும், வளைகுடா நாடுகளுக்குச் சென்றிருப்பினும் மனதளவில் மலையாளியாகவே இருந்தான். தமிழ் முஸ்லிம் தமிழ்நாட்டிலும் தமிழனாக இல்லை. அயல் நாட்டிலும் தமிழனாக இல்லை. (இலங்கையில் நடப்பதும் இதுதான்) ஒரே மொழியைத் தாய்மொழியாகக் கொண்டவர்கள், இருவேறு இனமாகப் பிரிந்துகிடக்கின்ற அவலத்தை இங்குமட்டுமே காணமுடியும். பேசுகின்ற மொழி தவிர்த்து இங்குள்ள இஸ்லாமியனின் அனைத்து நடவடிக்கைகளும் அரபு மயமாகிப்போனது. இதன் பின்னணியிலிருப்பவர்கள் தவ்ஹீதுகள் (வஹாபிகள்) என்று நான் சொல்லத் தேவையில்லை.

முஸ்லிம் லீக்கின் செயல்படாத, உட்கூடற்ற தன்மையைப் பயன்படுத்திக்கொண்டு, தவ்ஹீதுகளால் எளிதாகச் சமூகத்துள் ஊடுருவ முடிந்தது. காலம் காலமாக ஒரு பண்பாட்டுச் செயல்பாட்டினைப் போலிருந்த, இறைநேசர்களின் அடக்கஸ்தலங்களாகிய தர்கா நிகழ்வுகளைப் புறக்கணிக்க வைக்க முடிந்தது. ஷிர்க் ஒழிப்பு மாநாடு நடத்தவும், அரிய கலைப் பொக்கிஷங்களாகிய ஞான இலக்கிய நூல்களை முச்சந்தியில் தீவைத்துப் பொசுக்கவும் முடிந்தது. இளைஞர்கள் 'தூய இஸ்லாமியம்' என்னும் மூளைச்சலவைக்குட்பட்டனர். 'இஸ்லாம் எங்கள் வழி இன்பத் தமிழ் எங்கள் மொழி' என்னும் முழக்கம் காலப்போக்கில் கரைந்தே போயிற்று.

தவ்ஹீதுகளின் தவறான வழிகாட்டுதலால் தமிழ் முஸ்லிம் சமூகம் குழப்பத்தில் ஆழ்ந்துகிடக்கிறது. இந்நிலையில் அவர்களால் தமிழகத்தின் முக்கிய நீரோட்டத்திற்குள் வந்து சேரவோ, அதில் தங்களின் நிலைகளை உறுதி செய்து கொள்ளவோ இயலாது. இன்னொரு காயிதேமில்லத் பிறந்து வந்தாலொழிய இது சாத்தியமில்லை. கா யிதே மில்லத்தும் குல்லாயணிந்து, தாடி வளர்த்து, இஸ்லாமிய நெறிகளைப் பின்பற்றியவர்தான். ஆனால் அவருக்குத் தன்னுடைய

வேர்கள் ஊடுருவிக்கிடப்பது தமிழ் மண்ணிலன்றி அரேபியாவிலல்ல என்கிற பிரக்ஞை இருந்தது. அவரைப் பெரியாரும், அண்ணாவும், காமராஜரும், ராஜாஜியும், ஜீவாவும் கூட ஏற்றுக்கொண்டனர். நல்லிணக்கத்திற்குத் தடைக்கற்களாக இருக்கின்ற இந்த தவ்ஹீத் தலைவர்களை யாரால் ஏற்றுக்கொள்ள இயலும்? நாம் மீண்டும் சக்காரியாவின் முன்னுரைக்கு வருவோம்.

புனத்தில் குஞ்ஞுப்துல்லாவை கதை சொல்வதற்கென்றே பிறந்தவர் இவர்போல மலையாள மரபுகளுக்குள் நின்று மனித உணர்வுகளை மிக அழகாக, எளிமையாக, நவீனத் தன்மையுடனும் வெளிப்படுத்தும் மற்றொருவரில்லை என்றெல்லாம் கௌரவப் படுத்துகின்ற சக்காரியா, அவர் பா.ஜ.கவில் இணைந்ததை வன்மையாக கண்டிக்கத் தவறவில்லை. இன்றைக்குப் புனத்தில் அந்தக் கட்சியில் இல்லை. 'தப்பித்துத் திரும்பி வந்திருக்கிறார். இந்த வருகை குஜராத் சம்பவங்களுக்கு முன் நிகழ்ந்திருக்குமானால் இன்னும் நன்றாக இருந்திருக்கும்' என்று ஆதங்கப்படவும் செய்கிறார். சக்காரியாவின் மற்றொரு விமர்சனம் – அறிவு சார்ந்தும் ஆன்மீகம் சார்ந்தும் கேரள சழுகம் தகர்ந்து கொண்டிருக்கிறது என்பதாகும். ஸ்ரீ நாராயண குருவை நாற்சந்திகளில் சிமென்ட் சிலைகளாக நிறுத்தி வைத்துவிட்டு, மலையாளிகள் அவர் செய்வித்த மாற்றங்களை எல்லாம் தகர்த்துக் கொண்டிருக்கின்றனர் என்கின்ற அவருடைய குற்றச்சாட்டு நம்மை யோசிக்க வைக்கிறது. கலை, இலக்கியம் போன்ற அறிவுலகச் செயல்பாடுகளுக்கெல்லாம் நமக்கொரு முன்னோடி மாநிலம் கேரளம். அதன் ஆன்மா சிதைந்து கொண்டிருப்பதாக சக்காரியா கூறுவது இதைக்குறித்து விரிவாகப் பேசத்தூண்டுகிறது என்றாலும், இக்கட்டுரை சற்றுத் திசைமாறிவிடும் அபாயங்கருதி இத்துடன் முடித்துக்கொள்கிறேன்.

தஞ்சாவூரில் நாங்கள் வசிக்கின்ற மருத்துவக் கல்லூரிச்சாலை ஈஸ்வரி நகர் பகுதியில், குறிப்பாக ரெட்டிபாளையம் சாலையில் அடுத்தடுத்து இரண்டு பள்ளிவாசல்கள் உள்ளன. அதிலொன்று சுன்னத் ஜமாத்திற்கும், பிறிதொன்று தவ்ஹீத் ஜமாத்திற்கும் சொந்தமானது. ரெட்டிபாளையம் பிரதான சாலையின் மின்கம்பமொன்றில் 'இது தவ்ஹீத் பள்ளிவாசலுக்குச் செல்லும் வழி' என்கிற அறிவிப்புத்தட்டி வைக்கப்பட்டிருந்தது. இதில் ஏதும் தவறில்லை. ஆனால் சமீபமாக அந்தத் தட்டியில் 'பள்ளிவாசல்' என்னும் சொல் மறைக்கப்பட்டு 'மர்க்கஸ்' என்னும் சொல் அச்சடித்த சீட்டு ஒட்டப்பட்டுள்ளது. இதுவும் தவ்ஹீதுகளின் கைங்கர்யமே. நமக்கு மார்க்வேஸ்தான் தெரியும். அது என்ன மர்க்கஸ்? பள்ளிவாசல் என்னும் தூய தமிழ்ச் சொல்லை மறைத்து மர்க்கஸ் போன்ற புரியாத வார்த்தையைப் புழங்குவதன் காரணம் என்னவாக இருக்கமுடியும்? பள்ளிவாசல் என்கின்ற சொல்லை

இந்தத் தகிடுதத்த வேலைகள் செய்து ஒழித்துவிட முடியுமா என்ன? திரைப்படப் பாடலே என்றாலும் கண்ணதாசனின் வரிகள் காற்றில் மிதந்து கொண்டே இருக்கிறதே...

"உடலுக்கு ஒன்பது வாசல்... மனதுக்கு எண்பது வாசல்

உயிருக்கு உயிராய்க் காணும் ஒரு வாசல் பள்ளிவாசல்"

(உயிர் எழுத்து – ஜனவரி 2016)

சா. கந்தசாமி

சாயாவனம் நாவலுக்கு வயது 50

உடல் சுகவீனத்தின் காரணமாக மருத்துவரின் கட்டளைப்படி ஒரு மாதத்திற்குப் பக்கம் தஞ்சாவூரில் சிகிச்சையிலிருந்த காலம் அது. ஒருநாள் கோவையிலிருந்து என் நண்பர் கைப்பேசியில் தொடர்பு கொண்டு நலம் விசாரித்தார். பேச்சினூடாக "இந்த இடைவெளியில் ஒரு நாவல் உருவாகிவிடும்..." என்றும் ஒரு போடு போட்டார். அவர் வாதாடுகிறவர். வழக்கறிஞர். அவர் வாக்கு பலிதமாகியிருந்தால் மகிழ்ச்சியாகத்தான் இருந்திருக்கும்.

நடக்கவில்லையே... ஓய்வுப் பொழுதுகளில் எல்லாம் எழுத வாய்க்கிறதா என்ன? அதுவும் அந்நாட்களில் மூன்று வேளைக்கும் சேர்த்து 25க்கும் அதிகமான குளிகைகளை நான் விழுங்கிக் கொண்டிருந்தேன். உபரியாஜ, கசப்புக் கூடிய டானிக்குகள் வேறு. அலோபதி! அதன் குணம், ஆளை அடித்துச் சுருட்டிக் கிடத்துவதுதான் போலிருக்கிறது. நாட்கள் இவ்வாறு கடந்தபொழுது நாவலாவது...

ஒருநாள் படுக்கையிலிருந்தவாறு என் புத்தகச் சேகரிப்புகளை ஏக்கத்துடன் பார்த்துக் கொண்டிருந்தேன். புதின அடுக்குகளின் மேல் கண்கள் கம்பளிப்பூழுவாய் ஊர்ந்தன, வாசித்து வெகு காலம் கடந்திருந்த சில நாவல்களின் மேல் அவை நிலை கொண்டன. புத்தம் வீடு, கோபல்ல கிராமம். துறைமுகம், குருதிப்புனல், காகித மலர்கள், நாகம்மாள், பஞ்சும் பசியும், தலைமுறைகள்.... கம்பளிப்பூழு ஊர்ந்து போய்க் கொண்டேயிருந்தது. விழிப்புத் தட்டியவனைப் போல திடீரென எழுந்து அடுக்கிலிருந்து ஒரு புத்தகத்தை உருவினேன். சாயாவனம்! 17,18 ஆண்டுகளுக்கு முன்னால் அதை வாசித்திருந்தேன். அதன்

தனித்தன்மையால் அப்போதே என் மனதுக்கு நெருக்கமாயிருந்த நாவல் அது.

சாயாவனத்தைப் புரட்டிக்கொண்டிருக்கையில் 50 வருடங்களைக் கடந்த, கடக்கவிருக்கின்ற சில நவீன தமிழ் நாவல்களைக் குறித்து எழுதினால் என்ன என்றொரு எண்ணம் ஓடியது. என்ன இப்படி ஒரு சிந்தனை என்றும் எனக்கு நானே கேட்டுக் கொண்டேன், பதில் இல்லை. ஆனால் பதில் கிடைக்காத பல கேள்விகளால் தான் சில விஷயங்கள் நடந்து விடுகின்றன.

சாயாவனம் எழுதப்பட்ட ஆண்டு 1964 என்கிறார் சா.கந்தசாமி தன் முன்னுரையில்... கணக்குப் பார்த்தால் ஆண்டுகள் வேகமாகக் கடந்து விட்டன. 1969ல் தான் நாவல் வெளிவந்தது என்று சிலர் சுட்டிக்காட்டக்கூடும். சரியான தகவல்தான், தவறில்லை. " 1964ல் ஒரு முப்பது நாள்களில் எழுதி முடிக்கப்பட்ட நாவல்; பிறகு ஆண்டிற்கு ஒரு முறையென மூன்றுமுறை மறுபடியும் மறுபடியும் எழுதப்பட்டது. பெரிய மாறுதல் ஒன்றும் இல்லை . இருந்தாலும் எழுதுவது, மறுபடியும் எழுதி நேர்த்திப்படுத்துவது மனத்திற்குப் பிடித்தமாக இருந்தது..." என்கிறார் சா.க. எப்படியோ , ஒரு நாவல் அரை நூற்றாண்டைக் கடந்து விட்டது. ஐம்பதாண்டுகள் ! இதிலென்ன விந்தையிருக்கிறது? சாயாவனத்திற்கு மட்டும்தான் ஐம்பது வயதாகியிருக்கிறதா? அதற்கு மூத்த நாவல்களும், சம வயதுள்ள நாவல்களும் உண்டல்லவா... பட்டியலைக் கவனியுங்கள்.

ஆர். ஷண்முக சுந்தரத்தின் நாகம்மாள் – 75 வயது
க.நா.சு.வின் பொய்த்தேவு – 69 வயது
கல்கியின் பொன்னியின் செல்வன் – 65 வயது
தொ.மு.சி. ரகுநாதனின் பஞ்சும் பசியும் – 62 வயது
தி. ஜானகிராமனின் மோகமுள் – 59 வயது
சி.சு. செல்லப்பாவின் வாடிவாசல் – 56 வயது
ராஜம் கிருஷ்ணனின் குறிஞ்சித்தேன் – 56 வயது
ஹெப்ஸிபா ஜேசுதாசனின் புத்தம் வீடு – 51 வயது
லா.ச. ராமாமிருதத்தின் புத்ர – 51 வயது
டி. செல்வராஜின் மலரும் சருகும் – 49 வயது
எம்.வி.வெங்கட்ராமின் வேள்வித்தீ – 49 வயது
சுந்தர ராமசாமியின் ஒரு புளியமரத்தின் கதை – 49 வயது

(மேற்கண்ட பட்டியலில் காலப்பிழையிருப்பின் இலக்கிய கர்த்தாக்கள் பொருத்தருள்க)

இந்த நாவல்களுக்கெல்லாம் வயது கூடக்கூட தேஜஸ் கூடிக்கொண்டே போவதுதான் ஆச்சர்யம்.

நாவல்களின் வயதைக் கணக்குப்பார்த்தபோது அவசியமாக ஒரு காரியம் செய்யவேண்டுமெனத் தோன்றியது. மனுஷாள்களில் அவர் நல்லவரோ, கெட்டவரோ, முட்டாளோ, புத்திஜீவியோ 50 வயது நிறைவடையும் முன்னே, விழா எடுத்துக் கொண்டாடுகிறோம்.

இது தேவை, தேவையில்லை என்கிற விவாதத்திற்குள் நான் வரவில்லை. ஒரு இலக்கியப் படைப்பு 50 ஆண்டுகளைக் கடக்கையில் அதை மீள்வாசிப்புச் செய்து அந்த அனுபவங்களைக் கட்டுரைகளாக்கி வாசித்து, முடிந்தால் ஒரு சிறப்பு மலரும் வெளியிட்டுக் கொண்டாடி மகிழ்ந்தால் என்ன கெட்டுவிடப் போகிறதென்றும் தோன்றியது. இது மாதிரியான விஷயங்களிலும் கோடம்பாக்கத்துக்காரர்களே நமக்கு முன் மாதிரியாக இருந்து தொலைக்கிறார்கள். அன்னக்கிளி வந்து அத்தனை வருஷமாயிற்று, 16 வயதினிலே வந்து இத்தனை வருஷமா யிற்றென 'அலப்பற' பண்ணுகிறார்கள்.

தமிழ் இலக்கியச் சூழலில் இவ்வாறான நல்ல காரியங்கள் நடக்குமா தெரியவில்லை. நாஞ்சில் நாடன் ஒரு இலக்கியக் கூட்டத்தில் வெளிப்படையாக ஆதங்கப்பட்டார். அதை இந்த இடத்தில் பதிவு செய்வது அவசியம் என்று கருதுகிறேன். "முந்தாநாள் எழுத வந்தவருக்கெல்லாம் 'படைப்புலகம்' என்று ஒன்று வந்துவிட்டது. 35 ஆண்டுகளுக்கும் மேலாக எழுதிக்கொண்டிருக்கிறேன். எனக்கு அப்படி எதுவும் நிகழவில்லை..."

எத்தனை வேதனை தரக்கூடிய செய்தி. ஒரு புத்தகத்திற்கு மதிப்புரையோ, விமர்சனமோ வருவதில்லை. எழுதி அனுப்பினாலும் அதைப் பிரசுரிக்க இதழாளர்களுக்கு அவ்வளவு தயக்கம், ஒவ்வாமை. எழுத்தாளரின் படைப்புலகம் என்று ஒரு புத்தகம் வருவது அந்த எழுத்தாளர் பெருமிதப்பட்டுக் கொள்வதற்கல்ல. படைப்புலகம் என்பது அந்த படைப்பாளியின் ஆன்மாவைப் புரிந்துகொள்ள உதவும் கையேடு. இது எல்லாம் சம்பந்தப்பட்டவர்களுக்குத் தெரியாத விஷயமில்லை . அவர்கள் அறிந்தும் அறியாதது போலவே இருப்பார்கள். சரி, இது என்னை வேறெங்கோ இழுக்கிறது. ஆகவே, நான் சாயாவனத்துக்கு வந்துவிடுகிறேன்.

சாயாவனம் பற்றிய குறிப்பு மணிமேகலையில் வருகிறது. மணிமேகலை பூம்புகாரைச் சேர்ந்தவள். புகார், சாயாவனம் இரண்டும் அடுத்தடுத்த ஊர்கள், சாயாவனம் பாடல் பெற்ற ஸ்தலம். நாவுக்கரசர் தேவாரத்தில் சாயாவனத்திலுறையும் சாயானேஸ்வரர், உடன் வீற்றிருக்கும் குயிலினும் நன்மொழியம்மை இருவரையும் பாடியிருக்கிறார்.

சா.கந்தசாமி சாயாவனம் என்னும் தனது ஊரைப் பற்றிக் குறிப்பிடுகிறார். "காவிரியின் வடகரை ஊர். அடிக்கடி மழை பொழியும் ஊர்.

காவிரி நீராலும் மழைப்பொழிவாலும் இது பசுமை பெற்றிருந்தது. காடொத்ததும், கழனிகளும் கொண்ட ஊர். நிறைய நெல் வயல்கள், பார்க்கப் பார்க்கப் பசுமை கொண்ட ஊர்..."

சாயாவனம் நாவலின் கதையை நான்கு வரிகளுக்குள் அடக்கிவிடலாம். வெளிநாட்டுக்குச் சென்று, பணம் சம்பாதித்துக் கொண்டு சிதம்பரம் என்கிற இளைஞன் சாயாவனம் வந்து சேருகிறான். சாம்பசிவம் அய்யரிடமிருந்து புராணப் பெருமை மிக்க புளியந்தோப்பை விலைக்கு வாங்குகிறான். வனம் போல ஓங்கி வளர்ந்த எண்ணற்ற விருட்சங்களும் செடி கொடிகளுமாக அடர்ந்து கிடக்கின்ற தோப்பை, அதன் சுவடுகளின்றி அழித்தொழித்து ஒரு கரும்பாலையை நிறுவுகிறான். வனம் அழிக்கப்படுகிறது. அங்குள்ள வயல்களில் நெல்லுக்கு பதிலாக கரும்பு விளைவிக்கப்படுகிறது. இவ்வளவுதான் கதை, "சாயாவனம் மரபு ரீதியிலான கதை சொல்லும் நாவல் இல்லை. கதையே அதில் கிடையாது. அதாவது கதையில்லாத நாவல். அது ஊரின் கதை. ஒரு மனிதனின் கதை" என்பார் சா.கந்தசாமி."

திருச்சாய்க்காடு என்கிற பழமையான பெயரும் சாயாவனத்திற்கு உண்டு .

<blockquote>
வானத்திளமதியும் பாம்புந்தன்னில்
வளர்சடைமேல் ஆதரிப்ப வைத்தார் போலுந்
தேனைத் தினைத்துண்டு வண்டு பாடுந்
தில்லை நடமாடுந் தேவர் போலும்
ஞானத்தின் ஒண்சுடராய் நின்றார் போலுந்
திருச்சாய்க்காட்டி துறையுஞ் செல்வர்தாமே
</blockquote>

தேவாரப்பாடலிது. சாயாவனம் நாவலின் 16 அத்தியாயங்களில், முதல் மூன்று அத்தியாயங்களுக்குள் அதன் நோக்கும் போக்கும் வாசகனுக்கு உணர்த்தப்பட்டுவிடுகிறது. நாவலுள் தொடர்ந்து பயணிக்கும் அவனுக்கு எதிர்பார்ப்பில் குறையெதுவும் வைக்காமலேயே நாவல் விரிந்து செல்கிறது. நான்காவது அத்தியாயத்தில் தேவருக்காகக் காத்திருந்துவிட்டு சிதம்பரம் இரண்டு அரிவாள்கள், அலக்குகள் சகிதம் தோப்புக்குள் நுழைகையில் நாவல் வேறொரு பரிணாமத்தை எட்டிவிடுகிறது. வனத்தினுள் சிதம்பரம் குழுவினர்க்கும் தாவரங்களுக்கும் நடக்கின்ற யுத்தம்தான் நாவலின் உயிர்ப்பான பகுதி என்று நான் சொல்வேனேயானால், சாயாவனம் வாசித்த அனைவருமே அதை ஒப்புக்கொள்வர்.

சிதம்பரம் எதிர்கொள்கின்ற மனிதர்களைக் காட்டிலும், தாவரங்களே தம் ஆகிருதியைக் காட்டி அவனை நிலைகுலைய வைக்கின்றன.

"மரமும், செடியும், கொடியும் மனிதனோடு நடத்தும் ஒரு போராட்டம். ஒவ்வொரு அடியும் பலமான தோல்விதான் அவைகளுக்கு. ஆனால் தன்னுடைய எதிரியைக் கொடூரமாகக் கர்வத்துடன் பலவீனப்படுத்தின. தற்காலிகமாகவாவது அவன் சோர்ந்து களைப்புற்றுப் போனான்" (பக். 54)

"ஊவாமுள்ளும் நாயுருவியும் காஞ்சுரும் அவனுக்குப் பெருந்தலையாக இருந்தன. காஞ்சுரு பட்ட இடமெல்லாம் அரிப்பெடுக்கச் சொரிந்து சொரிந்து எரிச்சல் எடுத்தது. தாளமுடியாத வேதனையுற்றான்." (பக். 57)

"ஈச்சனைத் தாழ வளைத்து வெட்டும்போது அரிவாள் அவன் இடதுகையில் பாய்ந்தது. வலுவான ஆழமான வெட்டு. ரத்தம் குபுகுபுவென்று வந்தது. முகத்தைச் சுளித்து வலியை மிகுந்த பிரயாசைப் பட்டு அடக்கிக்கொண்டு வாயில் கையை வைத்து ரத்தத்தை உறிஞ் சினான். உறிஞ்ச உறிஞ்ச ரத்தம் வந்துகொண்டே இருந்தது. அவன் சோர்வுற்றான்..." (பக். 66)

1960–70 களில் தமிழ் நாவல்கள் வீட்டையும், புழக்கடையையும், முற்றத்தையுமே சுற்றிச் சுற்றி வந்து கொண்டிருந்தன. அந்த நேரத்தில் தான் சுந்தர ராமசாமி ஒரு புளியமரத்தின் கதையை எழுதினார். ஒ.பு.க. புளிய மரத்தையும், புளிக்குளத்தையும் தூங்கு மூஞ்சி மரத்தோப்பையும் பின்னணியாகக் கொண்டு எழுதப்பட்ட நாவல்தான். ஆனால் புளியமரத்தை சாக்காக வைத்து சு.ரா. வேறு பல விஷயங்களை விமர்சித்திருந்தார். முக்கியமாக நேரு நிர்மாணித்த நவ இந்தியா. இந்த விமர்சனத் தொனியில் எழுதப்பட்ட மற்றொரு நாவல்தான் சா.க.வின் சாயாவனம்.

"வேளாண்மை என்பது ஒரு வாழ்க்கை. அது தொழில் அல்ல. காவிரி பாயும் தஞ்சை மாவட்டத்தில் வாழ்க்கையே வேளாண்மையாக இன்னும் இசைந்து போகிறது. பல நூற்றாண்டுகளாக இழையறாமல் இருந்து வந்த அந்த முறை சுமார் 70 ஆண்டுகளுக்கு முன்னால் தன் நிலையை இழுக்க ஆரம்பித்தது. அதனால் வேளாண்மை தொழிலாக மாறியது. விளைநிலத்தில் பணப்பயிர்கள் கால்கொள்ள ஆரம்பித்தன..." எனும் சா.க.வின் முன்னுரை வரிகளோடுதான் நாம் அவருடைய நாவலையும் அணுக வேண்டியுள்ளது. ஒரு வகையில் நாவலின் ஆதாரசுருதியும் இவ்வரிகள்தான்.

சமூகம் நாகரிகத்தின் ஒவ்வொரு படிகளாகக் கடந்து மேற்செல்லும் போதெல்லாம் இயற்கை அழிவுக்குள்ளாகிறது. இது ஒருவகையில் தவிர்க்க முடியாததும்கூட. சாயாவனம் இதைத்தான் பூகமாக நமக்குச் சொல்கிறது. இவ்வகையில் ஒரு புளியமரத்தின் கதையும், சாயாவனமும்

ஒருமித்த நிலையில் உள்ளன. ஆனால் கி.ராஜநாராயணன் இதிலிருந்து வேறுபடுகிறார். 1976இல் வெளிவந்த கி.ரா.வின் கோபல்ல கிராமம் நாவலுக்கு அணிந்துரை எழுத வந்த பேராசிரியர் நா. வானமாமலை கீழ்க்கண்டவாறு குறிப்பிடுகிறார்.

"'அவர்களுக்கு (கம்மவார்கள்) உணவளித்து வந்த காட்டை, கிழங்கும், கனியும், பறவையும், சிறுவிலங்குகளும் கிடைத்து வந்த காட்டை அழித்துப் பயிரிடும் நிலமாக்க முடிவு செய்தார்கள். இந்த முடிவுக்கு வந்து ஒரு காட்டுப் பகுதியைப் பிரித்து மூன்று வண்டிப்பாதை அகலம் இடம்விட்டுப் பிள்ளைக்காட்டுக்குத் தீ வைத்தார்கள். தீ எரிந்து சாம்பலான இடம் கரிசல் நிலமாயிற்று. அங்கே அன்று குழந்தை முதல் கிழவர் வரை தாங்க முடியாத ஆனந்தம் கொண்டார்கள். இனி அவர்கள் வேட்டை அலைச்சல் வாழ்க்கையிலிருந்து உழவு வாழ்க்கையை மேற்கொண்டார்கள். ஊர் எழுந்தது....

கோபல்ல கிராமம் நாவலில் காட்டின் அழிப்பு இவ்வாறு நியாயப் படுத்தப்படுகிறது. இம்மூன்று நாவல்களுமே சமுக மாறுதல்களையும் அதன் நிமித்தம் இயற்கை அழிக்கப்படுவதையும் வெவ்வேறு கோணத்தில் அணுகுகின்றன.

சாயாவனத்தில் காடு அழிக்கப்படும் வரை எந்த விதமான ஆதங்கக் குரலும் எழுவதில்லை. கரும்பாலை நிறுவப்பட்ட பின்பும், விளை நிலங்களில் கரும்பு பயிரிடப்பட்ட பின்பும் மெல்ல அந்தக்குரல் எழத்தொடங்குகிறது. சா.க. மிகுந்த கறார்தன்மையுடன் நாவலை நடத்திச் செல்கின்றார். நாவலின் முடிவை, அந்த ஏழெட்டு வரிகளை, உங்களுக்கு அப்படியே தருவதில்தான் நியாயம் இருக்க முடியும்.

ஆச்சி காவிரிக்கரையில் சிதம்பரத்தைப் பார்த்ததும் "ஏண்டாப்பா புண்ணியவாளே! புளியை வாயிலே வைக்க முடியல்லே!" என்று குறைப்பட்டுக் கொண்டாள்.

தான் ஊருக்குள் காலடியெடுத்து வைத்த அன்று நிறைந்திருந்த புளிய மரங்கள் நினைவில் படர்ந்தன.

"பாத்து நல்ல புளியா அனுப்பறேங்க ஆச்சி"

"அதான் எல்லாத்தியும் கருக்கிட்டியே! இன்னமே எங்கேயிருந்து அனுப்பப்போறே?"

ஆச்சி பட்டுப்புடவையைப் பிழிந்து தோளில் போட்டுக் கொண்டு பிள்ளையார் கோவிலுக்குள் சென்றாள்.

சிதம்பரம், ஆச்சி போவதையே பார்த்தபடி நின்று கொண்டிருந்தான்.

வாசகனை மௌனமாக வருத்தி, வேதனைப்பட வைக்க சில

எழுத்துகளால் மட்டுமே முடியும். சா. கந்தசாமி 50 ஆண்டுகளுக்கு முன்பு தனது நாவலின் முடிவை இவ்வாறு வைத்திருக்கிறார். "என்னடா இது சே... இப்படி முடிச்சிருக்காரே..." என்று மனம் கனத்து நாவலை மூடி வைக்கிறோம். வைத்தபிறகும் நீண்ட நேரத்துக்கு நாம் மௌனமாகவேதான் இருக்க முடியும்.

ஒரு பசுமையான கிராமத்தினுள் ஊடுருவிச் செல்கையில் மனம் கிளர்த்துகின்ற உணர்வுகளை நாவல் அப்படியே நமக்குத் தந்துவிடுகிறது. களம் கச்சிதமாய்ப் பதியும்போதுதான் வாசகன் நாவலுக்குள் சுதந்திரமாய்ப் பிரவேசிக்க இயலும். இதை சா.க. இயல்பாகச் செய்து விடுகிறார்.

காரை, நாயுருவி, நொச்சி, கிளிமூக்கு மாமரம், புளியமரங்கள், புன்னை, இலுப்பை, நெட்டிலிங்க மரங்கள், தும்பை, புல்லினங்கள் என ஒருபாடு தாவர இனங்கள் சகிதம் அறிமுகமாகின்ற புஞ்சை நிலக்காட்சிகள், இடையிடையே இறக்கை விரிக்கின்ற மடையான்கள், கொக்குகள் செம்போத்து பச்சைக்கிளிக் கூட்டங்கள் என இயற்கை சார்ந்த இயல்பான விவரணங்கள் இந்நாவலின் பலம். நாவல் முடிந்தபிறகும் கூட வெட்டாற்றுக் கரையில் ஒற்றைப் பனைமரத்தில் சாய்ந்தவாறு சிதம்பரம் நிற்பது போலும் ஒரு பிரம்மை .

1969ல் இந்நாவலுக்கு அணிந்துரை வழங்கியுள்ள க.வே. ராமநாதன் "கையாளப்பட்ட விஷயமும், கையாண்டுள்ள விதமும் கந்தசாமியின் தனித்திறமையைப் புலப்படுத்துகின்றன. குறிப்பாக தேவர் குல வாழ்க்கை , பழக்கவழக்கங்கள், பேச்சு இவைகளைப் பின்னணியாகக் கொண்டு சிதம்பரத்தின் முயற்சியை, போராட்டத்தை, நம் கண்முன்னே காணும் காட்சியாகக் கொண்டு நிறுத்தியிருக்கிறார்" என்று குறிப்பிடுகிறார். இக்கனை ஆண்டுகளுக்குப் பிறகு நம்முடைய கருத்தும் அதுவாகுத்தான் இருக்கிறது. ஒருவேளை காலத்தை விஞ்சி நிற்கின்ற படைப்புகளின் குணாம்சமே இதுதான் போலும். சா.க.வுக்கு நம் வாழ்த்துகள்.

(புத்தகம் பேசுது – ஜூன் 2015)

ந. பிச்சமூர்த்தி

நவீன கவிதையின் அடையாளம்

இவ்வுலகம் இனியது, இதிலுள்ள வான் இனிமையுடைத்து; காற்றும் இனிது, தீ இனிது, நீர் இனிது, நிலம் இனிது என சுப்ரமண்ய பாரதி தொடங்கி வைத்த வசனகவிதைப் பரீட்சார்த்த முயற்சிகளைத் தொட்டுத்தொடர்ந்து அதை ஒரு வலுவான இயக்கமாக வளர்த்தெடுத்தவர் ந.பிச்சமூர்த்தி. 'மாந்தோப்பு, வசந்தத்தின் பட்டாடை உடுத்திருக்கிறது. மலர்கள் வாசம் கமழ்கிறது. மரத் திலிருந்து ஆண் குயில் கத்துகிறது. என்ன மதுரம்... என்ன துயரம்' என்று கவிதையெழுதி அன்றைய மரபு மனங்களைப் பெரிதும் அதிர்வுக்குள்ளாக்கிய பிச்சமூர்த்தி, வால்ட் விட்மனின் 'புல்லின் இதழ்கள்' தந்த தாக்கத்தில் கவிதை எழுதத்தொடங்கி, காலப்போக்கில் தமிழ்ப்புதுக்கவிதையின் பிதாமகராக அடையாளம் காணப்பட்டவர். காட்டு வாத்து, வழித்துணை, குயிலின் சுருதி போன்ற அவருடைய தொகுப்புகளில் இடம்பிடித்துள்ள கவிதைகளில் மரபை மீறி எழும் தன்மை, தத்துவப் பார்வை, கவித்துவம் கூடிய அழகுணர்ச்சி நிரம்பி யிருப்பதை நம்மால் இயல்பாகக் கண்டடைய இயலும். அவர் காலத்தில் யாப்பிலக்கணம் அறிந்தவர்களே கவிஞர்களாக அங்கீகாரம் பெற்றனர். பிச்சமூர்த்தியிடமும் யாப்பு குறித்த வினாக்கள் எழுப்பப்பட்டன. கவிதைகளில் அவர் புதுமையாகக் கையாளத் திட்டமிட்டிருந்த யாப்பு குறித்து, வினா எழுப்பியவர்களுக்குப் புரிதல் இல்லாதிருந்தது.

'கவிதை என்பது என்ன என்ற கேள்விக்கு இதுவரையில் யாராலும் சரியான விடைகளைக் காண இயலவில்லை. அசை, எதுகை, சீர், அடி, தளை, மோனைகளிலோ ஒலி அழுத்தத்தினாலோ அமைவது

கவிதை என்று கூறுவதை அதன் முழுத்தன்மையையும் விளக்கப் போதுமானதல்ல..'

என்று 'குயிலின் சுருதி' முன்னுரையில் குறிப்பிடுவது ஒன்றே அவருடைய கவிதை குறித்த கோட்பாட்டை பிரகடனம் செய்வது போலிருக்கிறது.

நூற்றுப்பதினைந்து சிறுவரிகள் கொண்ட அவருடைய 'பெட்டிக்கடை நாரணன்' முன்னோடிப் புதுக்கவிதைக்குச் சிறந்த உதாரணம். அத்தியாவசியப் பொருட்களுக்குக் கடும் நெருக்கடி நிலவிய காலத்தில் பெட்டிக்கடை நாரணன் என்பவன் படிப்படியாக வளர்ந்து மளிகைக்கடை நாரணன் ஆவதையும், அவனே பிறகு பங்கீட்டுக் கடையின் முதலாளியாக மாறுவதையும் குறியீட்டு உத்தியில், கதைப்பாணியில் கூறுகிறது இக்கவிதை. பெட்டிக்கடை நாரணன் வெகுஜனத்திரளின் அடையாளம். பிச்சமூர்த்தியின் இரண்டாவது பிறப்பை முன்கூட்டி உறுதிப்படுத்திய கவிதையாக இதைக்குறிப்பிடுவார் சுந்தர ராமசாமி. 'பதிமூன்று வாய்ப்பாடு வரை கற்கத் திறன் கொண்ட எந்தக் குருவி மூளையாலும் கற்கக்கூடியது யாப்பு' என்று தமிழ்ப்புலமை மனங்களை நோக்கிச் சாடிய சு.ரா. 'கவிதையில் பழமைக்கும் நவீனத்துவத்துக்குமான இணைப்புப் பாலம் பிச்சமூர்த்தி. நல்ல திடமான சுத்தமான பாலம்' என்றும் குறிப்பிடுவார்.

பிச்சமூர்த்தி புதுக்கவிதைப் பாணியில் ஆகச்சிறந்த சில குறுங்காவியங்கள் எழுதியிருக்கிறார். வழித்துணை, ஒளியும் இருளும், தாயும் குஞ்சும், அக்னி, உயிர்மகள், மழையரசி, சாகா மருந்து போன்றவை குறிப்பிடத்தக்கன. இவை மரபும், புதுக்கவிதைத் தோரணையும் பின்னிப் பிணைந்தவை. கற்பனை, படிமம், வர்ணனை, நடை, உத்தி, அமைப்பு, மதிப்பு என கவிதைக்குரிய ஏழு அடிப்படைகளைக் கொண்டவையாக இவற்றை மதிப்பிடுவார் சி.சு.செல்லப்பா. இவரே ந.பி.யின் கவிதைக் கூறுகளை ஆய்ந்து ஊதுவத்திப் புல், மாயத்தச்சன் போன்ற முக்கியமான விமர்சன நூல்களை எழுதினார்.

ந.பி.யை ஒரு தேர்ந்த 'சொற்சிற்பி' என்று கூறுவர். 'குமரபுரத்திலொரு தச்சன் கொல்லன் கொத்தன் கலைஞன் எல்லாம். கற்பகத் தருவாய் வேண்டுவோர்க்கு வேண்டுவதாய் ஆகும் மேதை. பொருளுக்கு அடிமை ஆகாத மேதை. செய்வதைச் சுத்தமாய்ச் செய்வதில் மனத்தை கற்பூரமாக்கும் இயல்புப் பைத்தியம்...... செயலும் சித்தமும் விரலும் திறமையும் ஒன்றாகி வாழ்வில் தலைமை தந்தாலும் தனிப்பிறவி தடத்தூடே செல்லும் தேனீ...' என்று அவர் 'வழித்துணை'யில் வர்ணிப்பது ஒருவகையில் அவருக்கே பொருந்திப்போகிறது.

"எளிய பதம், எளிய நடை, எளிதில் அறிந்து கொள்ளக்கூடிய சந்தம், பொது ஜனங்கள் விரும்பும் மெட்டு – இவற்றினுடைய காவியம்

ஒன்று தற்காலத்தில் செய்து தருவோன் நமது தாய்மொழிக்கு உயிர் தருவோன்' என்பான் பாரதி. ந.பி.யின் குறுங்காவியங்கள் பாரதியின் கனவை நிஜமாக்குவன. அவருடைய கவிதை ஆக்கங்களில் சாதனை எனக்குறிப்பிடத்தக்கனவாக நான் அவருடைய குறுங்காவியங்களையே காண்கின்றேன்.

நவீனத்தமிழ் இலக்கியத்தின் மற்றொரு முன்னோடி கு.ப.ராஜகோபாலன், ந.பி.யின் பள்ளித்தோழர். இருவரும் கும்பகோணத்தில் ஒரே தெருவைச் சேர்ந்த இலக்கிய இரட்டையர்கள். இவர்கள் இணைந்து தான் 'வசன கவிதை' இயக்கத்தை வளர்த்து எடுத்தனர். ஆனால் இருவரின் வெளிப்பாட்டு பாணியும் வேறு. கு.ப.ரா.தன் கவிதைக்கு எதுகை, மோனை, யாப்பு, ஒலியம் என அனைத்தையும் எடுத்துகொண்டபோது ந.பி.தன்னுடைய வசன கவிதைக்கு யாப்பைத் துறந்த யாப்புக்கு நிகரான பிறிதொரு பாணியை புதிய மரபு ஒன்றை உருவாக்கிக் கொண்டார். அவருடைய 'வழித்துணை' காவியத்தன்மை, குறியீட்டுத் தன்மை, கதை கூறல் முறையிலமைந்த சந்தம் தவிர்த்த ஒலி நயங்கள் கொண்டதாக இருந்தது.

19ஆம் நூற்றாண்டின் இறுதியில் வால்ட் விட்மன், ஜூல்ஸ்லாபோர்க், ரீம்பாண்ட் போன்ற கவிஞர்கள் மேலைநாடுகளில் உருவாக்கிக் காட்டிய 'வெர்ஸ் லிப்ரே' எனப்படும் 'விடுவிக்கப்பட்ட கவிதை' முயற்சியை பிச்சமூர்த்தி 20ஆம் நூற்றாண்டின் மத்தியில் இங்கு சாதித்துக்காட்டினார். கவிதைகளின் 'செவி நுகர் தன்மை'யை மறுத்து, மனதால் ரசித்து அனுபவிக்கப்படுவது கவிதை என நிறுவினார்.

'மேஜர் பொயட்' என்று அருப்ராம் பிரேமிளால் பாராட்டப்பட்ட பிச்சமூர்த்தியை தத்துவக்கவி' எனத்தனித்து அடையாளப்படுத்துவோர் உண்டு. ஆயினும் அவர்தம் சமூகப் பார்வை குறிப்பிட்டு நோக்கத்தக்கது. மார்கழிப் பெருமை, பூக்காரி, விஞ்ஞானி, கைவல்ய வீதி, நரிப்பள்ளம், தேசப்பறவை, சில பிணங்கள், சாகுருவி, லீலை போன்ற பல கவிதைகளில் அவருடைய 'சமூக மனம்' வலுவாகச் செயல்பட்டுள்ளது. அவருடைய கடைசிக்கட்ட கவிதைகளில் இந்தப் பொறுப்புணர்வு சற்றுத் தீவிரமாகவே ஒலித்தது. 'மக்களின் மெத்தனத்தில் புதைந்துவிட்ட சமவெளியை மீட்கவே முடியாது. நெருப்புப் பாம்பே வா வா' என்று 'நல்வரவு' கவிதையிலும், 'நவ பாரதம் பிறக்க தூக்குமரம் தேவை' என 'தேவை' கவிதையிலும் எழுதியபோது அவர் ஒரு 'கம்யூனிஸ மனநிலை' வாய்த்தவராகத் தோற்றமளித்தார். செல்லப்பா கூட அவரை 'ஆன்மீக கம்யூனிஸ்ட்' என்பார். ஆனால் ஒரு ஆன்மீகவாதி கம்யூனிஸ்டாக ஆக முடியுமா? என்னும் கேள்வி இங்கு நீடித்தவாறு இருக்கிறது.

பிச்சமூர்த்தி கவிஞராக மட்டுமன்றி தன்னை ஒரு சிறந்த சிறுகதைக் காரராகவும் நிலைநிறுத்திக் கொண்டவர். வ.ரா.வின் பொறுப்பிலிருந்த

வார மணிக்கொடியிலும், பிறகு பி.எஸ்.ராமையா பொறுப்பேற்றுக் கொண்ட மணிக்கொடியிலும், கலைமகள், சுதேசமித்திரன், சுதந்திரச்சங்கு போன்ற இதழ்களிலும் அவர் தொடர்ந்து கதைகள் எழுதினார். இளமையில் தன்னுடைய 23 வயதில் எழுத்தொடங்கியவர், முதலில் ஆங்கிலத்தில் மட்டுமே எழுதினார். பிச்சமூர்த்தி தமிழில் எழுதிய முதல் கதை 'முள்ளும் ரோஜாவும்' 1933ல் கலைமகள் சிறுகதைப் போட்டியில் முதல் பரிசு பெற்றது. வெளிவந்த அவருடைய முதல் கதைத்தொகுப்பு 'பதினெட்டாம் பெருக்கு'. அதில் 15 கதைகள் இடம்பெற்றிருந்தன. தன் வாழ்நாள் முழுக்க அவர் எழுதிய மொத்தக் கதைகள் 127. இது அசோகமித்ரனின் கணக்கு. ஆனால் செல்லப்பா 110 கதைகள் என்கிறார்.

ந.பி.தன்னுடைய தொடக்ககாலக் கதைகளிலேயே கச்சிதமான வடிவம், படிமநயம், தத்துவ கனம், உணர்ச்சி அழுத்தம் இவற்றை எய்தி விட்டதாக 'மணிக்கொடி சிறுகதை முதல்வர்கள்' என்னும் விமர்சன நூலில் சி.சு.செல்லப்பா குறிப்பிடுகிறார். வானம்பாடி, தாய், மீனலோசினி, காபூலிக் குழந்தைகள், மருதாணி விரலெங்கே? அழகெங்கே?, ஐம்பரும் வேஷ்டியும், மோஹினி, கபோதி, விஞ்ஞானத்துக்குப் பலி, பரிசுபெற்ற ஓவியம், பெரிய நாயகி உலா – என்று அவருடைய முக்கியத்துவம் வாய்ந்த சிறுகதைகளை அடுக்கிக்கொண்டே செல்லாம்.

பறவைகள், விலங்கினங்கள், தாவரங்கள் இவற்றின் மீதான ந.பி.யின் தனித்த கூர்மையான அவதானிப்பு, அவ்வப்பொழுது அவருடைய படைப்புகளில் வெளிப்பட்டுள்ளது. கோயில் ஐதீகங்கள், மரபான பழக்கவழக்கங்களிலும் அவருக்குத் தேர்ச்சி கூடுதல். தத்துவத்தில் பட்டம் பெற்றவர். சட்டம் பயின்று வழக்கறிஞராகப் பணிபுரிந்து, பிறகு அதில் நாட்டமின்றி பத்திரிகைத் துறையில் ஈடுபட்டார். 1939 முதல் 1956 வரை அறநிலையய பாதுகாப்புத்துறை அதிகாரியாகவும் பணி செய்தார். விடுதலைக்கு முந்தைய காங்கிரஸ் கூட்டங்களில் உரத்தகுரலெடுத்து அவர் பாரதியின் பாடல்களைப் பாடக்கேட்டிருக்கிறாராம் மற்றொரு கும்பகோணத்துப் படைப்பாளியான எம்.வி.வெங்கட்ராம்.

பிச்சமூர்த்தியின் பதினெட்டாம் பெருக்கு, முள்ளும் ரோஜாவும் போன்ற கதைகளை 'பாலியல் அழுத்தம்' பெற்ற கதைகளாகவும், பாலியல் விழிப்புணர்வுக் கதைகளாகவும் விமர்சகர்கள் மதிப்பிடுகின்றனர். ந.பி.யின் பல கதைகள், அக்காலக்கட்டத்தில் பலரும் கையாளத்துணியாத கருப்பொருட்களைக் கொண்டதாகும். 1951இல் வெளியான 'மோஹினி' தொகுப்பில் இடம்பெற்ற 'சயன்ஸுக்கு பலி' (பிறகு இது விஞ் ஞானத்துக்கு பலி' எனப் பெயர் மாற்றம் பெற்றது) கதையில் வரும் 'ரோபோ' இயந்திர மனிதன் கதாபாத்திரமானது அக்காலக்கட்டத்தில் புதுமை எனக்கருதப்பட்டது. புகழ்பெற்ற ஓவியர் ரவிவர்மாவின் ஒரு

ஓவியம் (ஊஞ்சலில் ஆடும் யுவதி) தந்த மன எழுச்சியுடன் அவர் எழுதிய கதை ' மோஹினி'. ந.பி.யின் முன்னோர்கள் தஞ்சாவூர் மராட்டியர்களின் அரண்மனையில் மருத்துவம், சைவ சித்தாந்தம் போன்ற துறைகளில் பணியாற்றியவர்கள். இந்தக் கேள்வி ஞானமும் அவருக்கு 'மருதாணி விரலெங்கே அழகெங்கே' போன்ற கதைகள் எழுத உத்வேகம் தந்திருக்கிறது. இக்கதை காமம், கொலை, ஆவி என்று போகும். 'ஆராய்ச்சி' கதையோ இதற்கு எதிரான பாணியில் நாத்திகத் தன்மையுடன் எழுதப்பட்டிருக்கும். 'வானம்பாடி' கதையில் ந.பி.கிழக்கு ஐரோப்பாவைச் சேர்ந்த ஒரு நாடோடிக் கூட்டத்தை அறிமுகம் செய்திருப்பார்.

தெலுங்கு பிராமண வகுப்பைச் சேர்ந்த நடேச தீட்சிதர் – காமாட்சியம்மாள் தம்பதியர்க்கு நான்காவது குழந்தையாகப் பிறந்தவர் பிச்சமூர்த்தி. முதலில் அவருக்கு வேங்கட மகாலிங்கன் என்றே பெயர் வைத்தனர். முதல் மூன்று குழந்தைகளுள் இருவர் இறந்துவிட வேங்கட மகாலிங்கன், 'பிச்சமூர்த்தி' எனப்பெயர் மாற்றம் பெற்றார். பிச்சை, சுப்பு, குப்பு என்று பெயரிட்டால் இவ்வகை அற்பமான பெயர்கள் கொண்ட குழந்தைகளைக் காலன் ஏறெடுத்தும் பார்க்கமாட்டான் என்பது அக்காலத்தில் நிலவிய ஐதீகம். அவருடைய குடும்பத்தில் தலைமுறைக்கு ஒருவர் சந்நியாசம் வாங்கிக்கொண்டவர்கள் என்றும் பிச்சமூர்த்தி ஓரிடத்தில் குறிப்பிடுகிறார்.

கட்டுரையாளராகவும் வெளிப்பட்ட பிச்சமூர்த்தி, திருமூலர், சுந்தரமூர்த்தி சுவாமிகள், அருணகிரி நாதர் குறித்து எழுதியுள்ள கட்டுரைகள் முக்கியமானவையாகக் கருதப்படுகிறது. 'குடும்ப ரகசியம்' என்ற மற்றொரு நாவல் எழுதி அதை ஒரு போட்டிக்கு அனுப்பி வைத்ததாகவும், அது முதல் பரிசைப் பெறாததால் அவர் அதைத் திரும்பப் பெற்றுக் கொண்டதாகவும் ஒரு தகவல் உண்டு. இறுதிவரை அந்நாவல் பிரசுரமும் ஆகவில்லை . ஆனால் நாவல் குறித்த அவரின் கருத்து குறிப்பிட்டுச் சொல்லத்தக்கது. 'நாவல் என்பது மனிதனுடைய ஆசாபாசங்களையும், வாழ்வு தாழ்வுகளையும், கனவு நனவுகளையும், உயிருள்ள கதையுருவத்தில் எடுத்துக்காட்டுவது. நம்முடைய குடும்ப சமூக வாழ்க்கையைப் படம்பிடித்து இயற்கையான ரசனை காட்ட, நாவலை விடச் சிறந்த கருவி எழுத்தாளர்களுக்குக் கிடைக்கப்போவதில்லை' என்று அவர் நாவல் இலக்கிய வகைமைக்குப் பெரிய அழுத்தம் கொடுக்கிறார். நாடகங்களும் எழுதிய அவர் வ.ரா. எழுதிய 'ராமானுஜர்' திரைப்படத்தில் 'திருக்கச்சி நம்பி' வேடமும் ஏற்றார் என்பது விந்தைச்செய்தி.

பிச்சமூர்த்தியின் தோற்றம் தாடி, மீசை வளர்ந்த ரிஷி மாதிரியானது. சொற்சிக்கனத்துடன் தான் அடுத்தவரிடம் பேசுவாராம். 'சொல்

ஓய்ந்து மௌனம் வருமானால், மகிழ்ச்சியுடன் ஏற்பேன்' என்பது அவருடைய வாசகம். தத்துவ கனம் அவருடைய படைப்புகளிலும், சுய வாழ்க்கையிலும் எப்போதும் ஊடாடியபடி இருக்கும். துறவிகள், பைத்தியம், குழந்தைகள் என்றால் அவருக்கு விருப்பம். 'காத்தாலும் அழித்தாலும் இலக்கியமே சரணம் என்ற நினைப்பு இருக்கவேண்டும்' என்பது அவருடைய கொள்கை. ஆனாலும் பல காரணங்களை முன்னிறுத்தி சுமார் 18 ஆண்டுகாலம் எதுவும் எழுதாமல் நீண்ட மௌனம் காத்திருக்கிறார்.

நவீன தமிழ்க்கவிதைக்கு, அதன் இன்றைய வளர்ச்சிக்கு பிச்சமூர்த்தி ஆதார சுருதி. ஆனால் இன்றைய இளம் கவிஞர்களில் சிலருக்கு அவர் குறித்த புரிதல் இல்லை. அங்கீகாரம் குறித்த துளிச்சலனமின்றி, 77 ஆண்டுகள் வாழ்ந்த அந்த மகத்தான படைப்பாளி 4.12.1976 அன்று சென்னையில் காலமானார். அவருக்கு நினைவு மண்டபங்கள் எழுப்பத் தேவையில்லாது போனாலும், ஆண்டுதோறும் அவர் பெயரால் நம்பிக்கைக்குரிய 'இளம் கவிஞர்களுக்கு விருது' அளிப்பது பொருத்தமாகவும், அவருக்கு செலுத்தக்கூடிய நிஜமான அஞ்சலி யாகவும் இருக்கும் என்று இந்த சந்தர்ப்பத்தில் சொல்லிக்கொள்ளத் தோன்றுகிறது.

(உயிர் எழுத்து – ஏப்ரல் 2017)

என்னுடம்பிலிருந்து வாலிபத்தின் முள்ளை எடுத்துப் போடும்...

நான் வாசித்த முதல் காதல் கதை எதுவென இன்று எனக்கு நினைவில்லை. வாசித்துத்தான் காதலை உணர்ந்திருப்பேன் என்பதையும் என்னால் உறுதிபடக் கூறமுடியாது. பத்து வயதில் எனக்குக் கிடைத்த வெளி, இயற்கையையும் பெண்களையும் தான் என் கண்களுக்கு முன்னால் கொண்டு வந்து நிறுத்தியது. இரண்டையும் கூர்ந்து கவனிக்கத் தொடங்கினேன். பதற்றமில்லாமல் சற்று நிறுத்தி நிதானித்து யோசிக்கையில் காதலை, காதலித்துத்தான் நான் உணர்ந்து கொண்டிருக்க வேண்டும். வாசிப்புக்கு முன்பே – காதலிக்கத் தொடங்கிவிட்டேன் என்று இதற்குப் பொருள். நீங்கள் காதலித்து விட்டு வாசித்துப் பாருங்கள். ரத்த அழுத்தம் கூடிப்போனது தெரியும்.

இப்போதும் கையும், காலும், மனதும் சேர்ந்து படபடக்கிறது. கால்நூற்றாண்டுக்கு மேல் காலம் கடந்த பின்பும் முதல் காதலை நினைத்துப் பார்க்கும்போது அதே வெட்கம், பயம், எதிர்பார்ப்பு கலந்த அவஸ்தை உள்ளங்கைகளை வியர்க்க வைத்து விடுகிறது. அதை எல்லோரும் 'இனக் கவர்ச்சி' என்கிறார்கள். எனக்கானால் அது வாழ்க்கை நெடுகத் தொடரும் விஷயமாகிவிட்டது. அல்லது அவ்வாறு ஆக்கிக் கொண்டேன். (இது குறித்த கூடுதல் விபரம் அறிந்து கொள்ள விரும்பும் நண்பர்களுக்கு, "நாம் தனியே பேசிக் கொள்வோமே...")

நூறாண்டுகளைக் கடந்துவிட்ட தமிழ்ச் சிறுகதையின் பாடுபொருள் களாகப் பல்வேறு விஷயங்கள் இருந்திருக்கின்றன. காதலும் அவற்றுள் ஒன்று. ஆனால் பொருட்படுத்தத் தக்க காதல் கதைகளை வெகுசிலரே எழுதியுள்ளனர். காதலை எழுதுவதில் நம்முடைய எழுத்தாளர்களுக்கு ஒருவித ஒவ்வாமை இருந்திருக்கிறது. 'ஒளிவு மறைவில்லாமல் எல்லாவற்றையும் எழுதக்கூடியவர்கள்' எனப் பெயர் பெற்ற நவீன

இலக்கியவாதிகளே கூட காதலை ஒரு ஓரமாக நிறுத்தி வைத்துப் பார்த்திருப்பது காதல் கதைகளைத் தேடி வாசித்தபோது புரிந்தது.

அண்மையில் 'அழியாத கோலங்கள்' என்னும் பெயரில், தமிழில் வெளிவந்த 24 எழுத்தாளர்களின் காதல் சிறுகதைகளைத் தொகுத்தேன். இந்த 24 எழுத்தாளர்களும் நவீன இலக்கியம் சார்ந்து இயங்கி வருகிறவர்கள். இவர்களுள் புதுமைப்பித்தன், கு.அழகிரிசாமி, மௌனி, லா.ச.ரா., நகுலன், ஜெயந்தன், கோபி கிருஷ்ணன் என 'அமர' காதலர்களும் அடக்கம்.

காதல் கதைகளைத் தேர்வு செய்ய நான் அதிகமும் சிரமப்பட்டேன். தமிழ் சினிமாவுக்கும், இளைஞர்களுக்கும் மிக உவப்பானதாக இருக்கின்ற காதலுக்கும், நவீனத் தமிழ் எழுத்தாளர்களுக்கும் ஏன் இத்தனை இடைவெளி இருக்கவேண்டும் என என்னை நானே அப்போது கேட்டுக்கொள்ள நேர்ந்தது. காதலைத் தாண்டிப் பேசவேண்டிய சமூகப் பிரச்சனைகள் அதிகமிருப்பது உண்மை. ஆகவேதான் 2000க்குப் பிறகு வந்த தமிழ்க்கதைகளில் தலித் அரசியல், திருநங்கையர் உள்ளிட்ட விளிம்பு நிலை மக்களின் வாழ்வியல், மற்றும் சிறுபான்மை சமூகத்தினரின் பிரச்சனைகள் விவாதிக்கப்பட்டுள்ளதாக உணர்கிறேன். இவற்றைக் கடந்து காதலைக் காமம் ஆக்கும் இளைய தலைமுறை யினர் சிலரின் உத்தி வரவேற்பைப் பெற்றுள்ளது.

ஆனால் நமக்கு முன்னோடிகளாக இருக்கிற சில எழுத்தாளர்கள் காதலைத் தீவிரமாக பொருட்படுத்தத்தக்க அளவில் எழுதியிருக்கிற மாதிரி நம்மால் எழுதமுடியவில்லை . ரசித்து அனுபவித்து, காதலில் வீழ்ந்து எழுதிய எழுத்துக்களாக அவை மிளிர்கின்றன. நமக்கு அது அவ்வளவு வாய்க்கவில்லையோ என்றும் தோன்றுகிறது.

1

திருநெல்வேலி வீரபாண்டியன் பட்டணத்து சுப்பையா பிள்ளை பிழைப்பிற்காக சென்னை வந்து மின்சார ரயிலில் ஏறி உத்தியோகத்திற்கு போகையில், மாம்பலம் ஸ்டேஷனில் ஏறும் ஒரு மருத்துவக் கல்லூரி மாணவி அவர் பார்வையில் குறுக்கிடுகிறாள். அவர் மகள் வயது அவளுக்கு. அந்த கொஞ்சநேர ரயில் பிரயாணத்தில் அவருடைய தடுமாற்றங்களைச் சொல்லி முடிக்க புதுமைப்பித்தன் ஏழெட்டுப் பக்கங்களை எடுத்துக் கொண்டாலும், எல்லா பக்கங்களிலும் அதை அவர் எழுதவில்லை. வாழ்க்கை நிகழ்வுகள் முன்னும் பின்னும் இடம்பெற்ற இக்கதைக்கு 'சுப்பையா பிள்ளையின் காதல்கள்' என புதுமைப்பித்தன் தலைப்பிட்டிருப்பது அந்த காலத்துப் புதுமைதான். காதல் வயப்படும் மனதுக்கு வயது ஒரு தடையே இல்லை. எப்போது வேண்டுமானாலும் அது நிகழக்கூடும். மனம் தானே? அதற்கு

129

ஆயிரம் வாசல்கள் உண்டல்லவா. நடுத்தர வயதின் அந்த கொஞ்ச நேரத்தடுமாற்றம்தான் கதை. ரயிலின் போக்கில் அந்தக் கிழவரின் கால் மீது இந்த பெண்ணின் கால் மெலிதாய் உரசிவிட கிழவரின் நினைவுகள் எங்கெங்கோ போய்த் திரும்ப, பித்தன் போகிறபோக்கில் ஒரு வரியை எழுதி வைக்கிறார். அது அந்தக் கிழவருடைய முதல் இரவுப் படிமத்தை நினைப்பூட்டுகிறது. 'குத்து விளக்கை அவித்து வைத்த குருட்டுக் காமம்'. இப்படி எத்தனை பேரின் பெருமூச்சுகள் இருக்குமோ... பாவம்!

காதல் சித்தரிப்புகள் உள்ள கு. அழகிரிசாமியின் இரண்டு கதைகளை இந்த இடத்தில் நினைத்துப் பார்க்கலாம். ஒன்று 'சிரிக்கவில்லை ' இரண்டு 'ஞாபகார்த்தம்' பு.பி.யின் சுப்பையா பிள்ளையின் காதல்களைப் போல சிரிக்கவில்லையும் பாப்பம்மாளின் ஒருதலைக் காதல்தான். அதிக பட்சமாக ராஜாராமன் அவளை ஒருமுறை முத்தமிட்டு விடுகிறான் அவ்வளவுதான். ராஜாராமனுக்குத் திருமணம் ஆன பிறகும் அவன் மேல் அன்பைச் சொரியும் பாப்பம்மாள் அவன் மனைவிக்கு குழந்தை பிறந்ததும் மனம் மாறுகிறாள். குழந்தை ராஜாராமனைப் போலவே இருப்பது அவளுடைய நம்பிக்கையை ஏதோ ஒரு விதத்தில் தகர்க்கிறது. பாப்பம்மாள் கதாபாத்திரத்தின் மூலமாக பெண்களின் வினோதமான மன உலகைச் சித்தரிக்கிற அழகிரிசாமி 'டுவிட்டுக் கொண்ட குழந்தை போல வேண்டுமென்றே கோபித்துக் கொண்டு தன் வீட்டிற்கு வந்து விடுவாள் பாப்பம்மாள்' என்று கதையை முடிக்கிறார். அவளுடைய மானசீகப் பற்று வரவு கணக்கில் ஒரு பெரிய தப்பு விழுந்துவிட்டது என்கிறார் கு.அ. நேசிக்கிறவர்களின் மீது அதீத அன்பைச் செலுத்தும் பெண் அந்த அன்புக்குப் பங்கம் விளைகிற மாதிரி ஒரு சம்பவம் நடந்து விடுகிற போது அன்பை முறித்துக் கொள்ளும் உளவியல் ரீதியிலான தன்மை இக்கதையில் சித்தரிப்பு பெறுகிறது. ராஜாராமன், பாப்பம்மாள் இருவரின் சினேகம் ஏன் காதலாகக் கைகூடவில்லை என்பது தான் வாசகனுக்கு அழகிரிசாமி வைக்கும் புதிர்.

ஞாபகார்த்தம் கதையில், கோவிந்தராஜன் நிருபமா மீது உள்ள காதலைத் தெரிவிக்க கூச்சப்பட்டுத் தயங்குவது விவரிப்பைப் பெறுகிறது. கோவிந்தராஜன் பாத்திரத்தின் மேல் ஏற்றிக் காட்டப்பட்டிருக்கும் கூச்ச சுபாவம் அழகிரிசாமியின் குணாதிசயமேதான் என கி.ராஜநாராயணன் சொல்வாராம். கி.ரா. சொல்லும்போது அது உண்மையாக இருக்கும்தான். இணைபிரியாத தோழர்களுக்குள் ரகசியம் எதுவும் இருக்க முடியுமா?

நவீனதமிழ் புனைகதையாளர்களில் 'கிளாஸிக்' அடையாளத்தை பிரமாதமாகப் பெற்றிருக்கும் தி. ஜானகிராமன் தனது சிறுகதைகளைக் காட்டிலும் நாவல்களில் தான் காதலை வலுவாகப் பேசியிருக்கிறார்

என்பது என் அபிப்பிராயம். அசோகமித்ரன் கூறுவதுபோல 'பெண்கள் தான் தி.ஜா.வின் மகோன்னதப் பாத்திரங்கள்'. மோகமுள்ளின் யமுனா, அம்மா வந்தாளின் அலங்காரம், இந்து வரை பெண்களைக் குறித்துப் பேசும்போது தி.ஜா.வின் பேனாவிற்கு ஒரு 'இது' வந்து விடுகிறது. "பளீர்ன்னு மின்னலடிச்சாப்புல இருந்தது. அந்த மாதிரி நிறமே நான் பார்த்ததில்லை. கொன்னைப் பூ பூத்து இரண்டு நாள் ஆனப்புறம் அந்த மஞ்சள் வெள்ளையாய் போயிடுமே; அதுவும் காலை வெயில்லே அதைப் பார்த்தா எப்படியிருக்கும்? அந்த நிறம்! தலை மயிர் கருகருன்னு மின்ன சுருட்டை சுருட்டையாக தொங்கிக் கொண்டிருந்தது. நடந்து வராப்பலே இல்லை. மிதந்து வரமாதிரி இருந்தது. கண்ணு, மூக்கு, கைவிரல், கால்விரல், மனுஷ்பிறவி இவ்வளவு அழகா இருக்கமுடியுமா?" இதுபோல பெண்களை நோக்கிய காதல் வியப்புகளை தி.ஜா.தனது சிறுகதைகளில் தெறிக்கவிட்டுக் கொண்டே இருப்பார். மேற்கூறிய அவரின் வர்ணனை 'தவம்' கதையில் இடம் பெற்றது.

2

காதலை எழுதிய தமிழ்ச் சிறுகதையாளர்களில் மௌனிக்குள்ள இடம் ஸ்திரமானது. அவருடைய ஒட்டுமொத்தக் கதைகளின் அடிநாதமாக ஒலிப்பது காதல் தோல்விதான் என்றும் விமர்சிப்பவர்கள் உண்டு. மௌனியின் முதல் கதையாகிய 'ஏன்' கதையை எடுத்துக் கொள்வோமே. ஒரு பத்தாம் வகுப்புப் படிக்கிற பயலுக்கும், எதிர்வீட்டிலுள்ள எட்டாம் வகுப்பு மாணவிக்கும் இடையில் உருவாகும் பிணைப்புதான் மையம். திருமணமாகி கணவனுடன் சென்றுவிடும் அந்தப்பெண் நான்காண்டுகள் கழித்து கைக்குழந்தையுடன் தாய்வீட்டிற்கு வருகிறாள். இவன் எதிர்வீட்டிலிருந்து அப்போதும் அவளைப் பார்க்க அவளோ இவனைக் கண்டு கொள்ளாமல் போய்விடுகிறாள். அது அவனைத் தீவிரமாகப் பாதித்து மரணம் வைரக்கும் கொண்டு செல்கிறது. அப்போதும் கூட மயானத்திற்கு கொண்டு செல்லப்படும் அவனது பிரேதத்தைப் பார்த்துவிட்டு அவள் மறுபடியும் சலனம் ஏதுமின்றி வீட்டிற்குள் போய்விடுகிறாள்.

'கொஞ்ச தூரம்' கதையில் காதலி வேறொருவனை மணந்து கொள்ள அவளது நினைவால் காதலன் குடிப்பழக்கத்திற்கு அடிமையாகி உழல்வதும், அவளே தனது கணவனுடன் அவனைப் பார்க்க வரும் தருணத்தில் போதையில் மயங்கிக் கிடந்த அவன் ஒரே ஒரு தடவை கண்விழித்து அவளைப் பார்த்துவிட்டு மீண்டும் மயக்கமடைவதும் (யாரோ ஒரு கவிஞரின் சமீபத்திய கவிதை ஒன்று இதன் பாதிப்பில் எழுதப்பட்டிருந்தது இந்த இடத்தில் நினைவுக்கு வருகிறது) சித்தரிப்பை பெற்றுள்ளது. இவ்விரண்டு கதைகளையும் "மௌனி எழுதிப் பழகிய கதைகள்" என்று விமர்சகர்கள் மதிப்பிடுகின்றனர். ஆனால் இந்தக்

கதைகளின் நீட்சிதான் மௌனியின் மொத்தக் கதைகளும் என்று சொல்பவர்கள் உண்டு .

'மாறுதல்' மௌனியின் முக்கியமான கதைகளுள் ஒன்று. இறந்துவிட்ட காதல் மனைவியின் பிரேதத்துடன் தனிமையில் கிடக்கும் ஒருவனை, புறஉலக சித்தரிப்புகளின் ஊடாகவும், தத்துவச் சாயல்களுடனும் மௌனி படைத்துக் காட்டியிருக்கிறார். 'ஜெயகாந்தன் எழுத ஆயத்தமாவதற்கு முன்பு இக்கதையை ஒரு முறை படித்துவிடுவார்' என்று தமிழ் இலக்கிய உலகில் ஒரு தகவல் உண்டு. அது உண்மையோ, பொய்யோ, மௌனியின் இலக்கியக் கொள்கையான It should be Symblic என்பதற்குப் பொருத்தமான குறியீட்டுத் தன்மையுள்ள கதை என்று இதைக் கூறலாம்.

அழியாச்சுடரை மௌனியின் மாஸ்டர் பீஸ் என்று குறிப்பிடுவார்கள். வழக்கம்போல கதை என்று ஒன்றும் இல்லாத கதைதான் இதுவும். க.நா.சு.தன்னுடைய பழைய கட்டுரை ஒன்றில் இதை உலகத் தரமான கதை எனக் கூறியிருப்பார்.

கோயிலில் சந்திக்கும் பெண்ணை மோகிக்கும் ஒருவனையும் அவனுடைய காதல் வெளிப்பாடுகளையும் மௌனி ஒருவித தத்துவார்த்தத் தொனியில் பேசிப்பார்த்திருப்பார். வில்வமரத்தடி, மாலை நேரம், சிவன்கோவில், ஏற்றிவைக்கப்பட்ட விளக்குகள், எழுந்து நின்று கூத்தாடும் யாழிகள் என கவித்துவத்திற்கு குறைவிருக்காத வர்ணிப்புகள் அடங்கிய இதுபோன்றதொரு கதையை எழுதிப்பார்க்க வேண்டுமென எந்த எழுத்தாளனையும் சலனப்படுத்திவிடுகிற கதை. மௌனியின் பிரபல்யமான வரிகள் எனப் பலரும் மேற்கோள் காட்டுகின்ற "நாம் சாயைகள் தானா...? எவற்றின் நடமாடும் நிழல்கள் நாம்...?" இந்தக் கதையில் இடம் பெறும் வரிகளே. கமல்ஹாசனின் 'குணா' படத்தில் அந்தக் கோயிலும், அபிராமியாக உருவகப்படுத்தி காதல் வயப்பட்டு கமல் அவளை கடத்திச் செல்வதுமான காட்சி அமைப்புகள் எனக்கு அழியாச்சுடரை நினைவுபடுத்திக் கொண்டே இருந்தது ஒரு காலம்.

மேலோட்டமாக மௌனியின் கதைகளைப் பார்த்துவிட்டு எல்லாமும் அபத்தக் காதல் களஞ்சியம் என விமர்சிப்பவர் உண்டு. நான் கதைகளைக் குறிப்பிட்டுச் சொன்ன விதத்திலும் அப்படியானதொரு எண்ணம் உருவாக வாய்ப்புண்டு. மௌனி எதிர்வீட்டு ஜன்னலை கவனிக்கும் ஆசாமி தான், சந்தேகமில்லை. ஆனால் அந்த கவனிப்பில் தான் எத்தனை இசை லயம், கற்பனை, தத்துவார்த்தம்.

3

தமிழ் சிறுகதைக்காரர்களின் வரிசையில் மற்றொரு தீராக் காதலர் வா.ச.ரா. என்றழைக்கப்படும் லா.ச.ராமாமிர்தம்.

"காதல் என்பது சாம்பலா? அல்லது அதனுள் மறைந்து கொண்டிருக்கும் தணலா?" என்று காதலின் ஈர்ப்பை தனது கதைகளில் வெவ்வேறு தொனியில் கேட்டுக் கொண்டிருக்கும் லா.ச.ரா. காதலைத் திகட்டத் திகட்டப் பேசியுள்ளார். எல்லாம் மனதளவில் பேசப்படும் நிறைவேறாக் காதல் தவிப்புகள்தான். அவர் பேசும் காதலை அவரையே பேசவிட்டுக் கேட்பதுதான் ருசிகர அனுபவமாக இருக்க முடியும்.

"காதல் என்பது ஒரு மனுஷாள் மேல் வைக்கிறதுன்னு இல்ல, அது ஒரு உணர்வு. முதல்ல எடுத்தவுடனே தெரிஞ்சுக்க முடியாத அந்த எழுச்சி இருக்கே அதுக்கும் செக்ஸ்க்கும் சம்பந்தமே கிடையாது. அதன் தூய்மையான துல்லியமானது அதன் உயிர்த்தன்மையானது, வெளியீட்டுக்குத் தவிச்சுண்டு இருக்கிற சமயத்தில் அவளுடைய குழந்தைச் சிரிப்பிலயோ, அவளுடைய கண்ணின் சுருக்கத்திலயோ அவளுடைய கூந்தலில் இருந்து காற்றில் ஆடும் பிரியிலயோ கையை இப்படி வச்சுண்டு பரிவோடு கேட்கிறதிலயோ முதல் தரிசனமாக நாம் எதையோ பார்க்கிறோம். அது ரூபமாக, அருபமாக ஒரு உயர்ந்த... ஒரு உன்னதமான... ஒரு உணர்ச்சியைப் பார்க்கிறோம். அந்த சமயத்தில் நம்மை அறியாமல் கிளர்ந்த ஒரு கவிதை உணர்வு இருக்கு."

அலைகள், த்வனி, பாலா, ஜனனி, முதல் காதல், மீனோட்டம், தூசி, கங்கா, நெற்றிக்கண், ஜ்வாலை, தபஸ், தயா, மாயமான், காயத்ரீ எனப் பல கதைகளில் லா.ச.ராமாமிர்தம் காதலைத் தீவிரமாக எழுதியுள்ளதை வாசகர்கள் படித்துப் பார்க்கும்போது அவருடைய சங்கீதம் இழையோடும், கிங்கிணி கிணிகிணி வார்த்தைப் பிரவாகங்கள் ஈர்க்காமல் விடாது.

நகுலனைப் பற்றி சொல்லவே வேண்டாம். நகுலன் என்றவுடன் அவர் 'கூடாமல் பிரிந்த காதலி' அவர் அடிக்கடி தன் கவிதைகளில், நாவல்களில் பிதற்றித் திரிகின்ற 'சுசீலா' ஞாபகத்திற்கு வந்துவிடுகிறாள். சுசீலா புடவையை இழுத்துப் போர்த்திக் கொண்டு பேருந்து நிறுத்தத்தில் நிற்கும் தோற்றம்தான் அவருடைய பல கதைகளைப் படிக்கும்போதும் தவிர்க்கும்போதும், நமக்குத் தெரிகின்ற காட்சிப் படிமம்.

ஜெயந்தனின் வயது பதினாறு கதையை எத்தனை பேர் படித்திருப்பார்கள் என்று தெரியவில்லை. (தேடிப் பிடித்துப் படித்துப் பாருங்கள்?) அத்தனை ஹாஸ்யம்! இன்றைய காதலை, காதலர்களை ஜெயந்தன் இந்தக் கதையில் துவைத்துக் கிழித்துப் போடுகிறார். காதலர்கள் இருவரும் வெவ்வேறு நாட்களில் துர்மரணமடைந்து பேயாகி பிறகு அருப ரூபத்தில் சந்தித்து உரையாடிக் கொள்வதுதான் கதை.

'இதில்தான் தனு போகிறாள்' என்று தொடங்கும் வண்ணதாசனின்

'தனுமை' கதையில் ஆர்ப்பனேஜ் மரநிழல்கள், உடைமரக்காடுகள், மணல், முள், வேப்பங்கன்று, மினுக்கட்டாம் பூச்சிகள், கினியாமலர்களின் சோகைச் சிவப்பு, அலுமினியத்தட்டு, கோதுமை உப்புமா, டெய்ஸி வாத்திச்சி, காகங்கள், அவை இட்ட வேப்பங்கொட்டை எச்சம், எருக்கஞ்செடி, வண்ணத்துப் பூச்சியின் முட்டையும் புழுவும், தாராக் கோழிகள், நீலப்பூ, இடிந்த சர்ச்சின் சுவர்கள், பன்றிகள், அவுரிச்செடி, பிள்ளையார் கோவில் மணி, ஸ்பின்னிங் மில் ஓடுகிற மூச்சு, மழை, வெள்ளாட்டுக் குட்டி, எல்லா வர்ணிப்புக்களையும் கடந்து வண்ணதாசனின் வார்த்தைகளிலேயே சொல்வதானால் 'இதையெல்லாம் கழுவிவிடுவது போல் தனு வருவாள்'

மிக நல்ல காதல் கதை என்று சொல்லுமிடத்து வண்ணதாசன் ஒரு கதைக்காக நமக்கு தரிசிக்கத் தருகிற புறச்சூழல் வர்ணிப்புகளை நினைக்க பிரம்மிப்பாக இருக்கிறது.

தமிழ்ச்செல்வனின் 'வெயிலோடு போய்' எத்தனை முறை வாசித்தாலும் மாரியம்மாளின் ஈடில்லா அன்பை நினைத்து நெக்குருக வைத்துவிடுகிற கதை. முறைப்பெண்ணை மணக்க முடியாத ஆணும், முறைப்பையனைக் கட்டி கொள்ள முடியாத பெண்ணும் சாகும் தருவாய் வரைக்குமே, அந்த ஏக்கத்துடன்தான் இருக்க வேண்டும். இது ஒரு இடைவிடாத தீராத விக்கல் மாதிரி காதல் பேரவஸ்தை. அனுபவித்துப் பார்த்தவர்களுக்கு இரட்டிப்பு உணர்வுகளைத் தந்து தூக்கமிழுக்கச் செய்துவிடும் திராணியுள்ள கதை இது. தமிழ்ச்செல்வன் இதுபோன்ற சில முக்கியமான கதைகளை எழுதிவிட்டு 'போதும்' என்று தன்னுடைய கதை எழுதும் பேனாவை மூடி வைத்துவிட்டார். நாங்களும் அந்த மூடியைக் கழற்ற இப்படியெல்லாம் எழுதி நெம்பிக் கொண்டே இருக்கிறோம். அவரும் "நீங்க சொன்னா நா எழுதிருவேனா" என்று நழுவிக் கொண்டே செல்கிறார்.

ஜெயந்தனின் 'வயது பதினாறு' கதையைப் போலவே கோபிகிருஷ்ணனின் 'வார்த்தை உறவு' கதையையும் வாசகர்கள் அணுகிப் பார்க்கலாம். இவையெல்லாம் 'லவ் சட்டர்' ரகத்தில் சேரத்தக்க கதைகள். 'வார்த்தை உறவு' ஆண், பெண் இருவரின் உரையாடல்களாலேயே நகரும் கதை. இதை யாராவது ஐந்து நிமிடக் குறும்படமாக எடுத்தால் நன்றாக இருக்கும். கோபிகிருஷ்ணனின் மனஉலகம் வினோதமானது. மன உலகம் வினோதமானதெனில் அங்கிருந்து கிளம்புகிற எழுத்துக்களும் அப்படித்தானே இருக்கும்.

நீங்கள் தஞ்சை ப்ரகாஷை வாசித்தவர்களாயின் அந்த 'மேபல்' கதையை மறந்திருக்க மாட்டீர்கள். ரூபன்-மேக்னஸ் காதல் முறிந்த பிறகு ரூபன், மேக்னஸின் தங்கை மேபலையும் கூட காதலிக்கிறதை

நீங்கள் எவ்வாறு எதிர்கொண்டீர்கள்.? அப்பா ஜேவியருக்கும், மகள் மேபலுக்குமான அந்த உறவு எப்படிப்பட்டது.? மேபல் ஏசுவிடம் மண்டியிட்டு "பிதாவே! என்னுடம்பிலிருந்து வாலிபத்தின் முள்ளை எடுத்துப் போடும்' என்று கதறுகிறாளே... ஈரக்குலையை நடுங்க வைக்கும் கதறலாகவே இது எனக்குப்பட்டது. உங்களுக்கு?

உதயசங்கரின் ' பால்ய சினேகிதி'யைப் பேசாமல் போகலாமா? அத்தைமார்களும், சித்திமார்களும் ஏன் எல்லோருக்கும் அதனதன் கவுரவமிக்க பாத்திரங்களாகவே தென்பட வேண்டும்? சின்ன அத்தையும் அவனும் விளையாடும் அப்பா, அம்மா விளையாட்டிற்கு இணையாக எதைச் சொல்ல? அந்த கற்பனை விளையாட்டில் சோறு பொங்கி, கறி வைத்து குழந்தையை தாலாட்டி தூங்கப் பண்ணி, குழந்தை எழுந்தவுடன், பால் கொடுத்து, ஒண்ணுக்கு, வெளிக்கு எடுத்துப்போட்டு அடடா... அத்தையை மாமா படுத்தும் பாடு பிடிக்காமல் அவன் "நான் ஒன்னயக் கல்யாணம் முடிச்சிகிருதேன் அத்தை" என்று கண்ணீருடன் கோருவதும், இரண்டே நாட்களில் சண்டைபோட்ட மாமாவும், அத்தையும் சிரித்துக் கொண்டே வர இவன் சுருங்கிப் போவதும்... இதையும் அனுபவித்துத்தான் பார்க்க வேண்டும் ஒவ்வொருவரும் தன் பால்யத்தில்.

இந்தக் கட்டுரையின் தொடக்கத்தில் காதல் கதைகள் குறைவாக எழுதப்பட்டிருப்பது போல நான் குறைப்பட்டுக் கொண்டிருந்தாலும் முக்கியமான எழுத்தாளர்கள் எல்லோருமே தங்கள் பங்குக்கு ஒவ்வொரு கதை எழுதித்தான் பார்த்திருக்கிறார்கள். இது போதாது என்பதுதான் நம் கருத்து. இன்றைக்கு காதல் கதை எழுதுவது ஒரு முக்கியமான அரசியல் செயல்பாடு. ஆதலினால் காதல் கதைகள் செய்வீர்! இந்தப் பட்டியலில் இன்னும் 25 முக்கியமான கதைகளை, எழுத்தாளர்களையேனும் குறிப்பிட்டாக வேண்டும். அந்தப் படைப்பாளிகளை நோக்கி நான் மானசீகமாக மன்னிப்புக் கேட்டுக் கொள்கிறேன். என்ன செய்ய, எல்லாம் விட்டகுறை தொட்ட குறைதான்!

(புத்தகம் பேசுது – பிப்ரவரி 2013)

135

தஞ்சை ப்ரகாஷ்

சாளரம் என்கிற
கடித இலக்கியச் சிற்றேடு

அப்போதெல்லாம் ப்ரகாஷ் எந்த நேரத்தில் என்ன செய்வார் என்று எவருக்கும் தெரியாது. அது அவருக்கே தெரியாது என்பதுதான் உண்மையும்கூட. ரொம்ப சந்தோஷமாக இருந்தால் வீட்டில் அம்மா, முன் அறிவிப்பு ஏதுமின்றி வெங்காயத்தை அரிந்து, மாவு பிசைந்து, அல்லது ரவையைக் கிளறி பிள்ளைகளுக்கு ஏதாகிலும் தின்னச் செய்து தருவாளே அதுமாதிரி, இலக்கியத்தையே வாழ்நாள் பணியாகக் கொண்டிருந்த ப்ரகாஷ், முந்தைய இரவில் கனவு கண்டு, விடிகாலை செயல்படுத்தத் தக்க பல விநோதங்களைச் சாகும்வரை செய்து கொண்டேயிருந்த சாகஸக்காரர்.

அப்படித்தான் அவர் பல பத்திரிகைகள் நடத்தியதும், பல இலக்கிய அமைப்புகளைத் தொடங்கியதும். நான் அவருடன் பழகிய காலகட்டத்தில், எங்களையெல்லாம் இழுத்துக்கட்டிக்கொண்டு பெரிய கோவிலில் உள்ள நடராஜர் சந்நதியிலும் பிறகு புல்வெளியிலும் 'தளி' என்கிற பெயரில், வாராவாரம் இலக்கியச் சந்திப்புகள் நடத்தினார். வெங்கட் சாமிநாதனுக்காக, அவர் ஒருத்தர் மட்டுமே எழுதித்தள்ளிய 'வெசாள' இதழைக்கொண்டு வந்தார். முன்னதாக, இலக்கியவாதிகள் உண்டு களிக்கவென்றே 'யுவர் மெஸ்' ஒன்றையும் நடத்தினார். 22 ஆண்டுகளுக்கு முன்பு தஞ்சாவூருக்குப் புதுசாக வந்த எனக்கு, இது எல்லாம் விந்தைக்குரியதாக இருந்தது.

'கதை சொல்லிகள்' இயக்கம் அவருடைய செயல்பாடுகளிலேயே முக்கியமானது, தமிழ்நாட்டின் கிராமப்புறங்களில் வீடுகளிலும்

திண்ணைகளிலும் பொதுச்சாவடிகளிலும் ஒருவித முறைசாரா நடைமுறையாக, பொழுதுபோக்காக பாவிக்கப்பட்டு வந்த பழக்கத்தை, தஞ்சாவூர் போன்ற நகரத்தில் வைத்து ஸ்தாபிதப்படுத்தி, பலரும் அறியச்செய்தவர் ப்ரகாஷ். இந்தக் கதைசொல்லி நிகழ்வு மேடைக்கலாச்சாரத்திற்கு மிக அந்நியமானது. மைக்செட் இருந்தால் 'என்னால் கதை சொல்ல முடியாது' என்று கோபித்துக்கொண்டு நடையைக் கட்டிய கதை சொல்லிகள் ஏராளம்பேர். அப்புறம், இந்தக் கதைசொல்லல் பத்திரிகைகளில் எழுதப்படும் சிறுகதைப்பாணிக்கு நேர் எதிரானது. இலக்கணத்தைப் பிரயோகித்து, இதழியல் பாணியில் கதை சொல்கிறவனைக் கதைசொல்லிகள் ஏளனமாகப் பார்ப்பார்கள். ஒப்புக்கொள்ளமாட்டார்கள்.

வட்டம் கட்டித் தரையில் சம்மணமிட்டு அமர்வதும் எங்கேயோ தொடங்கிக் கதையை எங்ககேயோ முடிப்பதும் அல்லது முடிக்காமலேயே தொங்கலில் விட்டுவிடுவதும் ஒருவர் விட்ட இடத்தைத் தொட்டுத்தொடர்ந்து மற்றொருவர் இழுத்துச் செல்வதும் கதைகளின் ஊடாகப் பழமொழிகள், சொலவடைகள், அருவருப்பான விஷயங்கள், கெட்டவார்த்தைகளைச் சகஜமாகப் புழங்குவதும், கதை சொல்லிகள் நிகழ்வில் இயல்பு. மனித வாழ்க்கை இவை அத்தனையும் உள்ளடக்கியதுதான். நாகரிகம் நம்மேல் நாம் வலியப் பூசிக்கொள்ளும் பூச்சுதான் என்பது கதைசொல்லிகள் தங்களுக்குள் சொல்லாமல் சொல்லிக்கொள்ளும் பிரகடனம்.

நான் தஞ்சாவூருக்கு வந்த சமயத்தில் கதை சொல்லிகள் இயக்கம் சற்றுத் தொய்வு கண்டிருந்தது. பிழைப்பின் நிமித்தம் அவர்களில் பலரும் பல திசைகளில் பிரிந்து சென்றிருந்தனர். ஆனாலும் சில அபூர்வமான தருணங்களில் அவர்கள் ஒன்று கூடினர். நானறிந்த கதை சொல்லிகளில் முக்கியமானவர்கள் ரவிச்சந்திரன், விஜயகுமாா, பெரியசாமி ஆகியோர். காரணம், இவர்கள் இதழியல் நடை முறைகளுக்குப் பழக்கப்படாதவர்கள் அதாவது, எழுதாதவர்கள். அல்லது எப்போதாவது எழுதியவர்கள். கவிஜீவன், புத்தகன், இளங்கோ , நட்சத்ரன், செல்லத்துரை போன்ற நண்பர்களும் அவ்வப்பொழுது கதை சொல்லிகளாக சோபிப்பதுண்டு. ஆனாலும் அவர்கள் சொல்லும் தொனியிலும் மொழியிலும் நகரவாசனை அடிக்கும். கதை சொல்லிகளில் நான் ஒருபோதும் வெற்றிகரமானவனாக இருந்தது கிடையாது. என்னால் கதையை எழுதிவைத்துக்கொண்டுதான் வாசிக்க முடிகிறது. கதை சொன்னாலும், பெரிதாக அதைப் பேச்சுவழக்கில் சொல்லமுடிந்ததில்லை.

எழுதப்படும் என் படைப்புகளில், எங்கள் பகுதி நாட்டார் வழக்காறுகளை ஓரளவு வெற்றிகரமாகக் கொண்டுவந்துவிட முடிகிறது. ஆனால் பேச்சளவில் என் தமிழுக்குள் 'பல வட்டார'

ஊடுருவல்கள் இருக்கிறது. என் வாசிப்பனுபவமும் ஊர் சுற்றலும் இதில் பெரும்பங்கு வகிக்கிறது. ஊர் கடந்து ஊர் வந்துவிட்டாலும் கன்னியாகுமரி, திருநெல்வேலிக்காரர்களின் பேச்சு வழக்கு மட்டும் ஒருபோதும் மாறுவதே இல்லை. இது எப்போதும் எனக்குப் பெரிய ஆச்சரியத்தைத் தந்திருக்கிறது. என் பேச்சுவழக்கைப் புதிதாகக் கேட்கும் ஒருவர் 'நீங்கள் கோயமுத்தூர் பக்கமா?' என்று கேட்கும்போது எனக்கு மகிழ்ச்சியாக இருக்கிறது. என் வேர்களுடனான தொடர்பை இழந்துவிடக்கூடாதென்பதில் நான் எப்போதும் உறுதியாக இருக்கிறேன். 'கீரனூர் ஜாகிர்ராஜா' என்னும் என் நாமகரணத்திலுள்ள 'கீரனூர்' அதைத்தான் சொல்கிறது. கீரனூர் என்பது ஒரு குறியீடு, என்னளவில்.

மொழி, இலக்கிய வளர்ச்சியில் பரிபூரண அக்கறைக்கொண்ட ஓர் அரசாங்கம் நடத்தவேண்டியது செம்மொழி மாநாடுகளை அல்ல. மாநிலத்தின் உள்ளொடுங்கிய திக்குகளில் சத்தமின்றி நடந்து கொண்டிருக்கும் கலாச்சார அசைவுகளை நுட்பமாகக் கவனித்து அவற்றை விரிவாக எடுத்துச் செல்வதுதான். அவ்வகையில் 'கதை சொல்லிகள்' இயக்கம் அரசாங்கத்தின் கவனத்தை ஈர்க்காமல் போனது துரதிர்ஷ்டவசமானது. ப்ரகாஷ் இதையெல்லாம் பொருட்படுத்திக் கொண்டவரும் இல்லை.

திரைப்பட உதவி இயக்குநராக வேலைசெய்யும் நண்பர்கள் சிலரிடம், இந்தக் கதைசொல்லிகள் இயக்கம் குறித்து நான் சொல்லநேர்ந்த சந்தர்ப்பங்களில் 'அப்படியா?' என்று அவர்கள் ஆச்சரியமாகக் கேட்டதுண்டு. அவர்களும்கூட ஒருவகையில் கதை சொல்லிகள்தான். ஆனால் திரைமொழிக்கேற்றவாறு கதை சொல்லக்கூடியவர்கள். சம்பிரதாயங்கள் கூடிய கதை சொல்லல் உத்தி அவர்களுடையது. எழுதிக்கொண்டும், பேசிக்கொண்டும் இருந்து வெற்றிகரமான கதை சொல்லியாகவும் திகழ்ந்தவர் ப்ரகாஷ். சீராக எழுதிக்கொண்டு வரும்போதே அவருடைய எழுத்தின் சில முனைகளில் கதைசொல்லியானவர் வந்து நாற்காலி போட்டு உட்கார்ந்துகொள்வார். இதை ஒரு பாணியாகவும் கடைசிவரை அவர் கைக்கொண்டார். கி.ராஜநாராயணன் இதுபோல எழுதுவதற்கென்றே பிறவி எடுத்தவர். மேடைப்பேச்சிலும் கூட அந்த மரபான தன்மையை முழுக்க உதறித் தள்ளிவிட்டு, தன்போக்கில், மணிக்கணக்கில், சலிப்பூட்டாமல் பேசிச் செல்கிறவர்கள் உண்டு. ஜெயமோகன், தமிழ்ச்செல்வன் போன்றவர்களின் மேடைப்பேச்சுகளை இத்தன்மைக்கு உதாரணமாகச் சுட்ட முடியும். சாளரம் என்கிற சிறுபத்திரிகையைக் குறித்துச் சொல்லாமல் இப்படி நான் கதை சொல்லிக்கொண்டே போகும் அபாயம் உள்ளதால் கதைப்பதை இத்துடன் நிறுத்துகிறேன். சாளரத்தையும் சற்றுத் திறந்து பார்ப்போம்.

பாலம், குயுக்தம், வெசாள , என்று ப்ரகாஷ் நடத்திய பல இதழ்களின் நீட்சியே இந்த சாளரம். ஒரு விசேஷம்; இது முழுக்க கடிதங்களுக்கான இதழ். சாளரம் எத்தனை இதழ்கள் வந்தன என்று கணக்குத் தெரியவில்லை . அல்லது ஒரே இதழுடன் நின்றுமிருக்கலாம். எனக்குக் கிடைத்தது முதல் இதழ். இதை நான் உறுதிபடச் சொல்வதற்குக் காரணம், ப்ரகாஷ் 'லீடர்' என்று எழுதியிருக்கின்ற 12 பக்கங்கள் கொண்ட நீளமான தலையங்கம். உலகளாவிய கடித இதழ்கள் குறித்தும், தனக்குக் கடிதங்கள் எழுதிய இலக்கியவாதிகள் குறித்தும் ப்ரகாஷ் இந்தத் தலையங்கத்தில் சிலாகிக்கிறார். அத்துடன் சாளரம் வரவேண்டியதன் அவசியம் என்ன, வந்ததன் ரகசியம் என்ன என்றும் எழுதுகிறார்.

'நாற்பதாண்டுகளுக்கும் மேலாக எனக்கெழுதிக் கொண்டிருக்கும் பழைய தலைமுறையினர்களுடன், புதிய தலைமுறையின் நண்பர்களான வண்ணநிலவன் எனக்கெழுதிய கடிதங்கள் ஒரு மனதின் பரிபாஷை. மெல்லிய கவிதைக்கீற்றுகளாய், உயர்ந்த நிலைகளை எட்டும் அபூர்வமான கடிதங்களாய்த் தீட்டும் வண்ணதாசன் எனும் மானச உலக சிற்பப்படிமம்! அந்தரங்கங்களை இருட்டு வண்ணமாய்த் தீட்டாது பல வர்ண ரேக்கு பூசும் ஆ.மாதவன்...'

'உலகக் கடித இலக்கியம் ரொம்பப் பெரிசு. மாக்ஸிம் கார்க்கி, ஃப்ரான்ஸ் காப்கா, ஹக்ஸ்லி, டால்ஸ்டாய், ஹெமிங்வே, அயர்ன்ராட் என்ற நீண்ட பட்டியல் கிடைக்கிறது. தமிழில் அப்படி எதுவும் கிடைக்காது'

'கதை, காவியம், நாவல், நாடகம் எல்லாம் சமத்காரமாய் பண்ண லாம். ஆனால் ஓர் அனுபவம் தருகிற கடிதம் தருவது முடியாது. மூளையால் கீறலாம், அவ்வளவுதான். சாளரம் கடிதங்களைப் பதிவு செய்ய வந்திருக்கிற பத்திரிகை...'

சாளரம் உள் அட்டையில் ஆசிரியர் தஞ்சை ப்ரகாஷ், உதவி ஆசிரியர் கா.விஜயராகவன் என்று குறிப்பிடப்பட்டு, சீ.நா.மீ.உபயதுல்லாவுக்கு இதழ் சமர்ப்பிக்கப்பட்டுள்ளது. முதல் இதழில் டி.கே.சி., தொ.மு.சி.ரகுநாதன், கரிச்சான் குஞ்சு, எம்.வி.வெங்கட்ராம், கி.ரா., தினகரி சொக்கலிங்கம், புதுமைப்பித்தன், வண்ணதாசன், நா. விச்வநாதன், ஆயன், கருங்கல் ஜார்ஜ், அம்பை என்று ஒரு பெரும்பட்டாளத்தினரின் கடிதங்கள் வெளியாகியுள்ளன. இதழ் முழுவதும் கடிதங்களையே படைப்புகளாகக் பார்க்கவும் படிக்கவும் மிக்க விநோதங்கலந்த உணர்வு உண்டாகிறது. நகுலனும், கழனியூரனுங்கூட இந்த இதழில் பங்களிப்புச் செய்துள்ளனர். நகுலன் 'நவீனன் சுசீலாவுக்கு எழுதியவை' என்கிற கடிதப்பாணி நாவலின் முதல் அத்தியாயத்தை இதில் வெளியிட்டுள்ளார். 'அன்புடைய சுசீலாவுக்கு, எப்பொழுதும் உன் ஞாபகம்தான்' என்று தொடங்கும்

கடிதத்தில் நகுலன், மௌனியின் கதைகளைக் குறித்து சுசிலாவுடன் உரையாடும் இடம் என்னைக் கவர்ந்திருக்கிறது. தன்னுடைய சுசிலா தனக்குக் கிடைத்ததே மௌனியின் கதைகள் வாயிலாகத்தான் என்று கூறும் நகுலன், 'ஆண்பெண் உறவு மூலம் மௌனி எதைச் சொல்கிறார். அல்லது சொல்ல முயற்சிக்கிறார்?' என்று கேட்டுவைக்கிறார். நல்ல கேள்வி, சிந்திக்கத்தூண்டுகிற கேள்வியும்தான்.

சாளரத்தில் வெளியாகியுள்ள கடிதங்களில் பலவும் ப்ரகாஷ்க்கு எழுதப்பட்டவை. விதிவிலக்கு புதுமைப்பித்தன், அம்பை, ஜார்ஜ், டி.கே.சி. கடிதங்கள். இதுகுறித்து தலையங்கத்தில் வருத்தம் தெரிவிக்கவும் செய்கிறார் ப்ரகாஷ். ப்ரகாஷ்க்கு எழுதப்பட்டவையே என்றாலும் அக்கடிதங்களில் இலக்கியச் சுவைக்குக் குறைவில்லை. ஒவ்வொரு கடிதத்திலும் ஏதாவது சில ரகசியங்கள் அவிழ்ந்து விழுந்துகொண்டே இருக்கக் காண்கிறேன். நின்று, நிதானித்துக் குனிந்து, கைப்பற்றி, அசைபோட்டுப் பார்க்க நமக்கு அவகாசம் வேண்டும்.

குடந்தை 26.06.90 தேதியிட்ட எம்.வி.வெங்கட்ராமின் கடிதம், "நான் கு.ப.ரா.வின் சீடனில்லை, நான் யாரையும் குருவாக ஏற்கவில்லை, நான் எழுதத்தொடங்கியபோது கு.ப.ராவின் பெரும்பாலான கதைகளைப் படித்ததில்லை ..." என்று பதறுகிற தொனியில் எழுதப்பட்டுள்ளது. எம்.வி.வி., சி.எம்.முத்துவின் 'கறிச்சோறு' நாவலைக் கடிதத்தில் விமர்சிக்கிறார் "அப்போது தோன்றியதை எழுதிக்கோத்து, நாவல் புனையப்பட்டிருப்பதாகத் தோன்றுகிறது. இந்தப் புதிய இலக்கிய வரவு இவ்வளவு சூத்தாம்படை, பீ, குசு, புடுக்கோடும் நாறவேண்டுமா? நாவலின் பாத்திரங்கள் ஜாதி வேண்டும் என்று பேசினாலும், ஜாதியின் தவிர்க்க முடியாமையை நாவல் வற்புறுத்தவில்லை. ஆசிரியர் தான், ஜாதி வேண்டுமென முன்னுரையில் லேசாக ஆதங்கப்படுகிறார். பாத்திரப்படைப்பும் முழுமை பெறவில்லை ..." என்பது எம்.வி.வி.யின் கருத்து.

குடந்தை 29.03.88 தேதியிட்ட பிறிதொரு கடிதத்தில் "நண்பரே என்னை எப்படி அனுப்பப் போகிறீர்கள்? இதோ என் படைப்புகள் யாவற்றையும் விலைக்கே கொடுக்கிறேன்; ஓர் ஐந்து இலட்சம் யாராவது தருவார்களா?" என்று பகிரங்கமாக கேட்கிறார் எம்.வி.வி.

காசுக்கு வழியில்லாமல் கதறிச்செத்த கலைப்பிரம்மாக்கள் நம்மில் நிறையப்பேர் இருந்திருக்கிறார்கள். நமக்குக் 'கலை' தட்டுப்படுவ தென்னவோ சினிமாக்காரர்களிடம்தான்.

சாளரம் இதழில், புதுமைப்பித்தன் என்கிற மகத்தான கதைக்கலைஞன், தன் கண்மணி கமலாவுக்கு எழுதுகிறான் "ஏற்கனவே மலையைக் கவ்வி எலி பிடித்ததுபோல உனக்கு ஒரு ரூ.100 அனுப்பிவிட்டேன்.

இன்னும் ஒரு நூறு வேண்டுமானால் கவலைப்படாதே, நான் வரும்போது கொண்டு வருகிறேன். நம்பிக்கைதான் கொழுகொம்பு. அதை வைத்துத்தான் வாழ்வு நடத்தமுடியும். மறுபடியும் மறுபடியும் மனசை இருட்டுக் குகைகளில் சுற்ற விடுவதினால் என்ன பயன். கூடிய சீக்கிரம் அங்கு வந்துவிடுவேன். கூடுமானால் நாமிருவரும் தனியாக நிம்மதியாக இருக்க ஒரு சிறு வீடு வாடகைக்குப் பார். கஷ்டங்களே பல மடங்கு மனச்சோர்வை அதிகப்படுத்துகிறது. வந்து வயிற்றுக்கு வைத்தியம் செய்துகொள்ளலாம் என்பதுதான் வருவதன் நோக்கம்..."

தமிழ்ச்சிறுகதைகளை உலகத்தரத்துக்கு எடுத்துச்சென்ற புதுமைப்பித்தன் போன்ற ஓர் எழுத்தாளன், தன் மனைவிக்கு நூறு ரூபாய் அனுப்பிவைப்பதென்பது, மலையைக் கவ்வி எலிபிடித்ததாக இருந்திருக்கிறது. இங்கேயோ கலை, கலைஞர்கள் என்னும் பெயரில் பலநூறு கோடிகள் தண்ணீராய் இறைக்கப்படுகின்ற அவலம். தரமான இலக்கியவாதிகளை அலைக்கழியவிட்டு, சினிமாக்காரர்களைக் கொண்டாடும் தமிழ்ச்சமூகம் ஒரு போதும் தலைநிமிர வாய்ப்பில்லை.

புதுவையிலிருந்து கி.ரா.எழுதியுள்ள 13.05.93 தேதியிட்ட கடிதம் ப்ரகாஷை, 'பிரியமுள்ள ஆசானோவ்' என்று விளிக்கிறது. ப்ரகாஷ் வாழ்ந்த காலத்தில் தஞ்சாவூரில் அவரைச் சிலர் 'ஆசான்' என்று அழைத்ததுண்டு. அதைக் கண்டிருந்த கி.ரா.ருஷ்ய பாணியில் 'ஆசானோவ்' என்றழைத்துக் கேலி செய்கிறார். சாளரத்துக்கு ஒவ்வொரு இதழிலும் எழுதுமாறு ப்ரகாஷ் வைத்த கோரிக்கையைப் பின்வருமாறு எழுதி கி.ரா.நிராகரிக்கிறார்.

'எனது பகுதி என்று ஒதுக்கி மெனக்கெட்டு, அதுக்குக் கடிதம் என்ற பெயரில் எழுதினால், அது நெசமான கடிதமாக இருக்காது. செய்திக்கடிதம் ஆகிவிடும். ஊத்தம் போட்டு பழுக்கும் பழங்களில் இயல்பாகப் பழுக்கும் பழங்களின் சுவை இருப்பதில்லை என்பது நீங்கள் அறியாததல்ல. கடிதம் என்ற பெயரில் கட்டுரைகள் எழுதலாம். கதைகளும் கவிதைகளும் ஏன் நாவல்கூட எழுதலாம். இவையெல்லாம் அசல் கடிதங்களுக்கு முன் நிற்கமுடியுமா?'

சி.எஸ். லக்ஷ்மி (அம்பை) கி.ராவுக்கு எழுதியுள்ள 21.01.93 கடிதத்தில் 'எனக்கு இரண்டு வேளை சோறுபோட்டு யாராவது என்னைப் பொறுப்பாகப் பார்த்துக்கொண்டால் நாவல் எழுதத் தயார்' என்று சொல்வது வாஸ்தவமானதாகவேபடுகிறது. (எனக்கு நாவல் எழுத மூன்று வேளை சோறு வேண்டும் அதுவும் என் பெண்டாட்டி, பிள்ளைகள், விதவைத் தாய் தங்கைக்கும் சேர்த்து சோறு போடவேண்டும்.) நாவலைச் சாதாரணமாக எல்லாம் எழுதிவிட முடியாது என்பதுதான்

அம்பை அறியத்தரும் நிதர்சனம்.

கி.ரா.சேகரித்த பாலியல் கதைகள் புத்தகமாக வெளிவந்தது குறித்து, அம்பை தனது கடுமையான விமர்சனத்தை அக்கடிதத்தில் எழுதியிருக்கிறார். 'வயது வந்தவர்களுக்கு மட்டும்' என்ற மட்டமான தலைப்பு நீங்கள் இவற்றை வெளியிட்ட பத்திரிகையின் வியாபார சாமர்த்தியம். பத்திரிகை விலைபோக செய்த முயற்சி. புத்தகமாக வெளியிடும்போது இதை நீங்கள் செய்திருக்க வேண்டாம். பாலியல் கதைகள் வாழ்க்கையுடன் ஒன்றியவை. இத்தகைய தலைப்புகளை நீங்கள் தரும்போது அவை வெறும் கிளுகிளுப்பூட்டும் முயற்சிகளாகப் போய்விடுகின்றன' என்னும் அம்பை, வணிக இதழ்களின் வாசகரைக் கவரும் மலின உத்திகளை எல்லாம் அம்பலப்படுத்திவிட்டு இதை யாராவது செய்திருந்தால் மன்னிக்கலாம். நீங்கள் கலைஞர். நீங்கள் செய்தால் கோபம் வருகிறது' என்று கடிதத்தை முடிக்கிறார். தன்னைக் குறித்த விமர்சனமடங்கிய கடிதத்தைப் பிரசுரிக்கத் தந்த கி.ரா.வின் நேர்மையைப் பாராட்டத் தோன்றுகிறது. அம்பையின் கறாரான இலக்கியக் கொள்கையையும்.

ரசிகமணி டி.கே.சி. கோயம்புத்தூர் ஸர்.ஆர்.கே.சண்முகம் செட்டியார் வீட்டில் 'சகல சௌகரியங்களுடனும் உபசாரங்களுடனும் இருந்து' கொண்டு 10.10.50இல் தன் நண்பர் சதாசிவத்துக்கு எழுதியுள்ள கடிதத்தில், ராகங்கள் குறித்த அபிப்ராயத்தைப் பகிர்ந்து கொள்கிறார். 'ராகங்களை பிரம்ம சிருஷ்டியோடுதான் ஒட்டிச்செல்லவேண்டும். சிவப்புச் சாயம், மஞ்சள் சாயம், குருணாப்பட்டம் ஒட்டுதல், ஹிந்துஸ்தானிக்காகப் பொன்னை தூவுகிறது எல்லாம் (படே படே பாகவதர்கள் செய்கிற காரியங்கள் தான்) அபசாரந்தான். நேருஜி ஏன் ராணிப் பதவியை குஞ்சம்மாளுக்கு அளிக்கவேண்டும்? நம்முடைய தமிழ்நாட்டு ராகங்களைக் கேட்டுத்தானே அளித்தார். உஸ்தாதுகளை எல்லாம் அவர்களுடைய பஞ்சுவெட்டுதல்களை எல்லாம் கேட்டவர்தானே நேருஜி. ஆகவே தேவகானம் என்பது நம்முடைய சங்கீதந்தான். அதற்கு ராணி குஞ்சம்மாள்தான்...'

இதை வாசிக்கும்போது, டி.கே.சி.யின் சங்கீத ரசனை வெளிப்பாட்டைக் காட்டிலும், வடநாட்டு உஸ்தாதுகளின் மீதான அவருடைய ஒவ்வாமையை நம்மால் அதிகம் உணரமுடிகிறது. சங்கீதம் நாடு, மொழி, இனம் கடந்த விஷயம். நேரு, ராணிப்பட்டம் சூட்டியதால், குஞ்சம்மாள் டி.கே.சிக்கு உசத்தியாகத் தெரிகிறார். ஆனால் ஒரு ரசிகமணியானவர், ஹிந்துஸ்தானியை ஏன் வெறுக்க வேண்டும் என்கிற கேள்வி எழாமலில்லை. அப்புறம் நேரு, எந்த அளவுக்கு 'ரசிகர்' என்பதும் கேள்விதான். (நான் சங்கீதத்தில்தான் சொல்கிறேன்.)

'லெட்டர்களைப் படிச்சுட்டு எரவானத்தில் சொருகி வைக்கிறது வழக்கம்.

பழசு ரேழில தொங்கற நீளக்கம்பிக்கு நடுவிலே குத்திப்போயிடும். ஓர் அடுக்கு சேர்ந்த உடனே பொங்கல் போகியன்னிக்கு ஆற்று ஜலத்திலே விட்டுறது சம்பிரதாயம். கஷ்டமாத்தான் இருக்கு. பத்திரப்படுத்தியிருந்தா இரண்டு தலைமுறை வரலாறு கிடைச்சிருக்கும். என்ன செய்ய எங்க தாத்தாவோட அப்பா பேர்கூடத் தெரியாது போயிடுத்து' என்று கடிதத்தில் பிராமணாள் பாஷை பேசிக் கவலைப்படும் நா.விச்வநாதன் கடித இலக்கிய விஷயத்தில் அக்கறை கொண்டவர். 'விசித்ரன்' என்று, நான் அப்போது நடத்திய கையெழுத்து இதழுக்குத் தனக்கு வந்த கடிதங்களை எல்லாம் தந்து உதவியவர். என்ன, ப்ரகாஷ்க்கு அவர் தேதியில்லாது எழுதியிருக்கின்ற கடிதத்தில் 'ஆபீஸில் முதல் முதல்லே பிரேசியர் போட்டவ தேவசேனா' என்று கண்டுபிடித்துச் சொல்கிறார். ரம்யா, லோகநாயகி, ரஞ்சிதம் என்று தன் காதலிகளுடனான நெருக்கத்தையெல்லாம் எழுதி, கடிதத்தைக் கிளுகிளுக்க வைத்திருக்கிறார். அதில் ஒரு கீற்றையேனும் உங்களுக்குச் சுவைக்கத் தருவதில்தான் என்னுடைய எழுத்து தர்மம் அடங்கியிருக்கிறது.

'ரம்யா விஷயம் இப்போ நினைச்சாத்தான் ரசமா இருக்கு. ஆபீஸ் ஸ்டோர் ரூம்லே ஒரு ஞாயிற்றுக்கிழமை பகல்லே, அவ கன்னிமையை நானும் என் கன்னிமையை அவளும் திருடி ஒரு விறுத்தல் இல்லை. சந்தோஷம் இல்லை. ஆவேசம் ஏதும் இல்லை. ஒரு புதுசு இருந்தது. அவ்வளவுதான்...'

விச்வநாதனைப் பொறுத்தவரை கடிதங்கள் ரகசியமானவை அல்ல. 'அவிழ் மடல்' தான். என்ன இருந்தாலும் 'கொடுத்து வைத்த' ஆத்மா. பணி ஓய்வு பெற்று பல வருஷங்களாயிற்று. இன்னமும் தஞ்சாவூர் வீதிகளில் மைனர் மாதிரிதான் வலம் வருகிறார். நமக்கானால் நாய்பபிஞூழப்பு.

153 பெருமாள்புரம், திருநெல்வேலி–7, முகவரியிலிருந்து 23.02.93 தேதியிட்டு, தொ.மு.சி.ரகுநாதன் ப்ரகாஷ்க்கு எழுதியுள்ள கடிதத்தில் ஒரு விஷயத்தை அறிவுறுத்துகிறார். 'பிரசுரத்துக்காகவே ஒருவர் ஒரு கடிதத்தை எழுதினால் அது போட்டோவுக்காக சிரித்த போலி சிரிப்பாகவே இருக்கும். அல்லது அது கடித வடிவிலமைந்த அட்டையாகவோ அல்லது எழுதியவரின் மேதாவித்தனத்தைக் காட்டிக்கொள்ளும் பம்மாத்தாகவோதான் இருக்கும்...' (இது ஒரு நல்ல ஆலோசனையாகவே படுகிறது.)

10 – டபீர் தெரு, கும்பகோணம் என்கிற விலாசத்திலிருந்து கரிச்சாங்குஞ்சு 1.04.84 தேதியிட்டு எழுதியுள்ள கடிதம், ப்ரகாஷிடம் அதிகப் பிரியத்துடனும், உரிமையுடனும் உரையாடுகிறது. 'ஐயா நல்லவரே, உத்தமத்தாய்க்கு ஒரு தலைமகனே, செல்லப்பிள்ளாய், தெளிந்த

அறிவுடையோய், உமக்கேன் இந்த வம்பு, வீம்பும்தான் ஏன்? நாம் அனுபவித்துள்ள லிட்ரரி கேஷ்வாலிடீஸ் போதாதா? கலாமோஹினி, சிந்தனை, தேனீ, பிரக்ஞை , கசட தபற, விசுவரூபம், வாசகன், அஃக், வானம்பாடி வரிசை போதாதா? சும்மா கிடக்கமுடியலையா? ஒன்று சொல்கிறேன் கேளும்; நிறைய எழுதும்; சென்னையை முற்றுகை இடும்; விகடன், குமுதம், குங்குமம், தாய், இப்படி படையெடுங்கள்; விடாதேயும் ஓய்; காசுக்கு காசு; பேருக்கு பேர்...'

சென்னை ராஜா அண்ணாமலை புரத்திலிருந்து 13.09.93 தேதி குறிப்பிட்டு, புதுமைப்பித்தனின் மகள் தினகரி எழுதியுள்ள கடிதம், வாசிக்கையில் நெகிழ வைத்துவிடுகிறது. 'இந்த ஒருவார காலமாக அப்பாவின் கடிதங்களைத் தொடர்ந்து படித்து வருகிறேன். தொட்டாலே ஒடிந்துவிடுவனபோல் அவை இருந்தாலும் அக்கடிதங்களைப் படித்தபோது அப்பாவையே சந்தித்தது போல ஓர் உணர்வு. துக்கமா மகிழ்வா என்று பிரித்துணராத மனநிலையில் நான் இருக்கிறேன். குறிப்பாக கைக்குழந்தையாய் நான் இருந்தபோது என்னைப்பற்றி, எனக்குப் பெயர் வைத்தது பற்றி, எனக்கே எனக்கென்று வாங்கி வைத்திருந்த பொருட்கள் பற்றி அப்பப்பா அந்தக் கடிதங்களில்தான் எத்தனை பாசம், பரிவு – அப்படிப்பட்ட அப்பாவிடம் விவரம் புரிந்து விளையாடி மகிழ எனக்குக் கொடுத்து வைக்கவில்லையே பார்த்தீர்களா?'

புதுமைப்பித்தனின் கடிதங்களை முதலில் ப்ரகாஷ் தான் தொகுத்து வெளியிட்டிருக்க வேண்டியது; பு.பி.யின் துணைவியாரிடமும் அவர் அதற்கான அனுமதியைப் பெற்றிருந்தார். தமிழிலக்கியச் சூழலில் அந்த யோசனையை முதலில் முன்வைத்தவரும் அவர்தான். ப்ரகாஷ்க்கு ஒரு குணம்; அது இலக்கிய வட்டத்தில் எவருக்கும் உதித்திராத புதுப்புதுத் திட்டங்களை உருவாக்குவது. அவர் கண்ட இலக்கியக் கனவுகளை அடுக்கிக்கொண்டே போகலாம். ஆனால் எது ஒன்றிலும் அவர் விரும்பிய முழுமையை அடைய முடியவில்லை . அஷ்டாவதானம், தசாவதானம், சதாவதானம் என்பார்களே; அது போன்ற முயற்சிகள் அவருடையது. ஒரே சமயத்தில் எழுத்தாளராக, பத்திரிகையாளராக, இலக்கிய அமைப்புகளின் நெறியாளராக, பதிப்பாளராக, ஊர் ஊராக அலைந்து திரிந்து கதைகள் சேகரிப்பவராக, ஹோட்டல் உரிமையாளராக, விதம் விதமான சிறு பத்திரிகைகளைத் தொடங்கி நடத்துபவராக, இலக்கியவாதிகள் எங்கிருந்தாலும் அவர்களைச் சந்தித்து நாள் கணக்கில் உரையாடுபவராக, நுண்கலைகளை ஆர்வத்துடன் பயிலும் மாணவராக... இப்படிப்பல.

வண்ணதாசன் இதைத்தான் தன் கடிதத்தில் குறிப்பிடுகிறார். 1/ ஏ2, வ.உ.சி.நகர், டி.பி.சாவடி, மதுரை–16, முகவரியிலிருந்து 13.05.93

அன்று அவர் எழுதியுள்ள கடிதம் 'ஒவ்வொரு காலத்திலும் நீங்கள் விடாப்பிடியாகச் செய்து வருகிற காரியங்கள், அதன் அளவுக்கதிகமான செயல்பாட்டு உற்சாகங்களையும் மீறிக் கவனத்திற்கொள்ள வேண்டியவை. இன்னொரு வகையில் புறக்கணிக்கமுடியாதவை. பாலம், கன்னிமை, சிறகுகள் முறியும், மயன் கவிதைகள் என்று புத்தக ரூபமான உங்களின் முயற்சிகளின் கடைசி அல்லது கண்ணி இந்த சாளரம்' என்று தொடங்கி, ப்ரகாஷ் நெருக்கி நெருக்கியும் இடம் விட்டும் கடிதம் எழுதுகிற பாணியை அழகான தொனியில் கூறுகிறார். ஆனால் ஓர் இடத்தைக் காலியாக உதாசீனம் பண்ணவும், ஓர் இடத்தில் நெருக்கியடித்துக்கொண்டு உட்காரவுந்தான் மனம் எப்போதும் இருக்கிறது. கொத்துக்கொத்தாகப் பூக்கிறது மாதிரி ஒன்று, கண்ணி கண்ணியாகப் பூக்கட்டுகிறது மாதிரி இன்னொன்று அப்படியே இருக்கட்டும் அப்படியே இருங்கள்' என்று கடிதம் முடிகிறது.

வண்ணதாசன் கதை, கவிதைகள் மாதிரி இலக்கியத் தரத்துடன் கடிதங்கள் எழுதுவதிலும் சமர்த்தர். அவர் பலருக்கும் எழுதிய கடிதங்கள் 'எல்லோருக்கும் அன்புடன்' என்னும் பெயரில் தொகுப்பாக வெளிவந்துள்ளது. அவற்றில்தான் எத்தனை எத்தனை படிமங்கள், உருவகங்கள், கவித்துவ வெளிப்பாடுகள்...

கடிதங்கள் மனித வாழ்க்கையில் மகத்தான பங்களிப்புக்களை நிகழ்த்தியுள்ளன. தபால்காரர் என்பவர், நம்முடைய அன்றாட வாழ்வில் சந்திக்கின்ற, நாம் எதிர்பார்த்துக் காத்திருக்கின்ற ஒரு முக்கிய நபர். அந்தக் காக்கி நிறச் சீருடைக்கென்று தனிப்பட்ட கவர்ச்சி உண்டு. என் பிராயத்தில், கீரனூரில் நான் பார்த்த ஒரு தபால்காரரின் சித்திரத்தை என்னால் இன்றுவரை மறக்க முடியவில்லை. நெடுநெடுவென வளர்ந்து, அதற்குப் பொருத்தமில்லாத பருமனுடன், கருத்த திரேகங்கொண்டு வாய் சிவந்த தாம்பூலத்துடன் 'தபால்' என்றொலிக்கும் குரல் கேட்டு நாற்பது வருடங்களான பிறகும் செவிகளில், என் சிந்தையில் அவர் இன்னும் ஒலித்துக்கொண்டிருக்கிறார்.

'இதயத்தின் குரல் கடிதம்' என்று நம்முடைய மூத்த எழுத்தாளர் சா.கந்தசாமி ஒரு கட்டுரை எழுதியிருக்கிறார். அதில் ரவீந்திரநாத் தாகூர் எழுதிய 'அஞ்சல் அதிகாரி' என்கிற கதையையும், தமிழில் எம்.எஸ். கல்யாணசுந்தரம் எழுதிய 'தபால்காரர் அப்துல்காதர்' சிறுகதையையும் பற்றிக் குறிப்பிட்டுள்ளார். அதேபோன்று, 14 ஆண்டுகளுக்கும் மேல் தன்னுடன் சேர்ந்து வாழ்ந்து, மணிமேகலை என்னும் மகளையும் தந்த கோவலனுக்கு, அவன் பிரிந்து சென்றபிறகு மாதவி தாழம்பூ மடலில் எழுதிய கடிதத்தை வயந்தமாலை பெற்றுச்சென்று கோவலனிடம் தரும்போது 'ஆடல் மகளே ஆதலின்' என்றுகூறி அந்தக் கடிதத்தைப் பெற்றுக்கொள்ளாமல் அவன் நிராகரிப்பதையும் குறிப்பிடுகிறார்.

நிராகரிக்கப்பட்ட கடிதங்களுக்கென்று கண்ணீர் கப்பிய வரலாறு ஒன்று உண்டு. ப்ரகாஷ் உயிருடனிருந்து இந்த நிராகரிக்கப்பட்ட கடிதங்கள் பற்றிச் சொல்லியிருந்தோமானால் சாளரம் இதழில் அவற்றுக்கென்றே சில பக்கங்களை ஒதுக்கியிருப்பார். ஏனெனில் மறுக்கப்பட்ட படைப்புகளுக்காகவே அவர் 'குயுக்தம்' என்றொரு சிறுபத்திரிகையை நடத்தியவர் ஆயிற்றே...

(உயிர் எழுத்து – செப்டம்பர் 2016)

மகேந்திரன்

தமிழ் சிமிாவில் ஒரு மேதை

மகேந்திரனை இன்றளவும் நினைத்துப் பார்க்கத் தக்க நல்ல விளைவுகள் சிலவற்றை அவர் தமிழ் சினிமாவிற்குள் நிகழ்த்திக் காட்டியிருப்பது என்னை இந்தத் தொடரில் அவருடைய 'சினிமாவும் நானும்' புத்தகம் குறித்த அபிப்ராயங்களை எழுதத் தூண்டியது. மகேந்திரனுக்கு சற்று முன்னர் தமிழில் பாரதிராஜாவின் வருகை சில நல்ல விளைவுகளை உருவாக்கியிருந்ததை ஒப்புக் கொள்ள வேண்டும். புதுமைகள் எல்லாமும் நீர்க்குமிழ்களைப் போல ஒருநொடியில் உருவாகிக் கலைந்து போவன அல்ல. காலம் தான் எது புதுமை என்பதைத் தீர்மானிக்கிறது. சினிமாவைப் போன்ற கலை வடிவங்களில் நேற்றைக்கான புதுமைகளை, நாளைக்கு கடந்து செல்லும் தருணங்கள் வாய்த்தபடி இருக்கவேண்டும். அவ்வாறு சம்பவிக்கிற போது மட்டுமே கலை வடிவம் எதுவாயினும் உயிர்ப்புடன் இருக்க முடியும். மகேந்திரன் இவ்வாறு சிலவற்றை அனாயசமாகக் கடந்து வந்தவர். அவரால் தமிழ் சினிமா சில அங்குலங்களேனும் நகர்ந்திருக்கிறது.

பாரதிராஜா ஒரு ஆரவாரமான தெற்கத்தி கிராமத்தை தமிழ்த்திரையில் காட்சிப்படுத்தினார். குறிப்பிட்ட சமூகம் மொழி கலாச்சாரக் கூறுகள், விதவிதமான மானுட ரூபங்கள், முரண்கள், நேசம், காதல் என தனது பிந்தைய படங்களில் இன வரைவியல் ஒன்றை காட்சி மொழியில் எழுதிக்காட்டும் நுட்பம் அவருக்கு கைகூடி வந்தது. அவரைப் போன்ற ஒருவர் செய்யவே கூடாத தவறுகள் சிலவற்றையும் பின்னாட்களில் அவர் செய்தார். அது இன்னொரு பக்கம்.

மகேந்திரனின் கிராமங்களில் நமக்குத் திகட்டுகிற மாதிரி மண்வாசனை வீசக்காணோம். அவர் தம் படைப்புகளில் ஏதாவதொரு சமூகத்தை

மையப்படுத்துகிற கதைக்களங்களையும் அமைப்பதில்லை. (சாசனம் உள்ளிட்ட சில படங்கள் விதிவிலக்கு) எப்படி யோசித்தாலும் எனக்கு மகேந்திரன் ஒரு பெரிய மௌனியாகவே புலப்படுகிறார். திரையில் அவர் உருவாக்கும் மௌனம் அசாத்தியமானது. காட்சி தரும் ஆழ்ந்த நிசப்தத்தில் கதாபாத்திரங்களை உடல்மொழியால் பார்வையாளர்களுடன் உரையாட வைக்கிறார். இளையராஜாவின் வாத்தியங்கள் கூட அவருடன் சேர்ந்து ஒரு வினோத மௌனத்தைக் கடைப்பிடித்தது வியக்கத்தக்க விஷயம். தமிழ் சினிமாவில் சம்பவித்த இந்த மௌனம்தான், முக்கியமானது. ஸ்ரீதர், பாலசந்தர் போன்றவர்களையும் இதற்கு முன் உதாரணங்களாக சொல்ல முடியும் என்றாலும் மகேந்திரன் உருவாக்கிய விசேஷமான மௌனத்தை நாம் வியந்துதான் சுட்ட முடியும். முள்ளும் மலரும், நெஞ்சத்தைக் கிள்ளாதே, உதிரிப்பூக்கள், ஜானி, பூட்டாத பூட்டுகள், கைகொடுக்கும் கை என்று நிறைய உதாரணங்களை அடுக்கிக் கொண்டே செல்லலாம். இந்த மௌனம்தான் பாலுமேகந்திரா, மணிரத்னம் என வேறுவேறு தருணங்களில் தமிழ் சினிமாவில் நீட்சி கண்டது.

ஒரு காலத்தில் வாத்தியங்கள் இசைக்காத, வசனங்களற்ற காட்சிகளில் பார்வையாளர்கள் உடனடியாக எதிர்வினையாற்றுவார்கள். உய்ய்.... என்ற விசில் ஒளிகள் கிளம்பும். கெட்ட வார்த்தைகள் நாராசமாக வெளியேறும். மகேந்திரனின் காட்சிமொழிதான் முதல் முதலாக அவனைப் போன்ற சகிப்புத் தன்மையற்ற பார்வையாளனை மௌனத்தை அங்கீகரிக்கத் தயார் செய்தது. இங்கிருந்துதான் மகேந்திரன் என்னும் படைப்பாளியை நாம் உரசிப் பார்க்க வேண்டும். குறிப்பிட்ட அந்த விசேஷமான மௌனத்தை திரைமொழியில் பரீட்சார்த்தம் செய்து பார்க்க மகேந்திரன் கடந்து வந்திருக்கிற தொலைவும், கொடுத்திருக்கிற விலையும் அதிகம்.

மகேந்திரன் எம்.ஜி.ஆரின் கண்டுபிடிப்பு. அவரால் திரைத்துறைக்கு அழைக்கப்பட்டு பல படங்களுக்கு கதை, திரைக்கதை, வசனம் எழுதிப் பயிற்சி பெற்றவர். நான் சிறு வயதில் விரும்பிப் பார்த்த பல ஜனரஞ்சகப் படங்கள் மகேந்திரனால் எழுதப்பட்டவை என்பதைப் பின்னாளில் அறிந்தபோது ஆச்சரியம் கொண்டேன். உதிரிப்பூக்கள், முள்ளும் மலரும் தந்த மகேந்திரனா, இதையெல்லாம் எழுதியது என்றும் திகைத்துப் போயிருக்கிறேன். (தங்கப்பதக்கம், நிறைகுடம், மோகம் முப்பது வருஷம், ஆடு புலி ஆட்டம், பகலில் ஒரு இரவு, கங்கா இப்படிப் பல படங்கள்.) வாழ்க்கை குறித்த கவலைகள் ஏதுமின்றி சுதந்திரமாகத் திரிந்த காலத்தில் விமர்சனப் பார்வை இல்லாமல் நான் பார்த்து அனுபவித்த படங்கள் இவை. இவற்றையும் வெறும் பொழுதுபோக்குப் படங்கள் என முத்திரை

யிட்டுப் புறக்கணித்து விட இயலாத அளவிற்கு ஒவ்வொன்றும் சில விசேஷ அம்சங்கள் கொண்டவையாக இருந்ததையும் நினைத்துக் கொள்கிறேன். ஆனால் இந்த அனுபவங்களைக் குறித்து மகேந்திரன் இப்படி எழுதுகிறார். "படிக்கிற காலத்தில் தமிழ் சினிமாவில் நான் கண்டு வெறுத்த குறைகளையே, இப்போது நானும் செய்து ஜெயித்துக் கொண்டிருக்கிறேன் என்ற குற்ற உணர்வு என்னை சவுக்கால் அடித்துக் கொண்டேயிருந்தது. துக்ளக் பத்திரிகையில் சினிமா விமர்சனம் எழுதி வந்த நான் தமிழ்ப்படங்களை எப்படியெல்லாம் விமர்சித்திருக்கிறேன்? நானா இப்போது அதே தவறுகளைச் செய்கிறேன்?"

இதுபோன்ற சுயவிமர்சனங்களிலிருந்துதான் மகேந்திரன் இந்தப் புத்தகத்தை உருவாக்குகிறார். அவருடைய ஆளுமையில் என்னை வெகுவாகக் கவர்ந்த அம்சம் அவர் இலக்கியங்களைப் படமாக்கிய விதம். குறிப்பாக இலக்கியப் படைப்பொன்றை எவ்வித நெருடலும் இன்றி அவர் தன் சுயவிருப்பத்திற்கு மாற்றி திரைக்கதையாக்கும் வித்தை. உமா சந்திரனின் முள்ளும் மலரும் நாவலில் இருந்து அவர் இந்த உத்தியைக் கையாளத் தொடங்கியிருக்கிறார். தொடர்ந்து புதுமைப்பித்தனின் சிற்றன்னை சிறுகதை, சிவசங்கரியின் நண்டு, பொன்னீலனின் உறவுகள், இப்படி சில நாவல்கள்; கடைசியாக கந்தர்வனின் சாசனம் சிறுகதை. இலக்கியங்களைப் படமாக்குவதற்கான உந்துதலை அவர் சத்யஜித்ரே யிடம் இருந்து பெற்றுள்ளதாக நான் கருதுகிறேன். ரே இயக்கிய புகழ் பெற்ற திரைப்படங்களான பதேர் பாஞ்சாலி, அபராஜிதா, அபுசன்சார் மூன்றும் வங்கமொழி எழுத்தாளர் பிபூதிபூஷன் எழுதிய நாவல்களை அடிப்படையாக கொண்டு திரைக்கதையாக்கப்பட்டவை என்பதையும் இவ்விடத்தில் குறிப்பிட்டுச் சொல்ல வேண்டும்.

உமாசந்திரனின் முள்ளும் மலரும் நாவலை வாசித்துக் கொண்டிருந்த போது காளி கதாபாத்திரத்தின் கை முறிந்து போகும் அத்தியாயத்துடன் மேற்கொண்டு வாசிக்காமல் நாவலை மூடி வைத்துவிட்டதாக மகேந்திரன் குறிப்பிடுவதை கவனத்தில் கொள்ளலாம். முள்ளும் மலரும் நாவலை வாசித்தவர்களும், முள்ளும் மலரும் படம் பார்த்தவர்களும் நம்மில் இருக்கிறார்கள். அந்த நாவல் வெகுஜனதளத்தோடு நின்றுபோன ஒரு பிரதி. அது தீவிரவாசகர்களை வந்து அடையவே இல்லை. மகேந்திரன் பல விஷயங்களை இவ்வாறு பரீட்சார்த்தம் செய்து பார்த்திருப்பதை இரண்டையுமே அணுகியவர்கள் அறிந்திருக்கக்கூடும். ஒரு வாசகனாக திருப்தியோ, அதிருப்தியோ கொண்ட மனம் பார்வையாளனாக மிகுந்த திருப்தியை மட்டுமே கொண்டிருக்க வேண்டும். அதுதான் கதையை செதுக்கிச் செதுக்கி காட்சி மொழியாக்கிய மகேந்திரனின் ஆளுமை.

பலநூறு பக்கங்கள் கொண்ட ஒரு நாவலை வாசித்துக் கொண்டிருக்கும்

போது 50 பக்கத்திலேயே ஒரு இயக்குனருக்குத் தேவைப்படும் முக்கிய அம்சம் கிடைத்துவிடும். அது போதும் திரைக்கதைக்கு... என்று சொல்லும் மகேந்திரனை நம்மில் பலரும் வியந்து பார்க்க வாய்ப்பிருக்கிறது.

புதுமைப்பித்தனின் சிற்றன்னையை மகேந்திரன் கையாண்ட விதத்தைக் குறிப்பிட்டுச் சொல்ல வேண்டும். அவர் பள்ளி இறுதி வகுப்பு படித்துக் கொண்டிருந்த போது வாசித்த அந்தக் கதையை "அப்போதே தூக்கிப் போட்டு விட்டேன் ஆனால் மனதிலிருந்து அல்ல" என்று சொல்லுமிடத்தில் இருந்து நாம் உதிரிப்பூக்கள் என்னும் உலகத்தரத்திற்கு நிகரான ஒரு தமிழ்த்திரைப்பட உருவாக்கத்தை அசைபோட்டுப் பார்க்க வேண்டும். "குழந்தைகள் ராஜா, குஞ்சு இருவரையும் நான் மனதால் பார்த்துக்கொண்டேயிருந்தேன். அவர்கள் எனது அருகிலேயே எப்போதும் இருந்தார்கள்" என்று தொடர்ந்து சொல்கிறார் மகேந்திரன். எப்படி சார் முடியும் உங்களால்... அந்தக் குழந்தைகள் தானே உதிரிப்பூக்கள்? என்று நாம் அவரைத் திருப்பிக் கேட்கலாம்.

சிற்றன்னை கதையில் குழந்தைகளின் தாய் இறந்துவிட்டாள் என்ற செய்தியை மேலும் வளர்த்து அவள் எப்படி இறந்தாள் என்பது மட்டுமின்றி அவளின் தங்கை, தந்தை, என உபகதாபாத்திரங்களை சிருஷ்டித்தது மட்டுமே சிறப்பு அல்ல. சிற்றன்னையில் சித்தரிப்புப் பெற்ற கல்லூரிப் பேராசிரியரான சுந்தர வடிவேலு என்னும் நேர்மையான கதாபாத்திரத்தை எதிர்மறையாக உருமாற்றியதுதான் மகேந்திரன் திரைக்கதையில் நிகழ்த்திய உச்சபட்ச செயல்பாடு. இதற்கு மிகுந்த துணிச்சல் வேண்டும்.

மகேந்திரன் ஏற்கெனவே வரையப்பட்ட சித்திரத்தின் ஒரு பக்கத்தை கலைத்து அதை வேறொரு புதிய சித்திரமாக மாற்றுகிறார். ஏற்கெனவே இருந்த சித்திரத்தை வரைந்தவர் தமிழ் இலக்கிய உலகின் ஒரு குறியீடாக மதிக்கப்பட்டவர். புதுமைப்பித்தன் உயிருடன் இருந்திருந்தால் இந்த மாற்றத்திற்கு சம்மதித்திருப்பாரா என்றெல்லாம் கேள்விகள் எழுப்ப இயலாத அளவிற்கு கால ஓட்டத்தில் நெடுந்தூரம் கடந்து வந்தாயிற்று. கிட்டத்தட்ட உதிரிப்பூக்களும் கூட இன்றைக்கு தமிழ் சினிமாவின் ஒரு குறியீடாக மாறிவிட்டது.

"முள்ளும் மலரும் படப்பிடிப்பு முடிந்தபிறகு மூடி வைத்த இடத்திலிருந்து உமா சந்திரனின் நாவலை வாசிக்கத் தொடங்கினேன். அதிர்ச்சியாக இருந்தது" என்கிறார் இந்நூலின் ஒரு இடத்தில் மகேந்திரன். ஆக அவர் வாசித்த வரைக்குமான நாவலை கணிசமான அளவிற்கு மாற்றியும், நிறைய சேர்த்தும், திரைக்கதையாக்கியது புலப்படுகிறது. நான் படம் பார்த்துவிட்டு நாவலையும் வாசித்தவன் என்கிற முறையில் மகேந்திரனின் கவர்ந்து கொள்ளும் திறனை, காட்சி

ஊடகத்திற்கேற்ப வளைத்து, நெளித்து நீக்கிச் சேர்க்கிற உத்திகளை எண்ணி வியக்கத்தான் முடிகிறது.

மகேந்திரனின் இந்தப் புத்தகம் ஒரு கலைஞனின் தன் வரலாறாகவும் சுவாரஸ்யமான சம்பவங்களைக் கொண்ட விறுவிறுப்பான திரைக்கதையைப் போலவும் அமைந்திருக்கிறது. துக்ளக் இதழில் மகேந்திரன் பணியாற்றிய சந்தர்ப்பமொன்றில் TITBITS என்கிற ஆங்கில மாத இதழில் JOHN WAYNE என்ற ஹாலிவுட் நடிகர் போலீஸ் உடையில் துப்பாக்கி ஏந்தி குதிரையில் உட்கார்ந்திருக்கும் படத்தைப் பார்க்கிறார். அந்த நடிகரின் ஒரு கண் கருப்புப்பட்டையால் மூடப்பட்டிருக்கிறது. அந்த JOHN WAYNEதான் மகேந்திரனின் 1970களில் உருவாக்கிய புகழ் பெற்ற கதாபாத்திரமான எஸ்.பி.சௌத்ரிக்கு (தங்கப்பதக்கம்) உந்துதல், முன்மாதிரி.

"எதிர்பாராத தற்செயல் நிகழ்ச்சிகள்தான் என் வாழ்வில் நான் பயணிக்கும் பாதையை தீர்மானித்திருக்கின்றன" என்னும் வரிகளை அதற்குப் பொருத்தமான பல சம்பவங்களைக் கூறி ஒரு சுலோகம் போல உச்சரிக்கிறார் மகேந்திரன். ஏற்கெனவே கதை சொல்லி முடிவாகியிருந்த நெஞ்சத்தைக் கிள்ளாதே படத்திற்கு புதுமுகங்களைத் தேர்வு செய்யும் பொருட்டு மும்பைக்குச் சென்று கடற்கரையையொட்டிய விடுதியில் அறை எடுத்துத் தங்கிய மகேந்திரன், நிறைய புதுமுகங்களைப் பார்த்து சலித்து அன்றைய இரவை சிந்தனையுடன் கழிக்க வேண்டியதாகிறது. மறுநாள் அதிகாலை எழுந்து விடுதி ஜன்னல்கதவுகளைத் திறக்கிறார். ஒரு யுவதி Track Suit-இல் கடல் அலைகளின் ஓரமாய் ஓடுகிற காட்சி அவர் கண்களுக்குப் படுகிறது. 'இன்று தன் உடல் ஆரோக்கியத்திற்காக இப்படி ஓடுகிற பெண் திருமணத்திற்குப் பின் வாழ்க்கை தரும் நிர்பந்தங்களின் காரணமாக எதுற்கெல்லாம் ஓட வேண்டியிருக்கும்?' என்று பளீரென ஒரு மின்னல் கீற்று அவர் மனதில் வெட்டுகிறது. நெஞ்சத்தை கிள்ளாதே கதையும் அந்தநேரத்தில் உருவாகிறது.

ஒளிப்பதிவாளருக்கு உதவியாளராக சுகாசினி வேலை செய்து கொண்டிருந்தபோதுதான் அவரை நடிகையாக மகேந்திரனால் பார்க்க முடிந்திருக்கிறது. அதாவது அசோக் குமாருக்கு உதவியாளராக இருந்த சுகாசினியைத் தான் அவர் நெஞ்சத்தைக் கிள்ளாதே படத்தில் நாயகியாக அறிமுகம் செய்கிறார். இவ்வாறு அவருடைய திரைவாழ்வில் நிகழ்ந்த பல வினோதமான சம்பவங்களை இந்நூல் நெடுகிலும் அவர் சொல்லிப் பார்க்கிறார். வணிக இதழ் ஒன்றுக்கு அவர் அளித்த நேர்காணலில், "இந்த டூயட் பாடல்களை தூக்கி எறிந்தாலே சினிமாவில் நல்ல மாற்றம் வரும்" என்கிறார். பாடல்காட்சிகளை அவர் மிகை யின்றி நேர்த்தியாகப் படமாக்கியுள்ள விதத்தை நாம் இந்த இடத்தில் அசை போட்டுப் பார்க்கிறோம்.

எல்லாவற்றிற்கும் மேலாக மகேந்திரன் உதவி இயக்குனர்களுக்குச் சொல்லும் ஒரு ஆலோசனை என்னை ரொம்பவும் சிந்திக்க வைத்தது. "ஒரு வேலையைத் தேடிக் கொள்ளுங்கள். பசியில்லாமல் சென்று வாய்ப்புக் கேளுங்கள். அது ஆரோக்கியமாக இருக்கும். தயக்கமோ, கூச்சமோ இருக்காது. வாய்ப்புக் கிடைக்காவிட்டாலும் சோர்ந்து போகமாட்டீர்கள். இன்னொருவரைத் தேடி கம்பீரமாகச் செல்வீர்கள்" வாழ்க்கையைப் பணயம் வைத்து சினிமாவில் போராடும் இளைஞர்கள் இந்த வரிகளை மனதில் இருத்திக் கொள்ளலாம்.

மகேந்திரனை ஒரு விரிவான நேர்காணல் எடுக்கத்தான் நான் திட்டமிட்டிருந்தேன். அதற்கான அவகாசம் இல்லாமல் நாட்கள் கடந்து கொண்டே இருந்தன. எனவே இத்தொடரில் எழுதி அந்த மனக்குறையை சமன் செய்து கொண்டேன்.

பொன்னியின் செல்வனை படமாக்கத் தமிழில் எவ்வளவோ முயற்சிகள் நடந்து, முடியாமல் போனது. எம்.ஜி.ஆருக்காக நீங்கள் எழுதிய பொன்னியின் செல்வன் திரைக்கதைப் பிரதி இன்னும் உங்களிடம் உள்ளதா?

பூட்டாத பூட்டுகள் தோல்வியடைந்தபோது "வாழ்வின் அருவருப்பான பகுதிகளைக் கிளறிப்பார்ப்பது கலைஞனின் செயல் அல்ல" என்று புரிந்து கொண்டதாக சொல்லியிருக்கிறீர்கள். இதில் எந்த அளவிற்கு நியாயம் இருக்கிறது?

குறைமாதக் குழந்தையாய் ஏழு மாதத்தில் பிறந்த உங்களைத் தன் அடிவயிற்றுக் கதகதப்பில் காப்பாற்றிய டாக்டர் சாராம்மாவின் புகைப்படத்தைத் தேடிக் கொண்டிருந்தீர்களே, கிடைத்ததா?

ஒரு திரைக்கலைஞனின் வாழ்க்கையில் ஏற்ற இறக்கங்கள் சகஜம். நுட்பமான படைப்புகளைத் தந்து தமிழ் சினிமாவிற்கு மாற்று அடையாளத்தை உருவாக்கிய உங்களால் இடையில் ஏற்பட்ட சரிவிலிருந்து ஏன் கடைசிவரை மீள முடியவில்லை?

இது போன்ற சில எளிய கேள்விகள் என்னிடம் மீந்து இருக்கின்றன. மகேந்திரன் என் இருதயத்திற்கு மிக மிக நெருக்கமானவர். எப்போது வேண்டுமானாலும் நான் அவரைப் பார்க்கலாம். மகேந்திரனின் உபசரிக்கும் பண்பும், உரையாடும் தோரணைகளும் (அவருடைய ஓவியத்திறன் உட்பட) விசேஷமாக குறிப்பிட்டுச் சொல்லத்தக்கவை. இப்போது வாய்ப்பில்லை என்றாலும் இன்னொரு சந்தர்ப்பத்தில் அந்த மேதமையின் கம்பீரத்தைக் குறித்தும் கொஞ்சம் எழுத வேண்டும்.

(புத்தகம் பேசுது – ஆகஸ்ட் 2015)

152

பேராசிரியர் ஆ. சிவசுப்ரமணியன்

இரண்டு தோழர்களின் மனம் திறந்த உரையாடல்

பேராசிரியர் ஆ.சிவசுப்ரமணியன் அவர்களைத் 'தமிழ்ச்சமூக விஞ் ஞானி' என்றழைப்பதில் எவருக்கும் இரண்டு கருத்துகள் இருக்க முடியாது. பிரதிபலனை எதிர்பாராத அவருடைய பல்வேறு ஆய்வுகளும் ஆக்கங்களும் களப்பணிகளும் தமிழுக்கு முக்கியமானவை. வரலாறு என்னும் பெயரில் எழுதி வைக்கப்பட்டவற்றை முழுமையாக ஒப்புக் கொள்ளாமல் கேள்விகள் எழுப்பி சில நேரங்களில் மறுதலித்து புதியதொரு வரலாற்றை உருவாக்குவதற்கான எத்தனிப்பில் அவர் சளைக்காது இயங்கி வருகிறார். வரலாற்று வரைவுகளில் கல்வெட்டுகள், பட்டயங்கள், தொல்லியல் குறிப்புகள், நாணயங்கள், அரசு ஆவணங்கள் மட்டுமே சான்றுகளாக பாவிக்கப்பட்டிருக்கின்ற சூழலில் வெகுஜனங்களிடையே நிலவி வரும் வாய்மொழி வழக்காறுகள், தொன்மங்கள், வழிபாட்டு முறைகள் போன்ற பலவற்றுக்கும் அத்தகுதி உண்டு என அவர் தனது இடையறாத பணிகளின் மூலம் வலுவாக நிறுவியுள்ளார்.

இச்சிந்தனைகள் விரவியிருக்கும் அவருடைய பல நூல்களை, குறுபிரசுரங்களை நான் தேடித்தேடி வாசித்திருக்கிறேன். வரலாற்றின் மீதும் நாட்டார் வழக்கியல் மீதுமான என் ஆர்வத்தை விருத்தி செய்ததில் அவருக்குப் பெரும் பங்குண்டு. மந்திரமும் சடங்குகளும், கிறித்துவமும் சாதியும், அடித்தள மக்கள் வரலாறு, தமிழகத்தில் அடிமைமுறை, நாட்டார் வழக்காற்றியல் அரசியல், கிறித்தவமும் தமிழ்ச்சூழலும், வரலாறும் வழக்காறும், இனவரைவியலும் தமிழ்

நாவல்களும், தர்காக்களும் இந்து இஸ்லாமிய ஒற்றுமையும், இஸ்லாமியர் குறித்த வரலாற்றுத் திரிபுகள், என ஆ.சி. அவர்களின் ஆக்கங்கள் நீண்டு செல்வன. ஆய்வாளர்களுக்கும், படைப்பாளிகளுக்குமான இடைவெளிகள் உள்ள தமிழ்ச்சூழலில் ஆ.சி. அவர்களுடனான என் உறவு ஆரோக்கியமாக இருப்பது மனதுக்கு நிறைவளிக்கிறது.

பேரா. ஆ.சி. உடனான ந. முத்துமோகனின் நேர்காணல்கள் 'தமிழ்ச்சூழல்களில் ஆய்வும் அரசியலும்' என ஒரு புத்தகமாக வெளிவந்துள்ளது. இதற்கு காரணவானாகிய ந. முத்துமோகன் சோவியத் ரஷ்யாவில் இந்திய மெய்யியலின் தோற்றுவாய் குறித்து ஆய்வு செய்து முனைவர் பட்டம் பெற்றவர். மார்க்ஸியம் குறித்த சமகால உரையாடல்களில் இவரின் பங்களிப்பு முக்கியத்துவம் வாய்ந்தது. இவர்கள் இருவருமே 'பேரா.நா.வானமாமலை குருகுலத்து மாணவர்கள்' என்பது விசேஷமாக இவ்விடத்தில் குறிப்பிட்டுச் சொல்லத்தக்கது. ஒரு விஷயவாதி இன்னொரு விஷயவாதியை நேர் காண்பது தான் நேர்காணல் என்னும் வகைமைக்குச் செய்கிற தர்மாக இருக்க முடியும். ஒருவரின் அசாத்தியமான பல மணி நேர உரையை விடவும் ஒரு விரிவான நேர்காணல் அவ்வாளுமையைப் பலமடங்கு உணர்த்திவிடும்.

நான் சில எழுத்தாளர்களை நேர்காணல் செய்திருக்கிறேன். என்னைச் சிலர் நேர்கண்டுள்ளனர். வாசிக்கத் தொடங்கிய காலம் முதல் எனக்கு நேர்காணல்களில் ஈடுபாடு அதிகம். அதனாலோ என்னவோ நான் எழுதுகிற நாவல்களில் கண்டிப்பாக ஒரு நேர்காணல் இடம்பெற்று விடுகிறது. சமீபமாக சிறு பத்திரிகைகளில் நேர்காணல்கள் இடம்பெறுவது குறைந்து வருகிறது. வந்தாலும் அத்தனை செறிவும் விரிவும் இல்லை. நண்பர் பவுத்த அய்யனார் 'நேர்காணல்' என்னும் பெயரிலேயே ஒரு இதழ் நடத்தினார். தமிழின் ஒரு குறை, இதழாளர்கள் தொடர்ந்து சில எழுத்தாளர்களையே உரையாட வைப்பது. 1980 முதல் அவர்களும் சளைக்காமல் கிளிப்பிள்ளை போல பேசிய விஷயத்தையே திரும்பத் திரும்பப் பேசி சலிப்பூட்டுவார்கள். நம்பிக்கையூட்டும் புதியவர்களின் குரல்கள் நேர்காணல்களாக ஒலிப்பது அபூர்வமாக இருக்கிறது.

ந. முத்துமோகன் இந்நூலில் 9 நேர்காணல்களைச் செய்துள்ளார். ஒவ்வொன்றும் பல பக்கங்களில் விரிந்து செல்கிறது. பேரா. நா.வானமாமலையின் 'ஆராய்ச்சி' இதழ், அவ்விதழுக்குப் பங்களிப்புச் செய்த பேராசிரியர்கள் தோதாத்ரி, தி.சு.நடராசன், கா.சுப்பிரமணியன், ஆ.சுப்பிரமணியன், மீனாட்சி சுந்தரம் போன்றோரின் பணிகள், ஆ.சி. அவர்களின் களப்பணி அனுபவங்கள், எழுத்து ஆக்கங்கள், அவை உருவாக்கிய சலனங்கள், திராவிட இயக்க எழுத்துகள் தமிழ் மக்களின் மேல் நிகழ்த்திய தாக்கம், பொதுவுடமை இயக்க எழுத்தாளர்கள் செய்ததும் செய்யத் தவறியதுமான பணிகள், புதிய எழுத்தாளர்களின்

வருகையும் சாதனைகளும், நாட்டுப்புறவியல் குறித்த தெளிவான விளக்கங்கள், அடித்தள மக்களைக் குறித்த அவதானிப்புகள், சமகாலத் தமிழிலக்கியச் சூழல் எனப் பரந்து பட்ட விஷயங்கள் விவாதிக்கப்பட்டுள்ளன. அவ்வகையில் இது கவனத்திற்குரிய ஒரு ஆக்கம்.

முத்துமோகனின் மனத்தடையற்ற கேள்விகள், ஆரோக்கியமான குறுக்கீடுகள், ஆ.சி.யின் சுதந்திரமான பதில்கள் வாசிப்போரை எங்கும் அலைபாயவிடாமல் கட்டிப்போட்டு வைக்கிறது. 'மதம் குறித்த புனிதக் கற்பிதங்களை திராவிட இயக்கம் தமிழ்நாட்டில் உடைத்து நொறுக்கியது. ஆனால் நாம் செய்யத் தவறிவிட்டோம்...' என்ற பதிலிலும், கம்யூனிஸ்டுகளின் ஒழுக்கம் மேட்டுக்குடிப் பண்பு கொண்டது எனச் சொல்லலாமா... என்ற கேள்விக்கு "கிராமப்புறங்களில் கட்சி வேலைகள் செய்யும்போது உழுகுடிப்பெண்கள் தொடர்பான எத்தனையோ விவகாரங்களைச் சந்திக்க வேண்டியிருக்கும். இறுக்கமான அபிப்ராயங்கள் இருந்தால் சாதாரண மக்களோடு வேலை செய்ய முடியாது" என்ற பதிலிலும் சுதந்திரம் இழையோடுகிறது. இரண்டாவது நேர்காணலில் ஆ.சி.யின் குடும்பச் சூழல் விவரணைகளைக் கடந்து, திராவிட இயக்கத்தின் தொடக்ககால அசைவுகளைக் குறித்த அலசல் முக்கியமாகப் பதிவாகியுள்ளது. முத்துமோகனின் கேள்விகள் வெகுஜனத் திரளைக் குறிவைத்து தி.மு.க. காய்கள் நகர்த்திய விதத்தைப் பற்றியதாகவும், ஆ.சி.யின் பதில்கள் அதற்கு இசைவானதாகவும் உள்ளன. தோழர் நல்லக்கண்ணு அவர்களின் ஆளுமை குறித்த சித்தரிப்பு, கட்சியில் சிரிக்கும் தோழர், சிரிக்காத தோழர், புத்தகக் களவாணி போன்ற பதிவுகளும் குறிப்பிடத்தக்கவை, சுவாரஸ்யமானவை.

"தனக்கென ஒரு தத்துவத்தைத் கொண்டுள்ள கம்யூனிஸ இயக்கமானது அனைத்து அறிவுத்துறைகளிலும் ஊடுருவித் தேவையானவற்றை படுத்துக் கொள்ளவேண்டும். இல்லாவிடில் வறட்டு விமர்சகர்களாகவும் வளர்ச்சி நிலைகளை அறியாதவர்களாகவும் மாறிவிடும் ஆபத்து உள்ளது. இதற்கு ஆழமான வாசிப்பும் கலந்துரையாடல்களும் தேவைப்படுகிறது" என ஓரிடத்தில் அவர் பதிலளிப்பது சிந்திக்கத்தக்கது.

பேரா.ஆ.சி.யின் பணிகளில் கிறித்தவர், இஸ்லாமியர் நாட்டுப்புறவியல் குறித்த ஆய்வுகளை மிக முக்கியமானதெனக் கருதுகிறேன். இவ்விரு மதத்தினரும் தத்தமது மதங்கள் விமர்சனத்திற்கு அப்பாற்பட்டதெனக் கருதுகிறவர்கள். தம் மதம் குறித்த அயலாரின் யாதொரு கருத்துகளுக்கும் எளிதில் உணர்ச்சி வசப்படுகிறவர்கள்; அதிலும் குறிப்பாக இஸ்லாமியர்கள்.

'மதம் மாறியவர்கள் தமக்கென எழுத்தாவணங்களைக் கொண்டிருப்ப தில்லை. ஆனால் வாய்மொழி வழக்காறுகளைக் கொண்டிருப்பார்கள்...'

எனும் ஒரு பதில் எனக்கு உவப்பாக இருந்தது. மீனாட்சிபுரம் மதமாற்றம் தவிர்த்து கடந்த சில நூற்றாண்டுகளில் தமிழர்கள் இஸ்லாம் மதத்திற்கு மாறியதற்கான எழுத்து ஆவணங்கள் ஏதுமில்லை. அவ்வாறு இருப்பினும் இன்றைய வஹாபிய மோஸ்தரில் அதை அவர்கள் மறைக்கவேகூடும். தலித்துகள் என்றில்லை ; சாதி இந்துக்களாக இருந்து மதம் மாறியவர்களும்கூட இதே நிலையையத்தான் கொண்டுள்ளனர். தமிழர்களில் முதலியார், நாடார், கவுண்டர், தேவர், கள்ளர், பறையர், பள்ளர் போன்ற சாதியினருடன் பிராமணர்களும் இஸ்லாமியராக மதம் மாறியுள்ளனர். உயர் ஜாதி இந்துகளுக்கு மதம் மாற வேண்டிய அவசியம் ஏன் ஏற்பட்டது என்று இவ்விடத்தில் கேள்வி எழுவது இயல்பு. அதற்கு புறக்காரணங்களும், அகக்காரணங்களுமாகப் பலவும் இருந்திருக்க முடியும்.

நேர்காணல் நான்கில் 'கட்சி வகுப்புகள்' குறித்த சில கேள்விகளும் பதில்களும் இடம் பெற்றுள்ளன. அதில் தான் எடுத்த கட்சி வகுப்புகளினூடாகப் பல அனுபவங்களைப் பேசுகிறார். "கட்சி வகுப்புகள் சொற்பொழிவுகளாக அமையக்கூடாது. வகுப்புகளில் போர்டும், சாக்பீசும் இருக்க வேண்டும். ஆசிரியர்கள் முக்கியமான சொற்களை எழுதிப்போட மாணவர்கள் குறிப்பெடுக்க வேண்டும்" எனும் பேரா. நா.வா.வின் அணுகுமுறையை முக்கியமாகக் குறிப்பிடுகிறார். "தமிழ்நாட்டு சமூகப் பண்பாட்டு வரலாறு, தமிழ்மொழியும் தமிழக அரசியலும்: காலனிய காலம் தொட்டு இன்றுவரை, நவீன அறிவியல் வளர்ச்சி போன்ற தலைப்புகளில் வகுப்புகள் எடுக்கப்பட வேண்டும். ஏதோ ஒரு வகையில் தமிழ்ச் சமூகத்தின் வரலாறு நாம் உருவாக்கும் கட்சிக் கல்வியிலும் பிரதிபலிக்க வேண்டும்" என அவர் வலியுறுத்துகிறார்.

"சோவியத் புரட்சி நமக்குப் பல விதங்களில் வழிகாட்டியது. ஆனால் அமெரிக்க சோவியத் மோதலின் ஒரு பகுதியாக நம்மை ஆக்கியிருந்ததோ என்று தோன்றுகிறது. சோவியத் தகர்வுக்குப் பிறகு நம் சொந்தப் பிரச்சனைகளைக் கண்திறந்து பார்ப்பதற்கான நிர்பந்தங்கள் உருவாகியிருக்கின்றன என்று கூட தோன்றுகிறது..." என்பது ந.மு. முன் வைக்கும் ஒரு சிக்கலான கேள்வி. இதற்கான பதிலாக "...இருக்கலாம்" என்பதுடன் நிறுத்திக்கொண்டு மீண்டும் கட்சி வகுப்புகள் குறித்த தனது அபிப்பிராயங்களையே ஆ.சி. பேசுகிறார்.

கிராமப்புறத் தெய்வங்கள் மிக இறுக்கமாக சாதிகளோடு தொடர்பு கொண்டவை... எனும் கேள்விக்கு "நமக்கு முக்கியம் சாதித் தொடர்புகளல்ல. சாமிகளின் வரலாறே. அவையெல்லாம் இந்துத் தெய்வங்களல்ல. சாதி மீறிய காதல் அல்லது வேறு ஏதாவதொரு செயல்பாட்டிற்காக ஆதிக்க சாதிகளின் கொலைச் சம்பவங்களோடு

தொடர்பு கொண்டவை. எனவே அவை சாதிக்கெதிரான போராட்டப் பதிவுகளைக் கொண்டுள்ளன. அந்த வரலாறு நமக்கு முக்கியம்" என்னும் செறிவான பதில் வந்து விழுகிறது.

ஆறாம் நேர்காணலின் கடைசிக் கேள்விக்கு பதிலாக ஒலிக்கும் ஆ.சி.யின் கருத்துகள் இன்றைய சில பேராசான்கள், முனைவர், இளமுனைவர் பட்ட ஆய்வாளர்களை விமர்சிக்கிற தொனியில் அமைந்துள்ளது. "இப்போது கற்பிக்கும் தொழிலில் பதவி உயர்வு பெறவும் ஊதிய உயர்வு பெறவும் ஆய்வு தகுதியாகிப் போனதால் ஆய்வேடு எழுதித் தருவோர் பரவலாக உருவாகிவிட்டனர். தருமிக்கு பொற்கிழி அளித்த புராணக் கதையில் இடம் பெறும் சிவனாகப் பேராசிரியர்களில் சிலர் மாறிவிட்டனர். ஆனால் ஒரு வேறுபாடு, இவர்கள் தருமியிடமிருந்து பொற்கிழி பெறும் சிவனாவர்" என்னும் பதில் சம்பந்தப்பட்டவர்களின் தலையில் வைக்கப்பட்ட பலமான குட்டு.

மாணவர் பெருமன்றம், இளைஞர் பெருமன்றம், மாதர் சங்கம் போன்ற எல்லா அமைப்புகளும் வீதியில் இறங்கிப் போராடி வருகின்றன. கலை இலக்கியப் பெருமன்றம் மட்டும் படித்தவர்களின் இயக்கமாக வீதியில் இறங்கத் தயக்கம் காட்டி வருகிறது. இது மத்தியதர வர்க்கத்தின் ஒரு தற்காப்பு உத்திபோலத் தெரிகிறதே... இது முத்துமோகனின் சுயவிமர்சனத் தன்மைகூடிய கேள்வி. தமிழ்நாடு கலை இலக்கியப் பெருமன்ற மாநிலத்தலைவர் பேரா. ஆ.சி.அவர்களின் பதில் "வீதிகளில் இறங்கிக் குரலெழுப்ப வேண்டும் என்ற நிலையைத் தான் நான் ஆதரிக்கிறேன்..." தலைவரென்ற முறையில் இன்னும்கூட விரிவான பதிலைச் சொல்லியிருக்கலாமென சிலர் எதிர்பார்க்கவும் வாய்ப்பிருக்கிறது.

தொடர்ச்சியாகப் பெருமன்றம் குறித்த சில கேள்விகளையே ந.மு. முன் வைக்கிறார். அதில் ஈழப்பிரச்சனையைப் பெருமன்றம் முன்னெடுப்பதில் வேறென்ன முயற்சிகள் செய்யலாம்... என்பதும் ஒரு கேள்வி. "பழ. நெடுமாறன், வை.கோ, சீமான் பாணியில் ஒற்றைப் படையான கோஷங்களை நாம் முன் வைக்க முடியாது. சி.பி.எம்., பி.ஜே.பி., கலைஞர் பாதையில் இரண்டும் கெட்டானாகவும் நாம் நிலை எடுக்கக்கூடாது..." என்பது பதில். இங்கு ஈழத்தமிழர்களுக்காக விழுந்து விழுந்து போராடிய கட்சிகள் மட்டும் எதைச் சாதித்திருக்கின்றன? முள்ளிவாய்க்கால் போர்க்களமோ, பதுங்கு குழி, முள்வேலி அவல வாழ்க்கையோ இங்கிருப்பவர்களுக்கு அவ்வப்போதைக்கான வெறும் ஊடகச் செய்திகள் மட்டுமே. இலங்கை ராணுவத்தால் பிரபாகரன் கொல்லப்பட்டபோதும், நெடுமாறன் போன்றவர்கள் பிரபாகரன் உயிருடன் இருப்பதாகக் கூறி அரசியல் நடத்தினர். "பிரபாகரன்

நினைவுநாளைக்கூட அனுஷ்டிக்க முடியாமல் செய்து விட்டனர்..." என நான் சமீபத்தில் சந்தித்த ஈ.பி.ஆர்.எல்.எப் தோழர் ஒருவர் ஆதங்கப்பட்டதை இவ்விடத்தில் குறிப்பிட விரும்புகிறேன். ஆனால் குரலெழுப்புவது தார்மீகக் கடமை. அதை நான் குறைகூறவில்லை. பலன் என்ன என்பதுதான் கேள்வி. கடந்த கால காங்கிரஸ் அரசு இது விஷயத்தில் மிகத் தெளிவான முடிவுடன் இருந்து நினைத்ததை சாதித்தது. இன்றைய பா.ஜ.க.அரசும், அதையேதான் தொடரப்போகிறது. ஈழத்தைப் பொறுத்தவரை நமது உணர்வுப் பூர்வமான அணுகுமுறைகள் பலவீனமானவை. இது அவநம்பிக்கையிலிருந்து எழும் என் கருத்தாகவும் இருக்கலாம். சி.பி.எம்., இலங்கைப் பிரச்சனையில் 'அரசியல் தீர்வு' எனும் தெளிவான நிலைப்பாடு கொண்டுள்ளதாகவே நான் கருதுகிறேன்.

முற்போக்கு படைப்புகள் குறித்த சில கேள்விகளுக்கு ஆ.சி.மிகத் துணிச்சலான பதில்களை அளித்துள்ளார். "ஓட்ட ஓட்டமாக சமூக முரண்களை நோக்கி, போராட்டங்களை நோக்கி நம்மவர்கள் நாவலை விரட்டிக் கொண்டு செல்கிறார்கள். முரண்கள், போராட்டங்களைத் தவிர, வேறு எதையும் நாவலில் படைக்க வேண்டிய அவசியமில்லை என்று கருதுகிறார்கள். முற்போக்கின் எல்லைகளை நாம் மிகக் குறுகலாக வைத்துக் கொண்டுள்ளோம். கோட்பாடுகளை வைத்துக்கொண்டு இலக்கியம் படைக்கக்கூடாது" என்கிற பதில் அவரைத் தனித்து அடையாளப்படுத்துகிறது.

எட்டாம் நேர்காணலில் தன்னுடைய ஆய்வு அனுபவங்கள் குறிப்பாக கள ஆய்வுகளைக் குறித்து நுட்பமான பல தகவல்களை ஆ.சி. தருகிறார். இவை இளம் ஆய்வாளர்களுக்குப் பெரிதும் பயன்தரக்கூடும். (என்னுடன் தொடர்பில் இருக்கும் வைகை அனிஷ் என்னும் இளம் ஆய்வாளருக்கு இந்நூலின் முக்கியத்துவத்தை நான் கூறியபோது அவர் உடனே இந்நூலை வாங்கிப் படித்துவிட்டுப் பேசினார்)

ஒன்பதாவது இறுதி நேர்காணலில் ஆ.சி. தன்னைக்குறித்து மனந்திறந்து பேசுகிறார். "சாதியும், மதமும் பிறப்பின் அடிப்படையில் நாம் விரும்பாமலேயே நம்மை ஒட்டிக் கொள்கின்றன. சுய சாதி, மத அடையாள மறுப்பை மிகச் சிறுவயதிலேயே நான் ஏற்றுக்கொள்ளும்படி எனக்குக் கிடைத்த தோழமை உறவுகளும் தழுவிக்கொண்ட சித்தாந்தமும் செய்துவிட்டன. முதுமை சிலரைத் தடுமாறச் செய்கிறது. இதை விந்தை என்பதா, விபத்து என்பதா? என்னைப் பொறுத்தவரை இவ்விந்தையும், விபத்தும் இதுவரை நிகழவில்லை . இனிமேலும் நிகழாது..."

இது நெருடலில்லாத தெளிவும் உறுதியுமான குரல். அமைதியாக செயற்கரிது செய்துவரும் பேரா. ஆ.சி. போன்றவர்களை விருதுகள் தேடிவர வேண்டும். அதை அவர் எதிர்பார்ப்பவர் அல்ல. ஆயினும்

அது இலக்கிய உலகின் கடமையல்லவா?

இந்நூலுக்காகப் பேரார்வத்துடன் 'மீண்டும் பாடம் கேட்கிறேன்' என்று கேள்விகளைத் தொடுத்திருக்கிற பேரா.ந.முத்துமோகன் போற்றுதலுக்குரியவர். அவரில்லாது இந்நேர்காணல்கள் இத்தனைக் காத்திரத்துடன் வெளி வந்திருக்க வாய்ப்பில்லை. இது இரண்டு கம்யூனிஸ்டுகளின் மனந்திறந்த உரையாடல் மட்டுமல்ல. பண்பாட்டுப் போராளிகள் பயிலவேண்டிய கையேடும் கூட.

"எனது விவரணைகள் கோட்பாட்டு ரீதியானவை அல்ல என்று அவர் இந்நேர்காணலின் பல இடங்களில் சொல்லியிருக்கிறார். அதன் பொருள் என்ன? அவரது விவரணையிலிருந்து கோட்பாடுகள் செய்யப்பட வேண்டுமென்பதே பொருள்" என்று முத்துமோகன் இறுதியாகக் கூறுவதைப் பொருட்படுத்தியாக வேண்டும்.

இதுவரை எனது எந்த மதிப்புரையிலும் நூலாசிரியரின் விவரணைகளை இத்தனைக்கு எடுத்தாண்டது இல்லை. என் சுய அனுபவங்களின் வழியே படைப்பின் மீதான எனது கருத்துகளாக எதையேனும் கூறியபடி நகர்ந்து கொண்டிருப்பேன். முதல் முறையாக 'சற்று ஒதுங்கி நில் தம்பி' என்று ஆ.சி. என்னைப் பின்னுக்குத் தள்ளியிருக்கிறார். அதில் எனக்குப் பெருமிதமே. இந்நூலைப் பொறுத்தமட்டிலும் எனது அபிப்பிராயங்களைக் காட்டிலும் அவருடைய வார்த்தைகளையே வாசகர்கள் செவிமடுக்கக் கடமைப்பட்டுள்ளனர்.

காதுள்ளவன் கேட்கக்கடவன்!

(புத்தகம் பேசுது – செப்டம்பர் 2014)

மரணத்துடன் உரையாடல்

சம்பத்தின் கதைத்தொகுப்பை முற்றிலும் எதிர்பாராத ஒரு தருணத்தில் கண்டடைந்தேன். ஆனால் ஏற்கனவே சம்பத் குறித்த ஒரு ஸ்தூலமான சித்திரம் என் மனதுள் இருந்தது. அவர் 'இடைவெளி சம்பத்' என்றே இலக்கிய உலகில் பெரும்பாலும் அறியப்பட்டிருந்தார். ஜி.நாகராஜனின் குறத்திமுடுக்கு நாவலைப்போன்று சம்பத்தின் இடைவெளியும் ஒரு சிறிய நாவல். ஆனால் மரணம் குறித்த ஓயாத விவாத அலைகளை எழுப்பிய நாவல் என்றொரு அந்தஸ்து அதற்கு உண்டு. எவர் கண்ணிலும் படக்கூடாத ரகசியப் பிரதிபோல அதைப் பாதுகாத்து வைத்திருந்த ஓர் இலக்கிய நண்பர் திடீரென ஒரு நாள் அதை என்னிடம் தந்து, பத்தே நிமிடங்களில் மீண்டும் பறித்துக்கொண்டார். அத்தனைக்கும் அது ஒரு ஜெராக்ஸ் பிரதிதான். எத்தனை சிறிய புத்தகமே ஆனாலும் பத்து நிமிடங்கள் மட்டுமே அது நம் கையிலிருந்து, என்ன நிகழ்த்தி விடப்போகிறது?

தீவிர இலக்கியப் பரிச்சயமுள்ளவர்களிலேயே சிலருக்கு சம்பத் இன்னும் அறிமுகம் ஆகாமலிருக்கிறார். காரணம் அவரைக் குறித்த உரையாடல் இல்லாதது மட்டுமல்ல அவருடைய ஒன்றிரண்டு புத்தகங்களும் வாசகர்களின் பார்வைக்கு வராமல் தொலைவிலேயே நிற்கின்றன. இலக்கிய உலகில் ஆத்மாநாம் கிளர்த்திய ஒருவித சோகம் கப்பிய கவர்ச்சி, சற்றுக்கூடக்குறைச்சலாக சம்பத்திற்கும் இருக்கிறது. ஆயினும் ஆத்மாநாம் வாசகர்களை எட்டிய அளவிற்கு சம்பத் இல்லை . காரணம் படைப்பின் தராதரம் அல்ல; இலக்கிய உலகு சம்பத்தை ரகசியமாக்கி வைத்திருந்ததே. இந்த ரகசியத்துக்கும் ஒரு மறைமுகக்

காரணம் இருந்திருக்கிறது. அதைப் பிறகு பார்ப்போம்.

வாசகர்களில் சிலர் எப்போதும் குறிப்பிட்ட சில புத்தகங்களைக் குறிவைத்துத் தேடித் திரிந்தவாறிருப்பர். நானும் அவ்வாறு அலைந்திருக்கிறேன். எல்லோருக்கும் இந்த அனுபவம் இருக்கும்தான். புத்தகக் கடைகளில், புத்தகச் சந்தைகளில், பதிப்பகங்களில், நண்பர்களின் அபூர்வமான சேகரிப்புகளில், பழைய புத்தகச் சாலைகளில், நூலகங்களில், இன்னும் இண்டு இடுக்குகளில் ம் ஹாம்... கிடைக்காது. எவரிடமேனும் கேட்போமானால் 'நானும் அதைத்தான் தேடிக்கொண்டிருக்கிறேன்' என்கிற பதில் மட்டுமே கிடைக்கும். புத்தகம் கிடைக்காது.

இருபது வருடங்களுக்கு முன்னர் தமிழ்ச் சூழலில் இப்படியொரு இக்கட்டான நிலை இருந்ததுதான். ஆனால் இன்றுள்ள நிலைமை வேறு. ஏதொன்றையும் பதிப்பிக்க புதுப்பிக்க பதிப்பகங்கள் கதவுகளைத் திறந்தே வைத்துள்ளன.

நீலகண்டப் பறவையைத் தேடி... என்பதைப் போல சம்பத்தை நீண்ட நாட்களாகத் தேடிக்கொண்டிருந்தேன். தொகுப்பு நூலாசிரியர்களில் ஓரிருவர் சம்பத் எழுதிய 'சாமியார் ஜீவுக்குப் போனார்' என்கிற கதையைத் தம்முடைய தொகுப்பில் சேர்த்திருக்க, அப்படித்தான் அக்கதை என் வாசிப்புக்கு வாய்த்தது. சிறிது நாட்களுக்கு முன்பு வரை நான் வாசித்திருந்த சம்பத்தின் ஒரே கதையும் அதுதான். பலருக்கும் இதுதான் நிலைமை. கடந்த மாதம் ஒருநாள் திருவல்லிக்கேணி பாரதி மெஸ்ஸில் (நண்பர் நஞ்சுண்டன் அறிமுகப்படுத்தியது) சாப்பிட்டுவிட்டு மெரீனாவை நோக்கி நகர்ந்தபோது அனிச்சையாய் பழைய புத்தகக் கடையில் போய் நின்று கைகள் கிளற, ஓர் அடுக்கிலிருந்து அகப்பட்டார் சம்பத். அந்த நேரத்து ஆனந்தத்தை தமிழ்ப்படக் கதாநாயகன் கதாநாயகியைப் போல ஒரு பாட்டுப் பாடித்தான் தீர்க்க வேண்டும், போங்கள்.

ஈ.வெ.கி.சம்பத், நாஞ்சில் சம்பத் என்று தமிழக அரசியல் பிரபலங்கள் உண்டு. இன்னும் வேறு துறைகளிலும் கூட சம்பத்துகளில் சிலர் விற்பன்னர்களாக இருக்கலாம். ஆனால் நம்முடைய எழுத்தாளர் சம்பத் ரொம்பப் பாவம். அவருடைய முகத்தைப் பார்க்க ஒரு சரியான புகைப்படமும் இல்லை. அந்தக் காலத்து ஆசாமிகளில் பலரையும் நம் ஞாபகங்களிலிருந்து நழுவவிடாமல் காக்கின்றன சில அபூர்வமான பழுப்பு நிறப் படங்கள். சம்பத் என்று தேடினால், உப்பிய கன்னங்களுடன் கூடிய ஓர் ஓவியத் தீற்றல்தான் நமக்குக் கிடைக்கிறது. நண்பர் தளவாய் சுந்தரமும் கூட தன்னுடைய புகைப்பட சேகரிப்பில் இந்த ஓவியத்தைத்தான் வைத்திருக்கிறார். அனேகமாக இந்த என் கட்டுரைக்கும் கூட அந்த ஓவியத்தையே பயன்படுத்த

வேண்டியிருக்கும் என்று கருதுகிறேன். ஒரு தமிழ் எழுத்தாளனின் நிலையைப் பாருங்கள்.

நவீன விருட்சம் இதழாசிரியர் அழகிய சிங்கர் சம்பத்தின் கதைகளை 2012 டிசம்பரில் பதிப்பித்திருக்கிறார். சிங்கர் இலக்கிய உலகத்திற்குச் செய்த நல்ல காரியம் இது. நூலில் கண்களை உறுத்தும் எழுத்துப் பிழைகள். சம்பத்துக்காக நாம் இதை ஜீரணித்துக் கொள்ளலாம். "கிட்டத்தட்ட ஐராவதமும் சம்பத்தும் ஒரே மாதிரியாகத் தோற்றம் தருவதாக எனக்குத் தோன்றும். இருவரும் நெருங்கிய நண்பர்கள். சம்பத்தின் 'இடைவெளி' நாவல் க்ரியா பதிப்பகம் மூலம் வெளிவரும்போது சம்பத் உயிருடன் இல்லை . சாவைப்பற்றித் தீவிரமாக ஆராய்ச்சி செய்யும் நாவல் அது. சம்பத்தின் எழுத்துகள் முழுவதும் பிரிவைப்பற்றியே மையம் கொண்டிருக்கும். அவருடைய கதாபாத்திரங்கள் எளிமையாகச் சித்தரிக்கப்பட்டிருக்க மாட்டார்கள். அதுவே அவர் எழுத்தின் விசேஷம்" என்று தனது பதிப்புரையில் அழகிய சிங்கர் எழுதுகிறார்.

'உதிர்ந்த நட்சத்திரம்' என்றொரு கதையை சம்பத் எழுதியிருக்கிறார். சுமார் 28 பக்கங்களுக்கு விரியும் உயரமான கதை. உலகத்தரமான கதை என்றும் குறிப்பிடலாம். அதை இங்கே சற்று விரிவாகவே பேச விழைகிறேன்.

ஒருவன் என்று ஒருவன். அவன்தான் கதை நாயகன். அவனுக்குப் பெயரில்லை. கதை ஓட்டத்தில் அவன் நான்கைந்து கிராமங்களுக்கு போஸ்ட்மேனாகப் பணிபுரிவதைத் தெரிந்து கொள்கிறோம். அவள் என்று ஒருத்தி. அப்பாவுக்கு ஒரே பெண், அவள்தான் கதை நாயகி. அவளுக்கு அப்பனைத் தவிர்த்து வேறு பந்தமில்லை. அப்பனும் தொண்டுக்கிழவர். அவளுக்கும் அந்த அவனுக்கும் சிநேகம். உதிர்ந்த நட்சத்திரம் கதை சற்று வித்தியாசமாக இப்படித் தொடங்குகிறது: "வளர்ந்த கோனிபெரஸ் குப்பல்களைத் தாண்டி பனிப்பாலையில் சிறிது தூரம் நடந்து வந்திருந்த இடத்தில் அவன் நின்றான். அவன் தன்னுடன் வந்து கொண்டிருக்கிறான் என்ற பிரக்ஞையில் சலனமேற்படுமோ என்ற நிலையை எய்தியபோது, அவனைத் தாண்டிச் சிறிது தூரம் போய்விட்ட அவளும் நின்றாள்."

பார்க்கப்போனால் இருவரும் காதலர்கள். காதலில் மிகத் தீவிரம் என்றும் கொள்ளலாம். ஆனால் இருவருக்குமான தனித்துவம் இருந்தே இருக்கிறது. எனவே அவர்கள் சாதாரணர்கள் அல்லர், அசாதாரணர்கள். தன்னை நேசிப்பதற்கு அப்பால் அவனிடம் ஏதோ ஒரு தேடல் இருப்பதை அவள் உணர்ந்திருந்தாள் என்றெழுதும் சம்பத், ஆனால் பெரிய இடைவெளிகளுக்குப் பிறகு ஒவ்வொரு தரம் அவர்கள் சந்தித்துக் கொள்ளும்போதும் அவர்களிடையே ஒரு பெரிய

பிரளயமே ஏற்படும். விட்டது இதோடு என்று வெவ்வேறு திசைகளில் நடக்க ஆரம்பிக்க, அவனோ அவளோ விட்டுக்கொடுத்து இருவரும் ஓடி கபக்கென்று கட்டிக்கொண்டு நிற்பார்கள் என்றும் கூறுகிறார்.

கதையின் நகர்தலில் கோனிபெரஸ் மரங்களுக்கு உயர்ந்த ஸ்தானத்தை அளிக்கிறார் சம்பத். கோனிபெரஸ் நமக்குப் பெரிதும் அறிமுகமாயிருக்காத, பூக்காத காய்க்காத மரம். தமிழ்க் கதைகளில் ஏராளமான மரங்கள் வெறுமனே சூழல் வர்ணனைகளுக்கென்று மட்டும் பயன்பட்டது உண்டு. கோனி பெரஸ் மரங்களை இந்தக் கதையில் நாம் வெறும் ஜடப்பொருளாக மட்டுமே பார்க்கவியலாது. "அவனிடம் பலமுறை கண்ட கோனிபெரஸின் தன்மையைத் தன்னில் வரவழைத்துக்கொண்டு அவனைப் பேய்க்காற்றாக அவள் கற்பிதம் செய்து கொள்வாள்" என்று சம்பத் குறிப்பிடுகையில் அவ்வரிகள் நம்மையும் உலுக்கி எடுக்கின்றன.

இப்படிப் போய்க்கொண்டிருக்கின்ற காதலை வாசகன் அனுபவித்துக் கொண்டிருக்கும்போது, மாமிச மலைபோல உடம்பில் புலித்தோல் போர்த்தி, முரட்டு மிருகமொன்றின் தோலால் வரைந்த செருப்பணிந்து கொண்டு அவளைக் கண்கொட்டாமல் பார்த்து, அந்தப் பார்வையால் அவளுடைய அடிவயிற்றை நிரவி, மார்பகத்தை கனக்க வைக்கின்ற மூலிகைக்காரன் ஒருவன் குறுக்கிடுகிறான். மேகக் கும்பல்களைப் போல், கோரை நார்களும், மெல்லிய புற்களையும் போல அவனுடைய முகத்தில் அவள் ஒரு வனத்தையே கண்டாள் மட்டுமல்ல, அவனுடைய ஒரே பார்வையில் வீழ்ந்து விடுகிறாள் என்றும், கதையில் சொல்லப்படுகிறது. என்றால் அந்த போஸ்ட்மேனுடான சிநேகம் என்னவாயிற்று எனக்கேட்பது இயல்பானதொரு கேள்வியாகத்தானே இருக்க முடியும். சம்பத் இங்கிருந்து தான் வழக்கத்திலிருந்து வித்தியாசமானதொரு அனுபவத்தை வாசகனுக்குக கடத்த முற்படுகிறார். போஸ்ட்மேனு' ளான அவளின் அடுத்த சந்திப்பை நாம் சற்று கவனிப்போமே...

ஓடிப்போய் அவனிடம் ஒட்டிக்கொண்டு 'கோபமா?' என்றாள். 'நீ என்னைப்பற்றி என்ன நினைத்தாலும் அதற்கும் அப்பால் நான் உன்னை நேசிக்கிறேன்' என்றான் அவன். சிறிது நேரம் அவள் யோசித்துவிட்டு 'நாம் சாதாரணமாக, சந்தோசமாக இருப்போமே' என்கிறாள். அவன் கோனிபெரஸ் மரங்களையே பார்த்துக் கொண்டிருக்கிறான். 'அங்கே என்ன பார்வை?' என்றாள் அவள். 'உன்னில் சலனமேற்பட்டுவிட்டது. சலனமற்ற உன்னை அந்த கோனிபெரஸ் மரங்களின் இருள்குப்பல்களில் பார்க்கிறேன்' என்றான் அவன். 'என்னைவிட, நீ என்னைப் பற்றி நினைத்துக்கொண்டிருப்பது தான் உனக்குப் பெரிதாக இருக்கிறது' என்றாள் அவள் ஒரு முறையீடு போல. 'எனக்குச் சாதாரணத்தில் தொலைந்து போக இஷ்டமில்லை. ஆனால் நான் உன்னை

வருந்தவில்லை. நீ என்னை விட்டுப்போய்விடலாம். நான் செத்துப்போனால் கூட அதோ அந்த இரண்டு நட்சத்திரங்களின் இடைவெளிகளை உன்னுடன் சேர்ந்து சதா நிரப்பிக்கொண்டிருப்பதாக நீ உணரவேண்டும். அதேபோல நீ செத்தாலும் கூட கணங்களைத் தாண்டிய மெல்லிய நிலையிலும் நீ என்னில் இருக்கவேண்டும், இருப்பாய்!' என்கிறான் அவன்.

இருவரும் நடக்கிறார்கள். வழியில் ஒரு பனி ஆறு குறுக்கிடுகிறது. திடீரென அவள் தன்னுடைய கிராமத்தை நோக்கி ஓடத் தொடங்குகிறாள். அவன் துரத்துகிறான். அவள் எங்கோ தான் மூழ்குவதாக உணர்கிறாள். மூழ்குகிறோம், மிதக்கிறோம், தண்ணீரைக் குடிக்கிறோம் என்ற உணர்வு. கைகளை நீரில் அடித்துத் தன்னைக் காப்பாற்றிக் கொள்ளப் போராடுகிறாள். நிலைமையின் தீவிரமுணர்ந்து அவன் அவளைக் காப்பாற்றும் நோக்கத்துடன் கையுறைகளையும் கோட்டையும் கழற்றி எறிகிறான். நீரினுள் குதிக்க இருந்தவன் என்ன நினைத்தானோ, அப்படியே நின்று கொள்கிறான். அந்த இக்கட்டான நேரத்தில் அவன் பேசுகின்ற வார்த்தைகள், அவளுக்கு மட்டுமல்ல வாசகர்களுக்கும் அதிர்ச்சிகரமாகவே இருக்கும். "உன்னை நேசிக்கிறேன். ஆனால் உன்னை நான் காப்பாற்றப்போவதில்லை. எப்படியோ எனக்குத் தெரியாது நீ பிழைத்துவிடுவாய்" என்கிறான். கையுறையையும் கோட்டையும் எடுத்து மாட்டிக்கொண்டு அவ்விடத்தைவிட்டு அவன் நடக்க ஆரம்பிக்கிறான். ஓடிக்கொண்டிருந்த நீர் அவளை ஒரு மரத்தின் பக்கமாக இழுத்துக்கொண்டு போகிறது. அப்போது ஓர் உருவம் கோனிபெரஸ் மரக்குப்பல்களினூடே கையில் டார்ச்சுடன் நடந்துகொண்டிருந்ததாகக் குறிப்பிடப்படுகிறது.

இப்போது அவள் மூலிகைக்காரனின் வீட்டில் இருக்கிறாள். வயதான நோயாளித் தகப்பனுடன் அவனுடனே அடைக்கலமாகிறாள். அப்படியொன்றும் மூலிகைக்காரனைக் கண்டு பயப்படத்தேவை யில்லை என்று அச்சம் தெளிகிறாள். இரவுகளில் மூலிகைக்காரன் மூதாதையர்கள் விட்டுச் சென்ற ஏட்டுச் சுவடிகளைப் புரட்டுவதும், எதையேனும் அடுப்பிலிட்டுப் புகையைக் கிளப்புவதும், சில பொருட்களைப் பிழிந்து எண்ணெய் எடுப்பதுமாக இருக்கிறான். நாட்கள் நகர்கின்றன. ஒருநாள் அவளின் அப்பா சிகிச்சைப் பலனின்றி இறந்துவிடுகிறார். மூலிகைக்காரனின் தயவில் அவள் வந்து சேர்ந்து ஒன்றரை வருடமாகிவிட்டது. இந்த இடைவெளியில் ஒரு பத்துத்தடவையேனும் அவன் அவளை அடைய முயற்சிக்கிறான். அதற்கு இடங்கொடுக்காமலேயே அவள் தப்பிக்கிறாள். இன்னும் அந்த போஸ்ட்மேன் தன்னுள் இருக்கிறான் என்னும் நினைப்பு அவளுக்கு.

அவள் ஒரு மாலை நேரத்தில் வெந்நீரில் குளித்துக் கொண்டிருந்தாள்.

துண்டு எடுத்துத் தரும் சாக்கில், கதவிடுக்கின் வழியே குளித்துக்கொண்டிருக்கும் அவள் உடம்பின் சகலபாகங்களின் மீதும் மூலிகைக்காரன் தன் கண்களைத் தாறுமாறாக ஓட்டுகிறான். அவள் குளித்து முடித்து ஏதோ ஒரு சங்கீதத்தை முனகியவாறு தலை துவட்டிக்கொள்கிறாள். இவன் அவளுடைய தோள்பட்டையிலிருந்து கண்களைக் கழற்றாமல் அவளை அணைக்கிறான். அவளுடைய இடது தோள் பட்டையில் சின்ன மரு. அது சிவப்பாக இருக்கிறது. அதைச் சுற்றிலும் ஒரு தாமரையின் சிவப்பு மெதுவாகப் பரவியிருக்கிறது. அவன் அதைத் தொட்டதும் அவள் அலறுகிறாள். அவனிடமிருந்து விடுவித்துக்கொண்டு தன் அறைக்கு ஓடித் தாழிட்டுக்கொள்கிறாள்.

மீண்டும் மீண்டும் அந்த மரு அவன் கண்களுக்கு முன்னால் நீந்துகிறது. அந்த மருவுக்கும் இதற்கு முன் அவளுக்கிருந்த இன்னொரு மனிதனின் சிநேகத்திற்கும் ஏதோ சம்பந்தமிருக்கிறது என்று அவன் நம்புகிறான். மருவே தான் அந்த மனிதன் என அவன் அறிந்தான். அவனை அவள் மருவாக்கி இடது தோள்பட்டையில் வைத்திருக்கிறாள். இல்லை இல்லை அவன் அவளுடைய தோள்பட்டையில் மருவாகி வாசம் செய்கிறான். அவளை அவன் அனுபவிக்க அந்த மருவை உடைக்க வேண்டும் என்றும் கூட எண்ணுகிறான்.

ஒருநாள் அவளைத் தன் மடியில் கிடத்தி அந்த மருவைச் சுற்றி தன் விரலை ஓட்டியவன், ஒரு கட்டத்தில் அந்த மருவைக் கிள்ளி எறிகிறான். இரத்தம் துளிர்த்துப் பெருகி, கடைசியில் வழிய ஆரம்பிக்கிறது. இதன்பிறகு அவர்களுக்குள் சகஜமான அணுகுமுறை ஏற்படுகிறது. குழந்தை கூட பிறக்கிறது. ஆனால் அவள் திடீரெனத் தன் பழைய காதலனை நினைத்துப் பார்க்கிறாள். மீண்டும் ஒரு பனிக்காலத்தில் கோனிபெரஸ் மரக்காடுகளை நோக்கி நடக்க ஆரம்பிக்கிறாள். அந்த ஒற்றை மரத்தினடியில் முழங்காலில் தலை கவிழ்ந்தவாறு அமர்ந்திருப்பவன் தன் பழைய காதலனே என்று அறிகிறாள். தான் அவனைத் தேடி வரப்போவது தெரியும் என்பது போல அவன் காட்டிக்கொண்டது அவளை எரிச்சலடைய வைக்கிறது. அவள் அவனிடமிருந்து விடுதலையை எதிர்பார்த்தாள். அவனது மரணத்தில் மட்டுமே தன் விடுதலை இருப்பதாக எண்ணி அவனைத் தொட்டு எழுப்புகிறாள். இவ்வளவு காலமும் இவன் எப்படி உயிரோடிக்கிறான் என்றும் ஆச்சர்யம் கொள்கிறாள். அவன் எழுந்து அவளை இயல்பாக அணைக்கிறான். அவள் எவ்வித சலனமுமற்று அவனிடம் தன்னை அர்ப்பணிக்கிறாள். எனினும் இருவரும் ஒருவரை ஒருவர் குற்றம் சாட்டிக் கொள்கின்றனர்.

"நீ எப்படி என்னைத் தண்ணீரில் மூழ்கவிட்டுப்போகலாம்? என் உயிரோடு விளையாட உனக்கென்ன அதிகாரம், சொல்" என்று

பேயாகக் கூச்சலிடுகிறாள் அவள். பிறகு கிசுகிசுக்கிற குரலில் "நீ பிசாசு. அவன் என்னைப் பிழைக்க வைத்தது விபத்து. அவனுக்கு நானும் எனக்கு அவனும் படுக்கையில் இனிக்கிறோம். எனக்கு ஒரு குழந்தை இருக்கிறது. என் வீட்டில் அடுப்பு புகைகிறது. நான் சந்தோஷமாக இருக்கிறேன். வேண்டுமானால் வந்து பார்" என்கிறாள். அதற்கு அவன் "பிறகு ஏன் இங்கு வந்தாய்" என்று கண்களாலேயே கேட்கிறான். அவள் விழுந்து விழுந்து சிரிக்கிறாள். "நான் உன் காதலை ஏற்க வேண்டுமானால் அதோ வானத்தில் தெரியுது பார் அந்த நட்சத்திரம்... அதைக் கீழே உதிரச்செய்..." என்று கூறிவிட்டு, தன் வீட்டை நோக்கி ஓடுகிறாள். அவள் சென்ற பிறகு அவள் காட்டிய நட்சத்திரத்தையே அவன் வெகுநேரம் பார்த்துக்கொண்டிருக்கிறான். "விழமாட்டாயா" என்று கேட்டுக் கெஞ்சுகிறான். பெரிய மன்றாட்டுக்குப் பிறகு கீழே விழுந்து மரிக்கிறான்.

ஒருவார காலத்துக்குப் பிறகு அவளுக்கு அவனுடைய மரணத்தகவல் கிடைக்கிறது. அவள் குமுறி அழுகிறாள். மூலிகைக்காரன் எல்லாம் புரிந்தது போல நடந்து கொள்கிறான். இப்படியாக ஒருநாள் நிலா வருகிறது. மழையற்ற நிலா நாள் ஒன்றில் கோனிபெரஸ் மரக்கூட்டம் கடந்து அவன் கடைசியாய் அமர்ந்திருந்த ஒற்றைமரத்தை அடைந்து அவள் படுத்துக் கொள்கிறாள். "இரண்டு நட்சத்திரங்களின் இடைவெளிகளை நிரப்புவோனே, சந்திரனாகவோ, காற்றாகவோ இருப்போனே வா! என்னை மன்னித்து எங்கிருந்தாலும் வா! வந்து என்னில் பயிரும் இந்த இரண்டாவதில் சாயையாகப் பூசிக்கொள்" என்று கதறி அழுகிறாள்.

இவ்வாறு சம்பத் 'உதிர்ந்த நட்சத்திரம்' கதையை முடிக்கிறார். இத்தனை துலக்கமாக நான் சொல்ல நேர்ந்தது வாசகனுக்குள் கதையைக் கடத்திவிடவேண்டும் என்கிற பதை பதைப்பினால்தான். எத்தனை நான் விரித்துச் சொன்னாலும், சம்பத்தின் தனித்துவமான நடையில் நீங்கள் ஒருமுறை இந்தக் கதையை வாசித்துப் பார்க்க வேண்டும். கண்டிப்பாக அது வாசகர்களுக்கு ஒரு வித்தியாசமான அனுபவத்தை வழங்கியே தீரும் என நம்புகிறேன்.

பிரிவு, சாமியார் ஜுவுக்குப்போனார், அலசல் உள்ளிட்ட சம்பத்தின் பிற கதைகளும் அபாரமான உளவியல் நோக்குள்ள கதைகள். அவற்றுள் 'அலசல்' கதையை மிகவும் 'பெர்சனல்' ஆன கதையாக உணர்ந்தேன். அவரின் பெரும்பாலான கதைகள் சுய அனுபவ வெளிப்பாடுள்ளவையே எனினும் 'அலசல்' மிக வெளிப்படையாக ஒரு குடும்பத்தின், குறிப்பாக ஒருவனின் தாய் தந்தையரின் அந்தரங்கத்தை விமர்சிப்பதாக மதிப்பிடுகிறேன். ஓரளவு ஜானகிராமனின் 'அம்மா வந்தாள்' சாயல் அதிலுள்ளது. ஆனால் ஜானகிராமன் பூடகமாக,

இலைமறை காயாக, விஷயத்தைக் கையாண்டது போல இல்லை . சம்பத் பட்... பட்... டென்று குழந்தைகள் பலூன்களை உடைக்கிற மாதிரி உடைத்துத்தள்ளுகிறார்.

அம்மாவை இப்போது நேருக்கு நேர் பார்த்து 'உன்னை ஒரு கேள்வி கேட்டேனே' என்றான் ராகவன்.

இந்த வார்த்தையைக் கேட்டவுடன் அவள் நிமிர்ந்து உட்கார்ந்தாள். அதில் ஒருவித பாம்பு படமெடுக்கும் தன்மை மிளிர்ந்தது.

'இப்ப என்ன சொல்றே?' என்றாள் அவள் அழுத்தம் திருத்தமாக.

'நீ ஒரு குச்சுக்கார லவடாடீன்னு சொன்னேன்' என்றான்.

'என்னது?'

'போடி தேவடியா முண்டை.'

அவ்வளவே. அவளுடைய தலை இந்தக் கோடிக்கும் அந்தக் கோடிக்கும் ஆடியது. பிறகு 'நீ அழிஞ்சு போயிடுவே' என்றாள் அழுத்தமாக.

மேற்கண்ட உரையாடல் 'அலசல்' கதையில் வரும் தாய்க்கும் அவளுடைய இளைய மகனுக்குமானது. சரி இதுதான் அப்படி என்றால், மற்றொரு இடத்தில் அண்ணன் தம்பிக்குமான உரையாடல் இவ்வாறு நிகழ்கிறது.

"நீ ஏன் அப்படி எடுத்துக்கிறே... நம்ப வீட்டில் குறைந்தபட்சம் அப்பா, அம்மா, சண்டை போட்டாவது பார்த்திருக்கிறாயா? இனிமேல் என்ன மயிரு? நீ அவள் வீட்டை விட்டுப் போய் வந்ததைத்தான் பார்த்திருக்கிறே. எனக்கு நன்றாக நினைவு தெரிந்த பிறகு, அதாண்டா அந்த குண்டு மாமா, அவர் வீட்டுக்கு வந்தா வாங்கோ... வாங்கோ... என்பார் அப்பா.... சிரித்துக்(ம்)காண்டே துளிக்கூட முகத்தில் வன்மமோ, இளிச்சவாய்த்தனமோ எதுவுமே இருக்காது. அதுக்கென்ன செய்திடுவோம் என்பார்... பாயை உதறிப்போடுவார்... கராயில் தண்ணீர் நிரப்பி வைப்பார். தேங்காய் பர்ப்பி, தேங்குழல் இன்னும் தின்பண்டங்களை வைத்துவிட்டு, ஹாலில் எனக்குப் பாடம் சொல்லித்தர ஆரம்பிப்பார். ஒருநாள் சிரிப்பும் கும்மாளமும் உள்ளே ஜாஸ்தி ஆகிவிடவே என்னை மொட்டை மாடிக்குப்போ என்றார்..."

உதாரணத்துக்கு ஒன்றிரண்டு இடங்களை மட்டும் சுட்டினேன். 'அலசல்' கதையின் பல இடங்களில் இப்படியான 'சுதந்திர' உரையாடல்கள் சகஜமாக நிகழ்கின்றன. இன்னொன்று, சம்பத்தின் கதைகள் வெளிவராமலிருக்க அவருடைய வீட்டிலேயே ஏகப்பட்ட தடைகள் இருந்திருக்கின்றன என்று அறிகிறேன். காரணம், சம்பத் தனது கதைகளில் வெளிப்படையாகப் பேசியிருக்கின்ற விஷயங்களோ...

என்றும் யூகிக்கத் தோன்றுகிறது.

விருட்சம் வெளியிட்டுள்ள சம்பத் கதைகள் முதல் தொகுப்பில் 9 கதைகள் உள்ளன. 'பணம் பத்தும் செய்யும்' என்கிற கதையை சம்பத்தும், ஐராவதமும் இணைந்து எழுதியுள்ளனர். கணையாழி, சதங்கை, பிரக்ஞை, தெறிகள் போன்ற முக்கிய சிறு பத்திரிகைகளில் இக்கதைகளில் சில பிரசுரம் கண்டுள்ளன. புகழ்பெற்ற அவருடைய 'இடைவெளி' நாவலும் கூட 'தெறிகள்' இதழில்தான் வெளிவந்துள்ளது. க்ரியா பதிப்பகம் சார்பில் அது நூலாக வரும்போது அதைப் பார்க்க சம்பத் உயிருடன் இல்லை.

உளச்சிக்கல்களுடன் ஊடாடிய கலைஞனாகவே சம்பத்தை அனுமானிக்க முடிகிறது. எல்லாக் கலைஞனுக்குமானது உளச்சிக்கல் எனினும் சம்பத்துக்கு அது தீவிரப்பட்டிருக்க வேண்டும். கதைகளின் சில இடங்களில் அவர் பதற்றமடைந்திருக்கிறார். இதன் காரணமாக வாக்கியங்களில், சொற்பதங்களில் பிறழ்வும், சிக்கலும், சிடுக்கும், பிசிறும் தட்டுகிறது. 'அலசல்' போன்ற கதையில் அவர் தன்னைக் கட்டுப்படுத்த வழியின்றித் தடுமாறுகிறார். ஆனால் சம்பத்தின் நடை கவித்துவமானது. அதற்கு 'உதிர்ந்த நட்சத்திரம்' கதையே சான்று. நிறைய இடங்களில் அவர் மரணத்தைக் குறித்து உரையாடும்போது, எனக்கு மௌனியுடன் அவரை இணைத்துப் பார்க்கத் தோன்றியது. ஆனால் ஜெயகாந்தன் தனது நாவல்களில் பேசுவது போல அடுக்கடுக்கான ஆங்கில உரையாடல்களை அள்ளிவிடுவதும், பிராமணாள் பாஷையை எதிர்பாராத இடங்களில் பிரயோகிப்பதும் பலவீனங்கள்.

சம்பத் நிறைய எழுதியிருக்கிறார். ஆனால் அவை நூல் வடிவம் பெறுவதில் பிரச்சினைகள் இருந்திருக்கிறது. 'சம்பத் தன் இளவயதில் பலவித கனவுகளுடன் இறந்துவிட்டார். அவருடைய மரணமும் அவருடைய கதைகளில் குறிப்பிடுவது போல நடந்துள்ளது...' என்று தொகுப்பின் பின் அட்டைக்குறிப்பில் கூறப்பட்டுள்ளது. அவர் எப்போது, எப்படி இறந்தார் என்பது குறித்த வெளிப்படையான தகவல் இல்லை. 'சம்பத் எதிர்பாராவிதமாக மரணமடைந்த தருணத்தில்தான் ஆத்மாநாம் தற்கொலை செய்து கொண்டதைப் பற்றி எல்லோரும் பேசிக்கொண்டிருந்தனர்' என்று அழகிய சிங்கர் தன்னுரையில் குறிப்பிடுகிறார்.

இந்தக் கட்டுரையை நான் எழுதிக்கொண்டிருந்தபோது தஞ்சாவூரில் இருந்தேன். அங்கிருந்தே அழகிய சிங்கரை செல்போனில் தொடர்பு கொண்டபோது, சம்பத்தின் இரண்டாவது தொகுப்பும் வெளிவந்த தகவலைக் கூறினார். அந்தக் கதைகளையும் வாசிக்கும் போது சம்பத்தைக் குறித்த முழுமையான சித்திரம் கிடைக்கக் கூடும். இந்த என் கட்டுரை சம்பத்தைக் குறித்த ஒரு குறுக்குவெட்டுப் பதிவு

தான். அதிலும் குறிப்பாக 'உதிர்ந்த நட்சத்திரம்' என்னும் ஒற்றைக் கதையின் மகிமையைப் பேச விழைவது. எழுத்தாளர் ச.தமிழ்ச்செல்வன் புத்தகம் பேசுது இதழில் சம்பத்தைக் குறித்து எழுதும்போது 'உதிர்ந்த நட்சத்திரம்' கதையைக்குறித்தும் சில வரிகளை எழுதியிருக்கிறார்.

'உதிர்ந்த நட்சத்திரம்' ஒரு தனித்துவமான கதை. அவருடைய அனேக கதைகளில் வெளிப்படும் சுயவரலாற்றுத் தன்மை இதில் கிடையாது. முற்றிலும் புனையப்பட்டுள்ள இக்கதையின் களம் இங்கில்லை. சித்தரிப்புப் பெறும் நிலக்காட்சிகளுக்கும் நமக்கும் நிறைய இடைவெளி. கோனிபெரஸ் மரக்குப்பல்களும், பனி ஆறுகளும் சூழ்ந்த வெளி தமிழ் வாசகனுக்குப் பரிச்சயமற்றது. அந்நியமானது. ஆனால் கதைமாந்தர்களிடம் இந்தியத்தன்மை படிந்துள்ளதைக் குறிப்பிட்டாக வேண்டும். போஸ்ட்மேனுடன் அவளும் அந்த மூலிகைக்காரனும் கூட இந்தியச் சாயலுள்ளவர்கள் தான்.

இது ஒரு காதல் கதைதான். காதல்கதை எனில் நவீன இலக்கியத்தில் ஓர் இளப்பம். பெரும்பாலும் நம்முடைய தீவிர இலக்கியக் கர்த்தாக்கள் காதல் கதைகளை எழுதுவதில்லை. இது வணிக எழுத்தாளர்களுக்கானது என்று ஒரு நினைப்பு அவர்களுக்கு. ஆனால் சம்பத் தீவிரத்தொனியில் இக்கதையை எழுதியிருக்கிறார். பார்வைக்குச் சாதாரண முக்கோணக் காதல் கதைபோல தோற்றம் தரும் இது முக்கியத்துவம் பெறுவது, சூழல் விவரணங்களாலும், கவித்துவம் மிக்க உரையாடல்களாலும் தான். தன் முதல் காதலனை அவள் தன் தோள்பட்டையில் ஒரு மருவாக்கி வைத்துக்கொண்டிருக்கிறாள் என்கிற சம்பத்தின் கற்பனை கதையின் கவித்துவமான நிகழ்வு.

அவனுக்கும் அவளுக்கும் கோனிபெரஸ் மரக்குப்பல்களுக்குமான உறவு வலுவாகச் சொல்லப்பட்டிருக்கிறது. அவள் அவனிடம் "நாம் சாதாரணமாக சந்தோஷமாக இருப்போமே..." என்று கேட்பது, உறவை இழக்க விருப்பமற்ற உள்ளத்தின் கோரிக்கையாக நமக்கு கேட்கிறது. 'உன்னில் சலனமேற்பட்டுவிட்டது. சலனமற்ற உன்னை அந்த இருள் குப்பல்களில் பார்க்கிறேன்' என்று அவன் அவளிடம் கூறுமிடமும், 'எங்கிருந்தாலும் நீ வா! வந்து என்னில் பயிரும் இந்த இரண்டாவதில் சாயையயாகப் பூசிக்கொள்' என்று அவள் கேட்பதும், தமிழ்க் கதைகளில் இதுவரைக்கும் ஒலிக்காத குரல்களாகவே கேட்கின்றன.

எல்லோரும் சம்பத்தின் 'இடைவெளி' நாவலைத்தான் ஓயாமல் பேசிக்கொண்டிருக்கிறார்கள். சம்பத்தின் கதைகள் குறுநாவல்கள் எனக்கு வித்தியாசமாகப்படுகின்றன.

(உயிர் எழுத்து – அக்டோபர் 2015)

பால் சக்காரியா

யேசு கதைகள்

பைபிள் கதைகளைப் பயபக்தியுடன் படிக்கிறவர்களுக்கு, பால் சக்காரியாவின் இந்த யேசு கதைகள் சாத்தானின் உரையாடல்களாகத் தோன்றவும் வாய்ப்பிருக்கிறது. ஆனாலும் கிறிஸ்தவர்கள் இஸ்லாமியர்களுடன் ஒப்பீட்டளவில் முதிர்ச்சியானவர்கள், பொறுமை சாலிகள். அவர்கள் தங்கள் எதிர்வினைகளை மௌனமாக, பதற்றமின்றி வெளிப்படுத்தக் கற்றுக் கொண்டிருக்கின்றனர். டாவின்ஸிகோட் நாவல் ஒரு இலக்கியப் பிரதியாக உலா வர முடிகிறது. சாட்டனிக் வெர்ஸஸ்க்கு அப்படியான ஒரு சுதந்திரமில்லை. நூற்றாண்டுகள் கடந்தும், விஞ்ஞானம் வளர்ந்தும் ஒருபகுதி மக்கள் அப்படியே தானிருக்கிறார்கள். படு தட்டையாக, எந்த ஒரு மாற்றுக் கருத்தையும் ஆரோக்கியமாக எதிர்கொள்ளும், அறிவுத்தளத்தில் நிறுத்தி விவாதிக்கும் மனப்பக்குவத்தை இன்னும் அவர்கள் பெறவில்லை. 'நினைவில் காடுள்ள மிருகத்தை அத்தனை எளிதாகப் பழக்க முடியாது' என்பார் மலையாளக் கவி சச்சிதானந்தன்.

மிகச் சிறு பிராயத்திலிருந்தே யேசுவை எனக்குப் பிடிக்கிறது. அதற்கான காரணம் இன்னதென்று தீர்க்கமாகச் சொல்லத் தெரியவில்லை. என் பாட்டியிடம் கதை கேட்கத் தொடங்கியிருந்த பால்ய காலத்தில், அவள் யேசுவை 'ஈஸா நபி' என வருணித்து, அவருடைய தாய் மரியத்தை மரியாதையுடன் அறிமுகம் செய்வித்து, ஒருவித பிம்பத்தை அவர்களின் மேல் கட்டமைத்ததாலா? புனித நூலாகிய திருக்குரானின் 19வது அத்தியாயத்தில் "இன்னல் நேர்ந்த தருணத்தில் இறைவன் அவரைத் தம்மிடம் அழைத்துக்கொண்டார். மீண்டும் அவர் இறுதி நாளில் உயிருடன் எழுப்பப்படுவார்" என சித்தரித்திருப்பதாலா?

திருப்பூரில் அய்ந்தாம் வகுப்பு வாசிக்கையில் வேதக்காரனாகிய நண்பன் ஸ்டெபனுடன் சேர்ந்து சிலேட்டில் சிலுவை வரைந்து பழகியதாலா? 80களின் இறுதியில் கோவை லாலிரோடு பகுதியில் சினேகலதாவைப் பின் தொடர்ந்து கொயர்ஸாங்கில் கரைந்து, தேவலாயத்தில் மண்டி யிட்ட பொழுதுகளின் மயக்கத்தாலா... உண்மையில் இன்னதென்று சொல்லத் தெரியவில்லை. ஆனால் பால் சக்காரியாவிற்கு போலவே யேசு எனக்கு சிநேகிதனாக, என்னோடு ஜீவிப்பவராக, என் எழுத்துக்கு ஏதோ ஒருவிதத்தில் உந்துசக்தியாக இருந்து கொண்டேயிருக்கிறார். அல்லாமல் என்னால் துருக்கித் தொப்பியில் ரகமத்துல்லா யேசுவைச் சந்தித்து உரையாடுகிற அந்த அத்தியாயத்தை அத்தனை ஈர்ப்புடன் எழுதியிருக்க முடியாது. யேசுவை அன்பைச் சொரிகிற அழகிய உருவமாக வரைந்து தந்திருப்பதால்தான், அதே ஏக்கத்தில் கருத்த லெப்பையில் முகம்மதுவிற்கு என்னால் ரூபம் தர முடிந்தது. ஆனால் கலை இலக்கியப் பிரதிமைகளில் பெரும்பாலும் யேசு அளவிற்கு முகம்மது இன்னும் துலக்கமாக வெளிப்படவில்லை. அதற்கு காரணம் சொல்ல ஒரு அவசியமுமில்லை .

கே.வி.ஜெயஸ்ரீ மொழிபெயர்த்திருக்கிற சக்காரியாவின் யேசு கதைகள் எனக்குப் பிடித்திருக்கிறது. இக்கதைகளின் அடிநாதமாக ஒலிப்பது "யேசு, மதத்திற்கு மட்டுமே உரித்தானவரல்ல. மதத்திற்கு அப்பாற்பட்ட யேசுவின் வரலாற்றுக்கும் இடமிருக்கிறது" என்பதுதான். இது ஜோமிதாமஸுக்கும், பால் சக்காரியாவிற்கும் மட்டுமல்ல, யேசுவைத் தோழனாகக் கருதுகிற சகலருக்கும் தான்.

தீர்க்கதரிசிகளின் மேல் புனிதச் சிலுவைகளைச் சுமத்தியிருக்கும் மதவாதிகள் அவர்களைத் தங்கள் கட்டுக்குள்ளிருந்து விடுவிக்க சம்மதிப்பதில்லை. ஒருவேளை அவர்கள் உயிர்த்தெழுந்து வந்தாலும் தங்கள் கைகளில் தயாராக வைத்திருக்கிற சிலுவைகளில் அறைந்து கொல்லவே காத்திருக்கிறார்கள். இதைத் தெரிந்து கொண்டதனால் தானோ என்னவோ அவர்களின் வருகையும் தாமதப்பட்டுக் கொண்டே இருக்கிறது.

எனக்கு பைபிள் அறிமுகப்படுத்துகிற இயேசுவை விட பால் சக்காரியா சுதந்திரமாக உலவவிடுகின்ற யேசுவையே அதிகம் பிடித்திருக்கிறது. டெல்லி ஐ.என்.ஏ. மார்க்கெட்டில் விறகுக் குவியல்களுக்குள்ளிருந்து அவர் மீட்டெடுக்கிற யேசு, ஒரு குறியீடு. இந்தக் கதையில் மட்டும்தானா என்றால் இல்லை. எல்லா இடங்களிலும் சக்காரியா அவரைக் குறியீடாகத்தான் பயன்படுத்துகிறார்.

"பக்கத்தில் சென்று சற்று சாய்ந்து பார்த்தால் நிஜமாகவே அவர் சிலுவையில் சாய்ந்தபடி புன்னகைக்கிறார். அந்தப் புன்னகைதான்

யேசுவை அந்த விறகுக் குவியலில் சேர்த்திருக்க வேண்டுமென்பது என் அபிப்பிராயம். புன்னகைக்கும் யேசுவை புரோகிதர்கள் ஆலயத்துக்குள் அனுமதிக்கமாட்டார்கள் என்பது உறுதி. தெய்வ புத்திரன் சிலுவையில் சாய்ந்து புன்னகைத்தால் பிறகு அவனுடைய அடிவருடிகளுக்கு என்ன லாபம்" என்றெழுதுகிறார் சக்காரியா. மதவாதிகள் நொறுங்கிப் போகிறார்கள் சக்காரியாவின் வார்த்தைப் பிரயோகங்களில்.

இக்கதைகளைப் புனைவாக வாசித்துக் கடந்து விடுவதில் எனக்குச் சம்மதமில்லை. இத்தொகுப்பின் முன்னுரை ஒன்றில் டாக்டர் ஜெயகரன் குறிப்பிடுவதைப் போல, 20 நூற்றாண்டுகளுக்கும் முந்தைய பாலஸ்தீன அரசியல் பண்பாட்டு சூழலில் நம்மைக் கொண்டு தள்ளுகின்றன இக்கதைகளும் கதாபாத்திர வார்ப்புகளும்,

'யாருக்குத் தெரியும்' கதையில், ஏரோது மன்னனின் படைவீரன் ஒருவன் இரண்டு வயதுக்குட்பட்ட ஏராள ஆண் பிள்ளைகளைக் கொன்று குவித்துவிட்டு அவற்றில் யேசு பாலகனும் இருந்திருக்கக்கூடும் என்கிற நம்பிக்கையில் களைத்துத் திரும்புகிறான் ஒரு பாலியல் விடுதிக்கு. இறுதியில் யேசு பாலகனை அங்கிருந்துதான் தப்பிக்க வைக்கிறார்கள். ஏரோது மன்னனின் படைவீரனுக்கும் அது தெரிகிறது. 'அது யூதர்களின் ரட்சகரென்றால் எனக்கென்ன? குளிக்க வந்தவன்தானே நான். தண்ணீர் சூடாகிவிட்டதா?" என்கிறான் அவன்.

கண்ணாடி பார்க்கும் வரை... கதையில் யேசு ஒரு இரண்டாயிரம் வருஷங்களுக்கு முந்தைய இயல்பான மனிதனாக களைத்துத் திரிந்து வீடு திரும்புகிறார். காசு சம்பாதிக்கவில்லை என்கிற தயக்கம் ஒரு பக்கம். தாடி மீசையிலிருந்து வந்த துர்நாற்றம், குளிக்க வேண்டும். ஆனால் வீட்டில் தண்ணீர் இல்லை. என்ன செய்வார் யேசு? பாவம்! பாலஸ்தீனர்களுக்கானால் தினசரி குளிக்கிற, பல்விளக்குகிற பழக்கமில்லை . ஆனால் யேசு இதைப் பழகிக் கொண்டுவிட்டார். கடவுளின் ராஜ்ஜியத்தைப் பற்றிய அறிவுடன் வீட்டு முற்றத்தில் உட்கார்ந்து கொண்டு என்ன செய்வது என்கிற யோசனை அவரை அரித்தெடுக்கிறது.

தங்கையின் திருமணத்தைக் குறித்து சிந்திக்கின்ற ஒரு அண்ணனாக, வீட்டுக்குள் நுழைகிற கோழிகளை ஒரு காலை வீசி விரட்டி விடுகிறவராக, தாடி மீசையை மழித்து விட நினைத்து கையில் காசில்லாமல் நாவிதன் தேவூஸிடம் கடன் சொல்ல முற்படுகிறவராக, கடைசியில்... கடைசியில்... கண்ணாடியில் தன் முகம் பார்க்க அஞ்சுகிறவராக, குற்றவுணர்வும் கண்ணீருமாக மரியத்தின் மடியில் முகம் புதைக்கிறார் யேசு.

அடுத்து, 'அன்னம்மா டீச்சர் சில நினைவுக் குறிப்புகள்' கதை மூன்று

தம்பிகள், மூன்று தங்கைகளின் படிப்பையும் திருமணத்தையும் நடத்தி முடித்து, ஜார்ஜ் சாரை மனதுக்குள் நேசித்து அது நிறைவேறாமல் கடைசிவரை குடும்பத்தின் அழுக்குகளைத் துவைத்துப் பிழிந்து காயப்போடும் முதிர்கன்னி அன்னம்மாவிற்கு இந்த சொந்த பந்தங்களை மீறிய தம்பி ஒருவன் இருக்கிறான். அவன் பெயர்... யேசு. தன் முப்பத்து மூன்றாம் பிறந்த நாளன்று சர்ச்சுக்குப் போய் அப்பம் பெற்றுத் திரும்பும்போது யேசுவிடம் அன்னம்மா பேசிக்கொண்டே வருகிறாள் "என் வயதில் நீ இறந்துவிட்டாய். இனி நான் உனக்கு அக்கா. நீ என்னிலும் இளையவனாக, என் செல்லத் தம்பியாக இருக்க வேண்டும்..." அன்று முதல் அன்னம்மாவிற்கு யேசு தம்பியாகிறார். பின் வந்த நாட்களில் எல்லாம் தன் தம்பி அடைந்த வேதனைகளை எண்ணிக் கண்ணீர் வடிப்பவளாக அன்னம்மா இருக்கிறாள். ஒரு புனித வெள்ளியன்று ஆற்றில் அழுக்கைக் கழுவிக் கொண்டிருந்த அன்னம்மாவிற்கு நிரந்தர விடுதலை தருவதும் இந்தத் தம்பியாகிய யேசுதான். அடர்ந்த காடுகளுக்கிடையில் கிடந்த அவளுடைய சடலம் பிரேத பரிசோதனைக்குச் செல்கிறது. பால்சக்காரியா அதை எழுதுகிறார்...

"போஸ்ட் மார்ட்டத்தில் மரணத்துக்கான காரணம் மாரடைப்பு என்றிருந்தது. அன்னம்மாவின் கன்னித் தன்மைக்கு எந்தவொரு பங்கமும் வந்திருக்கவில்லை. இதுவும் போஸ்ட் மார்ட்டத்தின் ஒளிரும் கத்திகளும் உறையணிந்த விரல்களும் கண்டுபிடித்த உண்மை. அன்னம்மா டீச்சர் அவ்வாறு தன் மரணத்தில்தான், ஒரு ஆணின் தீண்டலைக் கருணையற்ற பிளத்தலாக அனுபவித்தாள்..."

இதே போன்று, அன்புள்ள பிலாத்துவுக்கு' இத்தொகுப்பில் இடம் பிடித்துள்ள தீவிரமான குறுநாவல். போந்தியஸ் பிலாத்து கடிதம் எழுதுகிறார், செயலாளர் சில தவறுகளைக் கண்டு பிடிக்கிறாள், பிலாத்து தன் கடிதத்தைத் தொடர்கிறார், செயலாளர் நினைவிழக்கிறார், சில பின் இணைப்புகள் என இதன் அய்ந்து அத்தியாயங்களும் மிகச் செறிவான வாசிப்பனுபவத்தைத் தருகின்றன. இந்நாவலை வாசித்த கணங்களில் மனத்திரையில் நிழலாடும் யேசுவின் காலத்து வரலாற்று நிகழ்வுகளும், மனிதர்களும் இன்றளவும் புதிய அனுபவங்களை தரிசிக்கச் செய்வது வியப்புக்குரியதாகும். அதில் மறக்க முடியாதவன், பாரபாஸ்!

வெகுநாட்களுக்கு முன்னர், ஸ்வீடிஸ் எழுத்தாளர் பெர்லாகர் க்விஸ்ட் எழுதி க.நா.சு. தமிழில் மொழிபெயர்த்த பாரபாஸ் நாவலை வாசித்தபோது, மனதில் உருவான விநோத உணர்வுகளைப் பகிர்ந்து கொள்ள நாதியற்றுத் திரிந்திருக்கிறேன். வாசிப்பனுபவத்தைப் பகிர்ந்து கொள்ள வழிவகையற்றவன் எத்தனைக்கு அபாக்யவான்? பெர்லாகர் க்விஸ்ட் தான் பால் சக்காரியா போன்றவர்களுக்கு

முன்னோடியாக இருக்க வேண்டும். கிறிஸ்துவனாகப் பிறந்து, ஒரு கட்டத்தில் நிராகரிக்கவும் நம்பிக்கை கொள்ளவும் இயலாமல் போகும் மன அவசங்களைத் தன் எழுத்துக்களில் முன்வைத்தவர் க்விஸ்ட். அவருடைய பாரபாஸ் அப்படியானதொரு கதாபாத்திரம். யேசுவிற்கு பதிலாக பாரபாஸ்தான் சிலுவையிலறைந்து கொல்லப்பட்டிருக்க வேண்டும். பெசஹா பெருநாளில் ஒரு கைதியை விடுவிக்க வேண்டும். அது யேசுவாக இருக்கட்டும் என்கிறார் பிலாத்து. இல்லை... கொள்ளைக்காரனாகிய பாரபாஸைத் தான் விடுவிக்க வேண்டுமென யூதர்கள் கூச்சலிட்டனர். விளைவு, பாரபாஸ் விடுதலையடைகிறான். யேசு சிலுவையில் மரிக்கிறார்.

பெர்லாகர் க்விஸ்ட் மட்டுமா, உலகின் எத்தனையோ புத்தி ஜீவிகள் கிறிஸ்தவர்களாகப் பிறந்து, கடவுள் மறுப்பாளர்களாக மாறி யிருக்கிறார்கள். ஆனால் கிறிஸ்தவ மதம் எல்லோரையும் விழுங்கி செரித்துக் கொண்டு நிற்கிறது. நமக்கு மதம் முக்கியமில்லை . யேசுவையும், முகம்மதுவையும், புத்தனையும் போன்ற அதியற்புத மனிதர்கள் முக்கியம். மதங்களிலிருந்து அத்தனை சுலபமாக அவர்களை விடுவித்துவிட முடியுமெனத் தோன்றவில்லை. ஆனால் படைப்பிலக்கியங்களில் அவர்களை சுதந்திரமாக உலவ விடுவதன் மூலம், மதங்கள் கற்பிதம் செய்து வைத்திருக்கின்றவற்றை மெல்ல மெல்லக் கரைத்துவிட முடியுமென்று படுகிறது.

தமிழில் கிறிஸ்தவ வாழ்க்கைப் பதிவுகள் அருகி வருகின்றன. ஹெப்ஸிபா ஜேசுதாசனின் புத்தம் வீடு மாதிரியோ, கிறிஸ்தவரல்லாத வண்ணநிலவன் எழுதிய கடல்புரத்தில் நாவல் போன்றோ இன்றைக்கு எவரும் எழுதிப் பார்ப்பதில்லை . தலித் கிறிஸ்தவ வாழ்க்கை ஓரளவு பதிவாகியிருப்பதும், அசதா போன்றவர்களின் கையும் நமக்கு ஆறுதல் அளித்தாலும் இமையம் எழுதிய புதிரை வண்ணார் சமூகத்து வாழ்க்கை போன்று பலவும் வெளிப்பட வேண்டிய அவசியமிருக்கிறது. இந்நிலையில் கே.வி. ஜெயஸ்ரீ மொழிபெயர்த்திருக்கிற யேசு கதைகள் அந்த வெற்றிடத்தை நிரப்பும் முயற்சியாக எனக்குப்படுகிறது. பஷீரின் கொச்சை மலையாளப் பிரயோகத்தை மலையாளத்திலேயே வாசிப்பதுதான் சுகானுபவம் என்று சொல்வார்கள். பால்சக்காரியாவின் மலையாளத்தை தமிழில் ஜெயஸ்ரீயின் வழியாகப் படிப்பதும் அப்படிப்பட்டதுதான். நீண்டகாலமாக எனக்கும் அவருக்குமிருந்த தீராத கடனை யேசு தீர்த்து வைத்திருக்கிறார்.

யேசுவின் ரத்தம் ஜெயம்!

(புத்தகம் பேசுது – நவம்பர் 2013)

பிரபஞ்ச கானம்

நீங்களொரு இலக்கியவாதி என்றால், அதிலும் சென்னை வாசியாக இருந்தால், பீட்டர்ஸ் காலனியின் 2/14 இலக்கமிட்ட அறைக்குள் ஒருமுறையாவது நுழைந்து திரும்பியிருக்க வேண்டும். அங்கே தரை முழுவதும் புத்தகங்கள் கொலுவிருக்க, நடுவில் ஒரு இருக்கையில் அமர்ந்து சங்கிலித் தொடர் போல புகைத்தபடி பிரபஞ்சன் காட்சியளிப்பதைக் காணாதிருக்க வாய்ப்பில்லை. கோபாலபுரத்தில் இருந்த காலத்தில் பல தடவை எனக்கு இது வாய்த்திருக்கிறது.

ஒவ்வொரு முறை சந்திக்கும்போதும் சந்திப்பின் சில நிமிட இடைவெளிக்குப் பின் "ஒரு காப்பி சாப்பிட்டு வருவோமா" என்று கேட்டு எழுவது பிரபஞ்சனின் வழக்கம். பிறகு நம்மையும் அழைத்துக் கொண்டு வேட்டியின் ஒரு நுனியைப் பிடித்தவாறு சரவண பவன் வரைக்கும், நாகரிகமான ஒரு நடை. கண்டிப்பாக அந்த நேரத்தில் காப்பிக்குரிய கட்டணத்தை அவர்தான் தருவார். இலக்கியவாதிகளில் க.நா.சு. ஒரு காப்பி பிரியர் என்று கேள்விப்பட்டிருக்கிறேன். (மவறியர் என்றும் கூறலாம். அத்தனை கசப்பாகக் குடிப்பராம்) அவருடைய வழிவந்த பிரபஞ்சன், ஒரு நாளில் ஆறேழு கோப்பைகள் ரசித்து ரசித்து காப்பி சாப்பிடுவதை நேரில் இருந்து பார்த்திருக்கிறேன்.

நம்முடைய மூத்த இலக்கியவாதிகள் எல்லோரும் பழகுவதற்கு இனிமையானவர்கள் என்று சொல்லிவிட முடியாது. யாரிடம் எவ்வளவு பேச வேண்டும், எத்தனை தூர இடைவெளி விடவேண்டும் என நான் ஒரு கணக்கு வைத்திருக்கிறேன். இந்த வரையறையை ஒரு நாளும் மீறியது இல்லை. சிலரிடம் எனக்கே ஒவ்வாமைகள் உண்டு. அவர்களே நெருங்கிவந்தாலும் அந்த நேரத்தில் தப்பித்து ஓடிவிடுவது என் வழக்கம். பத்திரிகை பணிக்கு வந்தபிறகு, இதுபோன்ற விஷயங்களில் கொஞ்சம் பிடிவாதத்தை தளர்த்திக் கொள்ள வேண்டியதாயிருக்கிறது. இருந்து தானே ஆக வேண்டும்?

பிரபஞ்சனிடம் பழகுவதில் எனக்கு இதுபோன்ற சிரமங்கள் இருந்த தில்லை. அவரோடு இருக்கும்போது ஒரு தகப்பனின் நெருக்கத்தை, மூத்த சகோதரனின் அருகாமையை உணர்ந்திருக்கிறேன். எனவே ஒவ்வொரு முறையும் அவர் என்னிடம் நட்புடன் நீட்டுகின்ற சிகரெட்டை ஒரு புன்னகையால் மறுத்து வந்திருக்கிறேன். அவரை என் முன்னோடி எனச் சொல்வது இந்த இடத்தில் மிகப் பொருத்தமான வார்த்தையாக இருக்கும். இலக்கியத்தில் நான் அவருடைய வம்சாவளி'யைச் சேர்ந்தவன் என்கிற எண்ணம் எனக்கு உண்டு. புதுச்சேரிக்காரராக இருந்தாலும் தஞ்சாவூரில் தமிழ் படித்த காலத்தில் இலக்கியவாதியாக உருவானவர் அவர். நான் ஆசிரியராக மதிக்கின்ற தஞ்சை ப்ரகாஷிடம் முப்பது ஆண்டுகள் நெருக்கமான தொடர்பில் இருந்தவர்.

பிரபஞ்சனின் ஆளுமை என்பது அவருடைய எழுத்துகளுக்குள் அடங்கி விடுகிற சங்கதி மட்டுமே அல்ல. தமிழ்நாட்டின் மிகச்சிறந்த இலக்கியப் பேச்சாளர் அவர். பேச்சுக்கு செவிசாய்க்கும் பரம்பரை நம்முடையது. நீட்டி முழுக்கி, அடுக்குமொழிகளில் பேச்சாளர்கள் உமிழும் வார்த்தைகளைக் கேட்டுக் கேட்டு செவிகளை மந்தமாக்கிக் கொண்டது நம் சமூகம். ஒருபுறம் அரசியல் கூச்சல், மறுபுறம் ஆன்மீகக் கூச்சல். கடந்த 60 ஆண்டுகளில்தான் இப்படி எத்தனை மேடை வாந்திகள்?

பிரபஞ்சனின் உரைகள் இவற்றுக்கெல்லாம் எதிர்மறையான தன்மை கொண்டவை. இரண்டு மணி நேரத்துக்கெல்லாம் தீவிர இலக்கியவாதிகளையே இருக்கையில் கட்டிப்போட்டு வைத்துவிடும் உரை வசீகரம் அவருடையது. தீவிர வாசிப்பும், எழுத்தும் பேரனுபவங்களும் கொண்ட சிலரால் பத்து நிமிஷங்களேனும் மேடையில் ஜொலித்துவிட முடியாது. ஜெயகாந்தன் தன் காலத்தில் இதற்கொரு விதிவிலக்கானார். அவர் காட்டாற்று வெள்ளமென்றால் பிரபஞ்சன் அமைதியாக ஓடும் நதி. அந்த அமைதிக்குள் எதிரியை குத்திக் கிழிக்கிற கூர்மையும், எள்ளி நகையாடும் அங்கதமும், ரசனைக்குரிய இலக்கிய மேற்கோள்களும், வாழ்க்கைப் பகிர்தல்களும், குட்டிக் கதைகளும், சினேகமும், குறும்பும், எல்லாமும் அடக்கம். ஏனோ அவருடைய உரைகள் குறுந்தகடுகள் வடிவத்தில் பதிவாகாமல் காற்றோடே கலந்து போகின்றன. மானுட வாழ்வின் பல்வேறு கூறுகள் பதிவாகிய சொற்களஞ்சியங்கள் அவை.

இதற்கடுத்தபடியாக அவர் எழுதியுள்ள பல நல்ல கட்டுரைகளைக் குறிப்பிட வேண்டும். முனைவர். ந. முருகேசபாண்டியன் அவற்றில் ஆகச் சிறந்த 21 கட்டுரைகளை பிரபஞ்சன் கட்டுரைகள் என்னும் பெயரில் தொகுத்து நூல் வடிவமாக்கியதை இலக்கிய அதிர்ஷ்டம் என்றுதான் சொல்ல வேண்டும். 1961முதல் எழுதி வருபவரின் முதல் கட்டுரைத் தொகுப்பு இதுவென்றால் ஆச்சரியமாக இல்லையா

உங்களுக்கு? இதற்கு சமாதானமாக பிரபஞ்சன் கூறும் வார்த்தைகள் இவை. "எந்த ஒழுங்கையும் கைக்கொள்ள முடியாது, சுழற்காற்று சருகுபோல பறந்து சுற்றிக் கொண்டிருக்கிற வாழ்க்கையே எனக்கு லபித்திருக்கிறது. என்ன செய்ய?"

நான் கதைகள் எழுதத் தொடங்கிய காலத்தில் கட்டுரைகள் என்றால் கொஞ்சம் விலகியே நிற்பேன். அப்போது எனக்கு வாசிக்கக் கிடைத்த கட்டுரைகள் அப்படி. வாசிப்புக்குச் சுவை இல்லாமல் மேதைமை எல்லாவற்றையும் நுழைத்து மிக விறைப்பாக எழுதப்பட்ட வறண்ட ஏடுகள் அவை. நமக்குக் கிடைத்திருக்கிற அழகான மொழியை இத்தனை சிக்கலும், சிடுக்குமாக பிரயோகிக்க வேண்டுமா நண்பர்களே? என்று அந்தக் கட்டுரையாளர்களிடம் என் மனம் சதா கேள்விகளை எழுப்பிக் கொண்டே இருக்கும்.

தலையாய பிரச்சனைகள் பலவற்றைப் பேச வந்த கட்டுரைகள் இவ்வாறான செய்நேர்த்திக் குறைவால் வாசக கவனத்தைப் பெறாமலேயே போய்விட்டிருக்கின்றன. இலக்கியக் கோட்பாடுகளை, இசங்களைப் பேச வந்த சிலர் எழுதியுள்ள கட்டுரைகளும் இந்த ரகத்தில் சேரத்தக்கனவே. நவீன இலக்கியவாதிகள் சுவாரஸ்யமாக எழுதக்கூடாது என்று சட்டம் இயற்றியது யார்? சுவாரஸ்யம் என்றால் அது வணிக எழுத்து என்று முத்திரை குத்தியவர் எவர்?

பிறகு, நல்ல படைப்புக் கலைஞர்கள் எழுதிய கட்டுரைகள் வாசிக்க கிடைத்தபோது என் ஆதங்கம் சற்றுத் தணிந்தது. அவர்கள் எழுதுகிற கட்டுரைகள் வாசக அனுபவத்திற்கு ஒருபோதும் நெருக்கடிகளை உருவாக்குவதில்லை. இதோ எவரும் அணுகத்தக்க மொழி யதார்த்தத் துடன் பிரபஞ்சனின் கட்டுரைகள் நம்முன் விரிந்து கிடக்கின்றன.

பிரபஞ்சனின் கட்டுரைகள் எத்தனைக்கு சுவாரஸ்யமானவையோ அத்தனைக்கு செறிவானவை. கட்டுரைகளின் ஒவ்வொரு வரியும், அவருடைய ஏதோ ஒரு சிறுகதையின் அல்லது நாவலின் உள்ளே பயணிக்கிற பிரம்மையை நம்மிடம் உருவாக்குகின்றன. எனவே கட்டுரைகளில் அவரால் வாசகர்களிடம் நெருக்கமாக உறவாட முடிகிறது. எவ்வளவு தீவிரமான விஷயமாக இருந்தாலும் அவரால் பதற்றமின்றி நம் தோளில் கைபோட்டுச் சொல்ல முடிகிறது. எனவேதான் 'நானும் நானும் உறங்கும் அறை' என்று மேன்ஷனை எழுதும்போதும், 'தமிழ் இழப்பும் இருப்பும்' என்று பண்பாட்டு அரசியல் தளத்தில் பேசும்போதும் அவருடைய குரல் பிசிறின்றி ஒலிக்கிறது.

இந்த மேன்ஷன்களுக்கும், பிரபஞ்சனுக்குமான உறவை அவர் இப்படியா ஒரு கட்டுரைக்குள் அடக்குவது? ஒரு நாவலாய், பல சிறுகதைகளாய், பல்கிப் பெருகும் தீராத அனுபவங்கள் அல்லவா

அவை? ஆனாலும் தமிழ் எழுத்தாளர்களில் பிரபஞ்சனைப் போல மேன்ஷன் அனுபவங்களைப் பகிர்ந்து கொண்டவர்கள் யாருமில்லை. (அய்யனாருக்கு எழுதிய முன்னுரை இன்னும் விரிவாக இருந்ததாக ஞாபகம்.) "மேன்ஷன் அறையில் ஒரு இளைஞன் கண்ணுக்குத் தெரியாத துயர தேவதை ஒன்றோடு சேர்ந்தே படுக்கைக்கு போகிறான்" என்கிற இரண்டு வரிகளில் மேன்ஷனைக் குறித்து அவர் எழுத வேண்டிய நாவலுக்கான விஷயத்தை சொல்லி விடுகிறார். தனிமையின் தகிப்பை இதைவிட உக்கிரமாக வேறு வார்த்தைகளில் எப்படி வெளிப்படுத்த முடியும்? திருவல்லிக்கேணியை பிரபஞ்சன் எழுதினால் ஜானகிராமன் தஞ்சாவூரை எழுதினமாதிரி இருக்கும். ஏன், அவருக்கு தஞ்சாவூரைக் குறித்து எழுதவும் 30 வருஷ சரக்கு கைவசம் இருக்கிறது. எழுதுவாரா? எழுதுவார் என்றே நம்புவோம்.

எனக்கு வீட்டைக்காட்டிலும் தெரு பிடித்திருந்தது என்று தொடங்கும் இரண்டாவது கட்டுரை அவருடைய பால்யத்திலிருந்து தொடங்கி நிகழ்காலத்தில் முடிவடைகிறது. டியூஷன் விட்டு வீட்டிற்கு போகும் மாக்ரேத்தைப் பின் தொடர்ந்து, கடிதம் தந்து, காதல் கோரும் அவர், கள்ளின் வாசனையோடு வளர்ந்ததைப் பகிர்ந்து கொள்ளும்போது நம்மை அந்த புளிப்புச் சுவை புளகாங்கிதப்படுத்துகிறது. அத்தனைக்கு அபாரமான நெடியல்லவா?

"நம் அழுக்குகள் தொற்றிவிடுமோ என்ற பயத்தில் குழந்தைகளைத் தொடவே பயமாக இருக்கிறது" என்று தயங்கிப் பின்வாங்கும் அவர்தான் கடைசியில் "அதிகாரத்தை எதிர்த்து உயரும் கைகளோடு இதோ என் கைகளும்" என்று தன்னை ஒப்படைக்கிறார். ஆக பிரபஞ் சனின் தயக்கமும் குற்ற உணர்வும், இயலாமையின் ஆதங்கங்களும் அவரை ஒரு போதும் விரக்தி நிலைக்குத் தள்ளி ஓய்த்துவிடுவதில்லை. அங்கிருந்து உடன் மீண்டு போராடுவதற்காக தன் கைகளை உயர்த்தும் திராணியை அவர் எப்போதும் இழப்பதில்லை. இதுதான் ஒரு சத்திய வேட்கையுள்ள கலைஞனின் சுயம்.

பிரபஞ்சன் தன் உரைகளில் பார்வையாளர்களின் கவனத்தை ஈர்க்க வேண்டி பல சம்பவங்களை, எழுத்தாளர்களின் சில கதைகளை மேற்கோள் காட்டுவதை வழுக்கமாகக் கொண்டவர். எல்லாப் பேச்சாளர்களும் அப்படித்தான் என்றாலும் பிரபஞ்சன் இந்த உத்தியை வெற்றிகரமாகக் கையாள்பவர்.

2003ம் ஆண்டு தஞ்சாவூரில் ப்ரகாஷ் ஞாபகார்த்தக் கூட்டம் நடைபெற்றபோது பிரபஞ்சன் அழைக்கப்பட்டிருந்தார். பலரும் திரளாகக் கலந்து கொண்ட கூட்டம் அது. நிகழ்வுகளை நான் தொகுத்து வழங்கிக் கொண்டிருந்தேன். ப்ரகாஷ் இறந்து சிறிது நாட்களே ஆகி இருந்ததால் அவருடைய நினைவுகளை எல்லோரும்

நெகிழ்வுடன் பகிர்ந்து கொண்ட தருணம் அது. இறுதியாக பிரபஞ்சன் பேச வந்தார். அதுவரை அரங்கில் நிலவிய கனத்த மெளனத்தை உடைக்கும் விதமாக அன்றைக்கு அவருடைய உரை அமைந்தது. 'ப்ரகாஷுடன் பழகிய நாட்களை உணர்வுபூர்வமாகப் பேசி கண்ணீரை வரவழைக்கப் போகிறார் பிரபஞ்சன்' என்றுதான் எல்லோரும் எதிர்பார்த்தனர். ஆனால் தஞ்சாவூரில் இருந்த காலத்தில் ப்ரகாஷும் அவரும் சிவானந்தம் என்பவரிடம் போட்டி போட்டு வீணை கற்றுக் கொண்ட நிகழ்வுகளைப் பேசத் தொடங்கினார். ஹாஸ்யம் பொங்கி வழிந்த அபாரமான பொழிவு அது. எல்லோரும் ப்ரகாஷின் இழப்பை மறந்து வாய்விட்டு சிரிக்கத் தொடங்கினார்கள். நினைவுநாள் ஒன்றை கொண்டாட்டமாக மாற்றிவிட்டார் பிரபஞ்சன். எம்.வி.வெங்கட்ராமும், கரிச்சான் குஞ்சுவும், இவர்கள் வீணை வாசிப்பதைக் கண்டு மிரண்டு ஓடியதை பிரபஞ்சன் சொல்ல நீங்கள் கேட்க வேண்டுமே!

பிரபஞ்சன் விடைபெற்றபோது அவரிடம் சொன்னேன். "அரங்கத்தின் ஒரு மூலையில் ப்ரகாஷும் உங்கள் பேச்சைக் கேட்டு சிரித்துக் கொண்டிருந்தார்" இதைக் கேட்டதும் பிரபஞ்சன் துணுக்குற்று ஒரு நிமிஷம் அமைதியானார். பிறகு சுதாரித்துக் கொண்டு சிரித்தார். "இதை நீங்கள் எழுத வேண்டும்" என்றேன். தலையாட்டிச் சென்றார். இதோ 'சிட்டிபாபுவின் ஜிப்பாவைத் தேடி' கட்டுரையில் என் வேண்டு கோளை நிறைவேற்றியுள்ளார். "என் அறைக்கு வீணை வந்துவிட்டது. அதன் மேல் பட்டுத்துணி போர்த்தி வைத்தேன். ஒரு புள்ளிமான் படுத்திருப்பதுபோல அது காட்சியளிக்கும்" என்று அவர் எழுதுவதை நீங்கள் ரசிக்காமல் இருக்கமுடியாது. சங்கீதம் குறித்த பிரபஞ்சனின் கருத்தைக் கேளுங்கள். "மனோதர்மமும் கற்பனையும், சூட்சமமான கணக்குகளும், நிறைய இருள்களும், நிறையப் புதிர்களும், நிறைய சங்கேதங்களும் நிறைய சாத்திய வாசங்களையும் கொண்டு பல்லாயிரம் ஆண்டுகள் பல லட்சம் மனிதர்கள் சேர்ந்து உருவாக்கிய கலை இது"

தஞ்சாவூரில் பிரபஞ்சனும், ப்ரகாஷும் சேர்ந்து கலக்கிய இலக்கிய அமளிகளைத் திரைக்கதையாக்கினால் சமகாலத் தமிழ் சினிமாக்கள் தோற்றுப் போகும். அவர்கள் வீணை வாசித்தது, மோகமுள் யமுனாவின் துக்காம்பாளையத்து வீட்டைக் கண்டுபிடிக்க அலைந்தது, இருளாண்டி என்கிற நண்பர் இவர்களுடன் வந்து இணைந்தது, யுவர் மெஸ் என்கிற உணவகத்தை நடத்தி அதை இலக்கியக் கூடாரமாக்கியது... எல்லாம் தமிழ் இலக்கிய வரலாற்றின் ரசமான பக்கங்கள்.

பேய்களைப் பற்றி இந்தத் தொகுப்பில் இரண்டு கட்டுரைகள் எழுதியிருக்கிறார் பிரபஞ்சன். அதில் இன்னும் கொஞ்சம் பேய்கள் என்னும் இரண்டாவது கட்டுரையில் புதுமைப்பித்தனின் காஞ்சனை, சி.மோகனின் ரகசிய வேட்கை என இரண்டு சிறுகதைகளையும்,

அகிரா குரோசாவாவின் கனவுகள் சினிமாவையும் விவரிப்பதுடன் பழைய தமிழிலக்கியங்களில் பேய்களைக் குறித்த பதிவுகளையும் பேசுகிறார். முதலாவது பேய்க் கட்டுரையான சில மனிதர்களும் சில பேய்களும்மில் மாப்பசானின் கதையையும், ஜி.நாகராஜனின் டெர்லின் ஷர்ட்டும்... கதையையும், அவருடைய (பிரபஞ்சன்) அமானுடன் போன்ற கதைகளையும் குறிப்பிடுகிறார். அமானுடன் கதையை நீங்கள் படித்திருக்கிறீர்களா? "எல்லா இடத்திலும் கரண்ட் விளக்கு வந்து வெளிச்சம் ஏற்பட்டு விட்டால் பேய்களின் மேல் மக்களுக்கு மரியாதை இல்லாமல் போய்விட்டது. பயல்கள் இங்கிலிஷ் படித்துவிட்டு பேய் இல்லை, பிசாசு இல்லை என்கிறார்கள்" என்று வருத்தப்படுகிற ஒரு பேயோட்டிக்கும் முனீஸ்வர சாமிக்குமான உறவை பிரபஞ்சன் எழுதிப்பார்த்த கதை அது.

தமிழ் இழப்பும் இருப்பும் அவர் எழுதியுள்ள மற்றொரு முக்கியமான கட்டுரை. நிலத்துடன், மரத்துடன், பூக்களுடன் வாழ்ந்த தமிழ் வாழ்க்கை கோயிலோடு பிணைக்கப்பட்டதையும், மதம் திணிக்கப்பட்டதையும், தமிழரின் இசை களவுபோய் கர்நாடக சங்கீதமாக உருமாறியதையும், தமிழரின் தெய்வங்கள், உணவு முறைகள் மாறியதையும் உள்ளார்ந்த கவலையுடன் பிரபஞ்சன் பேசுகிறார். பத்தாம் நூற்றாண்டுக்குப் பிறகு நிகழ்ந்த ஆரிய சமஸ்கிருத ஊடுருவல்கள் தமிழர் வாழ்வின் சத்தான பல பகுதிகளை உருவி எறிந்ததும், அருண்மொழித் தேவன் ராஜராஜனான பிறகு ராஜரீகத்தின் தன்மை மாறியதையும், கடுமையான ஒழுக்கம் பேணிய பௌத்தமும், சமணமும் இசையை, நாட்டியத்தை, கூத்தை தத்தமது தத்துவ வழியில் நின்று புறக்கணித்ததையும், எல்லோரும் சிலாகித்துக் கொண்டிருக்கிற சங்க இலக்கியங்கள் மேட்டுக்குடி வாழ்க்கையைச் சித்தரிப்பதையும் அவர் தாட்சண்யமில்லாமல் இக்கட்டுரையில் விமர்சித்துச் செல்வதைக் குறிப்பிட்டாக வேண்டும்.

வன்முறையைப் பயிற்றுவிக்கும் வகுப்பறைகள் கட்டுரை நிகழ்கால கல்வி அவலங்களின் மீதான ஒரு பலம் பொருந்திய எதிர்வினை. இந்தக் கட்டுரையின் நகலை எல்லா ஆசிரியர்களுக்கும் அனுப்பி வாசிக்கச் செய்து அவர்களுடைய நடவடிக்கைகளில் மாறுதல் தெரிகின்றனவா என்று பரிசோதிக்கலாம். இந்தக் கல்வி முறை மாற வேண்டும் என்று ஓயாமல் குரல்கள் எழுகின்றனவே, எப்போது நம் குழந்தைகள் ரட்சிக்கப்படுவார்கள்? எவர் வந்து இந்த தரித்திரத்தை மாற்றி எழுதுவது?

முனைவர் ந.முருகேசபாண்டியன் மிகுந்த ரசனையுடன் இந்தக் கட்டுரைகளைத் தொகுத்திருக்கிறார். "தொகுப்பு நூல் இலக்கிய ஆளுமையின் குறுக்கு வெட்டுத் தோற்றமாக விளங்குகிறது. இத்தகைய தொகுப்புகள் பரந்து பட்ட வாசகரிடம் மறு பேச்சுகளை உருவாக்கும்

வல்லமை பெற்றவை" என்னும் அவருடைய கருத்துகளுடன் நம்மால் ஒத்துப் போக முடிகிறது.

பிரபஞ்சன் விரும்பி அணிகின்ற ஜிப்பா நிறத்தில் அட்டை. அவர் நமக்கருகில் நின்று கொண்டு "ஒரு காப்பி சாப்பிட்டு வருவோமா" என்று சினேகமாகக் கேட்கிற மாதிரி அவருடைய சித்திரம். நல்ல தயாரிப்பு. இனி அவருடைய பிற கட்டுரைகளும் தொகுக்கப்பட வேண்டும். யார் செய்யப் போகிறார்கள்?

(புத்தகம் பேசுது – மே, 2013)

181

வண்ணதாசன்

கல் நாகங்களின் மாய அர்த்தங்கள்

வண்ணதாசனை நாஞ்சில் நாடனின் புதல்வி திருமணத்தில் நாகர்கோவிலில் வைத்துத்தான் முதன்முதலில் சந்தித்தேன். திருமண மண்டபத்தின் முகப்பில் நின்றபடி நண்பர்களுடன் பேசிக் கொண்டிருந்த என்னிடம் வந்து, ஒருவர் சொன்னார். "வண்ணதாசன் உங்களை அழைக்கிறார்". அக்கணத்தில் கொத்தாக என் முன்னே ஆயிரம் பூக்கள் மலர்ந்ததைப் போல் இருந்தது. அதுவும் மஞ்சள் நிறப்பூக்கள். இது என்ன மாயமோ தெரியவில்லை. வண்ணதாசன் என்கிற பெயரைக் கேட்டதும் எனக்கு மஞ்சள் நிறப்பூக்களும் பெயர் தெரியாத பறவைகளும் ஞாபகத்திற்கு வருவது வழக்கமாகிவிட்டது.

மண்டபத்தின் கடைசி வரிசைக்கு முன் வரிசையில் வண்ணதாசன் அமர்ந்திருந்தார். அவரை நோக்கி நான் நடைபோட்டேன். எழுந்து வந்து என்னைத் தழுவிக் கொண்டவர் அதேநிலையில் என்னைத் தன் இருக்கைக்கு அருகில் கொண்டுபோய் அமர்த்திக்கொண்டார். என் எழுதும் கையை இறுகப்பற்றிக் கொண்டு "எப்படிப்பட்ட கை இது' என்றார். எனக்கு கிறுகிறுத்துப் போனது. கொஞ்சம் கூச்சமாகவும் உணர்ந்தேன். ஆனால் ஒரு எழுத்தாளனாக இருப்பதற்காக மகிழ்ச்சி கொண்ட தருணம் அது.

ஒரு அரைமணி நேரம் அந்த மயக்கத்திலேயே அமர்ந்திருந்தேன். வண்ணதாசன் மேற்கொண்டு பேசிய வார்த்தைகள் எதுவும் என் காதில் விழவில்லை. திடீரென நான் சுயநினைவுக்கு வந்தபோது, வண்ணதாசன் தன் கையில் கொஞ்சம் பூக்களை வைத்துக் கொண்டு முகர்வதும், பரவசமாக அவற்றைப் பார்ப்பதுமாக இருந்தார். முன் வரிசையில் எட்டு வயது மதிக்கத்தக்க ஒரு பெண் குழந்தை

கையில் ஒரு கேமராவையும் வைத்துக் கொண்டு எங்களிடம் அழுகு காட்டியது. வண்ணதாசன் என்னோடு நெருங்கி அமர்ந்து "எங்களை ஒரு போட்டோ எடும்மா" என்று குழைந்து சொன்னதும், அந்தக் குழந்தை அப்படியே செய்தது. அந்தப் படத்தில் நாங்கள் அழகாகப் பதிவாகியிருந்தோம். அந்தப் பெண்குழந்தை திடீரென எப்படி அங்கே வந்தாள். அந்தப் பூக்கள் வண்ணதாசனின் கைக்கு எப்படி வந்தன. ஒவ்வொரு கலைஞனுக்கும் உகந்த மாதிரியே சூழ்நிலைகள் பொருந்தி விடுவது என்ன மாயம்?

90களின் இறுதியில் ப்ரகாஷ் நடத்திய தஞ்சாவூர் பெரிய கோயில் 'தளி' இலக்கிய சந்திப்புகளில் கல்யாண்ஜி, வண்ணதாசன் இரண்டு பெயர்களும் அடிக்கடி உச்சரிக்கப்பட்டன. புத்தகன் என்கிற சிங்காரவேலு தான் படித்த கல்யாண்ஜி கவிதைகளையும், இளங்கோ வண்ணதாசன் கதைகளையும் சிலாகித்துப் பேசிக் கொண்டிருப்பார்கள். கூட்டத்திற்கு புதிதாக வரும் நபர்கள், வண்ணதாசனையும் கல்யாண்ஜியையும் இருவேறு நபர்கள் என நினைத்துக் கொள்ள, புத்தகன் அவர்களுக்கு வகுப்பு எடுப்பார் "தி.க.சி.யைத் தெரியுமா? பெரிய திறனாய்வாளர். சாகித்ய அகாடமி விருது வாங்கியவர். அருடைய மகன்தான் கல்யாணி. கவிதைக்கு கல்யாண்ஜி, கதைக்கு வண்ணதாசன். இருவரும் ஒருவர் தான். ஒரே குடும்பத்தில் அப்பாவும் பிள்ளையும் இலக்கியவாதிகள்" புதிய நபர்கள் புத்தகன் பேசுவதை விழிபிதுங்கப் பார்ப்பார்கள். இன்றைக்கு ப்ரகாஷம் இல்லை. புத்தகனும் இல்லை. எனக்கோ கவிஜீவனுக்கோ, செல்லதுரைக்கோ 'அப்படி இல்லாமல் ஆகிவிடும்' வாய்ப்பு கிடைக்கவில்லை. நாங்கள் சிதறிப் போனோம். தளி என்னும் இலக்கியக்கூடு கலைந்துவிட்டது. பெரிய கோவில் புல்வெளி வெறிச்சோடிப் போய் நாங்கள் உமிழ்ந்த வார்த்தைகளை சுரத்தையின்றி எதிரொலிக்கின்றது. ஒரு வகையில் முடிந்துபோன வசந்தம் அது.

கல்யாண்ஜியையும், வண்ணதாசனையும் முழுக்க வாசித்திருந்த நிலை யில்தான் எல்லோர்க்கும் அன்புடன்' எனக்கு கிடைத்தது. (இப்போது வண்ணதாசன் கடிதங்கள்) புரட்டிப் பார்த்ததும் ஒரு பொக்கிஷம் எனக் கருதி பதுக்கிக் கொண்டேன். ஏற்கெனவே ப்ரகாஷ் எங்களுக்கு கடித இலக்கியத்தின் மேல் ஒரு பிரேமையை உருவாக்கி இருந்தார். அதற்கென்றே அவர் நடத்திய சாளரம் இதழ் எங்களிடம் இருந்தது.

சிறுபிராயத்திலிருந்தே யாருக்கேனும் எதற்காகவேனும் கடிதம் எழுதிக் கொண்டிருந்தவன் நான். இன்றைக்கும் என் கடிதங்களை பத்திரப்படுத்தி வைத்திருப்பதாக சில நண்பர்கள் சொல்லும்போது இனம் புரியாத பரவச உணர்வை மனம் அடைவதுண்டு. அப்படிப்பட்ட ஒரு உன்னதமான கலாச்சாரத்தை அடியோடு புறக்கணித்துவிட்டு

இமெயில் என்றும், எஸ்எம்எஸ் என்றும் மக்கள் அலைபாய்ந்து கொண்டிருப்பதைப் பார்க்கும்போது என்னடா விஞ்ஞானம் என்று கோபம் வருகிறது. முன்பு போலவே எல்லோரும் எல்லோர்க்கும் கடிதம் எழுதிக் கொள்ளும் காலம் ஒன்று திரும்ப வருமேயானால் நன்றாக இருக்கும்.

"எழுது எழுது எனக்கொரு கடிதம் எழுது" என்று காதலாகிக் கசிந்து கவிஞன் ஒருவன் யாசித்ததை முன்பு படித்திருக்கிறேன். காதலிகள் கடிதம் எழுதுகின்ற பாக்கியம் எல்லா ஆண்களுக்கும் வாய்த்துவிடுவதில்லை. வண்ணதாசன் எழுதியுள்ள கடிதங்கள் காதலியின் கடிதங்களைக் காட்டிலும் மகிமையுடையனவாக எனக்குத் தோற்றம் தருகின்றன.

"பண்டம் சுடுகிற வாசனையுள்ள வீடு எவ்வளவு அருமையானது. சொந்த வீட்டு அடுக்களையில், மண் அடுப்பில் விறகு எரித்துச் சுடுகிற நேரத்தின் நெருப்பும், அடுப்பின் உட்பக்கத்து தணலும், தணலின் சிவப்பில் ஜொலிக்கிற அம்மா, அல்லது ஆச்சி, அல்லது அத்தைகளின் முகமும் எவ்வளவு ஜீவன் நிரம்பியது" என்று அவர் வல்லிக்கண்ணனுக்கு எழுதியதைப் படிக்க, பண்டங்களின் நெடியும், புகைக்கரி படிந்த நம் பூர்வீக வீட்டின் அடுப்பங்கரைச் சுவரும், சூடு ஆறும் முன் பிட்டு அவற்றை சுவைபார்க்கத் தருகின்ற நம் வீட்டுப் பெண்களின் பொன்னான கைகளும் ஞாபத்திற்கு வரவில்லையானால் வாசிப்பின் பிழை அது.

கல்நாகங்களின் மாய அர்த்தங்கள் போல, வாழ்வின் பாறைகளில் வால்சுழித்துப் படம் உயர்த்தி, படத்துக்குள் சிவலிங்கம் தாங்கி, வழிபடுபவரின் குங்குமத்திற்கும், மஞ்சளுக்கும், வழிகிற மழைக்கும் விழுகிற பறவை எச்சத்துக்கும் அசையாதிருந்த வேண்டியதாகிவிட்டது... ரவிசுப்பிரமணியத்திற்கு இவ்வாறு அவர் எழுதியதைப் படித்துக் கொண்டிருக்கும் போதே மனம் எச்சரிக்கை செய்துது. "இவை வெறும் கடிதங்கள் அல்ல உன் அலட்சியப் பார்வையை மாற்றிக் கொள்"

5ஆம் வகுப்பிலேயே கடிதம் எழுதுகிற பழக்கம் என்னைத் தொற்றி யிருந்தது. எவர் வீட்டிற்குப் போனாலும், கண்ணில் தட்டுப்படும் கம்பிகளில் செருகியிருக்கும் கடிதங்களை எடுத்து, அடுத்தவரின் அந்தரங்கத்துள் பிரவேசிக்கிற கெட்ட பழக்கம் அப்போது எனக்கிருந்தது. கொஞ்சம் நாட்களாக எல்லோரையும் போல கையெழுத்துப் போட்டுப் பழகி பரவசப்பட்டுக் கொண்டிருந்தேன். இப்போது அந்த வேலையை என் மகன் செய்து கொண்டிருக்கிறான். 'விடாது கறுப்பு' மாதிரி இது விடாத பழக்கம்போல. கடிதங்களைப் படித்து முடித்து கடைசியில் அதில் உள்ள ரகசியங்களை எல்லாம் மறந்துபோய், வண்ணதாசன்

விக்கிரமாதித்யனுக்கு எழுதுவதுபோல "நீங்கள் எழுதியிருக்கிற வாடாமல்லி கலர் மை நன்றாக இருக்கிறது" என மையழகிலும், அவரவர் எழுத்தழகிலும் மனம் சொக்கிக் கிடந்திருக்கிறேன்.

வண்ணதாசன் இக்கடிதங்களை வலிய உருவாக்கவில்லை. கவிதை எழுதுவதற்கான அதே சிரத்தையுடன், கதை எழுதுவதற்கான அதிகபட்ச உழைப்புடன் இயங்கி அப்போதைக்கான தன் மன நிலைகளை அநேக கடிதங்களில் இறக்கிவைத்துவிட்டுப் பெருமூச்செறிகிறார். யாருக்கு எழுதுகிறோம் என்பதில் இருக்கிறது சூட்சமம். அப்படியும் சொல்லிவிட முடியாது. எல்லோருக்கும் வண்ணதாசன் வழங்குவது ஒரே மொழியைத்தான். ஆனால் அதில்தான் கோபம், கனிவு, காதல், சினேகம், ஆற்றாமை, துக்கம், கர்வம் என எத்தனை வினோத பாவங்கள்? கண்டிப்பாக அந்த நேரங்களில் கடிதம் எழுதுவது வண்ணதாசனுக்கு ஒருவித ஆசுவாசமாகவே இருந்திருக்க வேண்டும்.

பள்ளிக்கூட நாட்களில் வெளியூரிலிருந்து அப்பா எனக்கு கடிதங்கள் எழுதுவார். அந்த நேரங்களில் நம் பெயர் தாங்கி வருகிற கடிதங்களைப் பெறுகிறபோது, உண்டாகும் பரவசமான மனநிலைக்கு ஈடு இல்லை. பிறகு நான் ஒரு தேர்வில் தோற்றுப்போக, என் தங்கையின் பெயருக்கு கடிதங்கள் வரத் தொடங்கின. அப்பாவின் இந்தப் புறக்கணிப்பை என்னால் தாங்கிக் கொள்ள முடியவில்லை . 'எஸ். பாத்திமா' என்னும் பெயருக்கு வருகின்ற கடிதங்களை கனத்த மனத்துடன் கண்ணீர் மல்க தபால்காரரிடம் இருந்து பெற்று அம்மாவிடம் சேர்ப்பேன். தங்கைக்கு நான்கு வயது. கைசப்பிக் கொண்டிருப்பாள். கடிதம் குறித்த எந்தப் புரிதலும் அந்த வயதில் அவளுக்கு இல்லை . அப்பாவிற்கு எதிர்வினையாற்ற மனம் துடித்தது. என் சினேகிதன் லட்சுமணனை எனக்கு கடிதம் எழுத வைத்தேன். அவன் மெனக்கெட்டு பழனிக்கும், தாராபுரத்திற்கும் போய் அதை போஸ்ட் செய்து வருவான் சொல்லி வைத்தாற்போல ஊருக்கு வந்திருந்த அப்பாவின் கைகளில் கடிதம் கிடைக்க, இவனுக்கு எவன் எழுதுவது என்னும் சிந்தனையுடனும் உறைந்துபோன முகத்துடனும் அதை அவர் என்கையில் திணித்த நாளை மறக்க முடியவில்லை. அதே மனநிலைதான் இன்னும் நீடிக்கிறது. அப்படி ஒன்றும் நான் பக்குவப்பட்டு விடவில்லை நண்பர்களே!

'வடக்கே இருப்பவரை தெற்கே இருப்பவரும், அல்லது கிழக்கே இருப்பவரை மேற்கே இருப்பவரும் பரஸ்பரம் குசலம் விசாரித்துக் கொள்ளச் செய்த ஏற்பாடு கடிதம்' என்கிற பழைய நியமத்தை வண்ணதாசன் தன் கடிதங்களின் மூலம் பரிகாசம் செய்கிறார். 80களில் இருந்து 90களின் இறுதிவரைக்குமான கால இடைவெளிகளில் ஊடாடும் இக்கடிதங்களில் அப்போதைக்கான இலக்கிய நிலவரங்கள், உடல், மன, நெருக்கடிகள், ரசித்தனுபவித்த புறக்காட்சி சித்தரிப்புகள்,

அவற்றிலிருந்து தெறிக்கும் கவித்துவ வெளிப்பாடுகள், சமகால நிகழ்வுகளின் மீதான விமர்சனங்கள், வாசிப்பு அபிப்ராயங்கள் என அற்புதமான பல விஷயங்கள் பதிவாகியுள்ளன. "என்னுடைய கடிதங்கள் பக்கம் நிரப்பிகளாக வெளிவருகின்றன. இவற்றுக்கு சினேகித அந்தஸ்துதான் உண்டு" என அவர் தன்னைத் தானே சுய விமர்சனம் செய்து கொள்வதை எந்த வாசகனும் ஒப்புக் கொள்ளமாட்டான். அந்தக் கதையை எழுதி குமுதத்திற்கு தான் அனுப்பியிருக்கிறேன், வித்யாஷங்கர் எங்கேயிருக்கிறார் இப்போது? சுமமங்களா இங்கே 1ம் தேதியே கிடைத்துவிட்டது... போன்ற சம்பிரதாயமான வரிகள் எங்காவது ஒருசில இடங்களில்தான் விழுந்திருக்கின்றன.

ஒரு பந்து மல்லிகையையைவிட கிள்ளி தலையில் செருகிய ஒரு இணுக்குப்பூ படுத்துகிற பாடு ஜாஸ்திதான், என்னுடைய மிச்ச மயிர் தாமிரபரணியில் நரைக்கட்டும் மிச்ச மூச்சு திருநெல்வேலியில் கரையட்டும், அகன்ற ராத்திரிகளில் நிசித்த வீதிகளில் நல்ல நண்பனுடன் நிற்கிற நேரம் அருமையானது, அருவியில் மூழ்கி சாகக் கொடுத்து வைக்க வேண்டும், குழந்தைகளுக்கு நன்றாகச் சொல்லிக் கொடுங்கள். கண்டிப்பாக இருங்கள். ஆனால் வேப்பம்பழும் பொறுக்க அனுமதியுங்கள், சித்திரமும் கைப்பழக்கம், சிறுகதையும் மனப்பழக்கம்...

இவையெல்லாம் எனக்கு அபூர்வமான சொற்சித்திரங்களாகப்படுகின்றன. உங்களுக்கு?

"அடுத்த ஊர், அடுத்த மைல்கல், அடுத்த சுமைதாங்கி, அடுத்த ஆலமரம், அடுத்த ஆற்றங்கரைச் சுடுகாடு என்று அடுத்ததை நோக்கி நடக்க ஆரம்பி" தன்னைச் சதா கல்யாணியண்ணன், கல்யாணியண்ணன் என்றழைக்கிற கலாப்ரியாவுக்கு அவர் எழுதுகிற வரிகள் இவை.

"இன்னும் மோகமுள் தைத்துத்தான் கிடப்பீர்கள் என்று நினைக்கிறேன்" இது நிகரற்ற வாசகரான வேலூர் லிங்கத்திற்கு.

"கொஞ்சம் பின்னால் வந்து இப்போது எழுதுகிற பையன்கள் பற்றியும் சொல்லியிருக்கலாம். உங்கள் வாயால் சொல்லப்பட வேண்டும் என்று அதற்கான தகுதியுடன் காத்திருக்கிற ஒரு சில பேர் நம்மிடையே உண்டுதானே?" இது ராமச்சந்திரன் என்று அவர் உரிமையுடன் அழைக்கிற வண்ண நிலவனுக்கு, வண்ண நிலவனுக்கு எழுதியுள்ள இந்த வரிகள் அத்தனைக்கு நிதர்சனமானவை அல்லவா? இப்போது எழுதுகிற பையன்கள் பற்றி சொல்ல யாருக்கும் மனமில்லை என்பதுதானே கசப்பான உண்மை?

தாழம்பூ மணமுள்ள தணுப்புள்ள ராத்திரியில்
தனிச்சிருந்துறங்குன்ன செறுப்பக்காரி...

என்ற மலையாளப்பாடல் ஒன்றை போகிற போக்கில் வண்ணதாசன் ஒரு கடிதத்தில் உதாரணங்காட்டுவது, வாசித்த கணத்தில் என்னைக் கிளர்ச்சியுறச் செய்தது. பழைய மலையாள சினிமாப் பாடல்களுக்கு அப்படி ஒரு கிறுகிறுப்பூட்டும் தன்மை உண்டு .

வாழ்க்கையை அதன் எல்லாக் கோணங்களிலிருந்தும் எல்லா இடர்பாடுகளினூடாகவும் ரசிக்கப்பழகுவதுதான் பிறவி எடுத்ததற்கான பலன், ரசனைதான் வாழ்க்கை தரும் நற்கொடை. இதுதான் வண்ணதாசன் எழுத்துகளின் வழியே நான் அடைந்த செய்தி.

"சுந்தர ராமசாமிக்குள்ளோ, நீல பத்மநாபனுக்குள்ளோ, கிருஷ்ணன் நம்பிக்குள்ளோ அடைபடாது சுயம்புவாக மேலெழுந்து வந்த எழுத்து உங்களுடையது" என்று நாஞ்சில் நாடனுக்கு எழுதும் அவர் "கி.ரா. மீது விழுந்த வெளிச்சம் கு.அழகிரிசாமி மீது விழாதது போல, கோணங்கி தன் அண்ணன் தமிழ்ச்செல்வன் மீது குவிய வேண்டிய கவனம் அனைத்தையும் திசை திருப்பிவிட்டார்" என்று ஆதங்கப்பட அவசியம் இல்லையென்று நினைக்கிறேன். தமிழ்ச்செல்வன் பண்பாட்டு அரசியல் தளத்தில் ஆற்றியுள்ள மகத்தான காரியங்களைக் கோணங்கி தன் கணக்கில் வரவு வைத்துக் கொள்ளமுடியாது. அதே சமயம் கோணங்கியின் மாயாலோகத்திற்குள் தமிழ்ச்செல்வனுக்கு இடமில்லை. உடன்பிறப்புகள்தாம். ஆனாலும் இலக்கியத்தைப் பொறுத்தவரை இருவருக்கும் இரு வேறு உலகங்கள்.

"இலையுதிர்காலமும் இளவேனில் காலமும் நெருங்கும்போதுதான் என்னுடைய ஆஸ்துமாவின் காலமும் வரும். குஞ்சம் குஞ்சமாக வாகையும், மருதையும் பூத்து, காற்றில் மகரந்த வாசனையும் கலந்து பரவும்போது என் நுரையீரல்கள் பொத்தலாயிருக்கும்" தன் உடல் அவஸ்தையைச் சொல்லும்போதும் கூட வண்ணதாசனுக்கு வாகையும் மருதையும் மகரந்த வாசனையும்தான் துணைக்கு வருகின்றன.

பனங்காட்டு நாடாண் பிள்ளைகளுக்கு நுங்கு வண்டி தவிர வேறு கதியில்லாதது போல நடுவீட்டுப் பட்டாசலுக்குள்ளேயே சுற்றிச் சுற்றி வந்து கொண்டிருக்கிறேன்... என்று மருகும் அவர்தான் "சற்றுக் குலுக்கிப் பார்க்கலாமா தமிழ் இலக்கிய உலகை என்று தோன்றுகிறது. ஒரு பேரலையினை எழுப்பி நான் நுரைத்துக்கொண்டு உள் வாங்குவேன். எந்த விவாதமும் இன்றி, எந்த வலியுறுத்தலும் இன்றி நடக்க விழும் அழுத்தமான சுவடுகள்" என்று ஓரிடத்தில் பிரகடனமும் செய்கிறார்.

தமிழில் வண்ணதாசனுக்கான இடம் முக்கியமானது. எந்தக் கைகளுக்கும் அதை அழித்துச் செல்கிற துணிச்சல் கிடையாது. 'பூரணம்' போன்ற சிறந்த கதைகளை இன்னும் அவர் எழுதிக் கொண்டிருக்கிறார். அவருடைய ஒதுங்கி வாழும் சுபாவம் அவரே

கூறுவதுபோல, சோப்புக்கொப்புளங்களை ஊதிக்கொண்டு பிரபஞ்ச உருண்டையையே தூக்கி நிறுத்துவதாகச் சொல்லிக்கொள்கிற இந்தக் காலத்திற்கு ஒவ்வாததுதான். அதனால் என்ன? வாசித்தவர்களுக்குத் தெரியும் வண்ணதாசன் யார் என்று! காலம் தன் தீர்ப்பை காலம் தாழ்த்தியேனும் வழங்கட்டும்!

(புத்தகம் பேசுது – ஜூன் 2013)

ப்ரியம் ப்ரியம் கலாப்ரியம்

தீவிரகதியில் எழுதப்பட்ட நாவல் ஒன்றின் துவக்கம்போல மரணக் குறிப்புடன் ஆரம்பமாகிறது கலாப்ரியாவின் நினைவின் தாழ்வாரங்கள். அண்ணாதுரையின் மரணத்திலிருந்து அவர் தன் சுயசரிதையை எழுதத் தொடங்குகிறார். திராவிட இயக்கப் பிடிப்புள்ளவர்களுக்கு அண்ணாவின் மரணம் ஒரு வரலாற்றுச் சோகம். அண்ணாவின் இறுதி ஊர்வலப் படத்துடன் மு.கருணாநிதியின் 'அந்த' அஞ்சலிக் கவிதை வெளியாகியிருந்த தமிழரசு இதழ் ஒன்று அப்பாவின் சேகரிப்பில் எங்கள் வீட்டு அலமாரியில் நீண்டகாலம் கிடந்தது.

பள்ளிப்பிராயத்தின் உற்சாக மனநிலைகளில் மாடிக்குச் செல்லும் ஏணிப்படிகளில் அமர்ந்து தாளம் தட்டி உரத்த குரலில் பாடல்களைப் பாடிக் கொண்டிருப்பேன். அதில் சலிப்புறும்போது தமிழரசு இதழைப் புரட்டி, கரகரப்பாகத் தொண்டையை மாற்றிக்கொண்டு "எதையும் தாங்கும் இதயம் வேண்டுமென்றாய், இதையும் தாங்க ஏதண்ணா எமக்கிதயம்" என்று வாசிப்பேன். "காட்சிக்கு எளியனாய், கடுஞ் சொல்லன் அல்லனாய்..." என கலாப்ரியா அந்த பாதிப்பில் எழுதியுள்ள கவிதையைக் கூட அதே கரகரப்பில்தான் இப்போதும் வாசித்துப் பார்த்தேன். அதைக் காட்டிலும் கவிதை நன்றாகவே இருந்தது. கரகரப்பாகத் தொண்டையை மாற்றிக் கொள்வதை விடவும் கஷ்டமான காரியம் உலகத்தில் எதுவுமில்லை என்றும் அப்போது தோன்றியது. இந்தக் கரகரப்பு ஒரு காலத்தில் தமிழர்களுக்கு கதகதப்பாக இருந்து என்னென்னவோ விளைவுகளை ஏற்படுத்திவிட்டது.

வாழ்ந்து கெட்ட குடும்பத்தில் வந்து பிறந்தவன் தன் நினைவுகளை எழுதிப் பார்ப்பது பெரும்வாதை. ஆனால் அதில்தான் இனம் புரியாத சுகமும் இருந்து தொலைக்கிறது என்பதை ஒப்புக் கொள்கிறேன். நானறிந்து எல்லாக் கலைஞர்களின் இளமைக் காலமும் கழி

விரக்கத்துடன் தான் கழிந்திருக்கிறது. ஒளித்தும், மறைத்தும், எழுதிச் செல்லும் இதயம் இவ்வலி, வேதனைகளை உணரப்போவதில்லை.

கலாப்ரியாவால் எதையும் ஒளித்து மறைக்க முடிவதில்லை. அதனாலேயே அவர் ஏழுவளவுக்கு புதிதாக வந்த கிருஷ்ணமக்கா தன் முகம், உடல், முன்கை எல்லாம் துடைக்கும் போது அடிவயிற்றில் இறங்கும் மயிரொழுங்கைப் பொருநராற்றுப் படை விறலியுடன் பொருத்திப் பார்த்து கிளர்ச்சியடைகிறார். எம்.எஸ்.சி. பீஸ் கட்டுவதற்கு ஜெர்மன் கத்திரிக்கோலை கார்மேகம் டெய்லருக்கு விற்பது மட்டுமல்ல, அக்காள் பிரியமாய் வாசிக்கிற அந்த ஆர்மோனியப் பெட்டியை விற்கவேண்டிய சூழலை எழுதும்போதும் வார்த்தைகளுக்காக சபலப்படாமல் கறாராக ஒலிக்கிறது அவரின் குரல். வலி மனதிலிருந்தாலும் வார்த்தைகளில் தீவிரமாய் இறங்கி வாசிப்பவனின் கண்ணீரைக் கோருவதில்லை. "அய்யய்யோ அந்த கத்திரிக்கோல்" என்று அவர் அலறுவதில்லை. ஆனால் வீட்டை விட்டுப் போன கத்திரிக்கோலின் கூர்மையும், ஆர்மோனியத்தின் சப்தஸ்வரத் தெறிப்புகளும் நம் மனதைப் பாடாய்ப்படுத்தி எடுக்கிறது.

தாழ்வாரங்களைப் படித்து முடித்தபின் கலாப்ரியாவிடம் பேசியபோது "இதை ஒரு அற்புதமான நாவலாக எழுதியிருக்கலாம் சார்" என்றேன். "வாஸ்தவம்தான். ஆனால் இப்போது ஒரு நாவல் எழுத ஆரம்பித்திருக்கிறேன்" என்றார். ஓடும் நதி, நினைவின் தாழ்வாரங்கள், உருள்பெருந்தேர் என எல்லா அனுபவங்களும் கலந்த அவரின் ஒரு நாவலை வாசித்துவிட ஆவலுடன் காத்திருக்கிறேன். கவிஞராகப் பெரிதும் அறியப்பட்ட கலாப்ரியாவிற்கு உரைநடையானது இம்மூன்று புத்தகங்களிலும் மூன்று விதமாக வாய்த்திருக்கிறது. ஓடும் நதியில் தெறித்ததென்னவோ கவித்துவம். விடலைப் பருவ நினைவுகளை எச்சிலூற அசைப்போடும் நினைவின் தாழ்வாரங்களுக்கு அதற்குத் தோதான ஒரு 'அப்புராணி' மொழியைத் தேர்ந்து கொள்கிறார். ஆனால் எங்கப்பன் குதிருக்குள் இல்லை என்கிற மாதிரி கவிஞன் அங்கங்கே மறைந்திருந்து எட்டிப் பார்க்கிறான்.

1960 – மன்னாதி மன்னன், 61 – தாய் சொல்லைத் தட்டாதே, 62 – விக்கிரமாதித்தன், 63 – பரிசு, 64 – படகோட்டி, 65 – தாழம்பூ, 66 – பறக்கும்பாவை, 67 – விவசாயி, 68 – காதல் வாகனம், 69 – நம்நாடு என்று படங்கள் வெளியான வருடங்களை அவர் அடுக்குவதில் இல்லை நமக்கு ஆச்சரியம் எதுவும். "அந்தக் காலத்தில் N44 என்று சுருக்கமாகப் போடும் கே. நாகேஸ்வரராவ், ஜி.ஹெச்.ராவ், பக்தா இவர்கள்தான் போஸ்டர் டிசைனில் பிரபலம். பக்ஷி ராஜா படங்களுக்கும், ராமண்ணாவின் பழைய படங்களுக்கும் வேந்தன் பப்ளிசிட்டீஸ், மாடர்ன் தியேட்டர்ஸ் படங்களுக்கு எஸ்.ஏ.நாயர், ஸ்ரீதர்

படங்களுக்கு சீனி சோழு' என்று சொல்லும்போதுதான் கலாப்ரியாவின் நுட்பமான அவதானிப்பை உணர்ந்து கொள்ள முடிகிறது. மட்டுமல்ல இந்நூலெங்கும் திரைப்படம் குறித்து அவர் தந்திருக்கிற தகவல்கள் ஒரு அசல் சினிமாக்காரனையே ஆச்சரியப்பட வைத்துவிடும். அந்த விதத்தில் கலாப்ரியாவை 'ஒரு முற்றிய சினிமாப் பைத்தியம்' என்றும் கூறலாம், (இப்படி ஒரு பட்டம் பெறுவது சுலபமில்லை. அந்தக் காலத்தில் ஜெயசித்ரா நடித்து இதே பெயரில் ஒரு படமும் வெளியானது. அப்புறம் ஒரு சினிமா பைத்தியம் மற்றொருவரை சினிமாப் பைத்தியம் என்பதா என்னும் அசரீரியும் எனக்கு கேட்கிறது)

சாணித்தாளில் அச்சிடப்பட்ட பாட்டுப் புத்தகங்கள் பலவற்றையும் பைண்ட் செய்து நீண்ட காலம் பொக்கிஷம் போல பாதுகாத்தவன் நான். நானும் என் சக வகுப்புத் தோழன் லட்சுமணனும் அப்போது 'சினிமா இணையர்கள்'. பழனி, தாராபுரம், திருப்பூர், உடுமலை என்று ஊர் ஊராகப் போய் துரத்தித் துரத்திப் படங்கள் பார்த்துப் பேசிச் சிலாகிப்போம். ஜூபிடர் பிக்சர்ஸின் பங்குதாரர்கள் சோழு எஸ்.கே. முகைதீன் இணையரில் எஸ்.கே.முகைதீன் எங்கள் ஊர்க்காரர். அந்த வகையில் எங்கள் ஊருக்கு வந்து செல்லாத அரசியல் சினிமாப் பிரபலங்களே இல்லை.

தணிக்கைக் குழு சான்றிதழிலிருந்து வணக்கம் போடுகிறவரை பார்த்தால் தான் படம் பார்த்த திருப்தி எங்களுக்கு (படம் முடிந்து தேசிய கீதத்திற்கு எழுந்து நின்ற காலம் எல்லாம் போயே போயிற்று). இப்படித் தீவிரமாக சினிமா பார்த்த காரணத்தால் கலாப்ரியாவைப் போலவே எங்களுக்கும் சில விஷயங்கள் அத்துப்படி ஆகியிருந்தது. (ஷயாம் சுந்தர், பீதாம்பரம், அங்கமுத்து, ஆர்.கே.ஷண்முகம் என்று எம்.ஜி.ஆர். படங்களுக்குப் பணியாற்றும் சிலரைத் தெரிந்து வைத்திருந்தோம்).

கலாப்ரியா ஒரு தீவிர எம்.ஜி.ஆர். ரசிகர். இதை அவர் எந்த இடத்திலும் மறைக்க முயற்சிக்கவில்லை. அது குறித்துப் பெருமைப்படவும், இன்னும் ஒரு படி அதிகம் போய் அவரைத் 'தலைவர்' எனக் குறிப்பிடவும் தயங்கவில்லை. நவீன இலக்கியவாதிகளில் பலரும் எம்.ஜி.ஆரை ஒரு ஆளுமை என எந்த விஷயத்திலும் ஒப்புக் கொள்வதில்லை. அவ்வகையில் மனம் திறந்து பேசிய முதல் நவீன இலக்கியவாதி கலாப்ரியா மட்டும்தான். "எம்.ஜி.ஆர். படப் பாடல்களின் மூலம் தான் எனக்கு மார்க்சியத்தின் மேல் பிடிப்பு ஏற்பட்டது" என்று நான் சமீபத்தில் ஒரு இலக்கியக் கூட்டத்தில் பேசப்போக, கூட்டத் திலிருந்த பலரும் என்னையொரு அற்பப் புழுவைப் போல பார்த்தனர். அதற்காக நான் மறைத்துப் பேச முடியாது அல்லவா?

இளையோர் கூட்டம் தலைமை தாங்கும் பூமியே புதிய பூமி / இல்லாமை

நீக்கம் வேண்டும் தொழில் ஆக்கம் வேண்டும் இங்கு எல்லோரும் வாழவேண்டும் / புரட்சியிலே சரித்திரத்தை மாற்றிட வேண்டும் பொதுவுடமைச் சமுதாயம் மலர்ந்திட வேண்டும்.

இவ்வாறு என் நினைவிலிருந்து ஒரு நூறு பாடல் வரிகளையேனும் குறிப்பிட்டுச் சொல்ல முடியும். பொதுவுடமைக் கருத்துகளை எம்.ஜி.ஆர். அளவிற்கு திரைப்பாடல்களில், பயன்படுத்திய நடிப்புக் கலைஞர்கள் குறைவு. இப்படியான மதிப்பீடுகள் எல்லாம் அவர் அண்ணா இஸத்திற்கு விளக்கம் கூறியபோது ஆட்டம் கண்டது வேறு விஷயம்.

இந்நூலின் சில பக்கங்களில் தட்டுப்படும் ஓரிரு தவறுகளைச் சுட்டி கலாப்ரியாவிடம் "நீயும் ஒரு சினிமாப் பைத்தியம்தான்டா" என்கிற பெயர் வாங்க விழைகிறேன். ஸ்ரீதரின் நெஞ்சிருக்கும் வரைக்கும்' (ப.124) 'நெஞ்சிருக்கும் வரை' என்பதே சரி. கம்பன் மகனாக நான் மாற வேண்டும் கன்னித்தமிழால் உன் புகழ்பாட வேண்டும் (ப.223) பட்டிக்காட்டு ராஜா படப்பாடலை நான் "கன்னித் தமிழால் உன் எழில் கூற வேண்டும்" என்று கேட்டதாகவே நினைவு.

'மரணம் என்பதே நித்திரையாம்' என்னும் 21வது அத்தியாயம் தமிழின் மிகச்சிறந்த நடிப்புக் கலைஞர் நாகேஷுக்குச் செலுத்தப்பட்ட உண்மையான அஞ்சலிப் பதிவாகும். இந்த அத்தியாயத்தின் ஆறுபக்கங்களில் கலாப்ரியா நிறையத் தகவல்களைத் தருகிறார். 'மசானத்தில் முத்தம்' 'கத்திமுனையில் ரத்தம்' என்பதில் பலரின் காதுகளில் விழுந்தது 'கத்திமுனையில் ரத்தம்' மட்டும்தான். 'மசானத்தில் முத்தம்' யாருக்குமே தெரிந்திருக்க வாய்ப்பில்லைதான். (மசானம் என்பதற்கு மயானம் என்பது பொருள். எகா: புதுமைப்பித்தனின் மகாமசானம்) நாகேஷின் மானசீகக் குரு ஜெரிலூயி. எரண்ட்பாயின் படத்தின் அப்பட்டமான காப்பிதான் சர்வர் சுந்தரம். ஃபேமிலி ஜுவெல்ஸ் தான் நவராத்திரி படத்திற்கு மூலம். இப்படிப் பல தகவல்களை அந்த அத்தியாயத்தில் நம்மால் பெற்றுக் கொள்ள முடிகிறது.

ஒரு நாவலாசிரியருக்குரிய நுட்பம் கூடிய பார்வையுடன் இந்நூலில் விவரணைகள் சரம் சரமாக வந்து விழுகின்றன. தவிர, எத்தனை இடங்கள், தெருக்கள், வளவுகள், முடுக்குகள், எத்தனை விதமான ஆண்கள், பெண்கள், சம்பவங்கள். இதற்கு முன்னர் திருநெல்வேலியின் வரைபடமும், வட்டார வழக்கும் இத்தனை துலக்கமாகத் தமிழ் இலக்கியத்தில் பதிவாகியதில்லை.

தன் வாழ்க்கைச் சரிதத்தினூடாக அவற்றோடு தொடர்புள்ள ஒரு தனிநபர் கதாபாத்திரத்தை மையப்படுத்திய கிளைக் கதைகள் பலவற்றை

கலாப்ரியா இந்நூலில் எழுதிச் செல்கின்றார். "ஆண்டவரே, அவருடைய விண்ணப்பம் அன்போடே கவனிக்கப்பட அருள் தாரும் ஸ்வாமி" என்று எப்போது பார்த்தாலும் கர்த்தரை ஜெபித்தபடியிருக்கிற ஜெசிந்தா, கன்யாஸ்திரீ ஆகிவிடுகின்ற அவளின் தங்கை மெர்வின், அழைப்புக்காரச் செட்டியார், "ரசத்தில ஒரு கை உப்பு போடுலே, அவியலை அடிப்புடிக்க விடாதலெ" என வாசனையை வைத்தே சமையலை ருசி பார்த்துச் சொல்லும் ஆறுமுகம் பிள்ளை, உடற்ப யிற்சிக் கழகம் வைத்து நடத்திய கரிக்காத்தோப்பு மாப்ஜான் பாய், எண்ணெய்க்காரச் செட்டியார், பாத்திரங்களில் பெயர் செதுக்கும் ராஜாஜி மூக்குக்காரர், ஷாப் கடை சங்கரன் பிள்ளை அண்ணாச்சி, பொன்னம்மே, "காயாம்பூ கண்ணில் விடரும்" பாடும் இடுப்பில் நீளமான தழும்புள்ள நெய்யாற்றின்கர சாந்தா இவர்கள் யாவரும் புனைவற்ற ஜீவன் ததும்பிய வார்ப்புகள். எழுதிக் கொண்டிருக்கும் முதல் நாவலில் கலாப்ரியா இவர்களைப் புனைவாக்க வேண்டுமெனக் கேட்டுக் கொள்கிறேன்.

"என் கவிதையில் சொல்ல முடியாததை அதன் பின்புலம் என்று நான் நினைத்ததை, நான் என்னவாக என் ஆதிகாலத்தில் இருந்தேன் என்பதைப் பாசாங்கில்லாமல் சொல்வது தான் என் நோக்கமாக ஆகியிருந்தது என்று உணரமுடிந்தது" நினைவின் தாழ்வாரங்கள் எழுதிய அனுபவத்தை இவ்வாறு பகிர்ந்து கொள்கிறார் கலாப்ரியா. உரைநடையின் எல்லையற்ற தன்மையை, அகண்ட அந்தச் சுதந்திர வெளியை அனுபவித்துப் பார்த்த கவிஞனின் வாக்குமூலம் இதுவென நான் கருதுகிறேன். கலாப்ரியா முந்தைய தனது காவிய முயற்சிகளிலும், நீள் கவிதைகளிலும் இப்படியான சுதந்திர வேட்கையை வெளிப்படுத்தியவர்தான்.

நினைவின் தாழ்வாரங்கள் எத்தனைக்கு கவித்துவமான தலைப்பு. இந்தத் தாழ்வாரங்களின் கீழ் இத்தனை மனித ரூபங்கள் நின்றும், நடந்தும் கிடந்தும், அமர்ந்தும், உழன்றும், விழித்தும் கிடப்பர் என நான் நினைக்கவில்லை.

நண்பர் ஷங்கர் ராமசுப்ரமணியன் மிக அனுபவித்து இதற்கொரு முன்னுரை எழுதியிருக்கிறார். "கால மாற்றத்தில் நிலவுடைமைச் செல்வ வளமுள்ள ஒரு குடும்பத்தின் சிதைவுதான் நூலின் மையப் படிமம்" என்று துல்லியமாகச் சொல்லிவிட அவரால் முடிந்திருக்கிறது. செல்வ வளமுள்ள ஒரு குடும்பத்தின் சிதைவைச் சொல்ல நாவலை விடவும் ஏற்ற வடிவம் எதுவுமில்லை. சமீபத்திய தமிழ் நாவல் வரவுகள் அதற்கு போதுமான சாட்சி. இந்நூலைக் குறித்த என் ஆதங்கமாகத் தொடர்ந்து எழுவது இது ஒரு நாவலாக மாறாமல் போனதுதான். இதை ஒரு துரதிர்ஷடம் என்றே கருதுகிறேன்.

அருமையான மர வேலைப்பாடுள்ள நடைவண்டிகள் அடுப்பெரிக்கப் படுவதும், திண்டுக்கல் இரும்புப் பெட்டிகள் விற்கப்படுவதும், ஆர்மோனியங்கள் வாசிப்பாரற்றுத் தூசிகவிந்து கிடப்பதும், துண்டிக்கப்பட்ட டெலிபோன் வயர்களும், கௌரவத்தின் குறியீடுகளாக கம்பீரமாகச் சுவரில் மாட்டப்பட்டிருந்த மான் கொம்புகள் பரண்மேல் தூக்கி எறியப்படுவதுமான வாழ்ந்து கெட்ட குடும்பத்தின் எச்ச சொச்சமே நான். கலாப்ரியா என் வீட்டுக் கதையைத் தன் மொழியில் எழுதியிருப்பதாகவே பல நேரங்களில் உணர்ந்தேன்.

குடும்பக்கட்டுப்பாடு செய்து கொண்டு அந்தப் பணத்தை குடும்பத்திற்கு முதல் சம்பாத்தியமாகத் தரும் அந்தக் கெந்தி கெந்தி நடக்கிற அண்ணனைக் குறித்து கலாப்ரியா எழுதும்போது கலங்கிப் போய் புத்தகத்தை மூடி வைத்தேன். இப்போது அதை எழுத்தில் நினைவு கூரும்போதும், போதும் போதும் என்று முடித்துக் கொள்ளவே மனம் விரும்புகிறது.

இவ்வளவு தானா பேசுவதற்கு என்று அவர் கேட்கலாம். ஆனால் மொட்டை மாடியில், நிலாக் கிரணங்களுள்ள இரவின் மடியில் அமர்ந்து கொண்டு அவருடன் பழைய படங்களைப் பாடல்களைப் பேசித்தீர்க்கணும் என்கிற ஆசை நெஞ்சில் துளிர்விட்டிருக்கிறது. அதுவும் என் மனம் கவர்ந்த பாடகன் டி.எம்.எஸ். மரணித்த நாளிலிருந்து...

ஒரு ரசனையும் துயரமுமான கலப்பு வாழ்வின் ஆழத்துள் மூழ்கி மூச்சுத் திணறி மேலெழுந்து வந்த பேரனுபவத்தை, உரைநடையில் தந்த கவிஞனுக்கு இந்த நேரத்தில் என் வணக்கத்தைச் செலுத்துவதைக் காட்டிலும் வேறென்ன செய்துவிட முடியும்?

(புத்தகம் பேசுது – ஜூலை 2013)

நமஸ்தே திலிப்குமார்!

இவ்வளவு காலமாக திலீப்குமாரை எழுத முடியாமல் போய்விட்ட தற்காக இந்த சந்தர்ப்பத்தில் வருத்தம் தெரிவித்துக்கொள்கிறேன். 90களில் எழுத வந்த எல்லோரையும் போல நானும் அவருடைய 'கடிதம்' கதையைத் தான் முதன் முதலாக வாசித்தேன். தொடக்கத்தில் அவருடைய பெயரைக் கேள்விப்பட்டபோது இந்தி நடிகர் திலிப்குமார்தான் என் நினைவில் வந்து நீங்கினார். கூடவே சாய்ரா பானுவும். "எவ்வளவுக்கு சினிமா மோகமென அறிந்து கொள்வீராக..." அப்போது 'சாய்ரா பானுவை உங்களுக்குத் தெரியாது' என்று ஒரு சிறுகதை கூட எழுத முயற்சித்துப் பாதியில் விட்டுவிட்டேன்.

இந்த சாய்ராபானு பால்யத்தில் என்னை அலைக்கழித்த 17 பெண்களில் ஒருத்தி. என் உறவின் முறையும் கூட. முதலில் குறிப்பிட்ட சாய்ராபானு திலீப்குமாரின் காதல் மனைவி, நடிகை, அவர்கள் நட்சத்திரத் தம்பதிகள். நடிகர் திலீப்குமாருக்கு இப்போது வயது 91. சமீபத்தில் அவர் இறந்துவிட்டதாகக் கிளப்பிவிடப்பட்ட வதந்திக்கு "இல்லை . யூசுப் சாஹெப் நலமாக இருக்கிறார்" என்று அமிதாப்ஜி தனது ட்விட்டரில் பதிந்திருக்கிறாராம். அந்த திலீப்குமார் என் தாத்தாவுக்குப் பிடித்த நடிகர், இந்த திலீப்குமார் எனக்குப் பிடித்த சிறுகதைக்காரர்.

ஆர்.பி.பாஸ்கரனின் நேர்த்தியான பூனை ஓவிய அட்டையுடன் திலீப்குமாரின் 'கடவு' தொகுதி என் கைக்கு வாய்த்தபோது ஒரு புதையல் கிடைத்தது போல அதைக் கொண்டாடி மகிழ்ந்தேன். வழக்கம்போலவே தஞ்சாவூர் பயணத்தின்போதுதான் அதை வாசித்தேன். பெருங்களத்தூரிலிருந்து பஸ் ஏறி, வண்டி செத்தியாதோப்பில் நின்றபோது அநேகமாக எல்லாக் கதைகளையும் வாசித்து முடித்திருந்தேன். கானல், கடிதம், நிகழ மறுத்த அற்புதம், மனம் எனும் தோணி பற்றி போன்ற சில கதைகளை ஏற்கெனவே இதழ்களில் உதிரி உதிரியாக வாசித்திருந்தேன். ஆனாலும் மறுவாசிப்பில் அவை என்னை அயர்ச்சிக்குள்ளாக்காமல், புதிய தரிசனங்களை அள்ளி வழங்கிக் கொண்டேயிருந்தது. 7 மணி

நேரத்திற்கும் அதிகமான களைப்பூட்டும் பஸ் பிரயாணத்தை அன்றைக்கு திலீப்குமாரால் உன்னதமான அனுபவமாக மாற்றிக் காட்ட முடிந்தது. இது ஒரு பெரிய வித்தைதான். இந்த வித்தைக்காரக் கலைஞர்கள் சிறுகதையாளர்கள் தமிழுக்குக் கிடைத்தது ஒரு பாக்கியம்தான். தமிழ் வாங்கி வந்த வரம்தான்.

கடந்து செல்லத் துடிக்கும் இந்த 2014ஆம் ஆண்டு, நிறைய கதைகளை வாசிக்கவும், அவற்றைக் குறித்து எழுதவும் பேசவும் வாய்ப்புகளை உருவாக்கித் தந்தது. ஜெயமோகனின் வெண்கடல், எஸ்.ராமகிருஷ்ணனின் காந்தியோடு பேசுவேன். அ. வெண்ணிலாவின் பிருந்தாவும் இளம்பருவத்து ஆண்களும், திலீப்குமாரின் கடவு, இப்படிச் சில. சமீபத்தில் எழுத்தாளர் கோணங்கியை மதுரைக்கு அடுத்த சமணமலையில் சந்தித்து விரிவானதொரு நேர்காணலைச் செய்ய முடிந்தது. அதற்காக அவருடைய 'சலூன் நாற்காலியில் சுழன்றபடி' தொகுப்பைப் புரட்டிப் பார்க்கவும், சில கதைகளை மீண்டும் படிக்கவும் செய்தேன்.

நான் கொஞ்சமாக சிறுகதைகள் எழுதுகிறவன். நிறைய சிறுகதைகளை வாசிக்கிறவன். பல தடவை பத்திரிகைகள் கேட்ட பொழுதெல்லாம், என்னால் உடனடியாக ஒரு சிறுகதையை எழுதி அனுப்ப இயலாமல் போயிருக்கிறது. ஆனால் மனதில் எப்போதும் கதைகள் நதிபோல சலசலத்து ஓடிக்கொண்டுதானிருக்கும். 80க்கும் மேற்பட்ட சிறுகதைத் தலைப்புகளை டைரியில் எழுதி வைத்துக்கொண்டு அதைத் தாழ்வாரக் கிழவி சுருக்குப்பையைத் தடவித்தடவிப் பார்த்துக்கொள்கிற மாதிரி பார்த்துக்கொள்கிறேன். 80 தலைப்புகளுக்கும் நிஜமாகவே கதைகள் என்னிடம் இருக்கின்றனதான். ஆனால் அவை புற்றில் உறைந்த பாம்புகளாகவே இருக்கின்றன. வெளிக்கிளம்ப யாராவது முட்டையோ, பாலோ வைக்கவேண்டுமோ என்னவோ.

சிறுகதைகள் வாழ்வின் ஏதோ ஒரு கீற்றை நமக்கு சுவைக்கத் தருகின்றன. நாவல், வாழ்வின் அகண்ட பிரதேசத்தை அதன் களிப்புடனும், கசப்புகளுடனும் நமக்கு தரிசிக்கத் தருகிறது என்று கொண்டாலும், வாசித்து முடித்த பல சிறுகதைகளிலிருந்து என்னால் பல நாவல்களை விரித்துப் பார்க்க முடிந்திருக்கிறது. என்றால் எத்தனை நாவல்கள் இன்னும் எழுதப்படாமலேயே இருக்கின்றன.

'கடவு' கதையில் வரும் கங்குப் பாட்டியை திலீப்குமாரால் ஆயிரம் பக்கங்களுக்கு நாவலாக எழுதிவிட முடியும். அவள்தான் எத்தனைக்கு பூரணமான மனுஷி. தமிழ்ச்சிறுகதைகளில் இப்படியொரு பேரனுபவக் கிழவியைச் சந்தித்து வெகுநாட்களாயிற்று. அவள் தன் மரணத்தை ஒவ்வொரு முறையும் ஒத்திப் போட்டப்படியே இருப்பது ஏகாம்பரேஸ்வரர்

அக்ரஹாரத்தில் வசிப்பவர்களுக்கு வேண்டுமானால் சலிப்பூட்டுகிற விஷயமாகப் படலாம். ஆனால் மரணத்திற்கும் அவளுக்குமான அந்த இடைவெளி நீடித்தபடியே இருப்பதில் ஒரு சூட்சமம் ஒளிந்து கிடக்கிறது. கோணங்கி தன் உரையாடலில் சொன்னார். "மூதாதைகளின் சாவு அத்தனை சுலபமாக நிகழ்ந்துவிடக்கூடாது. எனக்கு அந்தக் கிழவியின் குரல்வளை வேண்டும்"

கங்குப்பாட்டி தன் இளமையில் திடீரென்று காணாமல் போய் பல வருஷங்களுக்குப் பிறகு எங்கோ பம்பாயின் வீதிகளில் கர்ப்பிணியாய் அலைந்தபோது, கருக்கலைப்பு செய்து மீண்டும் அக்ரஹாரத்திற்கு அழைத்து வரப்படுகிறாள். நீண்ட நாட்கள் பேசாமல் கிடந்து ஒருநாள் பேசத்தொடங்கி பேசு பேசு என்று பேசுகிறாள். அக்ரஹாரப் பெண்களுக்கு கதை சொன்னாள். பாட்டுப்பாடினாள். விடுகதை போட்டாள். மருதாணி இட்டுவிட்டாள். மயில் படம் வரைய, ஊறுகாய் போட, சொல்லித் தந்து அவர்கள் எல்லோரையும் ஒரே வாரத்தில் அரவணைத்துக் கொண்டாள். நம்ம ஊர் மாத்ருபூதம் போல கூடுவிட்டுக்கூடு பாய்ந்து அவர்களுக்கான பல 'பலான' சந்தேகங்களை நிவர்த்தி செய்தாள். ஆணுறுப்பை 'வஸ்து' என்றும், பெண்ணுறுப்பை 'கபில வஸ்து' என்றும் சங்கேத மொழியால் விளித்தாள். ஒரு நாள் அப்பெண்களில் ஒருத்தி ஓடிவந்து பாட்டியிடம் சொல்கிறாள். "என் மாமியார் உன்னைக் கண்டபடி திட்டுகிறாள் பாட்டி. வண்டை வண்டையாகப் பேசும் துக்கிரி முண்டை. அவள் உடம்பும் அழுக்கு மனசும் அழுக்கு..." பாட்டி அதற்கு பதில் சொல்கிறாள். "உன் மாமியார் சொன்னால் சரியாகத்தானிருக்கும். என் உடம்பு அழுக்குப் படிந்த உடம்புதான். இந்தியாவிலிருக்கும் எல்லா ஜாதி நாய்களும் என்னை துவம்சம் செய்திருக்கின்றன. நாள் கணக்கில் அம்மணக் குண்டியாகவே படுக்க வைத்து என் உறுப்பிலும், ஆசனவாயிலும் மாறி மாறிக் குறிகள் நுழைந்து கொண்டேயிருக்கும். மடி, ஆசாரம் பார்த்த இந்த வைஷ்ணவ முண்டையின் வாயில் கதறக் கதற ரம்மும், பிரியாணியும் திணித்து திணித்து .... இந்தக் கஷ்ட மெல்லாம், அக்ரஹாரத்தில் பாதுகாப்பாக உடம்பெல்லாம் புடவையைச் சுற்றிக் கொண்டு, புருஷனுக்குக்கூட அளவாய்த் திறந்து காட்டிய உன் மாமியாருக்கு எங்கேடி புரியும் சொல். அவள் கிடக்கிறாள் விடு..." இன்னும் நிறைய சொல்லிக்கொண்டே போகலாம். இந்த மட்டிலும் நிறுத்திக் கொள்கிறேன். ஆனால் கங்குப் பாட்டியை வாசகர்கள் அவசியம் சந்திக்க வேண்டும். அது கடமை.

'கானல்' வார்த்தைகளால் உணர்த்திவிட முடியாத ஒரு அவஸ்தையைப் பேசும் கதை. புணர்ச்சியில் திருப்தியுறாத பெண்ணையும், அதனாலேயே குற்ற உணர்வில் தவிக்கும் ஆணையும் நம்முடைய கதைக்காரர்கள் இத்தனைப் பரந்த வெளியில் எங்காவது ஒரு மூலையிலேனும்

சித்தரித்திருக்கிறார்களா என்ன? திலீப்குமார் அதைச் செய்திருக்கிறார். அந்த இருவருமே கணவன் மனைவியல்ல. கிடைத்த சந்தர்ப்பத்தைப் பயன்படுத்தத் துடித்தவர்கள். திட்டம் தோல்வியில் முடிகிறது. எப்போதும் போல, அதற்கு ஆண் பொறுப்பாளியாகிறான். திலீப்குமார் ஒரு கட்டத்தில் அவர்களை உரையாட வைக்கிறார். இயலாமையின் குரலில் ஆண் பேசிக்கொண்டே செல்கிறான். பெண்ணோ, ஒருவித அலட்சிய மௌனத்தையே பதிலாகச் சிந்துகிறாள். கடைசியில் அவன் சொல்கிறான். "நாம் இன்று சந்தித்திருக்கவே கூடாது". அவள் சொல்கிறாள் "நாம் என்றுமே சந்தித்திருக்கக்கூடாது."

துளியளவும் விரசமில்லாமல் இந்தக் கதை சொல்லப்பட்டிருக்கிறது. இதையே சிலர் எழுதியிருந்தால் ஒரு பாடு குறிகளை மார்புகளை முனங்கலை வீச்சத்தை வரைந்து தள்ளியிருப்பார்கள். திலீப் ஒரு தேர்ந்த கதைக்காரர் என்பதை தொகுப்பின் இதுபோன்ற சில கதைகள் உறுதிப்படுத்துகின்றன.

'கடிதம்' நுட்பம் கூடிய கதை. திலீப் 70களின் இறுதியிலிருந்து எழுதி வருகிறார். அந்தக் காலக் கணையாழி திரட்டுக்களைப் புரட்டுகிறவர்களுக்கு அவர் அடிக்கடி தட்டுப்படுவார். ஆனால் 'கடிதம்' இந்தியா டுடேவில் பிரசுரமான கதை. (ஏனோ இந்தியா டுடே இப்போதெல்லாம் தன்னுடைய இலக்கியச் சேவையை நிறுத்திக் கொண்டது. புதிய பார்வையும் புதிய பாதையைத் தேர்ந்து கொண்டு விட்டது. சுபமங்களா இல்லாத வெற்றிடத்தை நிரப்ப வந்த இதழ் என்று அதைச் சொன்னவர்கள் திகைத்துப் போயிருக்கிறார்கள்.)

சவுக்கார்பேட்டை வாசியாகிய மன்மோகன்தாஸ் துவாரகா தாஸ் பணக்காராகிய கன்ஷியாம்ஜிக்கு எழுதுகிற, அல்லது எழுத வைக்கிற கடிதத்தில், தன் துயரை மட்டுமல்ல தன் சமூகத்தின் அவலங்களையும் சேர்த்து ஒப்பிக்கிறார். திலீப் ஒவ்வொரு கதையிலும் ஒரு உத்தியைப் பிரயோகிப்பதை இவ்விடத்தில் குறிப்பிட்டாக வேண்டும். இந்தக் கதையில் உத்தியாகப் பயன்படுவது கடிதம். இன்னொரு அணுகுமுறை, சூரிய அங்கதம். துருத்திக் கொண்டிருக்காமல் அங்கதத்தை கதைகளில் பொருத்தமாகக் கையாளும் முறை திலீப்பின் திறமை. எந்தெந்தக் கதைக்கு எவ்வளவு என்று அதற்கொரு கணக்கும் வைத்திருப்பார் போல. கங்குப் பாட்டியைச் சொல்லும் கடவு கதையில் தொடக்கம் முதலே ஹாஸ்யம் பொங்கி வழிகிறது. கானலில் கறாரான தன்மை. பகடி துளியும் வெளிப்படுவதில்லை. இயலாமையும், குற்ற உணர்வும் கூடிய அந்தக் கதையில் அவர் கிச்சுக்கிச்சு மூட்டியிருந்தாலும் நம்மால் சிரித்திருக்க முடியாது. கடிதமும்கூட இயலாமையையும், பெருமூச்சுகளையும் சித்தரிக்கிற கதைதான். இதிலும் அங்கதம் வெளிப்பட்டிருக்கிறதுதான். ஆனால் அளவு, தொனி வித்தியாசப்பட்டிருக்கிறதை வாசர்களால்

எளிதாக உணர்ந்து கொள்ள முடியும்.

'நிகழ் மறுத்த அற்புதம்' கதையோ கவிதை மாதிரி. கவிதை மாதிரி என்ன கவிதையேதான். தன்னை விட்டுப் பிரிந்து செல்ல முடிவு எடுத்துவிடும் மனைவியைத் தடுத்து நிறுத்தி கவிஞனும், குடிகாரனுமாகிய கணவன் பிதற்றும் அத்தனை வரிகளும் கவிதைதான். இதில் தில்லீப் தானெழுதிய ஒரே ஒரு வரியை கதைக்கான உத்தியாகப் பயன்படுத்துகிறார். "திருமதி ஜேம்ஸ் ஒன்றும் பேசவில்லை " என்பதுதான் அந்த வரி. அவனுடைய ஒவ்வொரு கூற்றுக்குமிடையில் இந்த வரி பிரயோகிக்கப்படுகிறது. இது கதைக்கு ஒரு கூடுதல் கவர்ச்சியை உருவாக்குகிறது.

"என் உடலெங்கும் படர்ந்த உன் வெப்பமான மூச்சுக் காற்றின் அலாதியான போதை, ஒரு சிவந்த திரட்சியான சர்ப்பத்தைப் போல் நீ என் மீது படர்ந்திருந்தது எதையும் மறக்கவில்லை"

திருமதி ஜேம்ஸ் ஒன்றும் பேசவில்லை.

இப்படியே தொடர்ந்து கொண்டிருக்கிறது கதை. பார்க்கப்போனால் கதையென்று இதில் ஒன்றுமில்லை. ஆனால் கதையாக நிற்கிறது.

'மனம் எனும் தோணி பற்றி' கதையும் ராகுல் கே. நாயக் எனும் ஏழை குஜராத்தி இளைஞனொருவனின் கனவுகளை நகை உணர்வு படியச் சித்தரிக்கிறது. தன்னை வலியக் காதலிப்பவளின் மேல் வியர்வை வாடை வீசியதால் அவளின் காதலைப் புறக்கணிக்கிறான் அவன். அவள் அவனுடைய வேலைக்கே உலை வைக்கிறாள், பிறகொரு சந்தர்ப்பத்தில் இருவரும் இணைகிறார்கள். இந்த வெகுளியான பாத்திர வார்ப்புகளுக்கிடையில் தில்லீப் ஒரு உளவியல் அணுகுமுறையைக் கையாள்கிறார். இதிலும் 'நிகழ் மறுத்த அற்புதம்' கதையிலிருக்கும் உரையாடல பாணி தொடர்கிறது. இலக்கியம் சார்ந்த விஷயங்களைப் படைப்புகளாக்கும்போது சில இமயங்களுக்கு அது ஒவ்வாமையாக இருக்கிறது. அதைப் படைப்பு என்று பார்க்காமல் எழுத்தாளன் தன்னையே எழுதிக் கொள்வதாக ஒரு குழந்தைத்தனமான விமர்சனத்தை இவர்கள் முன்வைப்பதை சகித்துக் கொள்ள முடிவதில்லை. தில்லீப்குமாரின் கதைகளில், இலக்கிய உலகம் எவ்வித மனத்தடைகளுமின்றி விவரணம் பெறுகிறது. இதைச் 'சுய பகடி' என்று கொள்ளலாம். கேரளத்தில் பஷீரிலிருந்து இன்றைக்குள்ள யுவ படைப்பாளிகள் வரை சுயபகடியை, அரட்டைகளை, விமர்சனங்களைத் தம் படைப்புகளில் சரளமாகக் கையாளுகிறவர்கள் தாம்.

"இந்தக் கிழட்டு முண்டைக்கு ஒரு சாவு வரமாட்டேன் என்கிறது. இதோடு ஏழாவது தடவை" பப்லிப் பாட்டி தாழ்ந்த குரலில், அசூயையுடன் கறுவினாள்... என்று தொடங்கும் கதை 'அக்ரஹாரத்தில்

பூனை'. கிழட்டு முண்டைக்கு சாவு வரமாட்டேன் என்கிறது என்று பாட்டி கறுவுவது ஒரு பூனையைக் குறிப்பிட்டுத்தான். ஏகாம்பரேஸ்வரர் அக்ரஹாரத்தில் தத்துவார்த்தக் காரணங்களால் வெகுகாலம் பூனைகள் நுழையாமலே இருந்தன. அக்ரஹாரவாசிகளில் பெரும்போலோர் புஷ்டி மார்க்கி வைஷ்ணவர்கள். அவர்கள் பஷு பட்சிகளிடம் அன்பு பாவிப்பவர்களென்றாலும் பாலித்தின் பைகளையும், சினிமா போஸ்டர்களையும் தின்று கண்ட இடத்தில் சாணி போடும் மாடுகளுக்குத்தான் முக்கியத்துவம். ஆனாலும் ஒரு சமயத்தில் மேற்கூறிய கிழட்டுப் பெட்டைப்பூனை அக்ரஹாரத்தில் நுழைந்து 24 மத்திய வர்க்க குஜராத்திக் குடும்பங்கள் வாழும் 25ஆம் எண் கட்டத்தில் முதல் மாடியில் 9ஆம் எண் வீட்டின் முன்னறையில் பப்லிப் பாட்டி பூஜைக்காக எடுத்துவைத்த முழுக் கிண்ணப்பாலை நக்கித் தீர்த்துவிட்டு எதுவுமே நடக்காதது போல் திரும்பிக் கொண்டிருந்தது. அது பப்லிப் பாட்டி கண்ணிலும் பட்டுவிட்டது. அன்று முதல் பாட்டிக்கும் பூனைக்கும் போராட்டம்தான். பூனையை அக்ரஹாரத்திற்குள் நுழையவிடாமல் தடுக்க பாட்டி செய்யும் தந்திரங்கள் பலித்ததா இல்லையா என்பதைக் காட்டிலும், இந்தக் கதையில் திலீப்குமார் புஷ்டிமார்க்கிகளை விமர்சனத் தொனியில் சித்தரிப்பதையே முக்கியமாக எடுத்துக்கொள்ள வேண்டும்.

'முதுமைக் கோலம்' ஒரு நல்ல மொழிபெயர்ப்புச் சிறுகதையைப் படித்த உணர்வைக் கிளர்த்தியது. கிறிஸ்துவப் பின்புலமும் திலீப் கையாண்டிருக்கும் மொழிநடையும் என்னை இவ்வாறு உணர வைத்ததோ என்னவோ? ஆனால் திருமதி ஃப்ளாரன்சும், அவளுடைய மகன் சாலமனும் நம் யதார்த்த வாழ்வில் எதிர்ப்படும் சகஜமான ரூபங்களே. முதியோர் இல்லங்களின் ஆயிரக்கணக்கான தூர்ந்துபோன ஜன்னல்களில் திருமதி ஃப்ளாரன்ஸின் கவலை தோய்ந்த முகங்களை கண்டெடுக்க முடியும். தனிமை உருவாக்கும் வினோத பிம்பங்களைப் படைப்பாளியால் உருமாற்றி உள்வாங்கிக் கொள்ள இயலும். ஆனால் சாதாரணர்களுக்கு அது நரகம். ஆயினும் திருமதி ஃப்ளாரன்ஸ் வானத்துடனும் நட்சத்திரங்களுடனும் சகவாசம் வைத்துக் கொள்கிறாள். எதன் மீதாவது அந்தக் கொடி படர்ந்துதானே ஆக வேண்டும்?

மொழி வழியாக ஒரு குஜராத்தியான திலீப்குமாருக்குள் இயங்கும் 'தமிழ் மனம்' என்னை வியக்க வைக்கிறது. இது அசாதாரணமானது. 'கண்ணாடி' கதையை வாசித்துவிட்டு இதை எழுதுகிறேன். பழுனியம்மாளும், மாரியப்பனும், அந்த ஜெகதீஸ்வரிக் குழந்தையும் எண்ணற்ற தமிழ் உதிரிப் பாட்டாளி வர்க்கத்தின் பிரதி பிம்பங்கள். பசியும், வறுமையும் தரித்திர வாழ்வும் தான் அவர்களது உடைமைகள். ஒரு டீத் தண்ணியும், பீடியும்தான் மாரியப்பன்களின் அன்றாடக்

கனவு, தில்லீப் இதைப் பிரமாதமாகத் தன் கதையில் நிறுவி விடுகிறார். ஈயம் பூசுவதற்காக ஒரு வீட்டுக்குச் செல்லும் பழனியம்மாள், அந்த வீட்டிலுள்ள நிலைக் கண்ணாடியில் தன் பிம்பத்தைப் பார்க்கிற காட்சியில் நான் கிட்டத்தட்ட சிதைந்து போய்விட்டேன். அவள் அதுவரை கண்ணாடியில் தன்னை முழுமையாகப் பார்த்துக் கொண்டவளில்லை. தில்லீப் அதை இவ்வாறு எழுதுகிறார்.

"பழனியம்மாளுக்குப் பகீரென்றது. அந்த உருவம் ஒல்லியாய்க் களைத்துக் காணப்பட்டது. அதன் இடது கண்ணுக்குக் கீழே இருந்த மச்சம் அதை இன்னும் கோரமாக்கியது. இரக்கமற்ற காலம் உடலைத் தின்று விட்டிருந்ததோடு, மனதின் யௌவனத்தையும் திருடிச் சென்றிருந்தது. அந்நிமிஷத்தின் சிந்தனையற்ற மௌனம் அவளை வதைத்தது என்றாலும் பழனியம்மாள் அதில் லயித்துத்தான் போனாள்."

தில்லீப்பின் அநேக கதைகளுக்கான இயங்குதளம் சென்னை தங்கசாலைத் தெருவில் ஏகாம்பரேஸ்வரர் கோயிலுக்குப் பின்புறம் தெப்பக்குளத்தைச் சுற்றியுள்ள அக்ரஹாரம்தான். குல்லாய் அணிந்த குஜராத்தி வயோதிகர்கள், ஆபீஸிலிருந்து விடுபட்ட நடுத்தர வயது கால்சட்டைக்காரர்கள், கோயிலுக்குச் சென்று கொண்டிருக்கும் பருமனான குடும்பப் பெண்கள், சிறுமிகள், பையன்கள், வெள்ளைச் சேலையணிந்து முக்காடிட்டுக் கொண்டிருக்கும் நெட்டையும், குட்டையுமான விதவைகள், ஏகாம்பரேஸ்வரர் கோவில், கோவில் கோபுரம், தெப்பக்குளம், அதன்பாசி, அதன் பிளாஸ்டிக் தாமரைகள், பள்ளிக்கூட மணிக்கூண்டு.. என்று அவருடைய சித்தரிப்புகளால் விரியும் உலகம் விஸ்தீரனமானது. குஜராத்திகளில் பெரும்பாலோர் வணிகர்கள். வெண்ணையும் கிழங்கும் உண்டு கொழுத்த பணக்காரர்கள் என்கிற நம் பொதுப்புத்திக்கு முரணாக தரித்திரம் பீடித்த பல குஜராத்திகளையும் தில்லீப் நமக்கு அறிமுகப்படுத்துகிறார்.

சுயகரிசனம் என்பதே அவரிடமில்லை. அவருடைய கிண்டல் கத்திகள் பாயாத குஜராத்திகளே கிடையாது. இந்த நேர்மை படைப்பாளிகளுக்கு அவசியமென்பேன். இந்த இடத்தில் அரசியல் காரணங்களுக்காக நம்மவர்கள் பிரயோகிக்கிற 'வந்தேறிகள்' வாசகங்களும் நினைவுக்கு வராமலில்லை.

'மூங்கில் குருத்து' கதை சற்று வித்தியாசமாக கோயமுத்தூரைக் களமாகக் கொண்டு இயங்குகிறது. 'ஐந்து ரூபாயும் அழுக்குச் சட்டைக்காரரும்' கதையில் வரும் தோழர் கே. சந்தேகமில்லாமல் மறைந்த எழுத்தாளர் ஜி.நாகராஜன்தான். அவருடைய 'குணசித்திரத்தை' தில்லீப் அனுபவப்பூர்வமாகச் சித்திரிக்கிறாரோ என்றும் தோன்றியது. அத்தனை தத்ரூபம். ஏற்கெனவே சி.மோகன் எழுதிய 'நடை

வழிக்குறிப்புகளில்' ஜி.என்.னை தரிசித்திருக்கிறேன். போதாக்குறைக்கு ப்ரகாஷம், மற்றவர்களும் ஏற்கெனவே தம்பங்குக்கு என் மனதில் ஆணி அடித்து அவரை மாட்டி வைத்திருக்கிறார்கள். எனினும் அவர் ஒரு பெரிய ஆளுமை. அவருக்கு திலீப் செய்கிற அஞ்சலியாகவும் இந்தக் கதையை நேர்மறையாகப் புரிந்து கொள்ளலாம்.

இவ்வாறு 'கடவு' தொகுப்பின் வாசிப்பனுபவம் என்னைப் பலவிதமான பாதைகளுக்கு இழுத்துச் சென்றது. திலீப்பின் கதைகள் யதார்த்தவாதத்தின் காத்திரமான விளைச்சல். இதை ஒரு இனவரைவியல் என்கிற குறுகிய சட்டகத்திற்குள் அடைத்து வைத்துப் பார்க்க என்னால் இயலவில்லை. யதார்த்தத்தைத் தாண்டிய அதிபுனைவிற்குள் இவருடைய கதைகள் ஏன் இயங்கவில்லை என்கிற கேள்வியும் அவசியமற்றது. மனத்தடையற்ற, சுயவிமர்சனத் தன்மையுடன் கூடிய படைப்புகள் இவை. இந்த இடத்தில் திலீப் மொழியைக் கையாளும் லாவகத்தைக் குறிப்பிடவில்லையானால் இக்கட்டுரை நிறைவு பெறாது. அத்தனைக்குச் சரளமான, களிப்பூட்டுகிற மொழிவளம். தமிழர்கள் எனப்பெருமைப் பட்டுக்கொள்ளும் எழுத்தாளர்களே பொறாமைப்படுகிற மாதிரி.

நமஸ்தே திலீப்குமார்!

(புத்தகம் பேசுது – டிசம்பர் 2014)

பொன்னீலன்

கன்னியாகுமரியின் கலாச்சார முகம்

இந்த முன்னுரையை எழுதத் தொடங்குவதற்கு முன் 'பொன்னீலன் அண்ணாச்சியை நாம் எப்போது முதன்முதலாகச் சந்தித்தோம்' என்று என் மனம் அசை போட்டபடியிருந்தது. இருபதாண்டு கால இலக்கிய வாழ்விலிருந்து புற்றீசல்போலக் கிளம்பிய பல சம்பவங்கள் கால நேரக்குறிப்புகளின்றி வந்து குவிந்து மலையாகின கணநேரத்தில் இவற்றுள் எனக்கும் அண்ணாச்சிக்குமான சந்திப்புகள் எண்ணிக்கையளவில் பத்தோ, பதினைந்தோ இருக்கக்கூடும். தஞ் சாவூர் நிகழ்வு ஒன்றிலும், முட்டம் நா.வா. இலக்கிய முகாம்களிலும், மன்னார்குடியில் 'துருக்கித் தொப்பி'க்குச் சிறந்த நாவல் விருதளித்த கலை இலக்கியப் பெருமன்றப் பரிசளிப்பு விழாவிலும், நாகர்கோவிலில் 'மறுபக்கம்' நாவல் கருத்தரங்கிலும்... ஆக இவ்வாறு ஞாபகத்திலிருந்து தவிர்க்கவியலாத சில மின்னல் வீச்சுகள். இவற்றுள் எங்களுக்கான முதல் சந்திப்பைப் பிரத்தியேகமாகத் தேடிக்கொண்டிருக்க வேண்டிய அவசியமில்லை என்று தோன்றியது.

90களில் நான் எழுதத் தொடங்கிய காலத்தில், அண்ணாச்சி தன் முக்கியமான இலக்கியச் சாதனையை நிகழ்த்தி முடித்திருந்தார். 'புதிய தரிசனங்கள்' எனும் பெரும் புதினத்தை தமிழுக்குத் தந்ததன் வழியே. அந்நாளில் ஜனநாயகத்தின் மேல் ஒரு கரும்புள்ளியென விழுந்த நெருக்கடி நிலைப் பிரகடனத்தை இப்போது நினைத்தாலும் நம் தலை தானாய்க் கவிழ்ந்துவிடும். அந்த 70களில்தான் இந்திய அளவில் காங்கிரஸ் கட்சிக்கு ஒரு மாற்று உருவானது. அதன் வாலைப்

பற்றியவாறே வகுப்புவாத சக்திகளும் கிளைத்து முளைத்தன. இன்றைக்கு அந்த சக்திகள் இந்தியாவை முழுமையாகப் பற்றிப் பிராண்டிக் கொண்டிருப்பதை அனுபவப்பூர்வமாக ஒவ்வொரு இந்தியனும் உணர இயலும்.

அண்ணாச்சி தன் இலக்கியப் பங்களிப்பாக நிறைய எழுதியிருக்கிறார். கரிசல், கொள்ளைக்காரர்கள், மறுபக்கம் போன்ற நாவல்கள், சிறுகதைகள், வாழ்க்கை வரலாறுகள், மொழிபெயர்ப்புகள், ஆய்வு நூல்கள், இப்படி வகை தொகையாகப் பலவும். ஆனால் எனக்குப் 'புதிய தரிசனங்கள்' தான் ஒரு பெரிய பிரமிப்பை உருவாக்கியது. தஞ் சாவூர் மைய நூலகத்திலிருந்துதான் அந்நாவலை எடுத்து வாசித்தேன். முற்றிலும் திராவிட இயக்கச் சார்புள்ள குடும்பப் பின்னணியிலிருந்து உருவாகி வந்த நான், அதில் அதிருப்தியும் சலிப்புமுற்று, மெல்ல இடதுசாரி இயக்கங்களின்மேல் காதல் கொள்ளத் தொடங்கியிருந்த நாட்கள் என்று அந்தக் காலகட்டத்தைக் கூறலாம். இதற்குக் கோயமுத்தூர் (வெங்கிட்டாபுரம்) பூபேஷ்குப்தா மன்றம் ஒரு பெரும் காரணம். அம்மன்றத் தோழர்கள்தாம் 'புதிய தரிசனங்கள்' நாவல் குறித்து ஒவ்வொரு நாளும் மூச்சிரைக்க விவாதித்தபடி இருந்தனர். அருகிலிருந்த பெரியார் படிப்பகத்திலிருந்து இதை நான் காதுகொடுத்துக் கேட்டவாறு இருந்தேன். அந்நாவலை விவாதிக்கத்தக்க அளவிற்கு அன்றைய அரசியல் சூழ்நிலையும் இருந்தது.

பொன்னீலன் படைத்த ராகவன் என்னும் அந்தக் கதாபாத்திரம்தான், பிறகு அதுபோன்று உருவாக்கப்பட்ட பல கதாபாத்திரங்களுக்கும் முன்மாதிரி. அதாவது கட்சிக்குள்ளிருந்தே கட்சியின் உள்முரண்களைக் குறித்து விவாதிக்கிற ஆள் ராகவன்.

அண்ணாச்சி மீண்டும் 2010இல் 'மறுபக்கம்' என்றொரு நாவலைத் தந்தார். 1982இல் குமரிமாவட்டம் மண்டைக்காடு பகுதியில் நடந்த ஜாதிக்கலவரத்தைப் பின்னணியாகக் கொண்டு எழுதப்பட்ட நாவல் 'மறுபக்கம்'. 1819 ஆம் நூற்றாண்டுச் சமூக மோதல்களின் தொடர்ச்சி என்றே மண்டைக்காடுக் கலவரத்தை நாவலில் அண்ணாச்சி விவரித்திருந்தார். நான் இந்த நாவலுக்கு ஒரு விரிவான கட்டுரை எழுதி, நாகர்கோவிலில் நடைபெற்ற கருத்தரங்கில் வாசித்தேன். பிறகு அது 'தாமரை' இதழில் பிரசுரமானது. அக்கட்டுரையின் ஒரு பத்தியில் இவ்வாறு எழுதியிருந்தேன்.

"குமரிமாவட்டத்தின் தொன்மை வரலாறுகளும், வரலாற்றின் அடுக்குகளில் ஒண்டியிருந்த ஜனங்களின் வாழ்வும், வன்மங்களும், காயங்களும், குருதியும், போராட்டங்களும் பொன்னீலனின் எழுத்து வாயிலாக மீண்டெடுக்கின்றன. திருவிதாங்கூர் வரலாறு, தோள்சீலைப்போர்,

அக்கினிக்காவடிப்போர், உலக்கைப் போராட்டம், அய்யா வழியின் தோற்றம், குமரியைத் தமிழகத்துடன் இணைக்க நடந்த போராட்டம், மலையாள ஆதிக்க எதிர்ப்பு, நாடார் இன மக்களின் வாழ்வு, கிறிஸ்துவத்தின் நுழைவு, ஆர்.எஸ்.எஸ். ஸ்தாபிதம், ரிங்கல்தௌபே, மீட்அய்யர், மார்த்தாண்டவர்மா, பப்புத்தம்பிராஜன்தம்பி உள்ளிட்ட சரித்திர மாந்தர்கள், காந்தி, இ.எம்.எஸ், எம்.ஜி.ஆர், கருணாநிதி உள்ளிட்ட அரசியல் முகங்கள் இவற்றைத்தாண்டி பல அம்சங்களும் இப்பிரதிக்குள்ளிருந்தவாறு வாசகனைச் சரித்திரத்தின் குறுக்கும் நெடுக்குமாகப் பயணிக்க வைக்கின்றன....

நான் பொன்னீலன் அண்ணாச்சியின் சிறுகதைகளை ஆங்காங்கே பார்த்திருந்ததுடன் சரி, தேடிப் படித்ததில்லை. இவ்விடத்து இந்த உண்மையைச் சொல்ல எனக்கு எவ்விதத் தயக்கமுமில்லை. நான் அவருடைய நாவல்களில் ஈடுபாடு கொண்ட அளவு, சிறுகதைகளில் ஏனோ அக்கறை செலுத்தவில்லை என்பதே இதன் பொருள்.

2010இல் 'காஃபிர்களின் கதைகள்' என்னும் தலைப்பில் ஒரு முக்கியமான தொகுப்பு நூல் முயற்சியில் ஈடுபட்டிருந்தேன், இஸ்லாம் சமூகம் குறித்து, இஸ்லாமியர் அல்லாத எழுத்தாளர்கள் எழுதிய சிறுகதைகளடங்கிய தொகுப்பு அது. தமிழில் அது முதல் முயற்சியும் கூட. பாரதி, கு.ப.ரா., அசோகமித்ரன், சுந்தர ராமசாமி, ஆ. மாதவன், வண்ண நிலவன், எஸ்.பொ., எனப் பலரும் அவ்வெழுத்தாளர்களுள் அடக்கம். அன்பிற்குரிய நாஞ்சில் நாடன் இத்தொகுப்பிற்காகவே தன்னுடைய பம்பாய் அனுபவத்திலிருந்து 'கான்சாகிப்' என்கிற புதிய கதை ஒன்றை எழுதித் தந்தார். அந்த நேரத்தில் நண்பர் ஹெச்.ஜி.ரசூல், "பொன்னீலன் அண்ணாச்சி கோவை சம்பவத்தைப் பின்னணியாகக் கொண்ட ஒரு கதை எழுதியுள்ளார்" என்று தகவல் தந்தார். பிறகு அண்ணாச்சியைத் தொடர்பு கொண்டு 'ஒன்றுபடுதல்' கதையைத் தொகுப்பில் இணைத்தேன்.

அண்ணாச்சியின் 'ஒன்றுபடுதல்' சிறுகதை கோவை சம்பவத்தின் பின்னணியில் எழுதப்பட்ட கதை அன்று. ஆனால் கோவை சம்பவத்தின் பிறகு இஸ்லாமியர் மீதான பிற சமயத்தினரின் பார்வையை, அணுகுமுறையைப் பொட்டிலறைந்தாற் போல் விமர்சிக்கிற கதை; முஸ்லிம் என்கிற காரணத்தினாலேயே ஒரு தங்கும் விடுதியில் அறை மறுக்கப்பட்டு வெளியேறும் ஒரு இளைஞனுக்குப் பரிந்து பேசும் பொன்னீலனின் அந்த ஆவேசக்குரல் மிக முக்கியமானதாகப்பட்டது எனக்கு. இப்படி நான் குறிப்பிடுவதற்குக் காரணம் சுயமத அபிமானமன்று என்பதைத் தோழர்களறிவார்கள். எனினும் அண்ணாச்சி அந்தக் கதையில் கூறுவதுபோல, "அவனும் இந்த நாட்டுக்காரன். நாட்ல உள்ள எல்லாத்துக்கும் உரிமைப்பட்டவன்" என்னும் தார்மிக உணர்வின்

அடிப்படையில்தான் இதைக் குறிப்பிடுவது.

"தேசபக்தி இல்லாதவனுக, இந்த நாட்டையே காட்டிக் கொடுக்கத் தயங்காதவனுக.." என்று அந்தக் கதையில் வரும் விடுதி மேலாளர் இஸ்லாமியர்களைக் குறித்துப் பொத்தாம் பொதுவாகக் குறிப்பிடும்போது, அண்ணாச்சியின் குரலில் ஆவேசம் பொங்கும். "எவன் சார் தேசபக்தி இல்லாதவன், நீங்களா, அவனா? இந்தியச் சுதந்திரப் போராட்ட வரலாற்றுல அவன் இல்லாம எந்தப் போராட்டம் சார் நடந்திருக்கு? வெள்ளைக்காரன் எதிர்க்கிறதுக்காக பூலித் தேவனுக்குத் துணை நின்ன கான்சாகிப், கட்டபொம்மனுக்குத் துணை நின்ன முகமது தம்பி, மாவீரன் திப்பு சுல்தான், வ.உ.சி.யின் கப்பல் கம்பெனிக்கு லட்சக்கணக்குல பணம் கொடுத்த முகமது சேட், நேதாஜிக்கு வலதுகரமா இருந்த அஜித்முகமது, அந்நியத்துணி எரிப்புல முன்னுக்கு நின்ன அப்துல் ரகுமான் சாகிப், காந்திக்கு நிகரான மௌலானா அபுல்கலாம் ஆசாத்..." இவ்வாறு அவர் வரிசையாக அடுக்கும்போது எந்த முஸ்லிமும் தன் முன்னோரின் தேசபக்தி குறித்துப் பெருமிதப்படுவான். இவ்விடத்து, அக்கதையின் முடிவையும் சொல்லக் கடமைப்பட்டுள்ளேன்.

அறை கிடைக்காமல் கோபமாக வெளியேறிய அந்த இளைஞனுக்கு வேறொரு விடுதியில் அறை கிடைத்து விடுகிறது. அண்ணாச்சி அந்த இளைஞனை மீண்டும் சந்திக்கையில், "எப்படி அந்த லாட்ஜில் ரூம் கெடச்சது? என்று கேட்பார். "பேர் முருகேசன்னேன்..." என்று அவன் கேலியாய்ச் சிரித்துக்கொண்டே பதில் கூறுவான். "அதிர்ச்சியடைந்து அப்படியே உறைந்து போனேன். தேசக்கட்டுமானமே சடசடவெனக் குலைந்து விழுந்து கொண்டிருந்தது போலிருந்தது..." என்பதாக அந்தக் கதையின் முடிவு எழுதப்பட்டிருக்கும். என்னைக் கேட்டால் ஒரு இலக்கியப் படைப்பு ஆற்றவேண்டிய பணி இதுதான் என்பேன்.

இன்றைக்குத் தமிழ்ச்சிறுகதைப் போக்கில் பாரிய மாற்றங்கள் நிகழ்ந்துள்ளன. புதுமைப்பித்தனும் அழகிரிசாமியும் எழுதிய காலமன்று இது. அவர்கள் காலத்து உலகமும் அன்று இது. விஞ்ஞானம் அதன் உச்சாணிக் கொம்பில் வீற்றிருக்கிற நவீனகாலம். இலக்கியத்திலும்கூட இன்றைக்குப் பின் நவீனத்துவ, மாய யதார்த்தவாதப் போக்குகளுக்கு வழிவிட்டு, யதார்த்தவாதம் ஒதுங்கி நிற்கிறது. ஆனால் பிறர் கூற்றுப்போல், அது செத்துவிடவில்லை. பின் நவீனத்துவ, மாய யதார்த்தவாதப் போக்குகள் அறிமுகமாவதற்கு முன்னதாகப் புதிய, புதிய உத்திகளின் வழி தமிழ்ச்சிறுகதைகள் எழுதப்பட்டிருக்கின்றன. அனுபவ வழி உத்தி, மொழி வழி உத்தி, முரண்பாட்டு வழி உத்தி, கருத்தியல் வழி உத்தி, மனப்பான்மை வழி உத்தி, மனங்கவர் கருத்துக் கதையாக்க உத்தி, பின்னோக்கு உத்தி, கனவுநிலை உத்தி, ஆர்வமூட்டு உத்தி, கடிதவழி உத்தி, சொற்சுருக்க உத்தி, முன்கதைச் சுருக்க உத்தி,

நாணய உத்தி, பாத்திர வார்த்தெடுப்பு உத்தி, பொதுமைப்படுத்துதல் உத்தி, நம்பகத்தன்மையூட்டு உத்தி, கற்பனை நிகழ்வியல் உத்தி, காட்சிப்படுத்துதல் உத்தி, உருவப்படுத்துதல் உத்தி, காமிராப்பதிவு... உத்தி, உத்தி உத்தியென எனது புத்தியிலுறைந்த உத்திகள் பல. இவ்வகையான உத்திகளைப் பிரயோகித்துப் பலரும் கதைகள் எழுதியுள்ளனர். அண்ணாச்சியும் எழுதியிருக்கிறார்.

பதினெட்டுக் கதைகளடங்கிய இந்தத் தொகுப்பிலுள்ள கதைகளைப் பெரும்பாலும் அனுபவ வழி உத்தி, முரண்பாட்டு வழி உத்தி, கருத்தியல் வழி உத்தி, மனப்பான்மை வழி உத்திகளில் எழுதப்பட்டுள்ள கதைகளாகக் காண்கின்றேன்.

அண்ணாச்சியின் கதைகளுள் பிரவேசிக்க ஒருவருக்கு இந்திய வரலாறு குறித்த புரிதல் தேவைப்படுகிறது. புராண பக்தி இலக்கியப் பரிச்சயம் அவசியமாகிறது. குமரி மாவட்டத் தோற்றம் முதற்கொண்டு அதன் தொன்மைசார் வரலாற்றுப் பின்புலம் குறித்துமவர் அறிந்திருக்க வேண்டியுள்ளது. உருவத்தில் எளியனவனாகக் காட்சியளிக்கிற இக்கதைகள் உள்ளடக்கத்தில் இறுக்கமாக இயங்குகின்றன. இப்புரிதல்களுடன் வாசிக்கத் தொடங்கினால்தான் இக்கதைகளுடனான நமது உறவு வலுப்படும்.

முதல் கதையான 'வசக்குதல்' கதையிலேயே அண்ணாச்சி வாசகர்களை வசப்படுத்தத் தொடங்கிவிடுகிறார். மூக்கணாங்கயிறு பூட்டப்படும் இரண்டு காளைக் கன்றுகளையும் வலுக்கட்டாயமாகப் பள்ளி வேனில் திணிக்கப்படும் மூன்றே வயதுப்பாலகனையும் ஒப்பிட்டு அந்த நாற்சந்தி வேப்பமரம் தானாய்ப் புலம்புகிறது. இன்றைய கல்வி முறையை, இளைய தலைமுறையின் அவலமான வாழ்க்கையை இந்தக் கதை மிகக் கூர்மையாக விமர்சிக்கிறது. மரத்தை முன்வைத்துக் கதை சொல்லுவது நாகர்கோவில்காரர்களுக்குக் கைவந்த கலை என்பது மீண்டும் நிரூபணமாகிறது.

'குரு' கதையில் வாட்ஸ் துரைக்கு ஏற்படுகிற ஆச்சரியம் வாசகனுக்கும் உண்டாகிறது. அந்த அளவிற்கு நாராயண குருவைக் கதையில் மறக்கமுடியாத கதாபாத்திரமாக்கியிருக்கிறார் அண்ணாச்சி. இவ்வாறுதான் 'துணிவு' என்னும் அடுத்த கதையில் மதத்தில் புரட்சி செய்த ராமானுஜரும் வாசகர் மனங்களில் பதிவாகிறார்.

சகமனிதர்கள் மேல் உயர்வு தாழ்வு பாவிக்கிற பலருக்கும் 'பூக்கள் சிரித்தன' கதையில் ராமலிங்கத்திற்குக் கடைசியில் கிடைக்கிற அதிர்ச்சி ஒரு பாடம்.

'வழியனுப்புதல்' கதையை வாசிக்கும்போது மனம் வலிக்கிறது. "வலி பொறுக்காதவுகள, நோய் தீவிரம் தாங்க முடியாதவுகள ஆஸ்பத்திரிக்கு

கொண்டுபோக வேண்டியது தான். அன்புக்காக ஏங்குறவுகளையும் அங்க கொண்டுபோனா, அது சித்திரவதையல்லவா?" "அப்பா நெஞ்சுல பாட்டி கொழுந்த மாதிரி ஒடுங்கிக் கிடந்ததப் பார்க்க அதிசயமா இருக்கும்... வயசான தாய் தகப்பன முதியோர் இல்லத்தில் கொண்டு விடுறாகளே... அந்தப் பெரிய உயிருக கடைசி காலத்தில் இதுமாதிரி அரவணைப்புக்கு ஏங்கி ஏங்கித்தானே சாகும்...?" போன்ற வசனங்கள் நம்மைக் குற்றவுணர்வு கொண்டு ஸ்தம்பிக்க வைக்கின்றன.

'ஒட்டு' மாதிரி ஒரு நடந்த கதையை நான் எங்க ஊரிலும் கேட்ட துண்டு. 'இத்தன காலத்துக்குப் பின்னும் அந்தத் தீ அணையலியே' என்கிற ஒற்றை வரி போதும். நிறைவேறாத சிநேகத்தின் தீவிரத்தைச் சொல்ல. 'பூப்போல அவர் உயிரப் பிடுங்கித் தன் நெஞ்சில செருகிக்கிட்டு எப்படி வெளியேறினா?' என்று படைப்பாளிக்குள்ளிருந்து வெளிப்படும் இம்மாதிரிச் சில வார்த்தைகளுக்குள்தாம் அந்தக் கதையின் ஜீவனிருக்கிறது.

'ஆதித்தாய்' நம் மண்ணையும் மரபையும் படிப்பித்துக் கொடுக்குமொரு படைப்பு. "எங்க காலத்துல, கண்ணப்பாத்து, மூக்கப் பாத்து, வாயப் பாத்து, பீயப்பாத்து என்ன நோய்னு கண்டுபிடிப்பாக. அதுக்குரிய மருந்த ஓரசியோ, அரச்சோ, காய்ச்சியோ, கலக்கியோ புகட்டுவாக..." போன்ற உரையாடல்களின் வழியே பழைமை என்று நாம் இன்றைக்குப் புறந்தள்ளும் மரபின் பெருமை வீரியமாக வெளிப்படுவதை உணர்ந்துகொள்ள முடியும். இக்கதையினூடாக, எழுத்தாளர் சமுத்திரத்திற்கு உயிர்போகும் தருவாயில் மருத்துவமனையில் நிகழ்ந்த அவலத்தை அண்ணாச்சி கோடிட்டுக் காட்டும்போது அது மனதை என்னவோ செய்கிறது. சினிமா நடிகனென்றால் விட்டுவிடுமா இச்சமூகம்? எழுத்தாளன் உயிரென்றால் அது மயிருக்குச் சமம்!

'மதிப்பீடுகள்' கதையில் முன்னிறுத்தப்படும் துளசிதாசனைப் போல, தத்தமது குணாதிசயங்களால் சமூகத்தைச் சலனப்படுத்துகிற பலவிதமான முரண் பாத்திரங்களை இத்தொகுப்பெங்கும் உலவவிட்டுள்ளார் பொன்னீலன் அண்ணாச்சி. "துளசிதாசனைச் சொல்லுறானா அல்லது என்னைச்சொல்லுறானா இந்த ராமலிங்கம்?" என்று எல்லோர் மனசாட்சியும் கேள்வி கேட்டுக் கொள்வதை மறுக்கமுடியுமா?

அண்ணாச்சியின் பாத்திர வார்ப்புகளில் அந்தக் 'கையாட்டிப் பாட்டா' மறக்கமுடியாதவர். "ரெண்டு கைக்குள்ளேயும் அடங்காத ஒரு பெரிய குங்குமக்குடமாப் பொழுது தண்ணிக்குள்ள கரைஞ் சிக்கிட்டிருக்கும். கொஞ்சம் கொஞ்சமா இருட்டு ஒலகத்த மூட, மேக்கு வானத்தில் முண்டக் கண்ணன் வெள்ளித் தீப்பந்தம் போல் தகதகக்கும்..." இக்கதையில் அண்ணாச்சியின் பல்லாண்டு எழுத்தனுபவம், கற்பனைச்

செறிவு, மொழிவளம் இவ்வாறாகவெல்லாம் வெளிப்பட்டிருப்பதை வாசகனால் தரிசிக்க இயலும்.

'சக்தித் தாண்டவம்' தெய்வங்களை முன்வைத்துப் பெண்விடுதலை கோரும் கதை. திருக்கயிலாய மலையுச்சியில் ஒரு பனிப்புற்றின் பின்னால் மறைவாக நின்று கொண்டிருக்கிற முக்கண் மூர்த்திக்கு மீசை துடிக்கிறது. தன்னிடம் அனுமதி பெறாமல் வெளியில் சென்றுவிட்ட தேவியை வசைமாரி பொழிகிறார். "நான் ஆடவன், எங்கும் போவேன். அது என் விருப்பம். நீ பெண், கணவனுக்குக் கட்டுப்பட்டவள். அவன் அனுமதி பெற்றுத்தான் வெளியே போகவேண்டும். உன் ஆடை மாறியிருக்கிறது. அலங்காரம் மாறியிருக்கிறது. நம் பண்பாட்டை அழிக்கிறாய் நீ..." ஆண் திமிரில் வார்த்தைகளை உமிழ்கிறார் பரமசிவன்.

"மறந்துவிட்டாயா அன்பே? நம் வேலன் வள்ளிக்குத் திருமணநாள் அல்லவா இன்று?" தேவி காரணம் கூறுகிறார்.

"வேலன்! குறத்தியை கட்டி என் குலப்பெருமையை கெடுத்த கேடன்." நறநறவெனப் பல்லைக் கடிக்கிறார் சிவன். இவ்வாறு சுவாரசியமான உரையாடல்களின் வழியே இக்கதையை நடத்திச் செல்லும் அண்ணாச்சி ஆணாதிக்கப் போக்கிற்கு முடிவில் ஒரு பெரிய முற்றுப்புள்ளி வைத்துத்தான் ஓய்கிறார்.

'மாடப்புறா', 'அரசு', 'வைக்கோல் போரும் கிழவரும்', 'உப்பு சாரம் இழந்தால்', 'இருளை விழுங்கியவர்கள்', 'ஒளி தேடியவர்கள்', 'கருணை மறவர்', 'ஆராயி' என இன்னுமுள்ள மீதிக் கதைகளும் ஒவ்வொரு தளத்தில் சிறப்பாக வெளிப்பட்டுள்ளன.

இவற்றுள் 'இருளை விழுங்கியவர்கள்' கதையை அச்சு அசலாக ஒரு இஸ்லாமிய எழுத்தாளருக்குரிய தோரணையில் எழுதியிருக்கிறார் அண்ணாச்சி. "செறுக்கிய துணிஞ்சவுளுவதான், எந்தக் கட்டுக்கும் அடங்க மாட்டாளுவ..." என வசை பாடியவாறு அல்லாப்பிச்சையும், மொய்தீன் கண்ணுவும் தேடியலையும் அந்த ரெண்டு முஸ்லீம் பெண்களும் கலவரத்தால் பாதிக்கப்பட்ட கடப்புறத்துச் சனங்களுக்குப் பாம்புகள் நெளியும் புதரினுள் நடந்து அரிசி கொண்டு தருகிறார்கள் என்பதை அறியும்போது நெகிழ்ந்துவிடுகிறோம். என்னுடைய 'காஃபிர்களின் கதைகள்' தொகுப்பில் சேர்க்கத்தக்க மற்றுமொரு கதையை எழுதிவிட்டீர்கள் அண்ணாச்சி!

இதேபோன்று 'ஒளி தேடியவர்கள்' கதையில் மீட்அய்யரையும் ஜோஹன்னாவையும் பெண்களை முன்னேற்றுபவர்களாக, கல்வியின் ரூபங்களாக நிறுத்துவதில் வெற்றி காண்கிறார் அண்ணாச்சி. "என்ன ஜனங்கள்! இத்தனை விதவைகளாகக் கொண்ட ஒரு சமூகம் என்றாவது உருப்படுமா?" உரையாடல்களின் வழியே வெளிப்படும்

சமூக விமர்சனம்!

ஒரு தொகுப்பிலுள்ள எல்லாக் கதைகளையும் குறிப்பிட்டுக் கடந்து செல்வது திறனாய்வாளரின் பணி. எனக்கும் இந்தப் பதினெட்டுக் கதைகளையும் குறிப்பிட்டுப் பேசிப்பார்க்க ஆசைதான். ஆனால், ஒரு முன்னுரையாளனாக நான் இதற்குமேல் பேசுவது பொருத்தமில்லாமல் போய்விடும். எனவே இத்துடன் நிறுத்திக்கொள்கிறேன்.

இந்தச் சிறுகதைத் தொகுப்பு தமிழ்ச் சமூகம் உள்வாங்க வேண்டிய பல சிறந்த கதைகள் கொண்ட அரிய தொகுப்பு. நாவல்களில் அவர்காட்டிய அதே முனைப்பு, சிறுகதைகளிலும் வெளிப்பட்டுள்ளதைக் கதைகளை வாசித்த பிறகு புரிந்துகொள்ள நேர்ந்தது. வரலாற்றுக் கதாமாந்தர்களுக்குள்ளிருந்து அவர் பிரஸ்தாபிக்கிற செய்திகள், குமரிமாவட்டத்து வட்டார வழக்குப் பிரயோகம், செறிவும், எள்ளலும் கூடிய உரையாடல்கள் வழியே கதையை நகர்த்திச் செல்கிற பாணி, கதாபாத்திர வார்ப்புகள், மண்ணுக்கும் மரபுக்கும் தருகிற முன்னுரிமை என்று உள்ளோடியிருக்கிற சிறப்புகளைப் பட்டியலிட்டவாறே இருக்கலாம். ஒரு தேர்ந்த முற்போக்குப் படைப்பாளியாகப் பொன்னீலன் அண்ணாச்சி மீண்டும் இத்தொகுப்பின் மூலமாக வெளிப்பட்டுள்ளார். இன்னும் வெளிப்பட்டவாறே இருப்பார்.

தொகுப்பை வாசிக்கையில், அண்ணாச்சி தன் நெகிழ்ந்த குரலால் எனக்கு ஒவ்வொரு கதையையும் சொல்லிச் சென்றதாகவே உணர்ந்தேன். குமரி மண்ணின் வரலாற்றுப் பாதைகளில் குறுக்கும் நெடுக்குமாக ஓயாது அலைய வைத்த பேரனுவத்தை எனக்கு வழங்கியமைக்காக அவருக்கு எனது நன்றியைத் தெரிவித்துக் கொள்கிறேன்.

(பொன்னீலனின் 'சக்தித் தாண்டவம்' நூலுக்கு
எழுதிய முன்னுரை)

காதம்பரி என்றொரு ரசிகமணி

காதம்பரியை வாசகர்களுக்கு அறிமுகப்படுத்துவதில் பெருமகிழ்ச்சி கொள்கிறேன். கலை இலக்கியப் பெருவெளியில் தொடர்ச்சியாக இயங்கி வரும் சில ஆளுமைகள் வெகுஜன வாசகப் பரப்பிற்கு மேலெழும்பி வராமல், பெரிய வெளிச்சம் எதுவும் பெறாமல், மறைவாக ஒருவித தவ வாழ்வு வாழ்ந்து திருப்தியடைந்து விடுகிறார்கள். அவர்கள் தங்கள் எல்லையைத் தாண்டி வேறெங்கும் பிரவேசிப்பதில் அக்கறை காட்டுவதில்லை. தம் படைப்புகளை முன்னிறுத்தும், தன்னைப் பிரதானப்படுத்தும் முனைப்பும் இல்லை. இது அவர்களின் பிறவிக் குணம் போலும். இந்தப் பரபரப்பான மோஸ்தர் யுகத்தில் காதம்பரி போன்றவர்களும் இருப்பதுதான் படைப்பைப் போன்றதொரு விசித்திரம். இப்படியான அபூர்வ மனிதர்களைக் குறித்து சிந்திப்பதும், வாய்க்கும்போது எங்கேனும் ஓரிடத்தில் அவர்களைப் பதிந்து வைப்பதும் தான் எழுத்தாளனாக வாழ்ந்து நாம் ஆற்றுகின்ற அறச்செயல்பாடாக இருக்க முடியும்.

சமஸ்கிருதத்தில் பாளபட்டா என்பவரால் எழுதப்பட்ட புகழ் பெற்ற புதினத்தின் பெயர் காதம்பரி. பாணபட்டா எழுதத் தொடங்கி, அவருடைய மரணத்திற்குப் பிறகு அவருடைய பிள்ளை பூஷண்பட்டாவால் எழுதி முடிக்கப்பட்ட, காவியத்துக்கு நிகரான செவ்வியல் படைப்பு அது. 1970களின் மத்தியில் இப்புதினம் திரைப்படமாகவும் உருவானது. 1938இல் மாயவரத்தில் பிறந்து, இசை கேட்பதும், புத்தகங்கள் வாசிப்பதையுமே உயிர் மூச்சாகக் கொண்டலைந்த ஜி.வெங்கட்ராமன் தனக்கான புனைப் பெயராக காதம்பரியைத் தேர்ந்து கொண்டதன் பின்னணியில் பாணப்பட்டாவின் புதினத்திற்கு தொடர்புண்டா என்றெனக்குத் தெரியாது.

காதம்பரியை 1990களின் மத்தியில் தஞ்சாவூர் மருத்துவக் கல்லூரிச் சாலையில் இயங்கிய தமிழமுதமன்றத்தின் ஒரு 'கவிப்பகலில்' சந்தித்தேன்.

அப்போதே அவரைக் காதலிக்கவும் தொடங்கினேன். மருத்துவர் ச. அறிவுடை நம்பியைத் தலைவராகக் கொண்டு நீண்டகாலமாக இயங்கிவரும் தமிழமுத மன்றம் எண்ணற்ற 'கவி ராத்திரி'களையும், 'கவிப்பகல்'களையும் நடத்தி தஞ்சாவூரில் இலக்கிய ஆர்வலர்களின், புதிய படைப்பாளிகளின் சந்திப்புக்களமாகத் திகழ்ந்தது. இரா. செழியன், இனியன், அமலன், வல்லம் தாஜ்பால், பட்டுக்கோட்டை மு.இராமலிங்கம், நீடா இளஞ்செழியன், இந்துமணி போன்ற பல நண்பர்களையும் அங்குதான் முதன்முதலில் சந்தித்தேன். அதே காலகட்டத்தில்தான் எங்கள் ஆசான் தஞ்சைப்ரகாஷ் பெரியகோவிலில் 'தளி' கூட்டங்களை நடத்தினார். தளி அமைப்பில் ப்ரகாஷுடன் நா.விச்வநாதன், சி.எம். முத்து, சுகன், கவிஜீவன், புத்தகன், நட்சத்ரன் இரா.இளங்கோ , செல்லத்துரை, விஜயகுமார், ரவிச்சந்திரன், வியாகுலன், குப்பு. வீரமணி, மணிச்சுடர், செ.இராசன் (களப்பிரன்) மருத்துவர் முருகன் போன்ற பலரும் இயங்கினோம். ஒரு காலத்தில் தஞ்சாவூரின் மிகப்பெரிய களமாக விளங்கிய தமிழ்த்தாய் இலக்கியப் பேரவை கலைந்த பிறகு மேற்கூறிய இரண்டு அமைப்புகளும் தான் தஞ்சை இலக்கியத்தை வளர்த்தெடுத்தன.

காதம்பரி தமிழமுத மன்றத்திற்கு, அதுவும் கவிப்பகல்களுக்கு மட்டும்தான் வருகை தரு விருந்தினராக இருந்தார். எழுத்தாளர்கள் குஸ்தாவ் பிளாபர்ட், லால்பெல்லோ, பிரான்ஸ் வெர்பல், அய்ன்ராண்ட், புகழ்பெற்ற ஓவியர்கள் பால்காகுன், பால்க்ளீ, பிக்காஸோ, எட்வர்ட் மூங், ரெம்ப்ராண்ட், மகாகவிகள் உமர் கயாம், கரேன் கானலி மற்றும் இசைமேதைகள் பலரின் வாழ்க்கைச் சரிதங்களை அலுப்புத் தட்டாத சுவையான மொழியில் இரண்டு மணி நேரம் அவர் சொல்லி ஓயும்போது மன்றத்தில் நீண்ட அமைதியும், பெருமூச்சுகளும் எழுந்தடங்கும். நம் மண்ணுக்குத் தொடர்பில்லாத அயல் கலைஞர்களைக் குறித்து ஒருவர் தன் வாயால் சொல்லக் கேட்கிறோம் என்கிற உணர்வோ ஒவ்வாமையோ இல்லாமல் பார்வையாளர்களை வசப்படுத்துகிற எளிய பொழிவு காதம்பரியினுடையது. அதில் சொற்பொழிவாளனுக்குரிய எவ்விதத் தோரணைகளுமிருக்காது. மிக நெருக்கமானதொரு மனிதரின் சம்பாஷணையைக் கூர்ந்து கேட்கிற உணர்வே நமக்கு ஏற்படும்.

கலைஞர்களின் சுபாவங்களைக் குறித்து அவர் சொல்லும்போது ஏதோ அயன்ராண்ட்டுடனும், எட்வர்ட் மூங்குடனும் இவர் நெருங்கிப் பழகியவரோ என்கிற நினைப்பை உண்டாக்கி விடுவார். பயங்கரமும் திகைப்பும், ஆச்சரியமுமமானவற்றை விவரிக்கையில் எப்போதும் சுருங்கியே இருக்கிற அவருடைய விழிகள் விரிந்து பிதுங்கிக் கீழே விழுந்து விடுவது போன்ற பாவனையைக் காட்டும். உரையின் இறுதிக்கட்டம் எப்போதும் அவர் பேசத் தேர்ந்து கொண்ட

கலைஞனின் மரண நிகழ்வாகவே இருக்கும். கவலை தோய்ந்த துயரத் தொனியை முகத்தில் காட்டும்போது காதம்பரி அசல் நடிப்புக் கலைஞனாகவே மாறிவிடுவார். அவருடைய குரல் கம்பீரமானதன்று. ஆனால் எல்லோர்க்கும் தெளிவாகச் செவியில் விழுகிறமாதிரி, நிச்சலனத்தில் ஒலிக்கிற அருவியின் சங்கீதம்போல தடையில்லாமல் பேசிக் கொண்டேயிருப்பார். இடையிடையே மரங்களிலிருந்து உதிர்ந்து விழும் சருகுகளைப் போல பிராமணச் சொல்லாடல்கள் ஒன்றிரண்டு தெறிப்பதும், அதைக் கலைக்க தமிழ் வழுக்குச் சொற்கள் சிலவற்றை வலிய இணைப்பதும் இசைக் கோர்வையிலீடுபட்டிருக்கிற சங்கீதக்காரனின் மெல்லிய அவதானிப்பைப் போன்றிருக்கும்.

தும்பைப் பூப்போல சலவை செய்த வெள்ளை அரைக்கைச் சட்டையும், அதே நிறத்தில் வேட்டியும், அறிவின் விசாலம் பாவிய பரந்த நெற்றியில் திருநீற்றுக் கோடுகளும், பஞ்சைப்போல நரைத்த சிகையும், கக்கத்தில் கறுப்புக்குடையும் காதம்பரியின் புற அடையாளங்கள். மன்றத்துள் நுழைந்ததும் சாஷ்டாங்கமாக எல்லோருக்கும் ஒரு வணக்கம் வைப்பார். நெருங்கிய நண்பர்களின் படைப்புகளில் தான் ரசித்த இடத்தைப் பகிர்ந்து கொள்வார். நின்று உரையாற்றுகிற பழக்கம் இல்லை. இருக்கையில் அமரும்போது உருவாகிற அந்த பவ்வியம் அலாதியானது. சூடான காப்பியை ரசித்து ரசித்து அருந்திய பின் கண்களை மூடி சில நிமிடங்கள் தியானம். பிறகு காதம்பரி பேசத் தொடங்குவார்.

உதவிக் கருவூல அலுவலராகப் பணியாற்றி ஓய்வு பெற்ற காதம்பரிக்கு கிடைக்கும் பென்ஷன் தொகை சொற்பமானது. அதில் குடும்பத்தேரை நகர்த்துகிற பெரும் சுமை. மனநல பாதிப்புக்குள்ளான மகளின் பாதுகாப்பிற்காக அவருடைய பெரும்பாலான இரவுகள் வெண்ணிறத்திலாயின. வாழ்க்கை அவரை இன்னும் அலைக்கழித்துக் கொண்டே இருக்கிறது. காதம்பரி தொடக்கத்தில் சில சிறுகதைகளும், கட்டுரைகளும் எழுதினார். ஆனால் கலைகள் குறித்து அவர் ஆங்கிலத்தில் எழுதிய Colours, contours and curves என்கிற புத்தகம் மிக முக்கியமானது. அதை மறுபடியும் பதிப்பிக்க இங்கே எந்தப் பதிப்பகமும் தயாராக இல்லை .

தஞ்சையில் நான் ஒரு சவாலான வாழ்க்கையை ஏற்றுக் கொண்டு இடையறாத இலக்கியத் தேடலில் அலைந்து திரிந்த காலங்களில் "இலக்கியம் சோறுபோடுமென நம்பாதீர்கள்" என்று ரகசியமாக எச்சரித்துக் கொண்டே இருப்பார் காதம்பரி. "இலக்கியத்துக்காக நான் ஒரு நேரத்து காப்பியைக் கூட இழக்கத் தயாரில்லை" இது காதம்பரி அடிக்கடி கூறுகிற புகழ்பெற்ற வாசகம். பாரதியும் க.நா.சு.வும், புதுமைப்பித்தனும், கு.பா.ரா.வும் இன்னும் நம்மை

இவ்வாறு எச்சரித்துக் கொண்டேதான் இருக்கிறார்கள். ஆனால் காதம்பரி இந்த விமர்சனங்களைச் சொல்லிக் கொண்டே, இடையறாது இலக்கியத்தில் இயங்கியபடியே தானிருந்தார். இதையும் விட்டால் வேறு என்னதான் வடிகால் நமக்கு?

2004இறுதியில் வெளிவந்த என் முதல் கதைப் புத்தகத்தை அவருடைய வீடு தேடிப்போய்த் தந்தபோது, கண்மூடிப் பிரார்த்தித்துப் பெற்றுக் கொண்டவர் "உன் பெயரில் ஒரு நூறு புத்தகங்களேனும் வரும்" என்றார் ஆசீர்வாதத்துடன். அந்த கணத்தில் என்னில் உருவான சிலிர்ப்பு இன்னும் அடங்காதிருக்கிறது. அந்த புத்தக வெளியீட்டிற்கு வந்த அவர் சிறப்பாக ஏதும் பேசவில்லை. ஆனாலும் சிலிர்க்க வைத்த அந்த வாழ்த்து மறக்க முடியாதது.

எல்லாவற்றிலும் நுட்பமாகக் கண்டடைகிற ரசனைதான் காதம்பரியின் ஜீவன். கவிதை, இசை, ஓவியம் மூன்றிலும் அவருக்கிருந்த அலாதியான ஈடுபாடு அவற்றில் வித்தகம் புரிந்த ஜாம்பவான்களைக் குறித்து ஓயாமல் உரையாட வைத்தது. அந்த உரைகளைக் கேட்கிறபோதெல்லாம் எவ்விதப் பதிவுமின்றி இவையெல்லாம் வீணாகக் காற்றில் கரைகிறதேயென வருந்தியிருக்கிறேன். திரிசக்தி வெளியிட்ட அவருடைய இரண்டு நூல்களையும் பார்த்தபோது இழந்து போன எதையோ மீட்டெடுத்த நிம்மதி உண்டானது. ஏற்கெனவே ரசனை இதழில் அவர் தொடர்ந்து எழுதிக் கொண்டிருப்பதைக் கவனித்துள்ளேன். இதைப்போல காதம்பரி பல புத்தகங்களை எழுத வல்ல பரந்த வாசிப்பு பலம் உள்ளவர். காலம் அந்த உன்னதங்களை நிகழ்த்திக் காட்டட்டும்.

கலை கலைஞன் காலம் என்கிற காதம்பரி நூலின் தலைப்பில் ஒருவிதக் கவர்ச்சி இழையோடுகிறது. இவரைக் குறித்து பதிப்புரையில் எழுத வந்த பதிப்பகத்தார், 'வலிமையான கடுமையான அபிப்ராயங்கள் அவருக்கு இல்லை ' என்று குறிப்பிடுகின்றனர். ஆம், சற்றேறக்குறைய க.நா.சு.வின் விமர்சனப் பாணிதான், அந்த ரசனை சார்ந்த வெளிப்பாடுகள் தாம். அவர் இலக்கியத்தை எழுதும் போது வெங்கட் சாமிநாதனோ, சங்கீதத்தை எழுதும் போது சுப்புடுவோ இல்லை. இன்னிசையும் நானும் என்ற அவருடைய முதல் கட்டுரையை வாசிக்கும் போது எனக்கு திருவையாற்றின் இரவுகளில் கடுங்குளிரில் நனைந்தபடி, எங்கோ தொலைவில் பொழியும் இசையைப் பின் தொடர்ந்து அலைந்த அலாதியான அனுபவம் உண்டானது. "எங்கும் நிலவிய பேரமைதியை அவர் விரலால் வீணையின் தந்தியைச் சுண்டிவிட்டுக் கலைத்தார்" என எஸ்.பாலச்சந்தரைக் குறித்து எழுதும் காதம்பரிதான் இந்தப் புத்தகம் முழுக்க முழுக்க வியாபித்திருக்கிறார்.

நீடாமங்கலம் சம்பத் ஐயங்காரை காபி ஓட்டலில் அவர் சந்தித்தாலும் சந்தித்தார். இருவரின் அரட்டை களைகட்டி மாபெரும் சங்கீத

ஜாம்பவான்களின் பொற்காலத்தை எண்ணி எண்ணி நம்மை ஏங்க வைக்கிறது. வில்லும் வேலும் என்று குன்னக்குடியின் நினைவுகளை எழுதிவிட்டு, "ஏரியில் முழங்கால் அளவு நீரிலிறங்கி அம்ருத வர்ஷிணி ராகத்தை குன்னக்குடி வாசித்தார். தான்சேன் மேகமல்ஹார் ராகத்தைப் பாடி மழை பொழிந்ததாக வரலாறு உண்டுதான். ஆனால் சினிமாக்காரரான குன்னக்குடியும், தெய்வக் கலைஞன் தான்சேனும் சமமானவர்களா? இல்லையே!" என்று முடிக்கும்போது ரசனை மதிப்பீடுகளைக் கடந்து காதம்பரி பேச முற்படுகிறார்.

செம்மங்குடியுடனான அவருடைய அனுபவத்தைப் பகிர்ந்துவிட்டு, "அதற்கு காரணமான கலாரசிகர்களாகிய குன்னத்து ஐயர்கள் வீட்டில் நானும் வாழ்ந்தேன் என்று எண்ணிப் பார்க்கும்போது மனத்தை என்னவோ செய்கிறது" என்கிறார் காதம்பரி. குன்னத்து ஐயர்களைக் குறித்து வியந்து வியந்து எழுதுகிறாரே, மனிதர் அவர்களுடனேயே வருஷக்கணக்கில் வாழ்ந்திருக்கிறாரே, இதை ஒரு நாவலாக எழுதியிருக்கக்கூடாதா என்று நாம் யோசிக்கும்போதே "வானப்பூவை எழுதி, வாசனும் வாசித்து, விகடனில் தொடர் கதையாக வெளியிட முடிவு செய்திருந்த தருணத்தில் என்னுடைய அவசரக் குடுக்கைத்தனத்தால் அந்த அரிய வாய்ப்பை இழந்தேன்" என்று ஆதங்கப்படுகிறார். வானப்பூ அப்போது விகடனில் வந்திருந்தால் காதம்பரியின் வாழ்க்கை வேறுமாதிரி திசை திரும்பியிருக்கும். ஆனால் என்ன, நீங்களோ நானோ காதம்பரியை இத்தனை எளிமையாக அணுகியிருக்க முடியாது.

நிலாமடத்தில் ஜேம்ஸ் ஜாய்ஸின் டப்ளினர்ஸ் கதைத் தொகுப்பைப் பற்றி காதம்பரி உரையாடும்போது எனக்கு வண்ணநிலவனின் தாமிரபரணிக் கதைகள் ஞாபகத்திற்கு வந்ததைத் தவிர்க்கமுடியவில்லை. இசையை ஆழமாக நேசிக்கிற ஒருவனின் வாழ்வியல் சம்பவமாகிய ஆர்.சூடாமணியின் தம்பூரா கதையையும் அத்தனை சுலபமாக யாரும் மறந்துவிட முடியாது. இரண்டாவது நிலாமாடம் பகுதியில் அவர் என் நண்பர் நட்சத்திரனை ப்ரகாஷுடன் சேர்த்து அறிமுகப்படுத்தியது மகிழ்ச்சியளித்தது. நட்சத்திரன் ஓரான் பாமுக்கை மட்டுமல்ல, உலக எழுத்தாளர்கள் எல்லோரையும் குறித்துப் பேசக்கூடிய திராணியுள்ளவர். ஆனால் என்ன மாயம் நிகழ்ந்ததோ தெரியவில்லை. இலக்கிய வெளியில் பரவலாக அறிமுகமாகியிருக்க வேண்டியவர் எதிர்பாராத வகையில் தடம் மாறிச் சென்றுவிட்டார். ஓரான் பாமுக்கின் துயரமான இளமைக் கால வாழ்வும் இஸ்தான்புல் நகரின் உதிரக் கவிச்சியடிக்கிற இருண்ட சந்துகளும் பழமையான துருக்கி தேசத்தின் மங்கலான சித்திரமும் இந்த ஆறேழு பக்க கட்டுரையில் அழகாகப் பதிவாகியிருக்கிறது.

காதம்பரியின் எழுத்து துலக்கமான திரைக்கதையைப் போன்ற

தன்மையுடையது. ராஜ்ஸ்ரீ என்னும் பெண், ஒரு சினிமா உதவி இயக்குநர். அவர் தன் வாழ்க்கைச் சரிதம் போல எழுதிய Trust Me நாவலைக் குறிப்பிடும்போது அதன் நீட்சியாக ஓஷோ ரஜனீஷம், ஜிட்டு கிருஷ்ணமூர்த்தியும், டி.ஜி.கிருஷ்ணமூர்த்தியும், உருது சிறுகதை எழுத்தாளர் இஸ்மத் சுக்தாயும், Fire திரைப்படமும், ராஜேந்தர்சிங் பேடியின் 'லஜ்வந்தி'யும், கிருஷ்ண சுந்தரின் காலு பங்கியும் அடுக்கடுக்காய் வருகின்றன. குஸ்தாவ் பிளேபர்ட் குறித்த கட்டுரை இந்த இடைச் செருகல்கள் எதுவுமில்லாமல் தனித்து, விரித்து சுவையாகக் கூறப்பட்டுள்ளது.

'விதியின் கை' உமர்கய்யாம், ரஷ்ய எழுத்தாளர் அய்ன்ராண்ட், நான் கண்ட நாடகங்கள், புத்ததேவ் தாஸ்குப்தா, ரயிலில் ஒரு சந்திப்பு போன்ற பிற கட்டுரைகளும் அடங்கிய இந்தத் தொகுப்பு, மிகச்சிறந்த இசை ரசிகரும், மிகச்சிறந்த வாசகருமாகிய காதம்பரியின் பேரனுபவங்களின் ஒரு துளியாக வெளிப்பட்டுள்ளது. இரண்டாவது தொகுப்பில் அவர் ஓவியர்களையும், தான் சந்தித்த அற்புதமான மனிதர்களையும் குறித்து எழுதியிருக்கிறார். 'பாலைவனத்து நிலா' என்கிற தலைப்பில் ப்ரகாஷேஷ் பற்றி அவர் எழுதியுள்ள நினைவலைகளைப் படித்த பின் அதை உடனே வாசகர்களிடம் பகிர்ந்து கொள்ள வேண்டுமென மனம் பரபரக்கிறது. அதனால் என்ன? எங்கேனும் ஓரிடத்தில் அதை எழுதித்தான் தீர்க்க வேண்டும். அதுவரை காதம்பரி என்னுடன் பேசிக் கொண்டேயிருப்பார். இருக்கட்டும்!

(புத்தகம் பேசுது – அக்டோபர் 2013)

ஜெயமோகன்

பிரபஞ்ச நாடகத்தின் இனியதொரு துளி

ஜெயமோகனின் முந்தைய கதைகளிலிருந்தும் மாறுபட்ட தன்மைகளுடன் வெளிவந்த 'அறம்' தொகுப்பின் அநேகமான கதைகள் என் வாசிப்பனுபவத்துக்கு உவப்பாக இருந்தன. அதிலும் அந்த 'சோற்றுக் கணக்கு' கதையை எனக்காகவே எழுதியிருந்தாரோ என்றுகூட தோன்றியது. ஏனெனில் 'காப்பிர்களின் கதைகள்' தொகுப்பில் அவருடைய கதை ஒன்றைச் சேர்க்க முடியவில்லையே என்ற வருத்தம் எனக்கு இருந்தது. அதை அவரிடமும் தெரிவித்திருந்தேன். அவருடைய கதை மட்டுமல்ல புதுமைப்பித்தன், ஜெயகாந்தன், தமிழ்ச்செல்வன், கோணங்கி எனப் பலருடைய கதைகளும் அதில் விடுபட்டிருந்தன.

விடுபட்டிருந்தன என்றால் தவிர்த்துவிட்டதாக அர்த்தமில்லை. அப்படியான கதைகளை அவர்கள் எழுதியிருக்கவில்லை. பிறகு நான் நவீனத் தமிழ் எழுத்தாளர்களின் காதல் கதைகளை 'அழியாத கோலங்கள்' எனத் தொகுத்தபோதும் அவருடைய 'நிழலாட்டம்' கதையைத்தான் சேர்க்க நேர்ந்தது. 'கிளிக்காலம்' கதையைத்தான் அத்தொகுப்பிற்குள் கொண்டுவர நினைத்தேன். ஜெ. ஏனோ 'அது வேண்டாம்' என்றார். நவீன எழுத்தாளர்கள் ஏன் காதல் கதைகள் எழுதுவதில்லை என்று அப்போது பேசிக்கொண்டோம். இன்றானால் "50 வயதுக்கு மேல் காதலை எழுதும்போது அதில் இன்னமும் இனிதாக இன்னும் நுட்பமாக பிரபஞ்ச நாடகத்தின் இனியதொரு துளியாக ஆகிவிட்டிருக்கிறது" என்றெழுதும் ஜெயமோகனை மெல்லிய புன்னகைக்கீற்றுடன் எதிர்கொள்கிறேன். கிடா, தீபம் போன்ற அவருடைய கதைகளில் காதல் அதற்குரிய எல்லா லயத்துடனும் வெளிப்பட்டிருக்கிறதை அவதானிக்கிறேன்.

'அறம்' சிறப்பம்சங்கள் கொண்ட பல கதாபாத்திரச் சித்தரிப்புகளை உள்ளடக்கிய தொகுதி. இவ்வாறான பொதுத்தன்மையுள்ள கதைத் தொகுதிகளை அவர் ஏற்கெனவே எழுதி வெளியிட்டுள்ளார். அதே வரிசையில் வெளிவந்துள்ள இந்த வெண்கடல் மேலும் சில நல்ல கதைகளடங்கிய தொகுப்பு.

நல்ல சிறுகதை வாசிப்பு அனுபவம் என்பது வாசகனுக்கும் படைப்பாளிக்கும் வினோதமான மன நிலைகளை உருவாக்க வல்லது. ஜெயமோகனின் ஆரம்பகாலப் படைப்புகள் பலவும் தேவதைக் கதைகளின் சாயல் கொண்டவை. 'யட்சி கதைகள்' என அவற்றை அவர் குறிப்பிடுவார். Fairy Tales என ஆங்கிலத்தில் கூறுவார்களே அதுபோல. எதார்த்தவாதத் தன்மைகளை உதறிவிட்டு வாசிப்பின் அனுபவத்தில் ஒருவித அமானுஷ்ய மனநிலைகளைத் தருவிக்கக் கூடியன. 1990 களில் சுபமங்களா, கணையாழி போன்ற இதழ்களில் வெளியான நிழலாட்டம், மண், மடம், பரிமாணம் போன்ற அவருடைய பழைய கதைகளை வாசித்தவர்களுக்கு அந்த விசித்திரச் சுவை பிடிபட்டிருக்கக்கூடும். அவற்றின் அடிப்படையில் தான் பிற்காலத்தில் காடு, கொற்றவை போன்ற பெரும் படைப்புகளை அவர் உருவாக்கினார் என நான் கருதுவதுண்டு. நீலிகள், மிளாக்கள் தென்படாத அவருடைய கதைகள் அப்போது இருந்ததில்லை. அவர் அவ்வாறான நிலச்சூழலில் இருந்து உருவாகி வந்தவர் என்பதும் ஒரு காரணம்.

வெண்கடல் முற்றிலும் மாறுபட்ட தொகுப்பு. கவிதையையும், தரிசனத்தையும் உள்ளடக்கிய எளிமையான எழுத்துப் பாணியை 'பஷீரியம்' என்பதும், அதுவே தான் கனவு கண்ட எழுத்து முறை என ஜெ. முன்னுரையில் குறிப்பிடுவதையும் கவனத்தில் கொள்ள வேண்டும். காரணம் எளிமையைத் தவறாகப் பொருள் கொள்வது நமக்குப் பழகிய விஷயம்.

அடுத்து Characterisation (கதாபாத்திரங்களின் குணநல சித்தரிப்பு) பிரமாதமாகக் கைகூடி வந்திருக்கிற தொகுப்பெனவும் வெண்கடலைக் குறிப்பிடலாம்.

சில கதைகளில் சிறுகதைகளுக்கே உரிய ஒற்றைத் தன்மையில்லை. ஒரு கதாபாத்திரத்தையும் சூழலையும் சித்தரிக்கத் தொடங்கி அதன் வழியே வேறு ஒரு பாத்திரம் அறிமுகமாகி அந்த சூழலுக்கு வாசகனைக் கடத்திய பிறகு தொடங்கிய புள்ளிக்கே வந்து நிற்கும் அசாத்தியப்போக்கும் இத்தொகுப்பில் கைகூடி வந்திருக்கிறது. அப்படித்தான் 'பிழை' என்னும் முதல் கதையில் எட்டுப் பிள்ளைகள், மனைவி, மாடு, வீடு, என எல்லாவற்றையும் இழந்து கஞ்சா புகைத்து காசிநகரப் படிக்கட்டுகளில் உறங்கி வாழும் லட்சுமண் ராணே "காந்தி ஓரே ஒரு சினிமாதான் பார்த்திருக்கிறார் தெரியுமா?" என்ற கேள்வியில் ஆரம்பிக்கிறார்.

பிறகு இயக்குனர் விஜய்பட்டின் 1943ல் வெளிவந்து பிரசித்தி பெற்ற ஸ்ரீராமராஜ்யம் திரைப்படம், அதை காந்தி பார்த்த அனுபவம், அந்தப் படத்தில் ராமனும், சீதையுமாக நடித்த பிரேம் அதிப், சோபனா சமத் குறித்த அறிமுகம், பெரிதும் நவீன மயமாகாத அந்தக் கால படப்பிடிப்பு முறைகளைப் பேசுவது, இசையமைப்பாளர் சங்கர்ராவ் வியாஸ் ஆபேரி ராகத்தில் இசையமைத்த "பீனா மதுர் மதுர் கச்போல்" பாடலைப் பாடிக்காட்டி அதைப் படம்பிடித்தபோது நிகழ்ந்த தவறு, அதை சரிக்கட்ட நடந்த முயற்சிகள் என விரியும் கதையை ஒற்றைத்தன்மைக் கோட்பாடு கொண்ட சிறுகதைச் சிமிழுக்குள் அடைக்க முடியுமா என்ன?

ஜெயமோகன் விரிவாகப் பேசிப் பழக்கப்பட்டு விட்டவர். எனவே 'நாவல்' போன்ற விமர்சன நூல்களில் அவரே வலியுறுத்திய சிறுகதைக்குரிய வடிவக் கச்சிதத்தை இதுபோன்ற கதைகளில் கைவிட்டு விடுகிறார். இதில் தவறும் இல்லை . ஏனெனில் மகத்தான இலக்கிய அனுபவங்கள் யாவும் கோட்பாடுகளைக் கடந்தவை. தமக்கெனப் புதிய கோட்பாடுகளை உருவாக்கிக் கொள்பவை என நான் வலுவாக நம்புகிறேன். இக்கதையின் தொடக்கத்தில் லட்சுமண் ரானே கதைசொல்லியிடம் கூறுகிறார் "சகோதரா, சின்ன விஷயங்களில் என்னதான் கிடைத்தாலும், பெரிய விஷயங்களுக்குப் பக்கத்திலே இருந்து கொண்டிரு. அதுதான் வாழ்க்கை."

'கைதிகள்' கதையை மிகு உணர்ச்சியில்லாது என்னால் கடந்து செல்ல முடியவில்லை. நாமெல்லாரும் அறிந்த நிகழ்வது. கோவை அப்புவை அத்தனை எளிதாக யாரும் மறந்திருக்க முடியாது. நக்சலைட்டுகளை வேட்டையாடும் போலீஸ் அராஜகத்தின் உச்சபட்ச நிலை இக்கதையில் சித்திரம் பெறுகிறது. "கைதிகள் கதை அறம் வரிசை கதைகளுக்காக எழுதப்பட்டது. அப்போது சரிவர அமையவில்லை . அந்தக் குருங்குருவி கதைக்குள வரும்வரை அந்தக் கதையில் என்ன சிக்கல் என்றே தெரியவில்லை " இது கதை குறித்த ஜெ.வின் கருத்து.

அப்புவைக் கொல்வதற்கு முன் அதற்கான ஆயத்தங்களில் இறங்கியிருந்த போலீஸ்காரர்களை, குறிப்பாக டி.எஸ்.பி.யை, திடீரெனத் தோன்றி மரங்கள் தோறும் மாறி மாறி அமர்ந்து கொண்டு குரல் எழுப்பும் அந்தக் கரிய குருவி படாதபாடு படுத்திவிடுகிறது. எதார்த்தக் கதை வாசிப்பிலோ இந்தக் குருவி தேவையில்லாத ஒன்று. ஆனால் குருவி கதைக்குள் வந்த பிறகுதான் சிக்கல் தீர்ந்ததாக ஜெ. குறிப்பிடுகிறார். அது தான் சீராக நகர்ந்து கொண்டிருந்த கதையின் எதார்த்தகதியைக் குலைக்கிறது. எதார்த்தம் குலைகிற இடத்தில்தான் கலைத்தன்மை கைகூடுகிறது.

இந்தக் கதையில் ஊரை விட்டு, குடும்பத்தை விட்டு, அத்துவான கானகத்திற்குள் வந்திருந்து கொண்டு மேலதிகாரிகளின் ஏவல் அடிமைகளாக அல்லலுறும் போலீஸ்காரர்களும் கூட கைதிகள் தான் என்று தோன்றுகிறது.

டீயைக் குடித்துவிட்டு மெல்லிய புன்னகையுடன் போலீஸ்கார பெருமாளிடம் கைதி அப்பு கூறும் ஒரு விஷயத்தை மறைத்து, எட்டுப் பக்கங்களுக்கு மேலும் கதையை நகர்த்திய பின், முடிவில் வெளிப்படுத்துவதில் ஒரு நுட்பம். "இங்க வேலை ரொம்ப கஷ்டம் தான் இல்ல தோழர்?" என அப்பு புன்னகையுடன் அந்த போலீ ஸ்காரரிடம் கேட்பது ஒரு மகா வாக்கியம். இந்த வார்த்தைகளிலிருந்தே அக்கதாபாத்திரத்தின் ஒட்டுமொத்த சாரத்தையும் வாசகன் கண்டடைய வேண்டியிருக்கிறது. மற்றொரு அம்சம், கதை நிகழும் கானகத்தின் வெறுமை ஜெயமோகனின் உலர்ந்த வார்த்தைகளால் காட்சிப் படுத்தப்படுவது.

'அம்மையப்பம்' கதைக்குள் ஜெ. நேரடியாக வந்து அமர்ந்து கொள்கிறார். அவித்தெடுக்கும் இட்லிகள் ஒன்றில் வெந்துவிட்டதா என்று பார்க்க அம்மாவின் கை அழுந்திய பள்ளமிருக்குமே, அந்த இட்லியை மட்டும் பிரித்தெடுத்து அம்மையப்பம் எனப் பெயரிட்டு, குழிக்குள் மீன் குழம்பூற்றித் தின்னும் அவருடைய பால்யத்தின் ருசியை எல்லோரும் அனுபவிக்க வேண்டும்.

அம்மையப்பத்தில் வரும் கிறுக்கனாசாரி ஜெ. அறிமுகப்படுத்துகிற ஒரு சுவாரசியமான கதாபாத்திரம். பொதுப்புத்தியில் அவர் கிறுக்கனாசாரி. ஆனால் "எனக்க உளியும் கொட்டுவெடியும் கலையுள்ளதாக்கும்" என்னுமளவு தன்னைக் குறித்த சுய அபிப்பிராயம் உள்ளவர். மீன் சோறுண்ணும் நோக்கில் தான் அந்த வீட்டிற்கு வருவது; ஆனால் "சும்மா குடுத்தா திங்கியதுக்கு நான் என்ன எரப்பாளியா? கலையுள்ள ஆசாரியல்லா?" என்று வேலை கேட்டுச் செய்பவர். செய்கிற வேலைகளெல்லாம் பழுது. வாய்ச்சவடால் மட்டும் பலமாக இருக்கும். ஜெ. இந்த கிறுக்கனாசாரியை அப்படியே விட்டு விடவில்லை. அவன் கலையுள்ளவன், பெருந்தச்சன் எனக் கடைசியில் மெய்ப்பிக்கிறார்.

ஜெ.வின் பால்யகாலக் கதைகளில் உத்தியோகத்துக்குச் செல்லும் அப்பா வருவார். தனது கண்டிப்புடனும் கோபதாபங்களுடனும் மட்டற்ற சிநேகத்துடனும். அன்பே உருவான அம்மா, இவர்களுக்கிடையில் ஊடாடும் சில நுட்பமான கதாபாத்திரங்கள், இயல்பான நகைச்சுவை தொனிக்கின்ற உரையாடல்கள், கருப்பன் என்றோ குட்டப்பன் என்றோ பெயர் சூட்டப்பட்ட நாய் வரும், மணக்க மணக்க சாளை மீன் குழம்பும் செஞ்சோறுமிருக்கும்.

இந்த இடத்தில் அவருடைய 'கிளிக்காலம்' என்கிற கதையைக் குறித்து ஓரிரு வார்த்தைகள் பேச நினைக்கிறேன். விடலைப் பருவத்தின், பின் எப்போதும் மறக்கவொண்ணாத ஞாபகங்களை அதில் மீட்டிப் பார்த்திருப்பார் ஜெயமோகன். கோபால், ராதாகிருஷ்ணன் என நண்பர் குழாமுடன் சாந்தி என்கிற யுவதியைச் சுற்றிச் சுற்றி அவர்கள் கிரிவலம் வரும் கதை. கடைசியில் காமத்தின் கணப்பில் சென்று முடியும். நான் அதில் வரும் ராதாகிருஷ்ணனை தற்கொலை செய்து கொண்ட அவருடைய பால்ய சிநேகிதர் ராதாகிருஷ்ணன் என்றே கருதியதுண்டு. எனினும் கேட்டதில்லை.

'டார்த்தீனியம்' என்கிற அவருடைய மற்றொரு கதை 90களின் தொடக்கத்தில் கணையாழியில் வெளியானது. எங்கள் பெரிய கோவில் புல்வெளி சந்திப்புகளில் பெரிதும் விவாதிக்கப்பட்ட கதை அது. சுற்றுச்சூழல் விழிப்புணர்வை உள்ளடக்கமாகக் கொண்ட கதை என இன்றைக்கு அதை அறிமுகப்படுத்துவதில் எனக்குத் தயக்கமுண்டு. ஆனால் அந்தக் கதை அப்படித்தான். எங்கேயும் பிசிறு தட்டாமல், மிக நுட்பமாகக் கலைத்தன்மைக்கு பங்கமில்லாமல், ஜெ. அந்தக் கதையை நகர்த்திச் சென்றிருப்பார். "திடீரென்று ஒரு விரல் என்னைத் தொட்டது. சதையின் மென்மையும் சூடும் உள்ள விரல். சற்றும் அறிமுகமற்ற திடுக்கிட வைத்த ஸ்பரிசம். கன்னங்கரிய வழவழப்பான விரல். அது என்னை உசுப்பி உசுப்பி எழுப்பியபடி நெளிகிறது. சட்டென்று என் மூளை அதிர்ந்தது. அது இந்த டார்த்தீனியத்தின் தண்டு...." என்ற வரிகளைப் படித்தபோது ஏற்பட்ட மன அதிர்விலிருந்து இன்னும் விடுபடவில்லை. இருபது வருடங்களுக்கு மேலாகின்றன. அம்மையப்பம் இவ்வாறு சில நினைவுகளைக் கிளிறிவிட்டது. இதே போன்று திசைகளின் நடுவே, நதி, படுகை, லங்காதகனம், ஆயிரங்கால் மண்டபம், ஜெகன்மித்யை போன்ற கதைகளையும் பேசிப்பார்க்க வேண்டும்.

கிடா, குருதி போன்ற கதைகளை ஜெ. சற்று வித்தியாசமாகக் கையாள முயற்சிப்பது வெளிப்படுகிறது. ஏனோ கடைசிவரை இவ்விரண்டு கதைகளில் என்மனம் லயிக்கவில்லை. இது என் ஒவ்வாமையா அல்லது போதாமையா தெரியவில்லை. ஆனால் ஐந்தே பக்கங்கள் கொண்ட 'தீபம்' கதை ஏனோ ஈர்த்தது. யாருமில்லாத நேரத்தில் மாமன் வீட்டிற்கு வந்து, மாமன் மகள் லட்சுமியின் வெள்ளிக் கொலுசணிந்த பாதங்களைக் கண்டு திரும்பும் முருகேசனின் சாதாரணக் கதை தான். நூற்றுக்கணக்கான தமிழ்ப் படங்களில் பார்த்துச் சலித்துப்போன காட்சி. ஆனால் சின்னச்சின்ன உரையாடல்கள் மூலம் காதலெனும் அற்புத உணர்வுக்கு மிக நெருக்கத்தில் நம்மைக் கடத்திச்சென்று அமர்த்திவிடுகிறார் ஜெ.

'காலு வெளிய வந்தது எப்படியிருந்திச்சு தெரியுமா?'/'ம்/

'முயல் பதுங்கி வர்ரது மாதிரி'

'வெறும் முள்' இத்தொகுப்பில் தனித்துத் தெரியும் கதை. களமும் மனிதர்களும் வேறு. காட்சிகள் முற்றிலும் அன்னியமானவை. வஞ் சக்கொடி என்றழைக்கப்படுகிற செஸபான் மரங்களை யாருக்குத் தெரியும்? புகழ் பெற்ற ஓட்டகப்பாதையில் உள்ள சமேரியாவின் ஈன்செவா என்கிற சிற்றூர், அதைச்சுற்றியுள்ள ஏழு ஊற்றுகள். யாயின் என்கிற புளிப்புச் சுவை மிக்க மதுபானத்தை விற்கின்ற கடைகள், ஈச்சமர ஓலைகளால் ஆன விடுதிகள், தலைமுறை தலைமுறையாக உடைகளில் மூச்சில் சொற்களில் சிந்தனையில் யாயினின் புளிப்புக் கொண்ட மக்கள். கின்னார வாத்தியத்தை இசைக்கின்ற நாடோடிக் கவிஞர்கள், கிழட்டுத் தாமஸ், கிறுக்கு ஐசக், ரெபெக்கா, கிழக்கு நாடுகளின் மந்திரவாதிகள், இனக்குழு அழிந்த குலப்பாடகன், வால் நட்சத்திரம் என ஜெ. ஒரு புதிய உலகத்தை அறிமுகப்படுத்துகிறபோது வாசக மனம் மெல்ல எச்சரிக்கை கொள்கிறது. அவ்வாறே இறுதியில் கதை யேசுவிடம் வந்து முடிகிறது. மலையாளத்தில் பால்சக்காரியா இது போன்ற கதைகளை எழுதியிருக்கிறார். தமிழில் எழுத யாரும் இல்லையே என்ற ஏக்கத்தை ஜெ. இக்கதையை எழுதியதின் மூலமாகப் போக்கிவிடுகிறார்.

'நீரும் நெருப்பும்' காந்தியைக் குறித்த மற்றுமொரு கதை. காந்தியை வைத்து இன்னும் ஆயிரம் கதைகளாவது எழுதிவிட முடியும் என்கிற அளவிற்கு அவர் ஒரு அசாதாரணமான கதாபாத்திரமாக உருமாறிக் கொண்டே இருக்கிறார். எத்தனை முறை எழுதப்பட்டாலும் அந்த மனிதர் புதியவராக புதிர் மிக்கவராகவே தென்படுவார் என்று தோன்றுகிறது. காந்தி என்கிற பெயருக்குள் புதைத்திருக்கும் கணக்கற்ற ரகசியங்கள் மேலும் அகழ்ந்தெடுக்கப்பட வேண்டும். சபர்மதி ஆசிரமத்தில் உடல் நலிவுற்றிருக்கும் காந்தியை டாக்டர் தல்வல்கரின் பிரதிநிதியாக வைத்தியத்தின் பொருட்டு காணவரும் பைராகி, மிகுந்த பிரயாசைகளுக்குப் பின் காந்தியை சந்திப்பதும், விவாதிப்பதும் மருத்துவத்தைக் கூறுவதுமாக நகரும் கதையின் முடிவு பைராகியே எதிர்பாராத விதமாக அமைகிறது. கடைசியில் பைராகி காந்தியை நோக்கி கைகளை உயர்த்தி "ஆயுஷ்மான் பவ" என்று கூறி வெளியேற நேர்கிறது. பைராகிகளுக்குமே கூட காந்தி சவாலானவர்தான்.

மணக்க மணக்க காயத்திருமேனி தைலம் தயாரிக்கிற ஜோரில் 'வெண்கடல்' கதை தொடங்குகிறது. தைலத்தின் மகிமையை அப்பு அண்ணாவும், குமரேசனும், கணேசமாமாவும் தங்கள் வழக்கில் பேசிக்கொண்டிருக்க, பிரசவத்தில் பிள்ளையைப் பறிகொடுத்து

பால்கட்டின மேனியாக ஒரு பெண் வந்து மாட்டு வண்டியில் இறங்குகிறாள். "பாலு கட்டி புளுத்துப் போச்சு... பதினாறு நாளாட்டு நரக வேதனையாக்கும்..." அந்தப் பெண்ணின் கணவன் வருகிறான் "ரெண்டையும் அறுத்து எறியுங்க அய்யனே... எனக்கு என் செல்லக்கிளி மனுஷியாகக் கிடைத்தால் போதும்" என்கிறான். பெரியப்பா அள்ளூர் குளத்தில் இரண்டு எருமைகளை இறக்கி அதில் ஒட்டிக்கொள்கிற அட்டைப்பூச்சிகளைப் பிடித்து வரப் பணிக்கிறார். அட்டைப் பூச்சிகளின் நீருணர்த்தி அப்பெண்ணின் முலைகளின் மேல் வைத்துக் கட்டுகின்றனர். அட்டைகள் அந்தப் பாலையும் ரத்தத்தையும் சலத்தையும் உறிஞ்சி அவளுடைய மரண வேதனையைத் தணிக்கின்றன. அட்டைகளைக் கொண்டுபோய் கோழிக்கு இரையாகப் போடச் சொல்கிறார் பெரியப்பா. அந்தப் பெண் திடுக்கிட்டு குரல் தழையக் கூறுகிறாள். "அய்யோ கொல்ல வேண்டாம் அய்யனே, என் பால் குடித்த ஜீவன்களாக்கும் அதெல்லாம்..."

'ஆதிமை' என்கிற என் சிறுகதையொன்றில் இதே விஷயத்தை நான் வேறு மாதிரி எழுதிப் பார்த்திருப்பேன். ஆனாலும் அட்டைப் பூச்சிகளைப் பால்குடித்த ஜீவன்களாகப் பார்க்கும் ஜெ.வின் கற்பனாவாத அணுகுமுறை மனதை அறுத்தது.

'விருது' இத்தொகுப்பின் கடைசிக்கதை, பத்மஸ்ரீ விருது அறிவிக்கப்பட்ட பிரபல நடிகர் ஒருவர் சுகவீனத்துடன், துணைக்குத் தன் மகனை அழைத்துக்கொண்டு டெல்லிக்குப் போய் விருது பெற்றுத் திரும்புவது இதன் ஒருவரிக்கதை. இதில் அப்பாவுக்கும் பிள்ளைக்குமான உறவு ஒரு புதிய கோணத்தில் எழுதப்படுகிறது. 'நகரெங்கும் கொன்றை பூத்தது போல' அப்பாவின் உருவம் தாங்கிய சுவரொட்டிகள் ஒட்டப்பட்டிருப்பது கண்டு பூரிக்கும் போதும், சாலமோன் ராஜாவாக வேடமிட்டுப் பள்ளி நாடகத்தில் நடிக்கிறவனை அப்பா வந்து பார்த்து ஒற்றைவரியில் பாராட்டிச் செல்லும்போதும், ஒரு மகனின் பரவசமான மன இயல்புகளை ஜெ.வால் துல்லியமாகச் சித்தரிக்க முடிந்திருக்கிறது. ஜெ.விடம் கேட்டேன். "பாலன் கே. நாயரா, திலகனா?" 'கோபி' என்றார் அவர். பிறகுதான் உறைத்தது. முன் வழுக்கையுடன் பிடரி மயிர் தோளில் சரிந்து கிடக்கின்ற அலட்சியமான முகப்பாவனை கொண்ட பரத் கோபி. என்னுடைய கேரளத்து வாழ்வின் 80களில் அவர் 'கொடியேற்றம்' கோபி. தம்புவில் சர்க்கஸ் மானேஜர் பணிக்கராக, பெருவழியம்பலத்தில் சாயாக்கடை விஸ்வம்பரனாக, யவனிகாவில் தபலிஸ்ட் அய்யப்பனாக, லேகாயுடெ மரணம் ஒரு பிளாஷ்பேக்கில் சுரேஷ் பாபுவாக, என்ட மாமாட்டி குட்டியம்மக்குவில் வினோத்தாக எத்தனை கதாபாத்திரங்கள்? மலையாளத்தில் கோபி போன்றவர்கள் துருவ நட்சத்திரம் போல. இக்கதையின் பிற்பகுதியில் வரும் கதகளி

கலைஞர் சதனம் ராமன்நாயர் ஒரு மாறுபட்ட குணச்சித்திரம். 'குருசான்னித்யம்' என்று அந்த நடிகராலேயே பூஜிக்கப்படுகிறவர்.

இவ்வாறு ஜெயமோகனின் வெண்கடல் தொகுப்பின் எல்லாக் கதைகளையும் துலக்கமாகப் பேச பக்கங்கள் போதாது. அங்கங்கே தொட்டுக்காட்டத்தான் என்னால் இயன்றிருக்கிறது. மீண்டும் ஒருமுறை அவருடைய எல்லாக் கதைகளையும் குறித்து விரிவாக எழுதிப் பார்க்கவேண்டும் எனும் ஆசை இருக்கிறது.

(புத்தகம் பேசுது – அக்டோபர் 2014)

எஸ். ராமகிருஷ்ணன்

தாவரங்களின் உரையாடல் முதல் காந்தியோடு பேசுவேன் வரை...

கடந்த நூற்றாண்டின் 90களில் தமிழ்ச்சிறுகதைப் போக்கில் நிகழ்ந்த மாற்றங்களுக்கு கரிசல் எழுத்தாளர்களின் பங்களிப்பு முக்கியமானதாக இருந்தது. கி.ராஜநாராயணனின் கதை சொல்லி மரபிலிருந்து தொடங்கி கு. அழகிரிசாமியின் எதார்த்தவாத எழுத்தும் அதைத் தொட்டுக்கிளைத்த பா. செயப்பிரகாசம், பூமணி, வீரவேலுசாமி, ச.தமிழ்ச்செல்வன், லட்சுமணப்பெருமாள், உதயசங்கர் எழுத்துகளும், அங்கிருந்து உருவாகி தனித்தபாதையில் பயணித்த கோணங்கி, எஸ்.ராமகிருஷ்ணன் போன்றோரும் இன்றைக்குப் புதிதாக எழுத வந்துள்ள கருத்தடையான், சபரிநாதன் வரை நாம் ஒரு நீண்ட வரிசையைப் புழங்கிப் பார்த்திருக்கிறோம். இவ்வகையில் எஸ்.ராமகிருஷ்ணனின் 13வது கதைத் தொகுதியாக சமீபத்தில் வெளிவந்துள்ள 'காந்தியோடு பேசுவேன்' தொகுப்பில் இடம்பெற்றுள்ள சில கதைகள் குறித்து வாசகர்களுடன் உரையாடுவது இங்கு என் நோக்கம்.

விருதுநகர் மாவட்டம் மல்லாங்கிணற்றைப் பிறப்பிடமாகக் கொண்ட ராமகிருஷ்ணனின் படைப்புலகம், இளமையில் அவர் அவதானித்த கிராமத்து மண்ணையும் மக்களையும் மட்டுமின்றி தொடர்ந்த வாசிப்பு மற்றும் பயணங்கள் தந்த அனுபவங்களாலும் கட்டமைக்கப்பட்டது. 'தாவரங்களின் உரையாடல்' என்கிற தொகுப்புதான் அவரை தமிழ்ச் சூழலில் சரியாக அடையாளப்படுத்தியது என்பேன். காந்தியோடு பேசுவேன் தொகுப்பை வாசிக்கத் தொடங்கியபோது எனக்கேனோ தாவரங்களின் உரையாடல் காலம் மனதில் மீண்டும் மீண்டும் விரிந்துகொண்டே இருந்தது. பிறகு காந்தியை மூடி வைத்துவிட்டு

சிறிதுநேரம் அந்த நினைவுகளில் மூழ்கியிருந்தேன்.

அது ஒரு சிறுகதைக்காலம்! தஞ்சாவூர் பெரியகோயில் புல்வெளியில் ப்ரகாஷ் எங்களைப் பட்டை தீட்டிக்கொண்டிருந்த காலம். நான் இளங்கோ , நட்சத்ரன், புத்தகன், கவிஜீவன், ராசன் (களப்பிரன்) உள்ளிட்ட பலர் அங்கு கூடுவோம். நானும் இளங்கோவும் முந்தினம் வரை எழுதி எழுதிப் பார்த்த எங்கள் சிறுகதைகளைப் பிரதியெடுத்துக் கொண்டுவந்து வாசிப்போம். கவிஜீவனுக்கானால் கதையை வாசிக்கிற பழக்கம் இல்லை . அவர் கதைசொல்லி. அதில் மெல்லிய கர்வமும் அவருக்கு உண்டு. நட்சத்ரனும் புத்தகனும் கவிதை வாசிப்பார்கள். நட்சத்ரன் தான் எனக்கு 'தாவரங்களின் உரையாடல்' தந்ததாக நினைவு. மஞ்சள் நிற அட்டை, வித்தியாச வடிவமைப்பு. அப்போது நட்சத்ரன் ராமகிருஷ்ணனைக் குறித்தும், புத்தகன் ஜெயமோகனைக் குறித்தும் அடிக்கடி பேசிக்கொண்டிருப்பார்கள்.

ப்ரகாஷ் அவர்களிலிருந்து மாறுபட்டு மார்க்வெஸ், போர்ஹேஸ், தாஸ்தவெஸ்கி, மாயகாவ்ஸ்கி, ஃபூக்கோ, தெரிதா, அல்தூசர் என்று பேசுவார். நட்சத்ரனிடம் பெற்ற தாவரங்களின் உரையாடலை நான் வாசிக்கத் தொடங்கிய போது அது புதுவிதமான எழுத்து என்று உடனே உணர்ந்து கொள்ள முடிந்தது. அத்தொகுப்பில் வரும் புலிக்கட்டம், காலாட்படை பற்றிய குற்றப்பத்திரிகை, வேனல் தெரு போன்ற கதைகள் என் அப்போதைய மனோநிலைக்கு மிக நெருக்கமானதாக இருந்தன. பிறகு நான் தீவிரமாக எழுதத் தொடங்கிய பிறகு ஒரு இடைவெளியில் வாசித்த அவருடைய கதைகளில் ஹசர்தினார், விஜயலட்சுமியின் சிகிச்சைக்குறிப்புகள், விசித்திரி போன்ற கதைகளைக் குறிப்பிட்டுச் சொல்லலாம். ஹசர்தினார் கதையை என்னுடைய 'காஃபிர்களின் கதைகள்' தொகுப்பு நூலில் சேர்த்திருந்தேன். பிறகு அக்கதை குறித்த எதிர்விணைகளை எதிர்கொண்டதும் ஒரு வித்தியாசமான அனுபவம்.

இணையம் பிரபலமடைந்த பிறகு எஸ்.ரா.நிறைய எழுதினார். ஒரு முழுநேர எழுத்தாளராகவும் இருந்தது அதற்கு உதவியது. சமீபத்தில் அவருடைய காந்தியோடு பேசுவேன் தொகுதியை முழுமையாக வாசிக்க முடிந்தது. இந்த 13வது தொகுதி பொருத்தமாக 13 கதைகளைக் கொண்டது. இதில் காந்தியோடு பேசுவேன் முதல் ஷெர்லி அப்படித்தான் வரையிலுமான 7 கதைகளை சிறந்த கதைகளாக என் வாசிப்பனுவத்தில் தீர்மானிக்க முடிகிறது.

புதிதாக எழுத வந்திருப்பவர்களால் தமிழ்ச்சிறுகதைகளின் போக்கில் மாற்றம் தெரியத் தொடங்கி இருக்கிறது. பெரும்பாலும் வடிவக் கச்சிதமற்ற தன்மையில் கதைகள் எழுதப்படுகின்றன. ஒவ்வொருவரும் தன்னளவில் சிறுகதை வடிவத்தை பரீட்சார்த்தம் செய்து பார்க்கத்

தொடங்கியிருக்கிறார்கள். நான் தொகுத்த '21ம் நூற்றாண்டுச் சிறுகதைகள்' இதற்கொரு சரியான உதாரணம். இந்த மாற்றம் குறித்து தமிழ்ச்சூழலில் தீவிரமாக விவாதித்துப் பார்க்க வேண்டிய கடமை நமக்கு உள்ளது.

***

எஸ். ராமகிருஷ்ணனின் காந்தியோடு பேசுவேன் கதையைப் படித்தபிறகு நான் மிக அமைதியானேன். அமைதியானேன் என்பதற்கு பொருள், உடன்பாடு இல்லாத விஷயத்தில் ஈடுபட்டபிறகு மனம் கொள்கின்ற அந்த அமைதி. அந்த அமைதிக்கு ஆயிரம் அர்த்தங்கள் உண்டு. ஏன் எனக்கு காந்தியைப் பிடிக்காமல் போனது என்று அப்போது சிந்தித்துப் பார்க்கத் தொடங்கினேன். நம் எல்லோருடைய பால்யத்திலும் பதிந்துவிட்ட காந்தி என்கிற பிம்பம் பிறகு ஏன் (ஒரு சிலருக்கு மட்டும்) உவப்பின்றி உடைந்து சிதறுகிறது? என் அனுபவத்தில் அண்மையில் கூட அது மறுமுறை உடைந்தது. அதற்கு நான் வாசித்த ஒரு புத்தகமும் காரணம் என்பேன். The Trial of Bhagat Singh - Politics of Justice – ஏ.ஜி.நூரனி எழுதிய புத்தகம் தமிழாக்கம் செய்யப்பட்டு விரைவில் பாரதி புத்தகாலயம் சார்பில் வெளிவரவுள்ளது. முரண்படுவது நம் உரிமை. அதுவும் காந்தி போன்ற மாபெரும் ஆளுமையிடம் முரண்படுவது நம் முதிர்ச்சியின் அடையாளம்.

சிறுவயதில் நான் காந்தியின் தீவிர நேசன், பள்ளியின் வெள்ளிக்கிழமைப் பிரார்த்தணை வேளையில் "ரகுபதி ராகவ ராஜாராம்" சேர்ந்திசைக்கையில் "ஈஸ்வர அல்லா தேரே நாம் சபுகோ சன்மதி தே பகவான்" என்கிற வரியில் கரைந்துருகிக் கண்ணீர் விட்டிருக்கிறேன். சீக்கியர்களின் அந்த பஜன் பாடலை பிரார்த்தனைகளில் பாடிப்பாடி பிரபலமாக்கியவர் காந்தி. காந்தியால் அந்தப்பாடல் மகிமைபெற்றது. காந்தியின் வாழ்க்கைச்சம்பவங்களைச் சேகரிப்பதும் அதை நண்பர்களுடன் பகிர்ந்து கொள்வதுமாக இளம்பிராயத்தில் வாசிப்பிற்குள் நுழைந்தவன் நான்.

> உன் படங்கள் ஊர்வலம் போகின்றன
> நீ ஏன் தலைகுனிந்தபடி நிற்கிறாய்...

என்று மேத்தா, காந்தியுடன் பேசும் தீபம் இதழ் கவிதையை எத்தனையோ பேரிடம் மனப்பாடமாக ஒப்பித்திருக்கிறேன். காந்தியின் பழக்கம் என்றறிந்து கழிப்பறையில் என் கழிவை நானே அகற்றிய நாளொன்றில் நான் பிராந்தன் ஆகிவிட்டதாக என் அம்மா தலையில் அடித்துக் கொண்டு அழுதிருக்கிறார்.

காந்தியுடன் பேசுவேன் கதையை எஸ்.ரா. சிறப்பாக எழுதியிருக் கிறார். மிகவும் நெகிழ்வூட்டக்கூடிய சித்தரிப்பு. இந்த நெகிழ்வூட்டும் தன்மையென்பது அவரது முந்தைய கதைகளில் எங்கும்

227

காணக்கிடைக்காதது. இத்தொகுப்பின் அநேக கதைகளில் இத்தன்மையே வியாபித்திருக்கிறது. வார்தாவிலுள்ள காந்தி ஆசிரமம் குறித்த விவரணைகள், லட்சுமணனின் அம்மா, ராகேல், நீலம்மை போன்ற பாத்திர வார்ப்புகளுடன் எஸ்.ரா.வின் சொற்செட்டுகளும் இணைந்து இக்கதையை தனித்துவமான படைப்பாக்குகிறது. எல்லா இந்திய பாஷைகளிலும் இக்கதை மொழிபெயர்க்கப்பட வேண்டும்.

'கடக்க முடியாத பாலம்' வன்முறைக்கெதிரான குரலை உள்ளடக்கமாக கொண்ட கதை. இக்கதையுடன் தமிழகத்தில் நடைபெற்ற பல்வேறு வன்முறைச் சம்பவங்களை பொருத்திப் பார்க்கலாம். ஒரு நகரம், நண்பர்கள், அவர்கள் வழக்கமாகக் கூடியமர்ந்து பேசி சிலாகிக்கிற ஒரு பாலம் என்று புனையப்பட்டுள்ள இக்கதையை வாசிக்கும் போது எங்களூர் சண்முகநதிப் பாலம்தான் ஞாபகத்தில் வந்து நின்றது. மையிருட்டில் பேய் பயமில்லாமல் நள்ளிரவு வரை சலசலத்தோடும் ஆற்று நீரோசையைக் கேட்டபடி நண்பர்களுடன் பேசிக்கழித்த காலங்கள் உயிர்ப்பானவை. ஆனால் இதையெல்லாம் கடந்து இக்கதையில் எஸ்.ரா. சாதிக்கெதிரான வன்முறைக்கெதிரான தனது கருத்தாக்கங்களை பலமாகப் பிரயோகித்திருக்கிறார்.

"ஒவ்வொரு சாதிக்கும் ஒரு ரவுடி உருவாகியிருக்கிறான். ஒவ்வொரு சாதியிலும் நாலைந்து அரசியல்வாதிகள் சாதிய நாயகர்களாக மாறி யிருக்கிறார்கள்". "பள்ளி கல்லூரிகள் என வெளிப்படையாகத் தெரிவதன் அடியில் நிர்வாகிகளாக சாதிய அமைப்புகளே செயல்படுகின்றன" "நேற்றுவரை சாதியின் மீது நாட்டம் கொள்ளாத எனது தம்பி, கலவரம் பீடித்த நாட்களில் தனது சாதிய அடையாளங்களை வெளிப்படையாகக் காட்டிக்கொள்வதுடன் தாக்குதலுக்கு ஆள் திரட்டவும் துவங்கி யிருந்தான்". "அவன் என்னையும் ஒரு சாதி வெறிபிடித்தவனாக நினைத்துப் பேசியது ஆத்திரமாக வந்தது." "சொன்னா கேலியா இருக்கும். எங்க வீட்ல பழைய வேல் கம்பு ஒண்ணு கிடந்துச்சி. அதைத் துடைச்சி கதவுப்பின்னாடி சாத்திவச்சிருக்காங்க. ஆயுதம் இருந்தாதான் வீடு பாதுகாப்பாக இருக்குமாம்."

* * *

ஒரு பத்திரிகையாளன் உலகத் திரைப்பட விழாவைக்காண டெல்லிக்கு செல்வதும், அங்கு நிருபமா என்கிற பெண்ணைச் சந்திப்பதும் மனம் சலனப்படுவதுமான ஒரு கதை 'பாதியில் முடிந்த படம்'. அன்பு செலுத்தும் பெண்கள் தரும் உளவியல் நெருக்கடிகள்தான் கதையின் உள்ளடக்கம். கதை முடிந்தபிறகு நாம் டெல்லி திரைப்பட விழாவிற்கே போய்வந்த உணர்வு ஏற்படுகிறது. டெல்லியின் அதிசீதோஷ்ணம், ஒரு சிகரெட் பிடிக்கிற பெண்ணின் அருகாமை, பாரன், மூலாடே,

228

வீல் ஆஃப் டைம், டாங்கோ, பேர்வெல் மை கான்குபெயின் என பிறமொழிப் படங்கள், இடைவிடாத உரையாடல்கள், பிரிவு, பிரிவுதரும் வேதனைகள் இக்கதையின் வழியாக வாசகனுக்கு கடத்தப்படுகிறது.

'அஸ்தபோவில் இருவர்' கதையின் நாயகன் உலகப்புகழ்பெற்ற எழுத்தாளர் லியோடால்ஸ்டாய். டால்ஸ்டாயின் அந்திமக்காலத்தை வாசித்த பாதிப்பிலிருந்து எஸ்.ரா.வால் இக்கதையை எழுத முடிந்திருக்கிறது. சிறுகதைகளைப் பொறுத்தவரை இது குறிப்பிடத்தக்க உத்தியாகும். எத்தனையோ தலைவர்களின், பிரபலங்களின் வாழ்க்கை வரலாற்றை நாம் கருத்தூன்றிக் கற்றிருக்கிறோம். பிறகேன் அவ்வகைப் பின்புலத் திலிருந்து கதைகளை உருவாக்கத் தயங்குகிறோம் என்னும் கேள்வி இங்கு உதயமாகிறது. இது விடைதேட வேண்டிய கேள்வியாகும்.

82 வயதில் வீட்டைவிட்டு வெளியேறும் டால்ஸ்டாய், கணவனை இழந்து தேவாலயச் சேவையில் தன்னை ஈடுபடுத்திக்கொண்ட தங்கை மரியாவைச் சந்திக்கிறார். வீட்டைவிட்டு வெளியேறியதற்காக அண்ணனை கோபித்துக்கொள்கிற மரியா அவருக்கு சில அறிவுரைகள் கூறுகிறாள். ஆனால் டால்ஸ்டாய் தனது நிலைபாடில் உறுதியாக இருக்கிறார். "அதிகாரம் என்னை அற்பப்புழுவைப் போல நடத்துகிறது. உலகின் சகல கசடுகளையும் நானும் அள்ளிக் குடிக்கவேணும் என கட்டாயப்படுத்துகிறது. நான் தவறு செய்யாத மனிதன் இல்லை. ஆனால் சந்தர்ப்பவாதியாக ஒரு போதும் நடந்து கொள்ளமாட்டேன்" என டால்ஸ்டாய் மரியாளுடன் பேசுவது பல எழுத்தாளர்களின், கலைஞர்களின் மனசாட்சியேபோல் ஓங்கி ஒலிக்கிறது. 'ஒரு துறவியைப் போல சாந்தம் கொண்டுவிடு' என்று வலியுறுத்தும் தங்கையிடம் டால்ஸ்டாய் கூறுகிறார். "துறவிகள் தம்மை வருத்திக் கொள்பவர்கள். நான் என்னைக் கொண்டாட நினைப்பவன்". டால்ஸ்டாயின் வாழ்க்கைச் சம்பவங்களை முன்வைத்து ராமகிருஷ்ணன் இக்கதையில் சில அருமையான சொல்லாடல்களை உருவாக்குகிறார். அவை இக்கதையை தனித்துவப்படுத்துகிறது.

குற்றாலத்தைப் பின்புலமாக்கிச் சொல்லப்பட்டிருக்கும் கதை 'அருவிக்குத் தெரியும்' இதுவும் நமக்குச் சில பரவசமான அனுபவங்களை வழங்குகிறது. குற்றாலம் என்றாலே பரவசம்தானே? "பொங்குமாங்கடலும், சாலையில் வழிந்தோடும் அருவித்தண்ணீரும் நனைந்த உடைகளும், ஈரம் சொட்டும் கேசத்துடன் தோளில் துவைத்த துணிகள் ஊசலாட எதற்கு அந்தச் சிரிப்பு என அறியாத சிரிப்போடு பொலிவுறும் முகத்துடன் பெண்கள் நடந்துவரும் அழகும்...' என்றெல்லாம் நீளும் ராமகிருஷ்ணனின் குற்றால வர்ணனைகள் வாசிக்கிற பலரையும் உடனே தென்காசிக்கு வண்டியேற வைத்துவிடும்.

'பாதியில் முடிந்த படம்' கதையில் வரும் நிருபமா மாதிரி இந்தக் கதையிலும் ஒரு பெண் குறுக்கிடுகிறாள். ஆனால் அவள் பெயர் செண்பா. செண்பகக் குழல்வாய் மொழி. அது அவளின் நிஜப்பெயரும் இல்லை. கதையில் வரும் 'அவன்' தான் இந்தப்பெயரை அவளுக்கு சூட்டுகிறான். "......பிடித்தமான ஒரு பெண்ணிற்கு பெயர் வைப்பதில் எவ்வளவு ஆனந்தம் இருக்கிறது" என்று எஸ்.ரா ஓரிடத்தில் இதை எழுதுகிறார். இந்தச் செண்பாவும் நிருபமாவைப் போல ஒரு புதிரான பெண்தான். கண்ணாமூச்சி காட்டி ஆளை அலைக்கழிக்க வைக்கிறவள்தான். "அம்மையின் பிரதி ரூபங்களாக எத்தனை செண்பாக்கள் குற்றாலத்தில்..." என்று வாசிக்கிறபோதே நமக்கு ஒருவிதக் கிறுக்கும் மயக்கமும் தோன்றுகிறது. அதன்பிறகுதான் கதையில் செண்பா அறிமுகமாகிறாள். பின்னிரவின் அருவியில் அவனும் அவளும் அருகருகில் நின்று குளிக்கிறார்கள். 'விரிந்த கேசத்துடன் பாறையைப் பார்த்துத் திரும்பி நின்றவளாக தோளில் அருவி புரளட்டும் என்று அனுமதித்திருந்தாள்' என்கிற வரிகள் ஜலம் சொட்டச் சொட்ட நிற்கும் ஒரு அழகான பெண்ணின் ரூபத்தை நமக்கு நெருக்கமாக்குகிறது.

"சாரலுடன் குற்றாலத்தில் அலைகிற அனுபவம் தனி சுகம்" "ஆயிரமா யிரம் பேர் வேடிக்கை பார்க்கும் கண்களை மறந்து அருவிக்குத் தன்னை ஒப்புக்கொடுத்து நிற்பது" "அருவிக்குள் நுழைந்தவுடனே வயது கரைந்து போய்விடுகிறது' போன்ற வர்ணனைகளையும் குறிப்பிட்டுச் சொல்லவேண்டும்.

இத்தொகுப்பில் பிடாரனின் மகள், ஷெர்லி அப்படித்தான் ஆகிய இரண்டு கதைகளையும் இதே போன்று விரித்துப் பார்க்க வேண்டியுள்ளது. இரண்டும் அத்தகைய அனுபவங்களைக் கொண்ட கதைகளாக உள்ளன. அனுபவங்களைக் கதைகளாக்குவதில் எஸ்.ரா. விற்கு உவப்பில்லை. ஆனால், இத்தொகுப்பில் பெரும்பாலும் அனுபவங்களே புனைவாகியுள்ளன. இத்தொகுப்பைப் பொறுத்தவரை, எஸ்.ராமகிருஷ்ணனின் கதைகூறல் முறையில் ஒரு மாற்றம் நிகழ்ந்துள்ளதை அவதானிக்க முடிகிறது. எஸ்.ரா.வைத் தொடர்ந்து வாசித்துவந்திருப்பவர்களால் இந்த மாற்றத்தை உணர்ந்து கொள்ள முடியும்.

(புத்தகம் பேசுது – மே 2014)

கடைசியாக ஒருமுறை

அரவிந்தன் சமீபமாக நிறைய எழுதிக்கொண்டிருக்கிறார். 2011 முதல் ஒரு சீரான இடைவெளியில் அவருடைய சில நூல்கள் பிரசுரம் கண்டுள்ளதைக் கொண்டு இதை கணிக்கிறேன். கடந்த ஆண்டுகளில் அவருடைய 'பயணம்', 'பொன்னகரம்' என இரண்டு நாவல்கள் அடுத்தடுத்து வெளியாகின. முன்னதாக இரண்டு கட்டுரைத் தொகுப்புகளும், மொழிபெயர்ப்புக் கதைக்கொத்தும் வந்திருக்கிறது. அதற்கும் முன்னர் 2006ல் அவர் படைப்புத்துறையில் சற்றுத் தீவிர கவனம் செலுத்தியிருந்திருக்கிறார். ஒரு பத்திரிகையாளராக வேலைசெய்து கொண்டு இந்த அளவுக்கு இயங்கமுடிந்திருப்பது மகிழ்ச்சி தரக்கூடிய விஷயம்தான்.

'குளியலறைக்கு வெளியே சத்தம் கேட்டுக் கொண்டிருக்கிறது' என்னும் அவருடைய முதல் சிறுகதை தொகுப்புக்குப் பிறகு, சுமார் பத்தாண்டு இடைவெளியில் அவரிடமிருந்து கிடைத்திருக்கும் அடுத்த கதைத்தொகுப்பு 'கடைசியாக ஒரு முறை' ஒரே அமர்வில் வாசித்து விடத்தக்க, சற்று அளவில் பெரிதான ஏழு கதைகள் இத்தொகுப்பில் உள்ளன. ஒரே அமர்வில் வாசிக்கக்கூடியனவாக இருப்பினும், உட்கார்ந்து யோசித்து மானுட வாழ்வின் உன்னதங்களையும், அபத்தங்களையும் எடைபோடத்தக்க வீச்சுள்ள கதைகளாக இவற்றை நான் காண்கின்றேன். அரவிந்தனின் கதை கூறல்பாணியும், மொழியும், இதற்கு பெரிதும் ஒத்துழைப்பைத் தருகின்றன.

படைப்பாளி, தான் வாழும் காலத்தின் மனசாட்சியாகக் கருதப்படுகின்றவன். சொல்லெடுத்துப் புலம்புவதல்ல அவன் பணி. தன்னைச் சுற்றிலும் நிகழ்வதைக் கண்காணிக்கவும், அவற்றுக்கான எதிர்வினைகளாகத் தன் கலையை, ஆற்றலைப் பிரயோகிக்கவுமான

தார்மீகப் பொறுப்புள்ளவன். இதற்கென அவன் வெகுமதிகளேதும் பெற்றுக்கொள்வதில்லை. அதைக்குறித்த பொருட்படுத்தல்களும் அற்றவன்.

நாம் வாழும் நிலம், நம்மைக்கொண்டே அதிகாரத்தைக் கைப்பற்றுகிற வர்களுக்கான ஆடுகளமாக இருக்கிறது. இதை சகித்துக் கொள்ளவும் அவர்களாலேயே நாம் பயிற்றுவிக்கப்பட்டிருக்கிறோம். தம் விருப்பத்துக்கு அவர்கள் ஒரு மாநகரை மயானமாக்கவும், மயானத்தை மாளிகையாக்கிக் கொள்ளவுமான வல்லமை கொண்டவர்கள். இந்நிலம் எப்போதும் ஆள்பவர்களுக்கான மேய்ச்சல் நிலம். 'மயான நகரம்' அவ்வாறான அவல நாட்களையே அங்கதத்தால் சித்திரிக்கிறது. மகாராணி என்றில்லை மகாராஜாவானலும் இதே கதிதான். பாவனைகள் வேண்டுமானால் சற்று மாறக்கூடும்.

தாங்கவொண்ணாத் துயரங்களை எழுதவேண்டுமானால் நவீன படைப்பாளி எப்போதும் தேர்ந்து கொள்வது எள்ளல் தொனி. ஒருவகையில் இது பின் நவீனத்துவக்கூறுகள் கொண்ட எழுதுமுறையும் ஆகும். மயான நகரத்தை அவ்விதமான விவரணைகளாலேயே நடத்திச் செல்கிறார் அரவிந்தன். எவ்விதச் சான்றாதாரங்களின் தேவையுமின்றி இந்தக் 'கூத்துகள்' நடைபெற்ற காலத்தை, வேதனை தோய்ந்த தலைகவிழல்களுடன் வாசகன் அசைபோட்டுப் பார்க்கத்தக்க முறையில் கதை சொல்லப்பட்டிருக்கிறது.

ஒவ்வொருவரும் சிந்தும் கண்ணீரின் அளவைப் பொறுத்து வரிசைகள் உருவாக்கப்பட்டன. குறைவாகக் கண்ணீர் சிந்திக் கடைசி வரிசைக்குத் தள்ளப்பட்டவர்கள், வரிசையில் முன்னேறப் பெரும்பாடுபட்டனர்.

துக்கம் தாளாமல் தற்கொலை செய்து கொண்டவர்களின் பட்டியல் நாற்சந்திகளிலும், முச்சந்திகளிலும் ஒட்டப்பட்டது. 'தற்கொலைக்களைத் தவிர்ப்பீர்' என்னும் கோரிக்கையும் அருகில் காணப்பட்டது.

போன்ற வரிகளில் உருப்பெறும் கேலிச்சித்திரங்கள் காலத்துக்கும் கலையாததவை – அவமானகரமானவை.

அரவிந்தனின் முன்னுரையை வாசிக்காது போனாலும் 'உருமாற்றம்' கதையுடன் 'பிறகு பார்க்கவே இல்லை'யை இணைத்தே பார்த்திருப்போம். உருமாற்றத்தில் கேயாரின் குணசித்திரம் மகோன்னத நிலைக்கு உயர்ந்து, படிப்படியாகத் தளர்வுறுகிறது. 'பிறகு பார்க்கவே இல்லை' யிலும் அவருடைய தனித்துவம் சித்திரிப்புப் பெறுகிறதுதான். வீழ்ச்சியை அறிந்துகொண்ட மனநிலை முழுமையை அறிந்துகொள்ளும் போதான துடிப்பான மனநிலைக்குச் சற்றுக் குறைவானதே.

தனிமனித குணாதிசயத்தை வியந்து நோக்கும் தன்மை தமிழின்

சம்பத்துச் சிறுகதைகளில் சற்றுத் தணிந்திருப்பதாகக் கருதுகிறேன். எழுதப்பட்டாலும் கூட நிலைக்காமல் அச்சித்திரத்தின் சாயம் சற்றைக்கெல்லாம் வெளுத்துவிடுகிறது. அரவிந்தன், கேயாரைத் தன் தேர்ந்த விவரிப்புகளால் உயரத்தில் அமர்த்தி வைக்கிறார். பிறகொரு சந்தர்ப்பத்தில் அவருடைய ஆளுமையில் உருவாகும் சறுக்கல்களைப் பட்டியலிடுகையிலும் கேயாரின் பிம்பம் நம்மிலிருந்து கலைய மறுக்கிறது.

கேயாரில் ஒவ்வொருவரும் தனக்கான ஆதர்ச புருஷரை அடையாளம் காண இயலும். அதுதான் அந்த குணச்சித்திர விவரிப்பின் வெற்றி. விமர்சனங்களுக்கு அப்பாற்பட்ட ஆளுமை என இங்கு எவரும் இல்லை. அது கேயாருக்கும் பொருந்தும். 'தன்னைப் பற்றிய பிறரது மதிப்பீடுகளுக்கேற்ப வாழ்க்கையை அமைத்துக் கொள்வது யாருக்கும் சாத்தியமில்லை' என்னும் வரிகள் உணர்த்தும் நிஜமும் இதுதான்.

'கருவியை ஒருமுறை சுத்தம் செய்வதற்கும் மறுமுறை சுத்தம் செய்வதற்குமிடையே குறைந்தது இரண்டு நிமிட இடைவெளி இருந்தது. அந்த இடைவெளிகளில் அவர் குழாயை மூட வில்லை ' என்று எழுதும்போதும் 'தண்ணீர் கொட்டிக்கொண்டே இருந்தது' என்னும் வரியைத் திரும்பத் திரும்ப அந்தப் பத்தியில் புழங்குகிறபோதும், கேயாரின் சறுக்கல் பூடகமாகக் காட்சிப்படுத்தப்பட்டுவிடுகிறது.

'சுடருடன் பிரகாசித்த திரியை மங்கிய தணலாகவோ, கருகலின் எச்சமாகவோ பார்க்க விரும்பாத' மனம்தான் நம்முடையது. ஆனால், சுடருடன் பிரகாசித்த திரியின் காலங்கள் மகத்தானவை. இவ்விரு கதைகள் குறித்த 'அஞ்சலிக்கதைகள் போன்றது' என்னும் ஆசிரியரின் முன்னுரைக் கூற்று அவசியமற்றது. கேயாரின் மரணம் இக்கதைகளில் ஒரு பொருட்டு இல்லை. அதேபோன்று, இத்தொகுப்பிலுள்ள எல்லாக் கதைகளையும் மரணம் என்கிற கோட்டில் இணைத்துப் பார்க்கும் அணிந்துரையாளரின் அவதாலிப்பும். மரணம சாஸ்வதமானது. அதை மோஸ்தராக்கிப் பார்க்கும் மனம் சம்பத்தின் 'இடைவெளி' காலத்திலிருந்து நம்மைத் தொற்றிக்கொண்டுள்ளது. மரணத்தை வெல்வதுதான் கலையின் கலைஞர்களின், தலையாய சங்கற்பம்.

இத்தொகுப்பில் 'உருமாற்றம்' கதையைத் தொடர்ந்து 'பிறகு பார்க்கவே இல்லை' இடம்பெற்றிருக்கும் பட்சத்தில், ஒரு நாவலின் இரு அத்தியாயங்களாகவே அவற்றைப் பாவிக்கவேண்டியிருந்திருக்கும். காலவரிசைக்காக கடைசிக்கு நகர்த்தப்பட்டாலும், இயல்பாகத் தன் இடத்தை வந்தடைந்து விடுகிறது அந்தக் கதை. கேயாரில் என் பங்குக்கு நானும் சில ஆளுமைகளைத் தரிசித்து வியக்கிறேன். அரவிந்தன் தொடர்ந்து கேயாரை எழுதுகின்ற மனநிலையுடன் தான் இருப்பார் என்றும் தோன்றுகிறது.

என் பிராயத்தில் விவரிக்க முடியாத புத்துணர்வுடனும் பிரம்மிப்புகளுடனும் தான் நான் மலைகளைக் கண்ணுற்றது. அரவிந்தன் மலைகளைக் குறித்து மாய்ந்து மாய்ந்து எழுதும்போது, இத்தணலிலிருந்து தெறித்தோடி எங்கேனுமொரு மலைச்சிகரத்தில் நம்மை ஒப்படைக்கவே தோன்றுகிறது. 'வீட்டைச் சுற்றிலும் மலைகள் என்பதை விட, மலைகளுக்கு நடுவில் வீடு என்று சொல்வதே பொருத்தமானது. மலை மீது விளையாட்டு, மலைகளுக்கு நடுவில் சாப்பாடு, மலைகளுக்கு நடுவில் வாழ்க்கை' யோசித்துப் பார்க்க ரம்மியமாக இருக்கிறது. மலைகளைத் தீவிரமாக நேசிக்கும் ஒருவனின் வாழ்வனுபவங்களாக விரிகிறது. 'மலையும் மலை சார்ந்த வாழ்வும்' கதை.

அவனைப் பொறுத்தமட்டிலும் மலைகள் வெறுமனே காட்சிச்சித்திரமாக மட்டுமின்றி வாழ்வுடன் பிணைந்திருக்கும் ஆதாரமாகவும் தோன்றுகிறது. வளர்மதி, நந்தினி, முத்துக்கிருஷ்ணன், காமாட்சி என்று எத்தனை உறவுகளை அவற்றிடமிருந்து ஞாபகங்களால் மீட்டெடுக்கிறான். ஒவ்வொரு மலையிலிருந்தும் அது குன்றானாலும், பாறையானாலும், சிம்லா, குலுமனாலி ஆனாலும், சென்னை பல்லாவரத்தின் நிறம் தொலைந்த மேடுகளானாலும் ஒவ்வொன்றிலிருந்தும் அவனுக்குப் பெற்றுக்கொள்ள நிறைய இருக்கிறது. எல்லாவித இழப்புகளுக்கும் பிறகு அவனுடைய பாதங்கள் மலையை நோக்கியே அடி எடுத்து வைக்கின்றன.

மலைகள் ஏன் அவனை வசீகரிக்கின்றன என்பதற்கு நாம் நேரிட அர்த்தம் கொள்ளத் தேவையற்ற அளவு துலக்கமாகக் கதை புனைவுற்றுள்ளது. நாம் தொலைவிலிருந்தும் தரிசிக்கின்ற மலை, அருகில் செல்ல வேறொரு பரிணாமம் கொண்டு விடுகிறது. மலையின் பகலும், இரவும் வெவ்வேறான சீதோஷ்ணத்தை மட்டுமின்றி, வெவ்வேறான கண்களையும், குணாதிசயத்தையும் பெற்றிருப்பது அனுபவமிக்க விந்தை கூடியது. போகிறபோக்கில் வாகனச்சன்னல்களின் வழியே நாம் காணும் மலைகள் வேறு. மலைகளுடன் வாழ்வதென்பது வேறு.

'கடைசியாக ஒருமுறை' சாம்பசிவனுக்குப் போல சில மாதங்களுக்கு முன்னர், எனக்கொரு விபத்தனுபவம் ஏற்பட்டது. அவனுக்காவது இடது முழங்கையிலும் முழங்காலிலும் இடது கண்ணிற்கு கீழும் சிராய்ப்பு. எனக்குச் சற்றுத் தீவிரமாக. தலையில் பட்ட அடியால் மண்டையோட்டில் இரண்டு விரிசல்கள். பேனாப்பிடித்து எழுதுகின்ற முக்கிய விரல்களிரண்டின் நகமும் சதையும் தொங்கிக்கொண்டிருந்தன. விபத்தின் போது என்னிடம் இரண்டு லட்சம் ரூபாய்களோ, பத்திரமோ, கடிதங்களோ, கையெழுத்திட வேண்டிய தாள்களோ, பரபரப்பை உண்டாக்குகின்ற அந்த ஆணுறைகளோ இல்லை. ஆனால்

சாம்பசிவனைப் போலவே எனக்கும் அத்தருணத்தில் வேறுவேறு சிந்தனைகள் கிளை பிரிந்து ஓடியவாறிருந்தன.

சாம்பசிவன் போல என்னால் அடுத்தநாள் அதே இடத்தைக் கடக்க முடியவில்லை. இரண்டு மாதம் கழித்துக் கடக்க நேர்ந்தபோது உண்மை யிலேயே உடல் முழுக்க விறைப்பு நிலைதான். பிதுங்கி வழிகின்ற ஜனத்தொகையால், மூச்சை நிறுத்தி வைக்கின்ற வாகனங்களின் பெருக்கத்தால் விபத்தில் உயிரிழப்பதைக்கூட நாம் இயல்பாக ஏற்றுக்கொள்ளப் பழகிவிட்டோம்.

இக்கதையைக் காரணமாகக் கொண்டு அரவிந்தனால் எல்லோர்க்கும் பொதுவான சில நல்ல வரிகளை எழுதிவிட வாயத்திருக்கிறது.

1. தன்னைப்பற்றிய எதிர்மறையான உணர்வுகளை விட்டுச் செல்வோமோ என்ற பயம் வரும்போது எப்படியாவது அதை மாற்றிவிட்டுப் பிறகு சாகவேண்டும் என்று தோன்றுகிறது. இதமான உணர்வுகளுடன் விடைபெற்றுக் கொள்வோம் என்று நினைக்கும்போது இந்த வாழ்க்கையை நான் ஏன் இவ்வளவு சீக்கிரம் இழக்க வேண்டும் என்ற கேள்வி எழுகிறது.

2. தான் இல்லாத நாளையைக் கற்பனையில் தரிசிக்கப் பழகிவிட்ட அவனுக்கு ஏக்கங்களின் சுமை கூடிக்கொண்டே போயிற்று. ஆனால் ரகசிய ஆசைகளையும், ஏக்கங்களையும் எழுதும் துணிச்சல் இன்னும் வரவில்லை . எழுதமுடியாத எல்லா ஆசைகளும் பெண்களையும், பதவிகளையும் சார்ந்தவை என்பதை எண்ணி வியப்படைந்தேன்.

அதுபோலவே 'தனியாக ஒரு வீடு' கதை குறித்து உரையாடுவது தவிர்க்கவியலாததாக இருக்கிறது. நகரத்தின் சந்தடியினின்றும் விலகி வயல்வெளிக்கு மத்தியிலிருக்கிற அந்த வீட்டையும், மனிதரையும் அத்தனை எளிதாகக் கூ ந்துவிடுவது எவருக்கும் சாத்தியமில்லை . யாளி, நந்தி, துவாரபாலகர் என கோவிலுக்குரிய சமாச்சாரங்கள் கொண்டதாக அவ்வீடு விவரணம் பெறுகிறது. அந்த வீட்டுக்காரருக்குச் சொந்தமாக சென்னையிலுள்ள இடத்தை மினரல் வாட்டர் பிளாண்ட் வைக்கக்கேட்டு வரும் இருவர் மற்றும் அவர்களின் அனுபவத்தொகுப்பாக வெளிப்பட்டுள்ள கதை மெல்ல மெல்ல நிகழும் உரையாடல் விநோதங்களால் அரசியல் வர்ணம் பூசிக்கொள்கிறது. "மெட்ராஸ்ல எல்லாரும் பாட்டிலும் கையுமாகத்தான் அலையறாளாமே, பாட்டில்ல தண்ணி ரொப்பறதுக்கு ஒரு ஃபேக்டரியா?" என்று அவர் வெள்ளந்தியாகக் கேட்கிறார். "கிரீன் ரெவொல்யூஷன் காலத்துலயும் எங்கப்பா கெமிக்கல் போட்டதில்ல. பூமாதாவுக்கு வெஷத்த குடுக்கமாட்டேன்னுவார். நாங்க பரம்பர பரம்பராயா இந்தத் தொழில்ல இருக்கோம். எங்களுக்குன்னு சில வேல்யூஸ் இருக்கு,

எத்திக்ஸ் இருக்கு. மண்ணை சூறையாடினா சோறு கெடைக்காது சார்..." என்று நெகிழ்ந்து போகும் அவர் ஒரு கட்டத்தில் "காந்தியப் பத்தி பேசாதீங்கோ. அவர் முஸ்லிம்சுக்கு எல்லாத்தையும் விட்டுக் கொடுத்திட்டார்.." என்று காந்தி பெயரை உச்சரித்ததற்காக எதிரிலிருப்பவர் மேல் பாய்கிறார். இஸ்லாமியர்கள் பசு மாமிசம் சாப்பிடுகிறவர்கள் தேசபக்தி இல்லாதவர்கள் என்று குதிக்கிறார்.

இஸ்லாமியர்கள் பசுவின் இறைச்சியை உண்பதில்லை. பறப்பனவோ ஊர்வனவோ, அவை பாலூட்டிகளெனில், அவற்றின் மாமிசத்தைப் புசிப்பது மதரீதியாகத் தடை செய்யப்பட்டிருக்கிறது. பிற மதத்தவருடன் ஒப்பிடும்போது இஸ்லாமியரின் தேசவிசுவாசம் சளைத்ததல்ல. உலகிலேயே அதிக முஸ்லிம்கள் வாழும் நாடு இந்தியா. அவர்களுடைய வேர்கள் இந்தியத் தொல்குடிகளுடன் நேரடித்தொடர்புள்ளவை என்றெல்லாம் இவரைப் போன்ற பாமரர்களுக்குப் புரியவைக்க வேண்டியிருப்பது துரதிர்ஷ்டவசமானது.

இது ரமலான் நோன்புக்காலம். நேற்று மாலை யதேச்சையாக ஒரு பள்ளிவாசலைக் கடந்து சென்றுகொண்டிருந்தேன். அலை அலையாக நோன்புக்கஞ்சி வாங்கிச்சென்ற பெண்களில் பெரும்பான்மையினரின் நெற்றியில் குங்குமமும் விபூதித்தீற்றலுமிருந்தது. ஊரில் என்னுடைய பெரும்பாலான நண்பர்கள் இந்து சமூகத்தினர். அவர்களை 'மாமன்' 'மச்சான்' என உறவின்முறை கூறித்தான் விளிக்கிறேன். இதுதான் நடைமுறை யதார்த்தம். 'தனியாக ஒரு வீடு' கதையில் வரும் அய்யர்வாளும், அவரைப் போன்று ஆயிரக்கணக்கிலுள்ளோரும், அவர்தம் மூதாதையரும் கடந்த நூற்றாண்டுகளில் மூளைச்சலவை செய்யப்பட்டவர்கள். இதைத் திட்டமிட்டுச் செய்தவர்கள் பிரிட்டிஷ்காரர்கள். நாம் இன்னும் அவர்கள் புழங்கிய பாண்டங்களில் தானே புழங்குகிறோம். அரவிந்தனின் கதை இதுபோன்ற விவாதங்களை உருவாக்குவதன் வழியாகவும் தீவிர கவனம் பெறுகிறது.

அரவிந்தன் தனது கதைகூறல் முறையில் காலகாலமாகக் கடை பிடிக்கப்பட்டு வரும் மரபார்ந்த தன்மைகளை உதறிவிட்டு சுதந்திரமாகவும், இறுக்கம் தவிர்த்தும் பேசவிழைகிறார். எடுப்பு தொடுப்பு முடிப்பு என்னும் இலக்கணச் சட்டகத்தைப் பெயர்த்துக்கொண்டு இயல்பாக வெளியில் வந்து விழுந்துள்ள கதைகள் இவை. இதனாலேயே சொல்ல நேர்ந்தை நெருடல் எதுவுமின்றி சொல்லிக்கடக்க அவரால் இயன்றிருக்கிறது.

ஒருவித அபுனைவு மொழிலாவகத்தை, இப்புனைகதைகளுக்குள் நீங்கள் கண்டறியலாம். நாட்டார் கதை கூறல் தன்மையோ, வட்டார வழக்கோ சற்றும் கவிந்திராத அவை தேவையுமில்லாத கதைகள்.

ஒரு நகரவாசியின் கண்களால் தான் அவரால் கிராமத்தையும், வயல்வெளிகளையுமே கூடப் பார்க்க முடிகிறது. அவ்விதத்தில் வலிந்து அவர் முண்டாசு கட்டிக்கொள்ளாதது திருப்தியளிக்கிறது.

குடும்பம் மனைவி குழந்தை நட்பு காதல் காமம் இயற்கை சமூகம் என ஒன்று மீதியில்லாமல் அனைத்திலும் தோய்ந்த ஒரு மனிதனின் நாட்குறிப்பின் பக்கங்களைப் போன்று இக்கதைகள் விரிகின்றன. 21ஆம் நூற்றாண்டின் நகர் சார்ந்த தமிழ்ச்சிறுகதைகள் இப்படித்தான் இருந்தாக வேண்டும்.

(காலச்சுவடு, பிப். 2017)

நா. விச்வநாதன்

காடு கண்டவனைக் காடு விடாது

நா. விச்வநாதன் ஒரு கலையாளுமை. அதனாலோ என்னவோ இலக்கிய உபாஸகர்களால் அதிகம் கண்டு கொள்ளப்படவில்லை. அவர் எங்கள் தஞ்சை ப்ரகாஷ் பள்ளியின் மூத்த அங்கத்தினர். பிராமணரானாலும் பாரதி போல் பூணூல் துறந்தவர். கவிஞர் மீரா பதிப்பித்த 'நவகவிதை' வரிசையில் அப்போது இவருடைய 'சுதந்திரம்' தொகுப்பும் வெளிவந்தது. நானறிய இலக்கியத்தில் சுமார் 35 ஆண்டுகளாக இயங்கி வருகிறார். துணைத் தபாலதிகாரியாகப் பணி செய்து ஓய்வு பெற்றவர். தொழிற்சங்கவாதியும் கூட. ஹைக்கூ கவிதை வடிவத்தை சிதைக்காமல் கையாளத் தெரிந்தவர்களில் ஒருவர். நல்ல குரல்வளம். அட்சர சுத்தமாக பாரதியின் வரிகளை இவர் மேடையில் கம்பீரமாக உச்சரிக்க நாளெல்லாம் இருந்து கேட்டு ரசிக்கலாம்.

ப்ரகாஷ் எங்களைக் கடந்து சென்றபின், சிறிது காலம் விச்வநாதன்தான் அந்த வெறுமையைத் தணித்தார். விச்வநாதனை முன்னவராகக் கொண்டு 'ஸ்தலம்' என்கிற பெயரில் சில இலக்கிய சந்திப்புகள் நடத்தினோம். முதல் கூட்டம் திருவையாறு ஆற்றங்கரையில் தியாகராஜர் சமாதியின் முன்பு நடந்தது. கணையாழியில் வெளிவந்த எனது 'ராஜமீன்' கதையை, எழுதிய ஈரம் காய்வதற்கு முன் அந்தக் கூட்டத்தில் தான் வாசித்தேன்.

விச்வநாதன் தன்னை முன்னிலைப் படுத்திக் கொள்வதில் அதிகம் ஆர்வமில்லாதவர். என்றால் இலக்கிய உலகு பொருட்படுத்துமோ? ஒரு பிரதியை எழுதி, குறைந்த பட்சம் அதை நான்கைந்து பாஷைகளில்

பெயர்த்து, உலகம் சுற்றிவந்து அறுவடை பார்க்கிற கலிகாலம். சூரியர் பையன் உள்ளே நுழையாத குக்கிராமத்திலிருந்து கொண்டு தன்னடக்கமாக இலக்கியம் செய்கிறவர்களுக்கு காலம் ஏது? விச்வநாதன் என்னவோ அப்படியேதான் இருக்கிறார்.

கவிதையிலிருந்து அவர் சிறுகதை எழுதக் கிளம்பிய காலம் எனக்கு நன்றாக நினைவிலிருக்கிறது. அந்த வகையில் 'பாட்டிகளின் சிநேகிதன்' என்கிற அவருடைய ஒரு தொகுப்பை மட்டும் அப்போது வாசித்திருக்கிறேன். திரும்பிப் பார்த்தால் மளமளவென்று அய்ந்து தொகுப்புகள் அளவிற்கு எழுதித் தள்ளியிருக்கிறார். பணி ஓய்வுக்குப் பிறகு, பிள்ளைகளுக்கான கடமைகளை முடித்துவிட்டதால் எழுத வாய்த்திருக்கிறது. ஆற அமர வாழ்க்கையை உட்கார்ந்து பார்த்து ரசித்து எழுதுகிறார். இது 'திசையெங்கும் பெருவழி'யில் புலப்படுகிறது. எவ்வித மனத்தடையுமின்றி இக்கதைகளுக்குள் நுழைந்து என்னால் ஒரு புதிய அனுபவத்தைப் பெற்றுத் திரும்ப முடிந்தது. 74 பக்கங்களில் 11 கதைகள். வடிவக்கச்சிதமானவை. மெல்லிய தொகுப்பு. அட்டைப்படம் பழுதில்லை. அணிந்துரை, நன்றி நவிலல் என எவ்விதப் பீடிகைகளும் கிடையாது.

எதிர்பாராதவொரு தருணத்தில் முன்னறிவிப்பில்லாமல் பொழிகின்ற பெருமழையைப் போல வாசிப்பவருக்குள் கதைகள் அசுரவேகத்தில் பாய்ந்து தாக்கி ஓய்கின்றன. எல்லாவற்றிலும் பிசிரில்லாத ஒரே மாதிரிக் குரல், ஆலாபனை. ஆனால் அத்தனைக்கு வசீகரம். அந்தக் குரலிலும், பாவனையிலும் அடிக்கடி விச்வநாதன் புன்னகைத்தபடி எத்தனை கற்பனை கன்று கொண்டிருக்கின்ற மனம்.

எதார்த்தத்திலிருந்து படைப்பாளி மீறுவது குறித்து எத்தனையோ விமர்சகர்கள் எழுதி மாய்கிறார்கள். எதார்த்தம் சிலுவை யிலறையப்பட்ட தாகவும், பின்னர் மூன்றாம் நாள உயிர்த்தெழுந்ததாகவும், இனி மரணமில்லையென்றும், இன்னும் என்னென்னவோ... விச்வநாதன் இந்தக் கதைத் தொகுப்பில் ஒரு ஜாலம் செய்கிறார். எதார்த்தத்திலிருந்து ஒரே தாவலில் மாயத்திற்கும், மாயத்திலிருந்து கண்ணிமைப்பதற்குள் எதார்த்தத்திற்கும்...

வாழ்க்கை எதார்த்தமாக மட்டும் இல்லையே. கொஞ்சம் அப்படி இப்படியாக மாயங்களும் நிகழ்வதுண்டுதானே? அப்புறம் மனதின் வேகமான குதிரைப் பாய்ச்சலுக்கும், கண்முன் நடக்கிற விசித்திரங்களுக்கும், கற்பனா லோகத்தில் இஷ்டம்போல் சஞ்சரிக்கவும் தடைகளுண்டா என்ன?

இத்தொகுப்பின் கதைகளை வாசிக்கிறபோது மனம் ஒருமித்த நிலையில் இல்லாமல் எங்கெல்லாமோ அலைந்து தவிக்கிறது. மௌனி, லா.ச.ரா.

போன்றவர்களை தமிழ் வாசக மனம் சற்றே மறத்திருக்கிற நிலையில் அவர்களை விச்வநாதன் தன் கதைகளின் வழியே ஞாபகமூட்டுகிறார். வழிபாடற்றுச் சிதைந்து கிடக்கிற கோயில்களைச் சித்தரிக்கும்போது மௌனியும், மஞ்சளும் கறுப்புமாய்ப் புது நிறத்தில் நெளிகிற ராஜநாகத்தை எழுதும்போது லா.ச.ரா.வும் ஜீவகளையுடன் நாதமணி ஒலிக்க எழுந்து நிற்கின்றனர்.

மௌனி தன் கதைகளில் 'பாழுடைந்த வசீகரம்' என்றொரு சொல்லை அடிக்கடி பிரயோகிப்பார். இக்கதைகளின் அடிநாதமும் அதுவே. "நமக்கு வெகுமதிகளை வாரி வழங்குவதில் இயற்கை ஒரு போதும் சலிப்படைவதில்லை. கொடைகளை ஏற்றுக்கொண்டு மனிதகுலமே அதனுடன் புரிகிற சமர் நிற்பதில்லை " என்று அபிப்ராயங்கொள்ளும் விச்வநாதன் 'உபாத்யாயம்' கதையை மட்டும் விதிவிலக்காக எழுதியிருக்கிறார் என்று தோன்றுகிறது.

ராமபத்திரன் சாஸ்திரி என்றொரு பாத்திரத்தை நேரடியாக அறிமுகம் செய்து தொழில் நிமித்தம் அவர் கொண்டுள்ள மனக்கசடுகளை அவர் வழியாகவே வெளிப்படுத்துவதுடன் கதை ஓய்ந்து விடுகிறது. மற்றெல்லாக் கதைகளிலும் தொழிற்பட்டிருக்கின்ற பன்முகத் தன்மை இல்லாது உபாத்யாயம் பலவீனமாக நிற்கிறது. ஆனால் சாஸ்திரி கதாபாத்திரத்தை வாசகர் மனதில் வலுவாக நிறுவிவிடுகிறார்.

பாரதியை ஆழ்ந்து வாசிக்கையில் புலப்படும் மன்னிக்கக்கூடிய கருத்து முரண்களை விச்வநாதனிடத்தும் காணமுடிகிறது. இது அவருடைய குறையல்ல. புனைவெழுத்தாளனுக்கான சுதந்திரம். எல்லாக் கதைகளிலுமே இவர் ஒன்றை ஒருகணத்தில் வியக்கிறார். மறுகணம் மறுக்கிறார். புனைவை மூளை கொண்டு எழுதுவதில்லை, மனத்தால் எழுதுகிறோம் என்று சொல்லாமல் சொல்கிறார்.

விச்வநாதனைப் புதிதாக வாசிக்கிறவர்கள் அதிர்ச்சியும், அவசமும் கொள்ளக்கூடும். சமகாலக் கதைகளின் பாணிகளைத் துறந்த உலகம் இவருடையது. அவர்கள் புறக்கணித்திருக்கின்ற யாவற்றையும் இவரிடத்தில் கண்டெடுக்க இயலும். சிதைவுற்ற கோயில்கள், ஊருக்குள் எதற்கென்றே தெரியாமல் ஒலிக்கின்ற சப்தங்கள், விட்டு விட்டுப் பெய்கிற மழை, ஊழிக்காற்று, உடுக்கையொலி, வனம், வயல்வெளி, ஜ்வாலை, ஜடாதாரிகள், உஷைக்கால மணியோசை, துர்தேவதைகள், ஹிரண்ய வர்ணாம் ஹரிணீம் ஸ்வர்ணாம்... புனரபி மரணம் புனரபி ஜனனம்... சமஸ்கிருத ஸ்லோகங்கள்...

நாதிர் திரு திரு திரு திரு திர்

நாதிர் திர் திர் திர் தர்திர்ர்

திர்திர் திர் தக் திம் திம் திக்

தீம் தீம் தீம் தீம்

என மேளவாத்தியத்தின் ஒலிகளை ஒருகதையில் லா.ச.ராமமிருதம் எழுதுவார். கதையின் சூழலுக்கு அத்தனை பொருந்திப் போகும் அது. அப்படியான சீரான தாளலயத்தைக் கொண்டுள்ள கதாலோகம் இவருடையது.

இயற்கையின் வெறிபிடித்த காதலனாக வனாந்திரமெங்கும் விச்வநாதன் அலைவுறுகிறார். அவருக்குப் பக்கத்துணையாக சக்தி, கோட்டையம்மா, காத்தாயி, பிடாரி, முனீஸ்வரன், அய்யனார், சுடலைமாடன், பத்ரகாளி என ஏராள காவல் தெய்வங்கள். மக்கள் வாழ்வதன் நிமித்தம் மரங்கள் வெட்டி வீழ்த்தப்படுவதன் கோரத்தை சிறுகதையில் இவரளவு பதைபதைப்புடன் சித்தரித்தவர்கள் குறைவு.

'கடைசியாக இருந்த மரம் அழிக்கப்பட்ட பிறகு கடைசியாக இருந்த நதி விஷமாகிவிட்ட பிறகு கடைசியாக இருந்த மீனும் பிடிக்கப்பட்ட பிறகு நாம் உணர்வோம் பணத்தை உண்ணமுடியாது' இப்படியான வட அமெரிக்கப் பூர்வகுடிகளின் பழமொழியை சமீபத்தில் வாசித்தேன். மனதுக்கு 'திக்' கென்று இருந்தது. இயற்கையை மொத்தமாக அழித்தொழித்து அதன் மேல் கிடந்து சுகபோகமாக வாழ்வை ருசிக்கமுடியும் என்று நம்புகிற மனிதர்களை நினைத்துப் பார்க்க பரிதாபமாக இருக்கிறது.

எங்கு முடிகிறது என்பதொன்றும் தெரியாத வனப் பிரமாண்டத்தில் கயமையின் துளிச்சாயலும் ஏது... ப்ளீச்... ஒரு பறவையின் எச்சம் கச்சிதமாக விழுந்தது. இயற்கை அது சார்ந்த இயக்கங்கள். எல்லாமே பேரழகுதான். நீரின் ஆதாரத்தை எவர் அறிந்திருக்கிறாரோ அவரை வணங்குகிறேன். நீரின் ஆதாரத்தால் எவர் பூமியில பசுமை விந்தை செய்து தளிர்களைக் காற்றில் ஊஞ்சலாட வைக்கிறார்களேwhich அவர்களைத் தலைவர்களாகக் கொள்கிறேன்... என்றெல்லாம் எழுதுகிற விச்வநாதனின் பெரும்பாலான கதைகள் காடுகளை மையம் கொள்கின்றன. 'காடு கண்டவனால் காட்டை விட முடியாது' என்று 'காடு' நாவலில் எழுதுவார் ஜெயமோகன்.

முத்தாய்ப்பாக ஒன்றைக் கூற வேண்டும். விச்வநாதன் கதைகளின் ரகசியம் என்று ஒன்றிருக்கிறது. அதை இந்த மதிப்புரையில் பகிரங்கப் படுத்துவது நியாயமாகாது. வாசர்கள் அதை வாசித்துத் துய்க்க வேண்டும்.

(புத்தகம் பேசுது – ஜூலை 2014)

எஸ்.கே.பி. கருணா

இதோ இன்னொரு கதை சொல்லி

கோடையில் திடீரெனக் கொட்டித் தீர்த்துவிடும் பெருமழையைப் போல, கலை எப்போதும் எதிர்பாராத ஒரு தருணத்தில், முற்றிலும் எதிர்பார்த்திராத வடிவத்தில், எதிர்பாராத திசையிலிருந்து வெளிப்படுவதுதான். இன்னாரிடமிருந்துதான் அது ஊற்றெடுக்கும் என்பதான முன் வரையறைகள், நியமங்கள் இல்லை. ஒரு படைப்பாளி உருவெடுப்பதில் பெரும் பங்களிப்பை வழங்குவது அவனுடைய ஆதிநாட்களின் தொகுப்பாகிய பால்ய காலமே. சிறு பிராயத்து ஞாபகங்கள்தாம் நடுத்தர வயதுவரை அவனைத் துரத்திக் கொண்டலைபவை. அவைதாம் அவனை எண்ணி எண்ணி ஏங்கவும், பிதற்றவும் பேதலிக்கவும் வைக்கிறது. பிறகு அவனை எழுத வைப்பதும் அப்பிள்ளைப் பிராயத்து எச்சங்கள்தாம்.

நண்பர் பவா, எஸ்.கே.பி.கருணாவை எனக்கு அறிமுகம் செய்து வைத்தபோது, அவர் ஒரு தேர்ந்த வாசகர், இலக்கியவாதிகளிடம் நட்பு பாராட்டுபவர் என்கிற புரிதல் மட்டுமே இருந்தது. பிறகொரு இடைவெளியில் அவர் பெயரை இதழ்களில் கண்டபோதும், எழுத்துகளை வாசித்தபோதும், மகிழ்ச்சியடைந்தேன். எழுதுகிறவர் பட்டாளத்திற்கு 'வசமான கை' ஒன்று அகப்படுவது ஆனந்தம் கொள்ளத்தக்கதுதானே.

கருணாவின் சிறியதும், பெரியதுமான 18 கதைகளும், கட்டுரைகளுமாக 'கவர்னரின் ஹெலிகாப்டர்' தொகுப்பு இன்று நம் வாசிப்பனுவத்துக்கு வாய்த்திருக்கிறது. இவ்வாறு கதைகளையும், கட்டுரைகளையும் கலந்து கட்டி வாசிப்பது சோற்றில் குழம்பு மட்டுமல்ல; அதில் கொஞ்சம் ரசமும், தயிரும் கூட சேர்த்துக்கொண்டு பிசைந்து உண்பதைப் போன்ற வித்தியாசமான சுவையனுபவத்தைத் தருகிறது. எனவே

இத்தொகுப்பைப் பொறுத்தவரை மெனக்கெட்டு எது கதை, எது கட்டுரை எனப் பிரித்தறியும் வேலையை வாசகன் மேற்கொள்வது அவசியமற்றது என்பேன். காரணம், படைப்பாளிக்கே அதைப் பிரித்துப் பார்க்கத் தேவையில்லை என்று தோன்றியிருக்கிறது. இல்லையேல் சற்றே காத்திருந்து கதைகள், கட்டுரைகள் என இரண்டு நூல்களாக அவரால் தந்திருக்க இயலும்.

இந்தக்கதைகள், கட்டுரைகள் யாவும் சுயசரிதைத் தன்மையில் நின்று யதார்த்தமான உரையாடல்களை நம்முடன் நிகழ்த்துபவை. பொய் சொல்லாதவை, பாசாங்கற்றவை. மொழிக்கும், உத்திகளுக்கும் பிரயாசைப்படாதவை. ஆகவே புனைவை வலியத் தரிக்காதவை. சம்பவங்களாலும், முன்னதாக ஊகித்தறியவியலாத முடிப்புகளாலும், பின்னிக்கிடப்பவை. மனித நேயமும் சகிப்புத் தன்மையுமுள்ளவை. இயல்பானவை. எனவே வாசகனை எளிதாகச் சென்றடைபவை. ஒவ்வொரு கதையிலும் கருணாவே 'நான்தான்' எனக் கையுயர்த்தி வெளிப்படையாகத் தோன்றுகிறார். மறைந்திருந்தோ, பூகமாகவோ வெளிப்படுவதில்லை. தனது நைனாவிடமும், மாமாவிடமும், சினேகிதர்களாகிய ஸ்ரீகாந்த், இளங்கோ, வேலுவிடமும் அவர் என்னவாக இருக்க முடிகிறதோ அதுவேதான் சக பாத்திரங்களிடமும்.

கருணாவின் கதைகளுடன் புழங்குகையில், அவர் தேர்ந்து கொண்டிருக்கும் கருப்பொருளும் களமும் வியப்பூட்டும் அம்சமாகப்படுகிறது. இவ்வாறான தெளிவிருந்தால் மட்டுமே ஒருவனால் தடுமாற்றமின்றிச் சரளமாகக் கதை சொல்ல இயலும். எழுத்தாளர் அ.முத்துலிங்கம் இத்தொகுப்புக்கான தனது முன்னுரையில், வெகு நேர்த்தியாக இதைக் குறிப்பிட்டுள்ளார். கட்டுமானம் என்பது, மற்றும் எங்கே நிறுத்துவது (ப10) எனத் தொடங்கும் அவருடைய இரண்டு பத்திகள் புதிதாக எழுத வருகிறவருக்குச் சிறந்த ஊக்கிகள்.

"நாற்பது வயது வரை எந்த முட்டாள்த் தனமும் செய்யாமல் ஒழுங்காகத்தான் இருந்தேன். அதன் பிறகுதான் புத்தி தடுமாறி இப்படிக் கதைகள், கட்டுரைகள் என எழுதத் துவங்கினேன்" என்று கருணாவும் தன் முன்னுரையில் வேடிக்கையாகச் சுயவிமர்சனம் செய்து கொள்கிறார். அவை தன்னடக்கத்தின் காரணமாக வெளிப்பட்ட வார்த்தைகளாகவே எனக்குப்படுகிறது. 14ஆம் பக்கத்தில் கருணா எழுதியிருக்கும் முதல் நான்கு பாராக்கள், இணையம் வழங்கியுள்ள மகத்தான எழுத்துச் சுதந்திரத்தைப் பற்றிப் பேசுகிறது. இவ்வாறு முன்னுரைகளுமே கூட அர்த்தச் செறிவுடன் எழுதப்பட்டிருப்பது இத்தொகுப்பின் பலம் என்பேன்.

முதல் கட்டுரையான நிழல் மரியாதை, கருணாவின் பண்பை, குணசித்திரத்தை வெளிப்படுத்தும் விதத்தில் அமைந்துள்ளது

குறிப்பிடத்தக்கது. பயணத்தில் எழுந்து பிறருக்கு இடம் தரும் பழக்கம் எத்தனை ஆத்மதிருப்தியைத் தரவல்லது என்று உணர்த்துகிறது. சுஜாதாவின் ஆட்டோ கிராஃப் கட்டுரையோ சுவாரசியம். சுஜாதாவின் எழுத்துக்கள் சுவாரசியம்மிக்கவை என்பார்கள். ஆனால் சுஜாதாவின் வாசகனாகிய கருணா எழுதியிருக்கும் சுஜாதாவைக் குறித்த இக்கட்டுரை சுவாரசியத்தின் உச்சம்.

தான் ஆட்டோகிராஃப் கேட்டது கமலிடம் அல்ல, சுஜாதாவிடம் என்று தெரிவிக்கும் போது கமலின் மனநிலையை நான் எண்ணிப் பார்க்கிறேன். (அந்த இடத்தில் யாராக இருந்தாலும் ஈகோ வேலை செய்யும்தானே?) சட்டென்று கமல் சுதாரித்துக் கொண்டு, "இப்போதெல்லாம் நீங்கள் தான் எங்களைவிட பாப்புலர்" என்று சுஜாதாவிடம் பேப்பரையும், பேனாவையும் தருவது அழகிய யதார்த்தம். கமல்ஹாசன் வெறும் சினிமாப் பிரபலம் மட்டுமல்ல. தேர்ந்த வாசகர். இலக்கியவாதிகளை மதிக்கத் தெரிந்தவர். சமீபத்தில் சென்னையில் நடந்த ஜெயமோகன் நூல் அறிமுக விழாவில் நடைபெற்ற ஒரு சம்பவத்தை இவ்விடத்தில் அசைப்போட்டுப் பார்க்கிறேன். (அவ்விழாவில் இளையராஜாவிடமிருந்து நான் ஜெ.வின் ஒரு நூலைப் பெற்றுக்கொண்டேன்.) விழா மேடை யிலிருந்த அசோகமித்ரனை வாழ்த்திப் பேச அழைத்தார்கள். அவரால் உடனே எழுந்து ஒலிபெருக்கியின் முன் வரமுடியவில்லை . வயோதிகம் காரணமாக சற்றுத் தடுமாறினார். அப்போது கமல் எழுந்து கைத்தாங்கலாகப் பிடித்து அவருக்கு உதவி செய்தார். பிறகு கமல் பேசும்போது "இந்த மேடையில் அசோகமித்ரனுக்கு கொஞ்சநேரம் கைத்தடியாக இருந்ததில் சந்தோஷப்படுகிறேன்" என்றார். சத்தியமான வார்த்தைகள் அவை. எனவே 'எங்களைவிட நீங்கள்தான் பாப்புலர்' என்று அவர் சுஜாதாவிடம் சொன்ன வார்த்தை சம்பிரதாயமானதாக இருக்க வாய்ப்பில்லை.

பள்ளிக்கூட காலை நேரப் பிரார்த்தனைக்கு சுவரேறிக் குதிக்கிற 'கெட்டகுமாரன் கதை'யை ஒரு கல்லூரித் தாளாளர் எழுதியிருக்கிறார். சற்றும் ஒளிவுமறைவில்லாமல். ஆச்சரியமாகத்தான் இருந்தது. இந்தக் கதையைச் சாக்காகக் கொண்டு திருவண்ணாமலையின் சந்து பொந்துகள், இண்டு இடுக்குகள் எல்லாம் ஒன்று விடாமல் வாசகனால் வலம் வர முடிகிறது. இனி கார்கானா தெருவும், ஆறுமுகனார் தெருவும், கஸ்தூரி அக்கா வீடும் வாசகனுக்கு குருட்டு மனப்பாடமாகிவிடும்.

"இரகசியங்கள் கால்வைத்து நடப்பதில்லை. மாறாக காதுகளின் வழியே கடந்து வாய்மூலமாக நடந்து செல்கின்றன" என்று ஒரு இடத்தில் எழுதுகிறார். மனதிலிருக்கும் வரையே அது ரகசியம். வார்த்தையாக உருப்பெற்றால் ஏழுகடல், ஏழுமலையாக இருந்தாலும் தாண்டிக் கசிவதுதான் ரகசியம்.

கவர்னரின் ஹெலிகாப்டர் 1, 2 என இரண்டு கட்டுரைகளுமே இறுதிவரை அவர் வாழ்வில் மறக்க முடியாத அனுபவங்களாகத்தான் நிலைத்திருக்கும். கவர்னரின் வருகைக்காக பலத்த சிரமங்களுக்கு இடையே கல்லூரியில் ஹெலிபேட் அமைப்பதும், கடைசியில் ஹெலிகாப்டர் பழுதானதால் அவர் வருகை சந்தேகத்திற்குரியதாவதும், பிறகு I have given my word to that young man என்று சொல்லி ஹெலிகாப்டரைப் பொருட்படுத்தாமல் காரிலேயே வந்து விழாவில் கலந்து கொண்டு அசத்துவதும், ரோசய்யாவின் வாக்குத் தவறாமையை, தனித்த பண்பை வெளிப்படுத்துகிறது. இதற்கிடையில் பெரிதினும் பெரிதுகேட்ட கருணாவின் தவிப்புகள் ஒரு திரைப்படத்தின் உச்சக்கட்ட காட்சிக்கு நிகரானது. கட்டுரையின் முடிவில் "அந்த ஹெலிபேட் இன்னும் எங்கள் கல்லூரி வளாகத்தில் தான் இருக்கிறது. வாசகர்கள் யாரேனும் எங்கள் ஊருக்கு ஹெலிகாப்டரில் வந்தால் அதைப் பயன்படுத்திக் கொள்ளலாம்" என்கிறார். வாசகர்கள் வருகிறார்களோ இல்லையோ, ஒருநாள் குடியரசுத் தலைவர் உங்கள் கல்லூரிக்கு வரக்கூடும். எனவே அது அப்படியே இருக்கட்டும் என்று சொல்லத் தோன்றியது.

கவர்னர் மாளிகையிலிருந்து தரப்பட்ட Do's & Donts பட்டியலைக் குறித்து "செய்யக்கூடியவை என்று ஏதும் அதில் இல்லை. எல்லாமே செய்யக்கூடாதவைகள்தான். ராஜபவனின் கசப்பான அனுபவங் களையெல்லாம் யாரோ மொத்தமாகத் தொகுத்து குறுநாவலாக எழுதியது போல இருந்தது அது" என்று கருணா குறிப்பிடுவது துயரத் திலிருந்து எழும் நகைச்சுவையாக எனக்குப் பட்டது. அவரின் எல்லாக் கதைகளிலும் இந்த அங்கதச்சுவை தொனிப்பதை அவதானிக்கிறோம். இது அத்தனை எளிதாக எல்லோர்க்கும் கைகூடிவிடாது.

'உயிர் நீர்' என்னும் மூன்று பக்கக் கதை, நீரின் அவசியத்தை உணர்த்தும் நீதிக்கதையைப்போல மேலோட்டமாகத் தெரிந்தாலும், அந்தக் கூறுமுறை எனக்குப் பிடித்திருந்தது. எதிர்காலத்தில் இவர் மறுவாசிப்புக் கதைகளும் எழுதக்கூடும் என்பதற்கான ஆதார சுருதி இது.

'சாமந்தி' இந்த ஆண்டில் நான் வாசித்த சிறந்த யதார்த்தவாதக் கதை என்பேன். "கடுமையான உழைப்பையும் வேளாண்மையையும் நேசித்து வளர்ந்த ஒரு மரபின் தொடர்ச்சிதான் நான்" என்று இந்நூலின் ஒரு இடத்தில் குறிப்பிட்டிருக்கிறார். ஆகவே தான் 'சாமந்தி' போன்ற கதைகளை அவரால் இயல்பாக எழுத முடிந்திருக்கிறது.

'அட்சயப்பாத்திரம்' எனக்குப் பல நினைவுகளைக் கிளறிவிட்டது. டெலோ போராளிகளுக்கு கருணாவின் குடும்பத்தினர் பயிற்சிக் களம் அமைத்துத் தந்து உதவியதன் பின்னணியில் எழுதப்பட்ட கதை.

சற்றும் உணர்வு வயப்படாமல் கறாராக இந்தக் கதையை நடத்திச் செல்ல முடிந்திருப்பது கண்டு ஆச்சரியப்பட்டேன். "சிறீ சபாரத்தினம், பத்மநாபா, பாலகுமார் போன்ற தலைவர்கள் ஒவ்வொருவராகக் கொல்லப்பட்டு களத்தில் இருந்து நீக்கப்பட்ட பின் எஞ்சியிருந்தது அவர்களின் தொடக்க கால நண்பர் வேலுப்பிள்ளை பிரபாகரன் மட்டுமே" என்று அவர் கதையை முடிக்கும்போது எல்.டி.டி.இ. குறித்த கடுமையான விமர்சனமாகவே அதை வாசகனால் உணர்ந்து கொள்ள முடியும். இந்தக் கதையிலேயே அவர் ஓரிடத்தில், எப்போதுமே அவர்கள் யாரையேனும் எதிர்பார்த்துக் காத்திருந்தது போலவே இப்போது தோன்றுகிறது எனக்கு" என்று பளிச்சென்று இரண்டு வரிகள் எழுதிக் கடக்கிறார். இதை இறுதி யுத்தத்தின் போது விடுதலைப்புலிகள் 'ஆயுதம் வரும்' என்று காத்திருந்து ஏமாந்து நம் எல்லோரையும் ஏமாற்றியதுடன் ஒப்பிட்டுப் பார்த்து கசிந்த கண்ணீரை ரகசியமாய் துடைத்துக் கொண்டேன். வேறென்ன செய்ய இயலும்?

'கருப்புக்கொடி'யும் ஏறத்தாழ இதே உள்ளடக்கம் கொண்ட கதைதான். ஆனால் அது சார்க் மாநாட்டிற்கு ஜெயவர்த்தனே இந்தியா வந்து பத்திரமாகத் திரும்பியதன் பின்னணியைக் கொண்டது.

கணிணி குறித்த பெரிய புரிதலின்றி இந்த முகநூல் யுகத்திலும், Manual Scriptதான் என்னுடையது. போனால் போகிறது என்று பெரிய மனது பண்ணி பத்திரிகைகள் பிரசுரிக்கின்றன. இப்படியே எவ்வளவு காலத்திற்கு வண்டி ஓடுமோ தெரியவில்லை. ஆனால் கருணா, கணிணி குறித்தும், இணையம் குறித்தும் அதன் எல்லையற்ற சுதந்திரம் குறித்தும் எழுதும்போது பொறாமையாக இருந்தது.

அதே உணர்வுடன்தான் 'கலர் மானிட்டர்' கதையை வாசித்தேன். ஃபார்முலா என்கிறார், பரப்பளவு என்கிறார், மைக்ரோசாஃப்ட், ஆப்பிள் என்றெல்லாம் அடுக்கிறார். எனக்குத் தலையைச் சுற்றியது. இப்படியெல்லாம் எழுதுவதற்கு என் போதாமைதான் காரணம் அல்லது முயற்சியற்ற தனம். இதையெல்லாம் கடந்து கலர் மானிட்டர் ஒரு வித்தியாசமான கதை, புதிய யுக்தி. கடைசியில் புரோகிராமிங் தெரியாத அந்த எச்.ஓ.டி. மாதிரிதான் நானும் என்று நினைத்துக் கொண்டேன். சுயபச்சாதாபம்.

'பிரியாணி' கதை நம்ம ஊர் போலீஸ்களின் தகிடுதத்தங்களை சற்று அங்கதத் தொனியில் விவரிக்கிறது. எவ்விதக் காரணமும் இல்லாமல் போலீஸை சினேகிதமாக்கிக் கொள்வதற்கும் ஸ்டேஷனையே வளைய வருவதற்கும் காரணம், நம் அடி மனதில் ஓடிக் கொண்டிருக்கும் தற்காப்பு உணர்வு அல்லது மோஸ்தர். "சைக்கிளை திருடன் எடுத்துட்டுப் போறதைக்கூட கவனிக்காம இந்தப் பையன் கணக்குப் போடுறான். என் புள்ள என்னடா என்றால், கணக்குப் புத்தகம்

பக்கமே போகமாட்டேன்கிறான். படிக்கிற பையன்னா இப்படித்தான் இருக்கணும்" என்னும் போலீஸ்காரர்களின் புலம்பலைக்கூட இக்கதையில் ரசிக்க முடிந்தது. பாரதி முதல் போலீஸ்காரனின் பிள்ளை வரை பாடாய்ப் படுத்துது கணக்குப்பாடம்.

'மதுரை வீரன்' கதையும் கூட காவல் நிலையப் பின்னணி கொண்ட கதைதான். சற்று வித்தியாசமாக கதை மேலூரில் நடக்கிறது. "விபத்துகள் ஏற்படுத்தும் பரபரப்பை எல்லோரும் ஏதோ ஒரு வகையில் விரும்பினோம் என்றே எண்ணுகிறேன்" என்று கருணா எழுதுவது சாகசங்களை விரும்பும் பதின்பருவத்து மனநிலையை அப்படியே பிரதிபலிக்கிறது. திருட்டு, கொலை, விபத்து போன்ற பரபரப்புகளையும் அதன் மர்மப் படிமங்களையும் விரும்புகிற மனம் பிராயத்தில் இயல்பானதுதான். மதுரை வீரன் கதாபாத்திர சித்தரிப்பும் வசீகரிக்கிறது.

சில கதைகளில் கருணா பெங்களூரு நகரத்தைக் காட்சிப்படுத்துகிறார். பெங்களூரு நல்ல சீதோஷ்ண நிலையைக் கொண்ட அழகான நகரம். அங்கிருக்கும்போது அயல்மாநிலத்தில் இருக்கிறோம் என்கிற உணர்வே வராது. அந்நகரின் உதிரிப் பாட்டாளிகளாகிய தமிழர்களுக்கு மனம் மகிழத்தக்க இடங்கள் அங்கு சில உண்டு. அதில் ஒன்று காட்டன்பேட்டில் இருந்த சூப்பர் தியேட்டர். சிவாஜியோ, எம்.ஜி.ஆரோ நம் நாயகர்கள் திரையில் தோன்றும்போது சில்லறைக் காசுகளை அள்ளி வீசும் ரசிகர்களைப் பார்த்து அப்போது வியந்திருக்கிறேன். அது ஒரு காலம்.

மரம், செடி, கொடிகள் என இயற்கையின் வனப்பில் மனம் பறி கொடுக்கிற, பறவையினங்களை நேசிக்கிற கருணாவின் மெல்லிய மனோபாவம் கலைஞர்களுக்கேயானது. இதுவே அவருடைய சில கதைகளிலும் வெளிப்பட்டுள்ளது. அடுத்து குறிப்பிட்டுச் சொல்லத்தக்கது கருணாவின் ஹாஸ்ய உணர்வு. அது வெளிப்படாத கதைகளே இல்லையெனலாம். வாசகனிடம் பகிர்ந்து கொள்ள இவருக்கு நிறைய விஷயங்கள் இருக்கின்றன. எதையும் புதிய யுக்திகளைக் கொண்டு சுவைபடக் கூறும் திறன் முதல் தொகுப்பிலேயே கைகூடி விட்டிருக்கிறது. இந்த அம்சங்கள் கருணாவிடமிருந்து ஒரு சிறந்த நாவலை எதிர்பார்க்க வைக்கிறது. மேலும் அவர் தொடர்ந்து எழுதும்போது தமிழில் குறிப்பிடத்தக்க கதைசொல்லியாகப் பரிணாமம் கொள்வார் என்பதென் நம்பிக்கை.

(புத்தகம் பேசுது – மே 2015)

நாஞ்சில் நாடன்

கும்பமுனி பராக்! பராக்!

சாத்தூரில் ஆறு ஆண்டுகளுக்கு முன்னர் தழுசை நடத்திய நாவல் கருத்தரங்கத்தில் கலந்து கொள்ளச் சென்றிருந்தபோது தான், அண்ணன் நாஞ்சிலை முதல் முறையாக சந்திக்க வாய்த்தது. "புத்தகங்களின் பின் அட்டைகளில், உங்களைப் பார்க்க, சிங்கம் மாதிரி கம்பீரமாக இருந்தது. நேரில் பார்க்க இத்தனை மென்மையாக இருக்கிறீர்களே" என்று ஆச்சரியப்பட்டார். "பின் அட்டைகள் எல்லாமே அப்படித்தான் சார், ஒரு மாதிரி மாயத்தோற்றம் தருபவை" என்றேன். பளீரென வெண்மலர்கள் விரிக்கிறமாதிரி அவருடைய வழக்கமான சிரிப்பு ஒன்றை உதிர்த்தார். மயக்குகிற சிரிப்பு அது.

நாஞ்சில் நாடனின் விசேஷ சக்தியே அவர் இளம் படைப்பாளிகளைத் தொடர்ந்து வாசிப்பதுதான். "அந்த இதழில் உன் கதை படித்தேன். ரொம்ப சந்தோஷமா இருந்துச்சு" என்று அவர் ஒவ்வொரு முறையும் கூறுவதைப் போல, மனம் திறக்கிற மூத்த படைப்பாளிகள் மிகமிகக் குறைவு. "உங்கள் படைப்பில் நீங்கள் எந்த இடத்தில் ஒரு உச்சத்துக்குச் செல்கிறீர்கள் என்பதைக் கணித்து, அதை உற்சாகமாக அனுபவிக்கிறேன் நான். எனக்கு ஜெலஸி (Jealousy) கிடையாது" என்பார் நாஞ்சில்.

எனக்கு மலையாளத்தின் பக்கம் எப்போதுமே ஒருவிதக் கிறக்கம் உண்டு. அரசியல் இலக்கியம் சினிமா என அம்மொழி வழங்கியுள்ள கொடைகளின் மேல் பெரிய பிரம்மிப்பு. அதன் காரணமாகவே மலையாளத்தை ஒட்டிய பிரதேசமான கன்னியாகுமரியின் மீதும் ஒரு தனித்த காதல். என் பிராயத்தின் பெரும்பாலான காலங்கள் அந்நிலப் பரப்புகளில் கழிந்தன. ஆறுகள், நீரோடைகள், அருவிகள் சூழ்ந்த அன்றைய திருவாங்கூர் சமஸ்தானத்தின் நாஞ்சில் நாடு; அகஸ்தீஸ்வரம், விளவங்கோடு, கல்குளம், தோவாளை என நான்கு

வட்டங்களை உள்ளடக்கிய இன்றைய குமரி மாவட்டத்தின் ஒரு பகுதி. நாஞ்சில் நாடனின் படைப்புக்களம் பூக்களால் சூழ்ந்த தோவாளை வீர நாராயணமங்கல மண்டலம். நாஞ்சில் பிறந்த வெள்ளாளர் சமூகம் நில உடைமைச் சமூகம். ஏற்றத்தாழ்வுகள் எங்கும் போல அங்கும் சகஜம். நாஞ்சில் முதுநிலைப் பட்டதாரியாகி, வேலைதேடி மும்பைக்குச் சென்றவர். கலைஞன் உலகின் எந்த மூலைக்குச் சென்றாலும், தன் வேர்களையும் கூடவே விரித்துக்கொண்டு செல்கிறவன். எனவே நாஞ்சிலின் படைப்புகள் எல்லாமும் ஒருவகையில் இனவரைவியல் தாம். அவர் நீண்டகாலம் கோவையில் வசித்தாலும், அவருடைய வேர்கள் என்னவோ தொலைதூர நாஞ்சில் நாட்டுக் கழனிகளில்தான் விரவிக்கிடக்கின்றன.

எழுத்தின் வழியே சமூகத்தைக் கரிசனத்தோடு பார்ப்பது ஒரு விதம். விமரிசனத்தோடு பார்ப்பது பிறிதொரு விதம். எழுத்தாளர்கள் இந்த இரண்டையுமே செய்கிறவர்கள்தான். கரிசனத்தோடு மட்டுமே பார்க்கிற சிலாகிப்புகளை நம்மால் பூரண இலக்கியம் என்று ஒப்புக் கொள்ள முடியாது. கரிசனத்துடன் கூடிய விமரிசனமே சத்தியமான எழுத்துப் போக்காக இருக்கமுடியும். நாஞ்சில் அப்படிப்பட்ட எழுத்துக்காரர். அவரை ஜாதியக் கண்ணோட்டத்துடன் விமர்சிப்பவர்கள், அவருடைய படைப்புகளை ஆழமாக அணுகாதவர்களாகவே இருக்க முடியும். அவரை 'குலப்பாடகனாக' ஒப்புக்கொள்கிற அதேநேரத்தில் 'விமர்சனங் களுடன் கூடிய' என்கிற ஒரு பதத்தையும் சேர்த்துக் கொள்ள வேண்டி யிருக்கிறது.

தமிழில் வெளிவந்திருக்கிற எழுத்தாளர்கள் சிலரின் 'படைப்புலகங்களை' நான் படித்திருக்கிறேன். சிலவற்றை உலகங்களாகவே என்னால் விரித்துப் பார்க்க முடியவில்லை. அந்த தரிசனம் கிடைக்காத ஏமாற்றத்தைத் தான் இப்படிக் குறிப்பிடுகிறேன். கி.ராஜநாராயணனை ரமேஷ் பிரேமும், லா.ச.ராவை அபியும் அணுகிய விதம் பிடித்திருந்தது, என்றாலும் அதில் விமர்சனப் பார்வையோ, படைப்பாளர்களின் சுபாவத்தைக் குறித்த மேலதிக வெளிப்பாடுகளோ இருக்கவில்லை. எழுத்தாளர்களைக் குறித்து தமிழில் இதுவரை வந்திருக்கிற படைப்புலகங்கள் எல்லாம் போதாமைகளுடன்தான் இருக்கின்றன. ஒரு எழுத்தாளரின் சில கதைகளையும், அவருடைய நாவல்களின் சில பகுதிகளையும், புத்தகங்களின் பட்டியல்களையும் வெளியிட்டு, அவரைக் குறித்த ஒரு கட்டுரை எழுதி, அதிகபட்சம் ஒரு நேர்காணலையும் இணைத்து வெளி யிட்டால் தமிழில் ஒரு எழுத்தாளரின் படைப்புலகம் நிறைவடைந்து விடுகிறது. தஞ்சை ப்ரகாஷ் படைப்புலகமும்கூட (என்னால்) இவ்வாறான சம்பிரதாயங்களுடன்தான் தொகுக்கப்பட்டது. அது முழுமை பெறவில்லை என்பதுதான் நிஜம். அந்தக் குற்றவுணர்வு என்னை இப்போதும் நிம்மதி இழக்கச் செய்கிறது.

ஜெயமோகன் எழுதிய 'கமண்டல நதி' என்னும் நாஞ்சில் நாடனின் புனைவுலகு நூலை சமீபத்தில் வாசித்தேன். 112 பக்கங்கள் கொண்ட இந்த நூலை ஒரு எழுத்தாளரைக் குறித்த முழுமையான அபிப்ராயப் பதிவுகள் என்று கூற முடியும். நாஞ்சில் நாடனைக் குறித்து துல்லியமான 'உள்வாங்கல்' ஜெயமோகனுக்கு இருந்த காரணத்தால் மட்டுமே இது சாத்தியமாகியுள்ளது. இதேபோன்று பூமணிக்கு 'பூக்கும் கருவேலம்' ஆ.மாதவனுக்கு 'கடைத்தெருக் கலைஞன்' போன்ற புனைவுலகு நூல்களையும் ஜெ. எழுதியுள்ளார்.

"ஓர் எழுத்தாளனை மதிப்பிடுவதற்குரிய மிகச்சிறந்த வழிமுறைகளில் ஒன்று, அவனுடைய மிகச்சிறந்த கதாபாத்திரத்தில் அவனைக் கண்டடைவதாகும்" என்பது ஜெயமோகனின் கருத்து. இதற்காக நெஹல்யுடோவில் தல்ஸ்தோயை, ராஸ்கால் நிகாஃப்பில் தஸ்தயேவ்ஸ்கியை, ஜீவன் மொஷேயில் தாராசங்கர் பானர்ஜியை, ஜேஜே: சில குறிப்புகள், குழந்தைகள் ஆண்கள் பெண்கள் போன்ற நாவல்களில் இடம்பெறும் பாலுவில் சுந்தர ராமசாமியை, கும்பமுனியில் நாஞ்சில்நாடனை அவர் அடையாளப்படுத்துகிறார்.

நாஞ்சில் நாடன் தன் எழுத்து வாழ்க்கையின் பிற்பகுதியில், தனது படைப்புகளில் சில உத்திகளைப் பரீட்சார்த்தம் செய்து பார்த்தார். அங்கதத் தொனியின் அளவைக் கூட்டுவது, கட்டுரை வடிவில் கதை சொல்வது, ஆங்காங்கே பழந்தமிழ் இலக்கியங்களின் வரிகளை மேற்கோள் காட்டுவது, இதற்கு வசதியாக அவர் கண்டுபிடித்த கதாபாத்திரம்தான் கும்பமுனி. இதை ஒரு கதைக்கு மட்டுமே பயன்படுத்தாமல் 'நிலையான கதாபாத்திரமாக' உருவாக்கியதன் மூலம் பிற தமிழ் எழுத்தாளர்களிலிருந்து அவர் வேறுபடவும் செய்கிறார். யதார்த்த வகை எழுத்தைத் தொடர்ந்து எழுதி வந்ததில் உண்டாகும் சலிப்புக்கு மாற்று, ஆழ்ந்து கற்ற தமிழிலக்கியங்களை புனைவெழுத்தில் வெளிப்படுத்த எதிர்பார்த்த சந்தர்ப்பம், சமூகத்தின் மீதான விமர்சனங்கள், எல்லாவற்றையும் கும்பமுனி கதாபாத்திரத்தின் மூலமாக நாஞ்சில் நிறைவேற்றிக் கொள்கிறார்.

தன் கதைகள் எல்லாவற்றிலும் உட்புகுந்து தன்னையே மையமாக்கிக் கொண்டு கதை சொல்ல வைக்கம் பஷீரால் முடிந்தது. மலையாளிகள் மட்டுமல்ல, பஷீரை வாசித்த எல்லோருமே இதைப் பெருமளவு அங்கீகரித்தனர். வடிவம் குறித்த பொருட்படுத்தலின்றி 'இப்படித்தான் என்னால் எழுத முடியும்' என்று தன்னிச்சையாக எழுதவும், வாசகர்களை அதை ஏற்றுக்கொள்ளச் செய்யவும் பஷீருக்கு தைரியமிருந்தது. கும்பமுனிக்குள்ளிருந்து நாஞ்சில் நாடனும் இப்படியான சுதந்திரத்தைப் பெற்றுக் கொள்கிறார். பிறிதொரு விஷயம், சதத்ஹஸன் மண்டோவின் கட்டுரைக் கதை கூறல் வடிவம். எனது ஒரு தொகுப்பு முயற்சிக்காக

(காஸ்பிர்களின் கதைகள்) அவர் எழுதிய 'கான்சாகிப்' கதையை மண்ட்டோ பாணியில் எழுதியதாகத்தான் குறிப்பிட்டார்.

நாஞ்சில் எழுதிய 'பிராந்து' சிறுகதையின் மையப்பாத்திரமான மந்திரமூர்த்திதான் கும்பமுனிக்கு மூலம் எனக் கண்டு சொல்கிறார் ஜெ. எழுத்தாளர் நகுலனின் ஆளுமைச்சாயல் கொண்டவர் கும்பமுனி, நவீனத்துவத்தை உதறிவிட்டு பின்நவீனத்துவச் சொற்களுக்குள் வந்த நாஞ்சில் நாடனின் குரல் அது என கும்பமுனியை ஜெயமோகன் இந்நூலில் ஆதாரங்களுடன் நிறுவுகிறார். பின் நவீனத்துவம், மாய யதார்த்தவாதம் இன்னபிற மேலைநாட்டு உத்திகளின் மீதெல்லாம் இயல்பாகவே நாஞ்சிலுக்கு மெல்லிய நகைப்பு உண்டு. சந்தர்ப்பம் வாய்க்கும் போதெல்லாம் அவற்றை 'ணங்' கென்று குட்டிவைக்க அவர் தயங்கியதில்லை . மாய யதார்த்தவாதம் நம் பழம் புராணங்களில் எங்கெல்லாம் விரவிக்கிடக்கிறது என்பதற்கான ஆதாரங்களை அவர் விரல் நுனியில் வைத்திருப்பார். உற்சாக வேளைகளில் கம்பனிலிருந்தும், சிலம்பிலிருந்தும், குணங்குடி மஸ்தானிலிருந்தும் பல முக்கியமான வரிகளை கடகடவென்று அருவி கொட்டுகிற மாதிரி ஒப்பித்துக் காட்டுகிற நாஞ்சிலை எனக்கு மிகவும் பிடிக்கும்.

இப்படி எந்த நவீன எழுத்தாளரும் பழந்தமிழிலக்கியங்களை ஆசை ஆசையாகப் பேசி நான் கேட்டதில்லை. அண்மையில் அவர் எனக்கு அன்புடன் அனுப்பித் தந்த மூன்று புத்தகங்களில் ஒன்று 'கம்பனின் அம்பறாத் தூணி'. புராண எதிர்ப்புணர்வு கொண்ட, திராவிடப் பின்புலமுள்ள குடும்பத்தில் பிறந்த நான், மனப்பாடச் செய்யுளாக ராமாயணத்தின் சிலதுளிகளை பாவித்ததைத் தவிர்த்து அதிகமும் வாசித்தது 'கம்பரசம்' போன்ற எதிர்வினைகளைத்தான். கம்பனின் அம்பறாத் தூணியில் நாஞ்சில் கம்பனை அணுகியிருந்த விதம் என்னை அதிர்ச்சியும், ஆச்சரியமும் கொள்ளவைத்தது. அத்தனைக்கு எழில்மிகு யதார்த்தம். பிறகேன் நம்முடைய பண்டித சிகாமணிகள் எழுத்திலும் மேடைகளிலும் அவ்வளவு கரடுமுரடாக்கிறார்கள் என்று கோபம் வந்தது. 'தமிழை ஆழமாகக் கற்க வேண்டும்' என்கிற நாஞ்சிலின் ஆர்வம் அவரைத் தேடித் தேடி வாசிக்க வைத்திருக்கிறது.

நாஞ்சிலின் உணவு ரசனை சுவாரஸ்யமானது. 'நாக்கில் எச்சில் ஊறுது' எனக்கூற எப்போதுமே வெட்கப்படாதவர் அவர். பிராயத்து ஞாபகங்களிலிருந்து அவர் வெளிப்படுத்தியவற்றில் சட்டென எல்லோருக்கும் உறைப்பது 'பந்தியிலிருந்து வெளியேற்றப்பட்ட' அந்தத் துயர சம்பவம்தான். எத்தனை உச்சத்திற்கு வந்த பின்னும் கலைஞன் பழைய காயங்கள் எதையும் மறப்பதில்லை. அதைப் பொத்திப் பாதுகாத்து சந்தர்ப்பம் வாய்க்கிற பொழுதெல்லாம் திறந்து காட்டுவது அவனின் சுபாவம். பந்தியிலிருந்து வெளியேற்றப்பட்ட

251

சம்பவத்தை அனேகம் முறை அவர் குறிப்பிட்டுக் கேட்டிருக்கிறேன். என்னுடைய 'கருத்தலெப்பை' நாவலைப் படித்துவிட்டு வெகுவாக ரசித்துப் பாராட்டியவர்; அதன் குறுகிய வடிவம் குறித்து கடைசியாக ஒரு வரியைச் சொன்னார். "என்ன இருந்தாலும் பாதிச் சாப்பாட்டில் வெளியேற்றப்பட்ட உணர்வுதான்". ஒரு துயரகீதத்தைப் போல எங்கும் எதற்கும் அவர் இதைத் தொடர்ந்து பாடுவதில் அந்தப் 'புறக்கணிப்பு' அவருக்கான ஒரு குறியீடுபோல மாறிவிடுகிறது. இந்த விமர்சன நூலிலும் 'பந்தி ஒரு சமூகத்தின் குறியீட்டு வடிவம்' என்கிறார் ஜெயமோகன். "நுட்பமான பல உள்ளீடுகள் கொண்ட ஒரு நிகழ்வு பந்தி. முதலில் யார் அமர்வது, எவ்வாறு பந்திக்கு அழைப்பது, யார் யாருக்கு எப்படி முகமன் கூறி உபசரிப்பது என்பதற்கெல்லாம் வழிவழியாக வரும் பற்பல மரபுகளும் நிபந்தனைகளும் உள்ளன" என்று அவர் மேலும் எழுதிச்செல்வதை, தமிழ் இஸ்லாமியர் திருமணப் பந்திகளின் வழியே அனுபவப்பூர்வமாக உணர்ந்தவன் நான்.

செப்டம்பர் 2011 என்று நினைவு. 2010க்கான சாகித்திய அகாதமி விருது பெற்று, ஊடகங்களில் பேட்டிகள் பல தந்து, தோளில் விழுந்த மாலைகளைத் தூரவைத்து 'போதுமடா சாமி' என்று அவர் ஓய்ந்திருந்த நேரம்; 'புத்தகம் பேசுது' நேர்காணலுக்காக அவரைத் தொடர்பு கொண்டேன். தன் களைப்பை சற்றும் அவர் காட்டிக் கொள்ளவில்லை. சந்திக்க வருகின்ற நாளைக் குறிப்பிட்டேன். "அன்றைக்கு கோவையில் தான் இருப்பேன். மதிய உணவு நம் வீட்டில், வந்துவிடுங்கள்" என்றார். கோயமுத்தூர் நான் உருவாகி, நடைபழகிய பூமி. எட்டுத்திக்கும் நண்பர்கள் கூட்டம். அப்படி இப்படி என்று அவர் வசிக்கிற ஜி.வி. ரெசிடென்ஸியைச் சென்றடைய மணி 3.45 ஆகிவிட்டது. "அருமையான மீன்குழம்பு சாப்பாட்டை இழந்து விட்டீர்கள் ஜாகிர், இனி வாய்ப்பில்லை" என்று தொடக்கத்திலேயே குண்டைத் தூக்கிப் போட்டார் நாஞ்சில். அதிர்ந்து போனேன். சாப்பிட வற்புறுத்திய நண்பர்களிடத்தெல்லாம் 'நாஞ்சில் வீட்டு சாப்பாடு' என்று தவிர்த்ததற்கு நல்ல அடி. நான்கு மணியானாலும் சோறு போட்டுவிடுவார் என்று நம்பியது தப்பாகப் போயிற்று. 'பாதிப் பந்தியில் வெளியேற்றியதை' எழுதியவரா இப்படிச் சொல்வது என்று எனக்குப் பதைத்தது. "இரவு இருந்து, டிபன் சாப்பிட்டுப் போங்கள்" என்கிற அவருடைய ஆறுதல் குரல் என் காதில் விழவேயில்லை. "யாருக்கு வேண்டும் அந்த டிபன். திருவனந்தபுரத்துக் கைப்பக்குவத்தில் மீன் குழம்பை இழந்துவிட்டேனே அய்யா" என்று ஓயாமல் அடித்துக் கொண்டது மனது. வந்தது சுடான ஒரு கோப்பைத் தேநீர். அடுத்து நாஞ்சிலுடன் மனம் திறந்த, உரையாடல். மீன் குழம்பை இழந்த துயரம் மெல்ல மறைந்தது. இதற்கு ஆறுதலாக நாகர்கோவிலில் நடைபெற்ற, அவருடைய மகள் டாக்டர் சங்கீதா திருமணத்தில்

தடபுடலான நாஞ்சில் நாட்டுச் சாப்பாடு. எத்தனை அவியல்! என்ன ருசி! அடடா!!

நாஞ்சிலின் மொத்த சுபாவத்தையும் கூர்ந்து அவதானித்து அப்படியே எழுத்தில் வெளிப்படுத்திட ஜெயமோகனால் முடிந்திருக்கிறது. இது இந்த நூலின் குறிப்பிடத்தக்க சிறப்பம்சம். நடை உடை பாவனைகளை உள்வாங்கி... என்பதெல்லாம் வெறும் மேலோட்டமான வார்த்தைகளாகவே இருக்க முடியும். இது அதற்கும் மேல். நாஞ் சிலின் பாணியில் சொல்லப்போனால் நுண்மான் நுழைபுலும் அறிதல். மனைவிக்கோ, காதலிக்கோ கூட வாய்க்காதது, அபூர்வமானது. ஜெயமோகனால் மட்டுமே இது முடியும். நாஞ்சில் நாடனை எவ்வளவுக்கு உரித்து வைக்க முடியுமோ அவ்வளவுக்கு வைத்துவிட்டார்.

இதேபோன்று க.நா.சு.வைப் பிரகாஷ் எழுதிப் பார்த்திருப்பார். அதற்குப்பிறகு என் வாசிப்பனுபவத்தில் கமண்டலநதி தான். ஒரு படைப்பாளியின் சுபாவத்தைப் புட்டுவைப்பது படைப்புலகத்தில் பெரும்பாலும் கைகூடி வராத விஷயம். இதனாலும் கமண்டலநதி முக்கியத்துவம் பெறுகிறது.

"ஒரு மனிதன், முதல் வரியிலேயே தொடங்கும் அவனுடைய அக உலகம், அதன் வழியே வெளிப்படும் ஆளுமை. அவனைச் சுற்றி ஓர் உலகம். அவ்வுலகுக்கும் அவனுக்குமான உறவும் மோதலும், அவனுடைய இறுதியான கையறு நிலை" இவ்வாறான 'ஒரு ஆள் மைய' சிறிய நாவல்கள் என நாஞ்சிலின் நாவல்களையும் 'பெரும்பாலும் எளிய குணச்சித்திரக் காட்சிப்படுத்தல்கள்' என சிறுகதைகளையும் ஜெ. மதிப்பிடுகிறார். ஆனால் சுந்தர ராமசாமியே வியந்த நாஞ்சில் நாடு குறித்த தீவிரமான சித்திரங்கள் நாஞ்சிலின் படைப்புகளில் இருந்ததாகக் குறிப்பிடுவதும், நவீனத்துவம் முன் வைத்த அழகியல் வடிவங்களுக்குள் பெரும்பாலும் அவருடைய நாவல்கள் பொருந்திப் போவதைச் சுட்டுவதும் விஷேமானது. சிவதாணுவும், சண்முகமும் நாராயணனும், பூலிங்கமும் 'ஒரு ஆள்' மட்டுமே அல்ல. அவர்கள் காலகாலமாக 'சமூகத்தால்' வெளியேற்றப்பட்டவர்களின் ஒட்டுமொத்த மனசாட்சி. ஒற்றை ஆள்தான். அவனுடைய பொறுமல்கள் தாம். ஆனால் அவை புறக்கணிக்கப்பட்ட எல்லோருக்குமான குரல் என்பது என் கருத்து. நாஞ்சில் நாடன் எழுத வந்த எழுபதுகளைப் பற்றி ஜெயமோகன் எழுதும்போது, அன்றைய காலகட்ட தமிழிலக்கியச் சூழல் அப்படியே கண்முன்னர் சித்திரமாக விரிகிறது.

கமண்டல நதியின் கடைசிப் பக்கங்களில் நாஞ்சிலின் விதம் விதமான படங்கள் இருக்கின்றன. அதில் வெவ்வேறு தோற்றமுள்ள நாஞ்சிலை, அவருடைய குடும்பத்தை, குழந்தைகளை, நண்பர்களைத் தரிசிக்கலாம்.

அப்பா, அம்மா, சித்தப்பா சித்தியுடன் இருக்கும் அந்தக் கூட்டுப் படம் மிக விஷேமானது. அதில் நாஞ்சில் சிறுவனாகக் கைகட்டி சம்மணம் இட்டு தரையில் அமர்ந்திருப்பார். அந்தப் பணிவும்; கண்களின் கூர்மையும் நெகிழ வைக்க, அவருக்கு உடனே ஒரு குறுஞ் செய்தியனுப்பினேன். சற்றுநேரம் கழித்து "கொடும் பசி தணிந்த காலம் அது" என்று பதிலனுப்பியிருந்தார் நாஞ்சில்.

(புத்தகம் பேசுது – ஆகஸ்ட் 2013)

பாக்கியம் சங்கர்

விளிம்புநிலைக் கதையாடலின் மறுஅத்தியாயம்

பாக்கியம் சங்கரின் 'நான் வடசென்னைக்காரன்' கட்டுரைத் தொகுப்பை வாசித்து முடித்ததும் எனக்குத் தோன்றிய எண்ணம் 'ஒரு நாவலாக வேண்டிய விஷயம் பத்தியாக, கட்டுரையாக உருமாறிவிட்டதே...' என்பதுதான். சில நேரங்களில் இப்படி நடந்து விடுகிறதுதான். சில சிறுகதைகளைப் படிக்கிற சமயத்தில் கூட அதன் விரிவான தன்மையையும், பாத்திரங்களின் அழுத்தமான வார்ப்பையும் கணித்து இது இன்னும் துலக்கமாக, பெரும்படைப்பாக, ஒரு நாவலாகச் சொல்லப்பட்டிருக்க வேண்டுமெனக் கருதியிருக்கிறேன்.

அதைத் தொடர்புடைய படைப்பாளிகளிடமும் தெரிவித்திருக்கிறேன். சிலருடைய கவிதைகளில் தென்படும் கதைத்தன்மையை அவதானித்து இது கதையாகியிருக்க வேண்டும் என அபிப்ராயப்பட்டுள்ளேன். என்னுடைய தொடக்க காலச் சிறுகதைகளில் நாவல் தன்மை யிருப்பதாக ப்ரகாஷ் விமர்சனம் செய்தபோது, பதற்றப்படாமல் ஒப்புக்கொண்டுள்ளேன்.

பாக்கியம் சங்கரின் இத்தொகுப்பிற்கு வடசென்னைதான் களம். விசித்திரமான மனிதர்கள் அவர்களின் ஆசாபாசங்கள், துக்கங்கள் எல்லாமும் கலந்து சமூக அக்கறையினூடாக வெளிப்படும் பகடியான எழுத்துப் பாணியில் தெறித்து விழுந்திருக்கின்றன கட்டுரைகள். பாக்கியத்திற்கு கதை சொல்லத் தெரியும். ஒரு கதைசொல்லியாகத்தான் அத்தனை பாத்திரங்களையும் அதனதன் வீச்சத்தோடு ஒப்புவிக்கிறார். குரலில் அவ்வப்போது ஏற்ற இறக்கங்களிருக்கின்றதுதான். சுருதி கூடிக் கூடிக் குறைகிறதுதான். அப்படித்தான் அந்த மனிதர்களைக் குறித்துக்

கதைக்கவும் முடியும். காரணம் அவர்கள் மைய நீரோட்டத்தில் கலந்தவர்களல்லர். கண்ணெதிரில் நாம் காணும் சக மனிதர்களுக்கும் அவர்களுக்கும் கணக்கற்ற வித்தியாசங்கள், இடைவெளிகள். நாம் நினைக்கிற எவ்வித சம்பிரதாய வளையங்களுக்குள்ளும் அவர்களை அடைத்துவிட முடியாது. வலுக்கட்டாயமாக நீங்கள் உள்ளடைத்தாலும் அடுத்த கணத்தில் பிதுங்கிக்கொண்டு வெளியில் வந்து விழுவார்கள். நாம் கடினமாக நினைப்பதெல்லாம் ஒரு வகையில் அவர்களுக்குச் சுலபம். நமக்குச் சுலபமாகப் படுவதெல்லாம் அவர்களுக்கு கடினம். ஆனால் எது குறித்தும் ஒரு பொருட்படுத்தல் இல்லை, புலம்பல் இல்லை. காரணம் வீடு என்கிற நாற்சுவர்களுக்குள் அவர்களுடைய உலகம் அடைப்பட்டிருக்கவில்லை. எல்லாமே வெளிதான். அது பிணங்களெரியும் சுடுகாடாகவுமிருக்கும். புழுக்கள் நெளியும் நாறிய கழிப்பறையாகவுமிருக்கும்.

எம்.ஜி.ஆர். மீதான பிரேமை, கானாப்பாடல், மிதமிஞ்சிய மது, புகை, சாகசக்கார காதலிகள், பொக்னாச்சோறு, கொச்சையான மொழிப்பிரயோகம் இவற்றுள் அடங்கிவிடும் அவர்களுடைய உலகம். நீங்கள் கருதுகிறாற்போல அவர்கள் சபிக்கப்பட்டவர்களல்லர். அவர்களுடைய கட்டுக்கடங்காத கொண்டாட்டங்களுக்கு முன் நம்முடைய சந்தோஷங்கள் யாவும் சொற்பம்.

ஒரு காலத்தில் பிரிட்டிஷாரால் ஆளப்பட்ட சென்னை நகரம் அவர்களுடைய தனிப்பட்ட நலன்களை முன்னிறுத்தியும், அவர்களுக்கேயான பிரித்தாளும் குறுகிய புத்தியின் அடிப்படையிலும் ஒயிட்டவுன், பிளாக் டவுன் என இரண்டாகப் பிரிக்கப்பட்டது. அன்றைக்கு, சென்னைப் பூர்வகுடிகள் பிளாக் டவுனுக்கு கட்டாயமாக இடம் பெயர்க்கப்பட்டனர். வசதி வாய்ப்புகளனைத்தும் பிரிட்டிஷார் வசித்த ஒயிட் டவுனுக்கே சென்று சேர்ந்தன. பிளாக் டவுன் பெரிதும் புறக்கணிக்கப்பட்டது. இன்றைக்கு பிரிட்டிஷார் நம்மை விட்டு நீங்கிவிட்டனர். ஆனால் அவர்கள் பாவித்த புறக்கணிப்பு நீங்கியதாகத் தெரியவில்லை. ஏதோ ஒருவிதத்தில், காரணமற்ற காரணங்களைச் சுட்டி வட சென்னையை ஒதுக்கி வைக்கிற மத்திய தர வர்க்க மனோபாவம் நம்முடைய மனதுக்குள்ளும் பதுங்கிப் பதிந்து கிடக்கிறது. இந்த உயர்வு தாழ்வு அரசியலை, 'நான் வட சென்னைக்காரன்' என்று பெருமிதப்படும் பாக்கியம் சங்கர் நூலின் ஏதேனுமொரு மூலையில் சுட்டிக் காட்டியிருக்கலாமோ என்று தோன்றியது. ஆனாலும் அவர் சொல்லாமல் சொல்வதும்கூட இதைத்தான்.

சென்னை வரைபடத்தில் இன்றைக்கு வட சென்னை ஒரு முக்கியமான அடையாளத்தைப் பெற்றுவிட்டது. எந்தக் காரணங்களை முன்னிறுத்தி அந்தப் பகுதியைப் புறக்கணித்தனரோ அதுவே இன்றைக்கான

கலாச்சார அடையாளம் ஆகிவிட்டது. தமிழிலக்கியத்தில் விளம்புநிலை மக்களுக்கான பிரதிநிதித்துவம் கிடைத்தபோது, இலக்கியவாதிகளில் சிலர் முதன் முதலாக சேரிகளையும், குப்பங்களையும், பேட்டைகளையும் நோக்கித் தங்கள் சிந்தனையின் குதிரைகளைத் திசை திருப்பி விட்டனர். அந்தந்தப் பகுதியைச் சேர்ந்த படைப்பாளிகள் தாங்கள் உள்வாங்கிய வாழ்க்கையை, வாழ்ந்த வாழ்க்கையை மறைக்கப்பட்ட பகுதிகளை எழுதினார்கள். பாக்கியம் சங்கரும் அதைத்தான் செய்திருக்கிறார். கடந்த 20 ஆண்டுகாலத் தமிழிலக்கிய வரலாற்றில் தலித் மற்றும் விளிம்புநிலை எழுத்துகள்தாம் அசலானபக்கங்களை வழங்கியுள்ளன என்று உறுதிபடக் கூறலாம்.

தஞ்சை ப்ரகாஷ் என்றொரு எழுத்தாளர், வாழ்ந்தபோது அவ்வளவாகக் கண்டு கொள்ளப்படாதவர். ஃபோர்னோ ரைட்டர் என்று திட்டமிட்டுத் தூற்றப்பட்டவர். ப்ரகாஷ் மறைந்து பத்தாண்டுகளுக்குப் பிறகு, இன்றைக்கு அவருடைய எழுத்துகளை எல்லாப் பதிப்பகங்களும் தேடிக் கொண்டிருக்கின்றன. ஜி.நாகராஜன் வாழ்ந்த காலத்தில் அராஜகவாதி எனத் தூற்றப்பட்டவர். ஆனால் குறத்திமுடுக்கு, நாளை மற்றுமொரு நாளே போன்ற அவருடைய நாவல்களைப் படிக்காதவன் தீவிரவாசகனே அல்ல என்று சமகாலத்தில் நிராகரிக்கப்படுகிறான். சாருநிவேதிதாவும், ஆணாதிக்கப் போக்கை விமர்சிக்கும் பெண் கவிஞர்கள் குட்டி ரேவதி, மாலதி மைத்ரி, லீனா மணிமேகலை, சுகிர்தராணி போன்றோரும் பரவலான கவனத்துக்குள்ளாயினர். பாமாவின் நாவல்களுக்குப் பிறகு ராஜ்கௌதமன் எழுதிய 'சிலுவை ராஜ் சரித்திரம்' முக்கியப் பிரதியானது.

இஸ்லாம் சமூகத்தில் ஏற்றத்தாழ்வுகள் இல்லையென்று வாதிட்டவர்களுக்கு எதிர்வினையாக தோப்பில் முஹம்மது மீரான், கீரனூர் ஜாகிர்ராஜாவின் பிரதிகள் வெளியாகி கவனம் பெற்றன. வா.மு.கோமு, லஷ்மி சரவணக்குமார் போன்றோர் அருவருப்பின் அழகியலைத் தம் படைப்புகளில் முன் வைத்தனர். இதனூடாக 'விளிம்புநிலை மக்களை எழுதுகிறோம் பேர்வழி' எனச் சிலர் பாவனைகளும் காட்டினர்.

வெகுஜன ரசனையின் ஒரு பகுதியாக வடசென்னையின் 'கானா' பாடல்கள் பெரிதும் வரவேற்பைப் பெற்றன. சமூகத்தின் இருண்ட பகுதிகளை சினிமாவில் படம் பிடித்த பாலா, எஸ்.பி.ஜனநாதன், மிஷ்கின் போன்றவர்கள் திரையில் ஒருவித விளிம்புநிலை அழகியலைச் சொல்வதில் வெற்றி பெற்றனர். ஏற்கெனவே ஏ.எஸ்.பிரகாசத்தின் 'எச்சில் இரவுகள்' துரையின் 'பசி' பாலச்சந்தரின் 'தப்புத் தாளங்கள்' பாரதிராஜாவின் 'என் உயிர்த்தோழன்' போன்ற திரைப்படங்கள் விளிம்பு நிலை மக்கள் வாழ்வைப் பிரதிபலித்தன. கழிசடை, கறுப்பர்

நகரம் நாவல்கள் வெளிவந்தன. மாத்தியோசி, அட்டக்கத்தி, மெட்ராஸ் போன்ற திரைப்படங்கள் தலித்தியப் பின்னணியில் விவாதிக்கப்பட்டன. இப்படியான பின்புலத்திலிருந்துதான் பாக்கியம் சங்கர் 'நான் வட செள்ளைக்காரன்' என்னும் தொகுப்பைத் தந்துள்ளார்.

"நான் சூதாடி குடிகாரன் ஸ்த்ரீ லோலன் மற்றும் கவிஞன்" என்கிற சார்லஸ் ப்யூக்கவ்ஸ்கியின் பொருத்தமான வரிகளுடன் பாக்கியம் தன் எழுத்தைத் தொடங்குகிறார். "டமுக்கு போடு, குமுக்குபோடு, கமாய்கண்ணா கேளு நா துபாய் போன ஆளு," என்று அவர் வண்ணை ஜிகானை அறிமுகப்படுத்தும்போது அமர்க்களமாகத் தானிருக்கிறது. அந்த இடத்திலேயே இலக்கியங்களை ஆச்சாரத்துடன் அணுகும் அனேகம் பேர் முக்காடு போட்டுக் கொள்கிறார்கள். ஜிகானின் உலகம் இசையால் ஆனது என்று அவரால் தைரியமாக வர்ணிக்க முடிகிறது. மரணத்தை 'கல்யாணசாவு' என்று கொண்டாட அந்த மக்களால் முடிந்திருக்கிறது.

'வீடு' என்கிற தலைப்பில் தன் சொந்தக்கதையை பாக்கியம் சங்கர் சொல்லி நெகிழ வைக்கிறார். 'நெகிழ வைக்கிறார்' என்று மட்டும்தான் நம்மால் சொல்ல முடிகிறது. ஆனால் கதவில்லாத பொதுக் கழிப்பறையில் வாளியை அண்டக் கொடுத்து, வேலையை முடிப்பதற்குள்ளாகவே குரல்களின் அவசரத்தில் வெளியேறும் துர்பாக்கியம் பாக்கியத்திற்கு மட்டுமே... நமக்கில்லை.

"வீட்டிற்கு வந்த முதல் சொத்து அக்காவுக்குரிய பிலிப்ஸ் ரேடியோ. இந்த சந்தோஷத்திற்காக அம்மா கேசரி கிண்டுகிறார். எங்கள் எல்லா சந்தோஷங்களுக்கும் கேசரியைத் தவிர வேறு கிண்டியதில்லை. அடித்தட்டு மக்களின் ஆகப்பெரிய சந்தோஷமே கேசரிதான் போல" என்று அவர் எழுதும்போது நெஞ்சில் எங்கோ வலிக்கிறது. ஆனால் பாரிமுனையைச் சுற்றிவரும் வனிதையாகிய இல்லாமல்லியை எழுதும்போது அவர் 'பொக்னாசோறு' என்றொரு பிரமாதமான உணவை அறிமுகப்படுத்துகிறார். நைனாஸ் ரெஸ்டாரெண்ட், ரோலக்ஸ் போன்ற பெரிய உணவகங்களில் மீந்து போகிற உணவுப் பொட்டலம்தான் 'பொக்னா'. பத்து ரூபாய், இருபது ரூபாய்க்கு வஞ்ஜிர மீன் துண்டுகளோடு பொக்னா கிடைக்கும். உங்கள் அதிர்ஷ்டத்தைப் பொறுத்து பொக்னாவில் இறால், மட்டன் கோலா உருண்டை என எல்லாமும் கலந்துவரும். பராரிகளின் மலிவுவிலை விருந்து இந்த பொக்னாதான் எனும்போது நமக்கு ஒரு மாதிரி பொறாமையாகத்தான் இருக்கிறது.

'ஒரு குவார்ட்டர் வேணும்' என்கிற பத்தியில் வறுமையும், இயலாமையும், பசியும் ஒன்றுடன் ஒன்று போட்டி போட்டுக்கொண்டு நம்மைப்

பார்த்து கெக்கலிக்கின்றன. "பசி காதைக் குடைவது, பசி நெஞ் சிலதிர்வது கடைசியாக உயிரைக் குடிப்பது. பசியால் மரணமென்பது லேசான விஷயமல்ல. வேறு எதனால் நேர்ந்தாலும் அது கொலையல்ல சாவுதான். பசியால் முதலில் பசி... பின்னர் வயிற்றில் தீ, அதன் பின் காடு எரிவது போல் உடம்பின் ஒன்பது வாசல்களிலும் தீச்சரங்கள் பறக்கும்..." என்று தொடரும் தஞ்சை ப்ரகாஷின் வரிகளை பொருத்தமான இடத்தில் எடுத்தாண்டிருப்பது பாக்கியத்தின் வாசிப்பு அனுபவம் தந்திருக்கும் வலிமை.

'கட்டித் தங்கம்' என்று தலைப்பிட்டு தற்கொலைகளைக் குறித்து எழுதித் தள்ளியிருக்கிறார் பாக்கியம். வாசிக்கச் சுவாரசியமாயிருக்கிறது. தற்கொலைகளுக்கென்னவோ ஒரு தனிக்கவர்ச்சி இருக்கிறதுதான். அதுபோல 'கயமய.. கயமய' வில் மனம் பிறழ்ந்தவர்கள். சொல்லவே வேண்டாம் நம்ம கைச்சரக்கு. 'இளம் சிட்டு தொண்டர்களில்' தரங்கெட்ட தலைவர்களையும் தொண்டரடிப் பொடிகளையும் போட்டுத் துவைத்தெடுத்து விடுகிறார்.

"எங்களுக்கான நந்தவனம் சுடுகாடு, மணிக்கட்டு எலும்புகளில் சிக்ஸர் அடித்து, மண்டையோடுகளை உருட்டி கோல் அடிப்பதென்பது எங்களுக்கான பொழுது போக்குகள்..." என்று தொடங்கும் 'ஆராயி' கட்டுரை ஒரு அற்புதம். கும்மிருட்டில் சுடுகாட்டில் எரிமேடைத் தணலின் கதகதப்பில் ஆலிங்கனம் புரியும் காதலர்கள் கலியன் ஆராயி. அடடா... அடடா... கொடுத்து வைத்தவர்கள்தான் போங்கள். "பொணத்த எரிக்கிறவன்னாலே மூக்க முடிக்கிறானுங்கோ. எவனும் பொண்ணு குடுக்க மாட்றான் நண்பா" என்று புலம்பும் கோபி, இந்தக் கலியன் ஆராயியுடன் ஒப்பிடும்போது ஒரு வகையில் பாவம்தான்.

"திருடுதல் ஒரு கலை. ஒரு சாகசம், ஒரு அனுபவம். பெரும்பாலா னவர்களுக்கு இந்தக் கலை வாய்ப்பதில்லை" என்று ஏதோ வேதமறையின் சுலோகம் போல 'ஏ ஓன்'னில் சொல்கிறார். திருடனாகிய ஏவான் திருடன் மட்டுமல்ல எம்.ஜி.ஆர் ரசிகன், ஓவியன், கலைஞன். எல்லாத் துயரங்களையும் எம்.ஜி.ஆர். படப் பாடல்களைப் பாடி ஆற்றிக் கொள்ளும் ஏவானும் நானும் ஒரு வகையில் ஒரே மாதிரியான ஆட்கள்தாம். பாக்கியம் சங்கர் பொதுவழக்கிலுள்ள ஒரு மொழியை இக்கட்டுரையில் போகிற போக்கில் சொல்லிப் போகிறார். அது "பசை இல்லாமல் இறந்து போனால் ஒரு பயலும் கண்ணீரஞ்சலி போஸ்டர் கூட ஒட்டமாட்டான்"

ரஜினி ரசிகனாக வரும் ஆறுமுகமும் காதல் தோல்வியாளன்தான். போதையில் இரண்டாவது மாடியிலிருந்து கீழே விழுந்து முடமாகிப் போகும் அவனை அவனுடைய அம்மாவே பாலியல் தொழிலாளியின்

வீட்டிற்கு அனுப்பி வைப்பதும், நண்பனுக்காக அந்த வேலையைப் பார்த்த இவர் அதற்காகப் பெருமிதம் கொள்கிறேன் என இயல்பாகச் சொல்வதும்தான் இத்தொகுப்பின் பலம்.

காதலிக்காக ஒற்றை அரிசி மணியில் தாஜ்மஹாலை உருவாக்கும் நாவல் சித்தன், மறுபிறவி எம்.ஜி.ஆர். எனச் சில தனித்த குணசித்திரங்களும், பாரிஜாத புரோட்டா, கல்யாணி கடை கூடைச்சோறு என வியப்பூட்டும் உணவு வகைகளும் தொகுப்பு முழுக்க விரவியிருக்க, அதே அளவு எழுத்துப் பிழைகளும் மலிந்திருப்பதைக் குறிப்பிடாமல் கடந்து செல்லமுடியவில்லை. நூல் கட்டமைப்பு தரமாக இருக்கிறது.

இத்தனையும் கடந்து பாக்கியம் சங்கர் இந்த ஆண்டின் மிகச்சிறந்த விளிம்புநிலைப்பிரதி ஒன்றை உருவாக்கி விட்டார். எனக்கு மகிழ்ச்சியாக இருக்கிறது.

(புத்தகம் பேசுது – மார்ச் 2015)

ரபீக்

மதுரையை வரையும் சித்திரக்காரன்

ஓவியர் ரபீக்கின் 'சித்திரக்காரனின் குறிப்பிலிருந்து' எனும் இப்பிரதியை வாசிக்கக் கிடைத்த அனுபவம் சுவாரஸ்யமானது. இந்நூல், ரபீக் பிறந்து வளர்ந்த மதுரை மீனாட்சியம்மன் கோவில் பகுதி உருது முஸ்லிம்களின் வாழ்வியல் குறித்தும், இஸ்லாமியத் தொன்மங்கள் குறித்தும், நுண்கலை ஆர்வம் மிக்க இளைஞனொருவனின் மன இயல்புடன் பேச விழைகிறது. சுமார் 216 பக்கங்களில் விரியும் இப்பிரதியை நாவல் வகைமைக்குள் வைத்துப் பார்ப்பதில் நாவலாசிரியர்கள் பலருக்கும் தயக்கங்கள் இருக்கக்கூடும்.

இந்நூலை Autofiction எனப்படும் சுயபுனைவு வகைமையில் சேர்க்கலாம். சமீபத்தில் வெளிவந்த சாருநிவேதிதாவின் 'எக்ஸைல்', சுகுமாரனின் 'வெல்லிங்டன்' ரமேஷ் பிரதனின் 'அவன் பெயர் சொல்' போன்ற பிரதிகளை இதற்கு உதாரணமாகக் கூறமுடியும். 'சித்திரக்காரனின் குறிப்பிலிருந்து' என்னும் தலைப்பே கூட அத்தன்மையுடையதாகவே இருக்கிறது. பல பக்கங்களிலும் இடம் பெற்றுள்ள ரபீக்கின் ஓவியங்கள் இப்பிரதிக்கு கூடுதல் ஈர்ப்பை அளிப்பதாக உள்ளன.

தமிழில் இஸ்லாமிய இலக்கியங்கள் பெரும்பாலும் தமிழ் முஸ்லிம்களின் ஆக்கங்களே எனக்கருத வாய்ப்புண்டு. இவற்றுடன் ஒப்பிடும் போது உருது முஸ்லிம்களின் தமிழிலக்கியப் பங்களிப்பு சொற்பமே. உருது மொழியைத் தாய்மொழியாகக் கொண்ட கவிக்கோ அப்துல் ரகுமான் தமிழிலக்கியத்திற்கு செலுத்தியுள்ள பங்களிப்பு முக்கியமானது. ஆனால் நான் இவ்விடத்தில் கூறவிழைவது இன வரைவியலையே. இன்னும் குறிப்பாக உருதுமுஸ்லிம் வாழ்வியல் பதிவுகள் எதுவுமில்லாமல்தான் காலம் உருண்டோடிக் கொண்டிருந்தது. 2009ஆம் ஆண்டு எஸ்.அர்ஷியா தனது 'ஏழுரைப்பங்காளி வகையறா' என்னும் நாவலின் மூலமாக இந்த

261

மௌனத்தைக் கலைத்தார். அந்நாவலும் கூட மதுரை இஸ்மாயில்புரம் பகுதியில் வாழ்கின்ற உருது முஸ்லிம் தாயாதிகளின் தலைமுறைக் கதையைப் பேசியது. இப்போது ஐந்தாண்டுக்கால இடைவெளியில் ரஃபீக்கின் 'சித்திரக்காரனின் குறிப்பிலிருந்து' வெளிவந்துள்ளது. அர்ஷியா, ரபீக் போன்றோரைத் தொடர்ந்து இனவரைவியல் தரும் உருது முஸ்லிம் எழுத்தாளர் குழுமம் ஒன்று இங்கு உருவாக வேண்டுமென நான் விரும்புகிறேன்.

ரபீக்கின் கதை கூறும் மொழி கவித்துவமான சில தருணங்களை உள்ளடக்கியது. இயல்பிலேயே ஓவியரென்பதால் விவரணைகளில் சித்தரிப்புகளில் கலாநுட்பம் கைகூடி வந்துள்ளது. வீரநல்லூர் கிராமத்தின் சாய்பு தெருவிலுள்ள ஒவ்வொரு வீடும், தம் கதையைக் கூறத் தயாராக இருக்கிறது. இவற்றுள் ஷான்தார் குடும்பத்தின் பேரன் சித்திரக்காரன் இம்ரான், தனது பாட்டன்மார்களின் நாட்குறிப்புகளைப் போல தனது கதையையும், தனது வம்சாவளிக் கதைகளையும் கூறத் தொடங்குகிறான். 1957ல் தொடங்கும் கதை பிறகு ஒரு நூற்றாண்டு பின்னகர்ந்து 1880க்குள் பிரவேசிக்கிறது. வேலைக்காரன் ஊர் செய்தி நூர்தாயா பேசுகிறாள். இம்ரானின் பாட்டி தாதி மைமூனா பேசுகிறாள். இவ்வாறு இரண்டு நூற்றாண்டுகளின் குறுக்குவெட்டுச் சித்திரத்தை ரபீக் வாசகர்களுக்கு விளம்புகிறார். காலத்தையும், சம்பவங்களையும் முன்னும் பின்னுமாக நகர்த்திச் சொல்லும் கதை உத்தி, வாசக அயர்ச்சியை வெகுவாகத் தணிக்க உதவியிருக்கிறது. நிறையத் தகவல்களால் நிரம்பி வழிகின்ற பிரதியாகவும் இருக்கிறது. இதனால் சில பக்கங்களில் ஆவணத் தன்மை தெரிகிறது.

தாதா, தாதி, படுதாதா, மேக்கடா, புப்பு, ஜல்சா, சுல்வா, மங்சீனி, தாலாப்பு, தளடால், சிக்கந்தர் மண்டா, முண்டன், புட்டா, புட்டி, பொப்பாசி, காந்தன், ஆஸ்ரா, சுன்னார், ஹல்தி, அரீதா, ஷயாரி, ஆரஸ், மிஸ்ரி, ரோட்டு, சத்தர், கொந்தரி என தலைசுற்ற வைக்குமளவு உருது மொழிப் பிரயோகங்கள் இப்பிரதியெங்கிலும் சிதறிக்கிடக்கின்றன. ஏற்கெனவே அர்ஷியா தனது நாவலில் சில உருது வார்த்தைகளை அறிமுகப்படுத்தியிருந்தார். இவற்றை நாம் தொடர்ந்து புழங்குவதில்லை. ஆனால் இவ்வகைச் சொற்களைத் தமிழுக்கு அறிமுகப்படுத்தியது முக்கியமானது. எதிர்காலத்தில் தமிழ்நாட்டிலுள்ள உருது பேசும் முஸ்லிம்களுக்கான சொல்லகராதி ஒன்று தயாரிக்கப்படுமானால் அந்த ஆவணத்திற்கு இவை உதவக்கூடும்.

கதைக் களம் என்கிற அளவில் மதுரை நகரைக் குறித்த வித்தியாசமான வரைபடமொன்று இப்பிரதியின் மூலமாக வாசகனுக்கு கிடைக்கிறது. 'என் சிறு வயதில் எத்தனை தடவை மீனாட்சி கோவிலுக்குள் ஓடியோடி அதன் கம்பீரமான கோபுரங்களை ரசித்தேன். கோயில்

மேல்விதானத்தில் விழுகின்ற வெளிச்சம் பல அர்த்தங்களைத் தரும். இவற்றைப் பல வருடங்களாக ஓவியங்களாக உருவாக்கியிருந்தேன்...' என்று ரபீக் முன்னுரையில் எழுதுவதிலிருந்து மதுரை மீனாட்சியம்மன் கோவில் மீதான அவருடைய அளப்பரிய காதல் வெளிப்படுகிறது. 'மதுரையைச் சுற்றிய கழுதை, வேறு எங்கும் நிலை கொள்ளாது' என்கிற பழமொழியையும் அவர் தனக்குதாரணமாகக் கூறிக்கொள்கிறார்.

மதுரையில் அந்தக் காலத்தில் நாடகங்களுக்கு இசையமைத்து வந்த பக்ருதீன்ஷா, நாடகக் கம்பெனிகளைக் குறித்து விலாவாரியாகப் பேசுகின்ற பாலுஆசாரி, நாடக நடிகை ராஜகுமாரியின் ஊமைப் பெண் மீனாகுமாரி, துவரிமானில் நடக்கின்ற கிடாச்சண்டை, மீசையை முறுக்கிக் கொண்டு வேட்டியைத் தொடையில் ஏற்றிக்கட்டி பெருத்த கிடாவுடன் களமிறங்கும் தேவம்மார்கள், மாசி வீதியிலிருந்த 30 அடி உயரமுள்ள அவுலியா பள்ளிவாசல் மண்டபம், அவ்வீதியின் வழிவரும் அழகர் தேர், மேலமாசி வீதித் தெருக்கள், நகரின் வட பகுதியிலுள்ள கோரிப்பாளையம், அலாவுதீன், சம்சுதீன் சமாதிகள், ஜரிகைக்காரத் தெரு, தமுக்கம் மைதானம், அங்குள்ள சொரீஸ் பங்களாவில் கேளிக்கைகளை நடத்துகின்ற ஆங்கிலேயர்கள், பெருமாள் மேஸ்திரியும் அவர் பெயரிலமைந்த தெருக்களும், 20ஆம் நூற்றாண்டுத் தொடக்கத்தில் வியாபார நிமித்தம் மதுரையில் வந்து குடியேறும் பஞ்சாபி லாலாக்கள், பெங்காலி பாபுக்கள், பாம்பே சேட்டுகள், பர்மாவிலிருந்து திரும்பிய நாட்டுக்கோட்டைச் செட்டியார்கள், முஸ்லிம் வீட்டு வாசல்களில் திரைச்சீலைகளாகத் தொங்கும் சாக்குக் கித்தான்கள், கிராதி ஓட்டைகளின் வழியே நோட்டமிடும் யுவதியரின் கண்கள், கான்சாபாளையம், கான்சாகிப் மேட்டுத்தெரு, கான்சாகிப்புரம், பாதி சாய்புகளின் வீடுகளாகவும் பாதி கோனார் வீடுகளாகவும் இருக்கும் தெருக்கள், எருமைச் சங்கிலிகளின் இடைவிடாத சத்தம், சாணிவாடை, மொகரம் மாதத் தொடக்கத்தில் பித்தளைப் பாத்திரங்களுக்கு ஈயம் பூச வரும் குட்டையன் கருக்கன், சுங்கம் பள்ளியில் நடைபெறும் ஜல்ஷா மாநாடு, அதே மொகரத்தில் நிகழ்கின்ற பூ மிதித்தல், புலியாட்டம், கோரிப்பாளையம் சந்தனக் கூடு, நாகூர் ஆண்டவர் பள்ளி நிதிக்கான குஸ்தி சண்டைகள், மேம்பாலம், ஹார்வி மில்லின் சைரன் சத்தம், கூன் பாண்டியனின் பயமுறுத்தல்கள், ட்ரம் அடித்தவாறு நோட்டீஸ் விநியோகிக்கிற சினிமா வண்டி, பழமையான திரைஅரங்குகள், பொற்றாமரைக்குளம், அதைச் சுற்றிலும் வரையப்பட்டிருந்த மூலிகை ஓவியங்கள், ஆயிரங்கால் மண்டபம், ராணி மங்கம்மாள் அரண்மனை, ஹாஜி மூசா ஜவுளிக்கடை, காலேஜ் ஹவுஸ் காப்பி, போடி ஜமீன் பங்களாவிலுள்ள உடுப்பி ஹோட்டல், முதன்முதலாக புரோட்டாவை அறிமுகப்படுத்திய கோயா உணவகம், இந்திப் பாடல்கள் ஒலித்த டீக்கடைகள், குதிரை வண்டிகள், திருமலை நாயக்கர் மஹால்,

263

அங்கயற்கண்ணி அம்மை கோயில் .. என மூச்சு முட்டுமளவிற்கு ரபீக் இந்த 200 பக்கங்கள் கொண்ட பிரதிக்குள் மதுரையின் சங்கதிகளைத் தன் ஞாபகத் தூரிகையால் சித்தரித்தவாறு செல்கிறார்.

மதுரையைப் போன்றதொரு புராதன நகரத்தின் மீது காலம் எத்தனை நவீன வண்ணங்களைத் தெளித்தாலும், பதிலுக்கு அதுவொரு சம்பிரதாயப் புன்னகையைச் செலுத்திவிட்டு, தன் பழமையின் வீச்சத்துடனும், தணியாத மர்மங்களுடனும் உறைந்தவாறே இருக்கும் வல்லமை கொண்டது. ரபீக் போன்ற கலைஞர்கள் அந்த மர்மங்களைத் தம் தூரிகைகளால் அகழ்ந்து சித்தரிக்கின்றனர்.

"உருது பேசும் முஸ்லிம்கள் தமிழ்பேசும் முஸ்லிம்களைக் காட்டிலும் உயர்ந்தவர்கள் என்ற எண்ணம் இஸ்லாமியர்களுக்குள்ளேயே உண்டு. அவ்வளவு ஏன்? அண்மைக் காலம் வரை உருது பேசும் முஸ்லிம்களை பிற்படுத்தப்பட்டோர் பட்டியலிலும், தமிழ் பேசும் முஸ்லிம்களை மிகவும் பிற்படுத்தோர் பட்டியலிலும் தமிழக அரசு வைத்திருந்தது என்பதையும் நாம் கணக்கிலெடுத்துக் கொள்ள வேண்டும்" என எழுத்தாளர் இந்திரன், இந்நூலின் முன்னுரையில் கூறுகிறார். நானறிந்தவரை, தமிழ்பேசும் முஸ்லிம்களில் இரு பிரிவினர்களாகிய ராவுத்தர் மற்றும் லெப்பையில் ராவுத்தரைப் பிற்படுத்தப்பட்டோர் பட்டியலிலும், லெப்பையை மிகவும் பிற்படுத்தப்பட்டோர் பட்டியலிலும் அரசு பாவித்தது. இவர்களுள் லெப்பை மாணவர்களுக்கு மட்டுமே கல்வி உதவித்தொகை கிடைத்து வந்தது. ராவுத்தர் பிரிவு மாணவர்கள் புறக்கணிக்கப்பட்டதை அனுபவப்பூர்வமாக நான் உணர்ந்திருக்கிறேன். பிறகானால் இந்த சலுகைகளுக்காக ராவுத்தர்களே லெப்பை என சான்றிதழில் தம்மைக் குறிப்பிட்டுக் கொண்டதையுமறிவேன். "உருது பேசும் முஸ்லிம்கள் மொழிவாரியாகவும், இனவாரியாகவும் தக்காணம் மற்றும் வட இந்திய முஸ்லிம்களின் சந்ததியினர். அவர்கள் ஒரு இந்தோ , ஐரோப்பிய மொழியைப் பேசுபவர்கள். தமிழ் முஸ்லிம்களும், மலையாள முஸ்லிம்களும் பொதுவாக திராவிட மொழிகளைப் பேசும் மண்ணின் மைந்தர்கள்..." என்பார் ஆய்வாளர் ஜெ.பி.பி.மோரே.

இப்பிரதியில் இயல்பாகக் கைகூடி வந்துள்ள நல்லிணக்க அம்சம் மிக முக்கியமானது. கிடாச் சண்டைக் கோதாக்களில் தொடை தட்டிக்கொண்டு இறங்கினாலும், இரு சமயத்தினரிடையே தென்படும் ஆத்மார்த்தமான பிணைப்பு, அப்பு என்றும் மகனே என்றும், மாமன் மச்சான் எனவும் உறவுமுறை பேணி வாழும் போக்கு ரபீக்கிடமிருந்து வெகுவாக விவரணம் பெறுகிறது. மீனாட்சியம்மன் கோவிலைச் சுற்றிப் பெருவாரியாக வாழ்ந்தவர்கள் முஸ்லிம்களே ஆயினும், இந்துக்களின் வழிபாட்டுமுறைகளைக் கருத்தில் கொண்டு, அங்கிருந்து இடம் பெயர்ந்து மேலமாசி வீதியில் தெருக்களமைத்துக்

குடிபெயர்வதும், சின்னப் பள்ளிவாசல் வழியாக விழா நாட்களில் ஆரவாரமாகச் செல்லும் இந்து நண்பர்களிடம் மீசைப் பாண்டி "டேய் சீயாம்பள்ளிவாசல், வாடா கும்பிட்டுப் போங்கடா" என அதட்டிக் கூறுவதும், 'சீயா, என் தலைவர் தேவருக்குத் தாய்ப்பால் குடுத்தது உங்க ஆச்சிதான் சீயா" எனக்கூறும் மீன் விற்கும் ஆயாவுமாக சொற்ப அத்தியாயங்களில் ரபீக் அதை வலுவாக நிறுவிவிடுகிறார்.

ரபீக் விவரிக்கின்ற திருமண விவரணைகள் நமக்கு முற்றிலும் புதியன. மங்னி என்றால் நிச்சயதார்த்தம் என்கிறார். சுக்ராண என்பதைப் பெண்ணை அலங்கரித்தலுக்கான வார்த்தையாகவும், சக்பஸ் என்னும் ஊர்வலம், சுல்வா என்னும் பரிசளிப்புவிழா, ருஸ்சத் என்னும் வழியனுப்புவிழா என திருமணவிழாவின் பல நிலைகளை அந்த அத்தியாயம் பேசுகிறது. நிச்சயதார்த்தம் அல்லது பரிசம், ஊர் சொல்வது, தலைப்பா கட்டு, கல்யாணம், விருந்து, மடிநிறப்புவது, மறுவீடு என்னும் தமிழ் முஸ்லிம் திருமண முறைகளிலிருந்து இவை முற்றிலும் மாறுபட்டிருப்பதை உணர்ந்து கொள்ள முடிகிறது.

சித்திரக்காரன் இம்ரானின் மனநிலையிலிருந்து ரபீக் பேசுகின்ற பலவும் புனைவும் யதார்த்தமுமான போக்கினைக் கொண்டுள்ளன. வாயைத் திறந்தவாறிருந்த ஒரு காகத்தின் நிழல் கண்டு அஞ்சி தூக்கத்தில் நடக்கிற வியாதியால் அவர் அவதிப்பட்ட நாளிலிருந்து இது தொடங்குகிறது. மலக்குமார்கள் எனப்படும் வானவர்களைக் கண்டால் சேவல்கள் சிறகுகளை அடித்துக் கொண்டு பாங்குகூவும் என்கிற நம்பிக்கையும், சித்தப்பா பாதுஷா அவருடைய ஓவியங்களைப் பார்த்துவிட்டு "மனிதர்களின் கண்களை வரையும்போது கருப்புப் புள்ளி மட்டும் வைக்காதே, சைத்தான் உன்னைத் தூங்கவிடாது" என எச்சரிப்பதுமாக விவரணம் கொள்வதனைத்தும் இம்ரானின் பால்யகால நிளைவுகளே.

நூர்தாயா மாட்டுவண்டியினடியில் மறைத்து வைத்த தோல் புத்தகத்தைத் தெரியாமல் மொட்டைமாடிக்கு எடுத்துவந்து படிக்க, பலவிஷயங்களும், வரலாறுமாக அவை விரிக்கின்றன. பெரும்பாலும் முப்பாட்டன்மார் கதைகள். மேகங்கள் பல மிருகங்களின் உருவங்களாக மாறிக்கொண்டே யிருந்தன.. நகரம் அமைதியாகத் தூங்கிக் கொண்டிருந்தது. பக்கீர் ஒருவன் "இரவில் யதார்த்தங்கள் மாறுவதை யாரும் நம்புவதேயில்லை" என கூவிக்கொண்டே அடுத்த தெருவுக்குச் சென்றான்... என ரபீக் வித்தியாசமான மனநிலைகளை எழுதுகிறார்.

அடுத்து ஊர்ச் செய்தி நூர்தாயா பேசத் தொடங்குகிறான். அந்த அத்தியாயத்தில் மறைவான சக்திகளாகிய ஜின்களைக் குறித்த விளக்கங்கள் இடம் பெறுகின்றன. மாசிவீதி பள்ளி கபர்ஸ்தானில்

நூறாண்டுகளாக ஒற்றைப் பனைமரமாக நிற்கும் ஜின்னின் கதை பேசப்படுகிறது. இதன் நீட்சியாக ஜின்களைத் தங்களது கட்டுப்பாட்டிற்குள் வைத்திருக்கும் ஞானம் கற்றுத் தேர்ந்த மலையாளத் தங்கள்மார்களைக் குறித்த விவரிப்பும் இடம் பெறுகிறது.

9வது அத்தியாயம் இம்ரானின் பாட்டி தாதி மைமூனா பேசுவதாக எழுதப்பட்டுள்ளது. அவளின் வருத்தம் தொனிக்கிற குரலைப் பொருட்படுத்தத் தக்கதாக நான் கருதுகிறேன். "எங்கள் சமூகத்திலிருந்த கலை, கலாசாரம் எல்லாம் இன்று ஒவ்வொன்றாகக் கைவிடப்படுகிறது என்பதை நினைத்து உள்ளம் வேதனையடைகிறது. எங்கள் காலத்து திருமண விழாக்களில் குமரிகள் கும்மியடித்து இஸ்லாமியக் கவிதைப் பாடல்கள் பாடுவதை அனைவரும் ரசிப்பார்கள்" என ஏக்கப் பெருமூச்செறிகிறாள் அவள். மதத்தின் பெயரால் ஹராம் எனக்கூறித் தடுக்கப்பட்ட இஸ்லாமியக் கலைமனதின் வேட்கை என்றும் இதைக் கருத்தில் கொள்ளலாம்.

தாதி சொல்கின்ற பல கதைகளில் குழந்தைகள் உலகமொன்று விரிகிறது. சிறுமியான தாதியைக் குள்ளனொருவன் ஒரு தோட்டத்திற்கு அழைத்துச் சென்று சுண்டு விரலால் ஈரத்தரையைத் தோண்டிக் கொண்டிருக்கப் பணிக்கிறான். சுண்டு விரல் அளவேயுள்ள விவசாயி ஒருவர் குழிக்குள் தட்டுப்படுகிறார். இவள் மேகங்களினூடே மிதந்து செல்கிறாள். கட்டை விரலளவேயுள்ள தெருக்கள் தோன்றுகின்றன. அந்த ஊர் முழுவதையும் பொம்மைகளும், குழந்தைகளுமே வியாபித்திருக்கின்றன. உலகில் பிறந்தவுடனேயே இறந்துவிடும் குழந்தைகள் யாவரும் அங்கு உயிருடன் ஜீவிக்கின்றனர். பொம்மைகள் நடமாட்டமும், குழந்தைகள் நடமாட்டமும் கொண்ட தெருக்களில் முட்டைகளிலிருந்து கோழிக்குஞ் சுகள் வெளிவந்து சிறுமிகளுடன் விளையாடிக் களிக்கின்றன. சிறுவர்கள் கொம்புகளில்லாத இளம்கன்றுகளுடன் ஜல்லிக்கட்டு விளையாடுகின்றனர். இவற்றையெல்லாம் வாசிக்கையில் ரபீக்கிடம் குழந்தை இலக்கியங்களையும் எதிர்பார்க்கலாம் எனத் தோன்றுகிறது. ஆலீஸின் அற்புத உலகம் போன்றோ குட்டி இளவரசன் போன்றோ சில உன்னதமான சிறுவர் இலக்கியங்களை சித்திரங்களுடன் அவரால் தரமுடியுமென நான் நம்புகிறேன். நம் தலைமுறைக் குழந்தைகள் தவறவிட்ட திருடன் போலீஸ் விளையாட்டு, பல்லாங்குழி எனப் பலவற்றையும் அவர் நினைவூட்டுகிறார். பரண் மீது ஒரு நாள் ஏறுகிறார். கதவு திறக்கிறது. பரணில் ஏறி அவர் பார்க்கிற மதுரை நகரம் அலாதியாயிருக்கிறது.

"மண்ணைத் தோண்டிச் சித்திரக்குள்ளர்களை வெளியிலெடுத்துக் கொண்டிருந்தார்கள் பால்ய நண்பர்கள். இருண்ட வரலாற்றை வெளிச்சத்தில் எழுதத் தொடங்கினார்கள் சித்திரக் குள்ளர்கள். ஓடும்

நதியில் எழுதிய வரலாறுகள் நிலவு போல் மின்னிக் கொண்டு பூமியெங்கும் பரவிச்சென்றன. வரலாறுகளின் கனம் மீன்களை பயமுறுத்தியது. முதலைகளின் ஏப்பங்கள் நீர்க்குமிழ்களாக நதிக்கு வெளியே கொப்பளித்தன. கூட்டுப்புழுக்கள் தங்கள் கொண்டைகளில் வண்ணத்துப் பூச்சிகளின் இறகுகளைச் சுமந்து திரிந்தன. டிஷியன் மன்னன் குகை மனிதர்களைக் காணச் சென்று கொண்டே யிருக்கிறான். பூமியினடியில் ஆறாவது பூமியை நோக்கி அவன் பயணம் தொடர்ந்தது..." என்றெல்லாம் ரபீக் எழுதும்போது ஏதோ கோணங்கியின் பட்டாம்பூச்சிகள் உறங்கும் மூன்றாம் ஜாமத்தையோ, உப்புக் கத்தியில் மறையும் சிறுத்தையையோ வாசிக்கிற மயக்கம் உண்டாகிறது. இது போன்று மாந்த்ரீக யதார்த்தவாதம் உருவாக்குகிற வினோத மயக்கங்களைப் பல்வேறு சந்தர்ப்பங்களில் நம்மால் தரிசித்துக் கடந்து செல்ல முடிகிறது.

மீனாட்சியம்மன் கோவில் பொற்றாமரைக் குளத்தைச் சுற்றியுள்ள ஓவியங்களை வரைவதற்காகச் சென்ற இம்ரான், அங்குள்ள சிலைகளுடன் உரையாடும் காட்சி தனித்துவம் மிக்கது. அன்னத்தில் அமர்ந்திருந்த அழகிய பெண் சிலை ஒன்று பேசுகிறது. "நல்லவேளை சிலையாகப் பிறந்துவிட்டேன். இல்லையெனில் இரண்டாயிரம் வருடங்களாக இவ்வுலகில் நடந்து வரும் சம்பவங்களைப் பார்த்திருக்க முடியுமா?" பொற்றாமரை சுற்றுச்சுவரில் சமணர்களின் கழுவேற்றம் இயற்கை மூலிகைகளால் வரையப்பட்டுள்ளது. ஓவியத்திலிருந்து ஒரு சமணர் இம்ரானிடம் பேசுகிறார். "தம்பி, உண்மையின் வடிவத்தை வணங்கியதால் எங்களைக் கழுவிலேற்றிவிட்டார்கள். பொய்களைப் பரவச் செய்த வதந்திக்காரர்களுக்கு யார் தண்டனை கொடுப்பார்கள்?"

காதலை நோக்கி இம்ரான் பயணிப்பது ருசிகரமானது "எனது முதல் காதல் பெண்ணின் நினைவுகள் மரணம் வரை மறக்க முடியாத ஒன்று..." எனக் கூறும் இம்ரான், சித்திரைத் திருவிழாவன்று தழுக்கம் மைதானத்தில் வைத்து ஷெரீன் என்கிற இளம் பெண்ணைச் சந்திக்கிறான். அவள் ஒரு தமிழ் முஸ்லிம் பெண். இம்ரானை அவள் கண் கொட்டாமல் பார்த்துக் கொண்டேயிருக்கிறாள். மிகத்தாமதமாகவே அவள் தன் பால்ய சிநேகிதி எனப்புரிந்து கொள்கிறான். பிறகு இருவரும் பல சந்தர்ப்பங்களில் ரகசியமாக சந்தித்துக் கொள்கின்றனர். ஆயினும் சந்தர்ப்ப வசத்தால் அப்போது அவர்கள் ஒன்று சேர முடியவில்லை. பிறகு நீண்ட நாட்கள் கழித்து ஷெரீனை அவளுடைய கிழட்டுக் கணவனுடன் பார்த்து அதிர்ச்சி கொள்கிறான் இம்ரான்.

இந்தக் காதலுக்குள் ஒரு நுண் அரசியல் ஊடுருவியிருக்கலாமோ என நான் சந்தேகம் கொள்கிறேன். அது உருது முஸ்லிம் x தமிழ் முஸ்லிம் எனும் அரசியல். சிலருக்கு ஒவ்வாமையாகக் கூட

இருக்கலாம். 'இப்படியெல்லாம் இல்லை' என்றும் கூட அவர்கள் கூற முற்படலாம். ஆனால் மிக நுட்பமாக தமிழ் முஸ்லிம் x உருது முஸ்லிம் என்கிற பாகுபாடு நீடித்தபடியிருக்கிறது. நான் மேலதிகமாக இதைப்பற்றி பேசவிரும்பவில்லை. என் படைப்புகளில் பேசியிருக்கிறேன். உருது முஸ்லிம் படைப்பாளிகளும் இதைப் பேச வேண்டுமென எதிர்பார்க்கிறேன். ரபீக் ஆசைக்காக இந்தப் புத்தகத்தை எழுதியிருக்கலாம். ஆனால் தொடர்ந்து எழுத வேண்டிய சந்தர்ப்பத்தை அவருக்கு. 'சித்திரக்காரனின் குறிப்பிலிருந்து' உருவாக்கித் தரும்!

(புத்தகம் பேசுது – நவம்பர் 2014)

ஒரு சிற்றிதழ்ப் பயணம் முடிந்தது

*1995*ஆம் ஆண்டு உலகத் தமிழ் மாநாடு நடந்து முடிந்து பரபரப்புகள் ஓய்ந்திருந்த தருணத்தில், நான் கீரனூரிலிருந்து தஞ்சாவூர் வந்தடைந்தேன். எனில், கிட்டத்தட்ட வீட்டிலிருந்து துண்டித்துக்கொண்ட நிலை. என் தகப்பனார் என்மேல் வலிந்து திணிக்க விரும்பிய கல்விச் சுமைகள் எதையும் ஏற்கும் மனநிலையயற்று, கையெழுத்துப் பத்திரிகை நடத்துதல், புத்தக வாசிப்பு, கவிதைகள் எழுதுவது, நாடகம் போடுவதென, மனம் இழுத்த இழுப்புக்கெல்லாம் இணங்கித் திரிந்த காலம்.

சரியாக, சாப்பாட்டு வேளைகளில் மட்டும், தலைகவிழ்ந்த குற்றவாளியாய் வீட்டினுள் நுழைந்து சோறுண்டு திரும்புவேன். அப்போது கிடைக்கின்ற இருபக்க வசைகளால் உண்டசோறு உடனே செரித்துவிடும். பசியோடு வீட்டினுள் நுழைந்து, அதைவிடக் கொடும் பசியோடு வீட்டை விட்டு வெளியேறுவேன். இப்போது நினைக்கவும் ஏனோ சுகமாக இருக்கின்ற மிதபபான நாட்கள் அவை. எதையோ சாதிக்கப்போகிறோம் என்னும் இறுமாப்பு சதா தலையைக் கிறுகிறுக்க வைத்துக் கொண்டிருந்தது. அந்நாட்களில் கருவுற்ற தாயொருத்தியின் பூரிப்பும், பெருமிதமும் என் முகத்தில் நிரந்தரமாகக் குடிகொண்டிருக்கும் என்றால் பார்த்துக் கொள்ளுங்கள்.

ஒரு நாள் கீரனூர் கிளை நூலகத்தில் தஞ்சாவூர் குறித்த வரலாற்று நூலொன்றை வாசிக்க நேர்ந்தது. மனம் அப்போதே அங்கு திசை திரும்பிவிட்டது. இதை விதியென்றும் சிலர் சொல்லக்கூடும். கொங்கு மண்டலத்தில், உள்ளுறைந்து கிடக்கும் எங்கள் ஊரிலிருந்து தஞ் சாவூர் செல்லப் பாதைகளே கிடையாது அப்போது. பிறகு நான் போட்ட பாதைதான்.

ராஜராஜன், மராட்டியர் காலத்து தஞ்சாவூரையும், பெரிய கோயில் மகிமைகளையும் படிக்கப் படிக்க எனக்குப் பெரிய பரபரப்புத் தொற்றிக்கொண்டது. அந்த நிமிஷத்தில் நான் புராதனத் தஞ்சையில் கால் பதித்து நடக்கத் தொடங்கியிருந்தேன். எனக்கு மிக அருகாமையில் குதிரைகளின் குளம்படிச் சத்தமும், வாள்கள் ஒன்றுடன் மற்றொன்று உரசுகின்ற ஓசையும் கூட கேட்கத் தொடங்கியிருந்தது.

அந்நாட்களில் படிப்பை முடித்து, சுற்றிக் கொண்டிருக்கின்ற இளைஞர்களை வளைத்துப் போட்டு ஜவுளிக்கடை வேலைக்கு அனுப்பிவிட ஒரு புரோக்கர் இருந்தார் ஊரில். சேட்டு என்று பெயர். என் சில கதைகளில் அவர் ஒரு கேரக்டராக வருவதுண்டு. அன்றைக்கு நூலகப் படிக்கட்டுகளை விட்டு இறங்கியதும் நான் சேட்டு ஆபீஸில் தான் போய் நின்றேன். அவர் என்னை ஏற இறங்கப் பார்த்தார். இத்தனை நாட்களாய் வலையில் சிக்காத மீன் இப்போது வசமாய் மாட்டிக்கொண்டதென நினைத்தாரோ என்னவோ.

"தஞ்சாவூருக்கு வேகண்ட் இருந்தா சொல்லுங்க..." என் குரலில் ஒரு மிடுக்கிருந்தது.

"அது என்னப்பா ஸ்பெஷலா தஞ்சாவூரு?" சேட்டுக்கு கிண்டல்.

"இருந்தா சொல்லுங்க..." நான் பதிலை எதிர்பார்க்காமல் அங்கிருந்து நகர்ந்தேன்.

ஒருவாரம் கழிந்திருக்கும். புரோக்கர் சேட்டு என்னைச் சந்தித்து தஞ் சாவூர் வேகன்ஸியைச் சொல்ல, மனம் மறுபடியும் பெரிய கோவிலையும், அரண்மனையையும், மாடமாளிகை கூட கோபுரங்களையும் சுற்றிவரத் தொடங்கியது. என் தகப்பனாரிடம் விவரத்தைக் கூறினேன். "எக்கேடோ கெட்டுத் தொலை" என்று ஆசீர்வதித்தார். மறுநாள் சேட்டு தந்த கடிதத்துடன் நான் தஞ்சாவூருக்குப் பயணமானேன். ஆனால் தஞ் சாவூரில் தான் என் இலக்கியப் பயணம் தொடங்கப் போகிறது... தஞ்சாவூரில் தான் என் மணவாழ்க்கை அமையப்போகிறது... என்கிற சங்கதியெல்லாம் அப்போது தெரியாது.

2

தஞ்சாவூரிலுள்ள ஒரு ரெடிமேட் கார்மென்ட்ஸில் எனக்கு கணக்கர் வேலை. தி.ஜானகிராமனின் கதைத் தலைப்பைப் போல, சாப்பாடு போட்டு சம்பளம், புது ஆற்றின் கரையில், காந்தி சாலையில் பணியிடம், அழகாகத்தானிருந்தது. தும்பைப் பூப்போன்ற புதுப்பொலிவுள்ள இளம் பெண்களும், குழந்தைகளும் சுடிதார், மிடி, பிராக் என்று விதம்விதமாய் ஆயத்த ஆடைகள் வாங்கிச் சென்றார்கள். ஒருநாள் என்

270

மேஜைக்குக் கீழே ஏதோ பிரதி கிடப்பதாய் உணர்ந்து, குனிந்து அதைக் கையிலெடுத்துப் பார்த்தேன்.... சுந்தர சுகன்! வைக்கம் முஹம்மது பஷீரைக் குறித்த ஓர் அருமையான கட்டுரை அதில் வெளியாகி யிருந்தது. வித்தியாசமான கவிதைகள், சமகால இலக்கியச் சங்கதிகள் இருந்தன. எனக்குப் பெரிய ஆர்வம் ஏற்பட்டு முகவரியைத் தேடினேன். சி46, நகராட்சி குடியிருப்பு, தஞ்சாவூர் என்றிருந்தது. கார்மென்ட்ஸ் காசாளர் ரபீக், என் இலக்கிய ஆர்வத்தின் காரணமாக, குறுகிய நாட்களில் எனக்கு நண்பராகி இருந்தார். அவரிடம் விவரம் கூறி, "அந்த இதழாளரைச் சந்திக்க விரும்புகிறேன், உதவ முடியுமா" என்று கேட்டேன். அவர் இதழை வாங்கி ஒருமுறை பார்த்துக்கொண்டார். "நகராட்சி குடியிருப்புன்னா... முனிசிபல்காலனி... மெடிக்கல் காலேஜ் ரோடு... ஜாகிர், கிளம்பு போகலாம்..." என்றார். எனக்குச் சந்தோஷம். கடை வேலைகளுக்கென ஒரு ஸ்கூட்டி இருந்தது. மதிய உணவுக்குப் பிறகு நாங்கள் அதில் புறப்பட்டோம். கோர்ட்ரோடு, ராணி பாரடைஸ் தியேட்டர், மேம்பாலம், கணபதி நகர், ராஜப்பா நகர், பாலாஜி நகர், மங்களபுரம் என ஒவ்வொரு நிறுத்தங்களின் பெயரையும் ரபீக் சொல்லிக்கொண்டே வாகனத்தைச் செலுத்தினார். பிறகொரு திருப்பத்தில் 'இதுதான் முனிசிபல் காலனி' என்றார். சி–46 இலக்கத்தைக் கண்டுபிடிப்பதில் எங்களுக்குச் சிரமம் இருக்கவில்லை.

'அம்மா வீட்டிற்குள்' நுழைந்துவிட்டோம். சுகன் வீட்டுக்குப் பெயர் அம்மா வீடு. கீழ்த்தளத்தில், சுகன் லுங்கி கட்டி, மேலுக்கு சட்டை யில்லாமல் அமர்ந்திருந்தார். புன்னகை ததும்பிய முகம் அளவான உடல்வாகு, கற்றையாய் முடிகள் நெற்றியில் வந்த விழுந்து கிடந்தது. அதை மனுஷ்யபுத்திரன் ஸ்டைலில் ஒதுக்கிவிட்டுக்கொண்டு "வாங்கய்யா..." எனும் அவருடைய பிரபலமான அழைப்புடன் எங்களை வரவேற்று அமரவைத்தார். சுவர் முழுக்க வியாபித்திருந்த வாசகங்களின் மேல் என் கண்கள் ஊர்ந்தன. பாரதி, பாரதிதாசன், கண்ணதாசன் என எங்கிருந்தெல்லாமோ கத்தரிக்கப்பட்ட படங்கள் ஒட்டப்பட்டிருந்தன. ஒரு மூலையில் எம்.ஜி.ஆர். தொப்பி, கண்ணாடி சகிதம் சிரித்தார். நாங்கள் அறிமுகமாகிக்கொண்டோம். திடீரென எழுந்து மாடிக்குச் சென்ற சுகன், மொத்தம் மூன்று குவளையில் மணக்கும் இஞ்சி கலந்த கறுப்புத் தேநீருடன் வந்தார். "குடிங்கய்யா..." என்று உபசரித்தார்.

நான் ஒரு சாம்பிளுக்கு தேநீரை உறிஞ்சிப் பார்த்தேன். அடடா... அதற்கு அப்படியொரு சுவை. கறுப்புத் தேநீர் கேரளப் பண்பாட்டின் ஓர் அம்சம். "கட்டன்சாயா" என்று பெயர். நான் அப்போது மலையாள இலக்கியம், சினிமா, பண்பாட்டுக் கூறுகளில் மூழ்கி, பாதி மலையாளியாக என்னைப் பாவித்துக் கொண்டிருந்தேன். எனவே

சுகனின் கட்டஞ்சாயா முதல் சந்திப்பிலேயே என்னை அவருடன் பிணைத்துவிட்டது.

அந்த முதல் சந்திப்பில் நாங்கள் அனேகமாக மலையாளப் படைப்புகள், படைப்பாளிகள் என்றுதான் பேசிக்கொண்டிருந்தோம். ரபீக் எங்களிருவரின் வாய் பார்த்துக்கொண்டு அமைதியாக இருந்தார். சற்று நேரத்திற்குள், எழுத வேண்டுமென்கிற என் அவாவை சுகனிடம் கடத்திவிட்டிருந்தேன். அவரும் "சுகன் இதழில் எழுதுங்கள்' என்றார். சில பழைய இதழ்களையும் என் கைகளில் திணித்தார். நாங்கள் பரஸ்பரம் ஒரு புரிதலுடன் விடைபெற்றோம். கறுப்புத் தேநீரின் சுவை அப்போதும் நாவில் அப்படியே கிடந்தது.

3

சுகன் இதழுக்கு முதலில் கவிதைகள் தான் எழுதினேன். பெரும்பாலும் Nostolgia தன்மையிலான கவிதைகள். அதற்கே 'ஆஹா ஓஹோ பேஷ் பேஷ்...' என்று பாராட்டுகள். படைப்பைப் பாராட்டி வரும் வாசகர் கடிதங்களை முதன் முதலாகக் கண்ணுற்றேன். பரவசமான மனநிலை வாய்த்தது/ அந்த மனநிலைதான் என்னைத் தொடர்ந்து எழுத வைத்தது என்று இப்போது தோன்றுகிறது. சுகன் 'கூர்' என்று தலைப்பிட்டு வாசகர் கடிதங்களுக்கு இதழில் நிறைய இடமளிப்பார். ஏழு, எட்டுப்பக்கங்கள் வரும். அந்தக் காலகட்டத்தில் எந்த சிறுபத்திரிகையும் இதைச் செய்ததில்லை. அசோகமித்ரன், வல்லிக்கண்ணன், தி.க.சி. கடிதங்கள் எழுதுவார்கள். பொதியவெற்பன், வெற்றிப்பேரொளி கடிதங்கள் நீளநீளமாக நிறைய விவாதிக்கக் கூடியனவாக இருக்கும். அந்தக் கடிதங்களை எல்லாம் தொகுத்துப் பார்த்தாலே போதும், சுகனின் பயணத்தைக் குறுக்கு வெட்டாகக் கண்டடைந்து விடலாம். இதை யார் செய்யக்கூடும்?

புத்தக மதிப்புரைகள் விமர்சனங்கள் பகுதிக்கு சுகன் 'புழங்குகையில்' என்று வித்தியாசமாகப் பெயர் சூட்டியிருந்தார். அந்நாட்களில் நூல் மதிப்புரைக்கெனப் புத்தகங்கள் வந்து குவியுமொரு இதழாக சுகன் விளங்கியது. கழிப்பவை கழித்து செழித்தவைக்கு மதிப்புரை தரும் போக்கு அவரிடமிருந்து. நான் எதிர்பாராத ஒரு தருணத்தில் சுகன் 'அடுத்த இதழில் நீங்கள் ஒரு சிறுகதை எழுதுங்கள்' என்றார். அப்படித்தான் 'பாரம்' என்கிற கதையை எழுதினேன். அது வெளியான சமயத்தில் நிறைய பாராட்டுகள். "பாரம் நெஞ்சில் பாரமாக இறங்கியது" என்றெல்லாம் எழுதினார்கள். விடுவேனா, நானும் என் பாரங்கள் ஒவ்வொன்றாக இறக்கி வைக்கலானேன். வருத்தப்பட்டுச் சுமந்தவன் இளைப்பாறாமல் விடுவானா?

அசோகமித்ரன் சுகனில் வெளியான என்னுடைய 'சிதைவுகளிலிருந்து...' என்கிற சிறுகதையை வாசித்துவிட்டு "ஜாகிர்ராஜா நீண்ட படைப்புகள் எழுத ஊக்குவிக்கப்பட வேண்டும்..." என்று கடிதமெழுதினார். தண்ணீர், கரைந்த நிழல்கள், 18ஆவது அட்சக்கோடு எல்லாம் படித்துவிட்டு அசோகமித்ரன் மீது தீராக்காதல் கொண்டிருந்த நாட்கள் அவை. அப்போது நான் என் திருமணத்தின் பொருட்டு திருப்பூரில் இருந்தேன். அந்தக் காலகட்டத்தில் காதலர்களுக்குப் புகலிடம் தந்த நகரம் திருப்பூர். என் பள்ளிப் பிராயத்தின் பாதி நாட்கள் திருப்பூரில் தான் கழிந்தன. அது வேறு கதை.

நானும் ராஜியும் பதிவுத் திருமணம் செய்துகொண்டு, தம்பதி சமேதராய் ஒரு ஏற்றுமதி நிறுவனத்தில் வேலை செய்தோம். திருப்பூரின் புறநகர்ப் பகுதியில் வாடகைக்கு ஓர் அழகான சிறிய வீடு பிடித்தோம். மிக ரம்மியமான வாழ்க்கை அது. எங்கள் திருமணத் தகவலை சுகனுக்குக் கடிதம் மூலமாகத் தெரிவித்தேன். அவர் பதில் கடிதத்துடன் கல்யாணப் பரிசாக சில கவிதைப் புத்தகங்களை அனுப்பித் தந்திருந்தார். "உங்கள் கதையைப் பாராட்டி பெரிய பெரிய ஆட்கள் எல்லாம் கடிதம் எழுதியிருக்கிறார்கள். நீங்கள் மீண்டும் தஞ்சைக்கு வந்து, எழுத்துப் பணியைச் தொடருங்கள்" என்று அந்தக் கடிதத்தில் குறிப்பிட்டிருந்தார். அந்த நேரம் பார்த்து நான் தஞ்சாவூரில் வேலை பார்த்த கார்மெண்ட்ஸ் உரிமையாளரும் என்னை தஞ்சாவூருக்கு வருமாறு தந்தி கொடுத்து அழைத்திருந்தார். நாங்கள் திருப்பூரை விட்டுப் பிரிய மனமில்லாமல் தஞ்சாவூருக்கு பஸ் ஏறினோம்.

தஞ்சாவூரில் மருத்துவக் கல்லூரி சாலையில் வாடகைக்கு வீடு பிடித்தோம். அதுதான் சூரக்கோட்டை சாவித்திரி அம்மாள் வீடு. 'காட்டுவண்டுகளின் வீடு' எனும் என் கதையில் வருகின்ற அதே வீடு. அப்போது அநேகமாக நானும் சுகனும் சந்தித்துக் கொள்ளாத நாட்கள் குறைவு. எங்கள் சந்திப்பில் அம்மா குருமுருகன், தெ.வெற்றிச்செல்வன், வெற்றிப்பேரொளி, இலக்குமிகுமாரன் ஞானதிரவியம் இருந்தனர்.

அப்போது சுகனில் ஒரு பட்டாளமே எழுதிக்கொண்டிருந்தது. மேற்சொன்ன படைப்பாளிகள் தவிர்த்து வா.மு.கோமு, ஷாராஜ், ஹெச்.ஜி.ரசூல், இரா.நடராசன், சே.பிருந்தா, இளம்பிறை, அ.வெண்ணிலா, க்ருஷாங்கினி, மேட்டூர் கு.ரா., கரிகாலன், பொதியவெற்பன், தேவரசிகன், தஞ்சை ப்ரகாஷ், நா.விச்வநாதன், நட்சத்ரன், இரா.இளங்கோ, மு.முருகேஷ், புத்தகன், கவிஜீவன், தஞ்சாவூர் கவிராயர், தேவரசிகன், திருவைக்குமரன், பா.சத்தியமோகன், பட்டி சு.செங்குட்டுவன், கழனியூரன், விக்ரமாதித்யன், ஆரா, வளவ.துரையன், கண்டராதித்தன், சி.எம்.முத்து, இரா.காமராசு, செந்தூரம் ஜெகதீஷ், ராஜகுமாரன், ஜெயதேவன் என்று ஒரு படைப்பாளிக் கூட்டமே

எழுதிக் கொண்டிருந்தது.

சுகன் ஆண்டுதோறும் ஒரு மலர் வெளியிட்டார். அதற்குச் சிலரிடம் விளம்பரங்கள் பெற்றார். கூடுதல் பக்கங்களில் நல்ல கதை, கட்டுரைகளுடன் அம்மலர்கள் வெளிவந்தன. ஒரு கட்டத்தில், மலருக்கு விளம்பரங்கள் பெறுவதில்லையென முடிவெடுத்து அதையே இறுதிவரை கடைப்பிடித்தார்.

ஒரு குடும்பமே மெனக்கெட்டு அமர்ந்து சிற்றிதழ் தயாரிப்பில் ஈடுபட்ட காட்சியை நான் சுகன் வீட்டிலன்றி வேறெங்கும் கண்டதில்லை. சிறப்பு மலருக்குக் குடும்ப உறுப்பினர்களிடம் நன்கொடை பெற்று அதை இதழில் விளம்பரப்படுத்திக்கொள்ளும் போக்கு அவரிடமிருந்தது. தாத்தா, பாட்டி, அம்மா, மனைவி பெயர்களை இதழின் முதல் பக்கத்தில் வெளியிடுவார். குடும்ப பத்திரிகையோ... என்று சிலர் விமர்சிக்க இது இடமளித்தது. இதழில் பங்களிப்புச் செய்திருக்கும் படைப்பாளிகளின் பெயர்களை வரிசைப்படுத்தி 'இவர்களுடன் சுகன்' என்று போட்டுக்கொள்வார். அவருக்கு எதிரிகள் என்று எவரும் இருந்ததில்லை. ஆனால் சிலரை மனதில் அவ்வாறு வரித்துக் கொண்டு, பூடகமாக அவர்களை இதழில் தாக்குவார். ஏதோ காரணங்களுக்காகவோ, அல்லது காரணமின்றியோ எழுத்தாளர் ஜெயமோகனை இதழில் விமர்சித்தபடி இருப்பார். ஆனால், ஜெயமோகன் அதற்கெல்லாம் பதிலளித்ததாக நினைவில்லை.

(இரண்டு மூன்று பாராக்களில் கட்டுரையின் தொனி மாறுவதாக நண்பர்கள் கருதவேண்டாம். எனக்கு அஞ்சலிக் கட்டுரைகள் எழுதுவதில் ஆர்வமில்லை. ஏனெனில் அவை சம்பிரதாயமானவை. இது ஒரு இதழாளரைக் குறித்து நிறைகுறைகளுடன் அணுகும் கட்டுரை எனக்கொள்க)

ஒருமுறை இதழில் ஏதோ எழுதப்போய் ம.க.இ.க. தோழர்கள் திரண்டு வந்து அவர் வீட்டின் முன் கோஷம் எழுப்பிய வரலாறும் உண்டு. இவை ஒரு பத்திரிகையாளர் எதிர் கொள்ளவேண்டிய பிரச்சினைகளே. ஆனாலும் சுகன் இது விஷயத்தில் சற்று மனம் தளர்ந்திருந்த பொழுதுகளை அறிவேன்.

தனது வீட்டையே ஓர் இலக்கிய மேடையாக்கியவர் சுகன். நிறைய கூட்டங்கள் அங்கு நடந்ததுண்டு. அத்தனைக் கூட்டத்திலும் ப்ரகாஷ் நடுநாயகமாக வீற்றிருப்பார். அம்மா வீட்டின் வெளிப்பிரகாரத்தில் இருக்கைகள் போடப்பட்டு ஒலிபெருக்கி வசதியுடன் கூட்டங்கள் நடைபெறும். அப்படியான ஒரு கூட்டத்தில் ப்ரகாஷ் 'சர்வ சுதந்திரத்துடன்' பேசப்போக, அக்கம் பக்கத்து வீடுகளில் பெண்கள் சங்கோஜத்துடன் நெளிந்ததாகவும், ஆகவே இனி இதுமாதிரி

இறுக்கமான கூட்டங்களுக்கு ஒலிபெருக்கியைத் தவிர்த்து விடலாம் என்றும் சுகன் கூறினார். அடுத்தடுத்த கூட்டங்களில் ஒலிபெருக்கி தவிர்க்கப்பட்டது.

சிற்றிதழ்களை ஒருங்கிணைத்ததுடன், தஞ்சாவூரில் முதல்முறையாக சிற்றிதழாளர்கள் மாநாட்டை சுகன் நடத்திக் காட்டினார். சுகனின் எல்லாச் செயல்பாடுகளுக்கும் அவருடைய அம்மா பெரிய உறுதுணையாக இருந்தார். சுகனின் தாயார் அன்பும் கருணையும் கொண்ட ஓர் அற்புதமான மனுஷி. "ஏம்ப்பா ஜாகிர், இப்பல்லாம் வீட்டுக்கு வரவே மாட்டேங்கிற…" என்றவாறு தலையைத் தடவிவிட்டு இலையில் எனக்கு அவர் சோறு பரிமாறும்போது, நான் அழுதுவிடுவேன். அவ்வளவுதான், நீர்க்குமிழி மாதிரி மனம் பட்டென்று உடைந்துவிடும். அப்பா அம்மா பாசத்தை எல்லாம் அனுபவித்தே இருக்காதவன்.

4

'சுந்தர சுகன்' அவருடைய இயற்பெயராகிய சுந்தர சரவணன் பெயருடன் ஏறத்தாழ ஒத்துப்போவதாகவே இருந்தது. "நான் காலச்சுவடு இதழுக்கான பெயரைக் குறித்து ஆலோசிக்கும்போது, சுந்தர சுகன் – கவிதாசரண் பெயர்கள் என் நினைவுக்கு வரவில்லை…" என்று ஒருமுறை சுந்தர ராமசாமி கேலியாகக் குறிப்பிட்டிருந்தார். சுகன் அந்த விமர்சனத்தைக் கூடப் பெருமிதமாகவே எடுத்துக்கொண்டார். க.ரா.மீது அவருக்கு மதிப்பும், விமர்சனமும் இருந்தது. சுந்தர சுகன் காலச்சுவடுக்கும், காலச்சுவடு சுந்தர சுகனுக்குமாக 'மாற்று இதழ்' பரிவர்த்தனையும் அப்போது நடந்தது. நான் காலச்சுவடு இதழைப் பெரும்பாலும் சுகன் வீட்டிஸ்தான் வாசித்திருக்கிறேன். எழுத்து, நடவை, ஃழ, கொல்லிப்பாவை, சுபமங்களா இதழ்களை சுகன் அழகாக பைண்ட் செய்து வைத்திருப்பார்.

பல அடுக்குகள் கொண்ட விரிவான நூலகம் அவருடையது. சில சிறு பத்திரிகைகளை அவர் பொக்கிஷம் போல பாதுகாத்து வைத்திருப்பார். நூலகத்துள் பிரவேசிக்கிற உரிமை எல்லோருக்கும் இருந்ததில்லை. கருவறை நுழழகிற அனுமதியில்லாது, வெளியில் நின்று தரிசனம் பெற்றுச் சென்றோர் எண்ணிக்கை அதிகம். அந்த நூலகத்தில் என் கைபடாத நூல்களே இருந்ததில்லை எனலாம்.

தன் மகனுக்கு 'இதழ்மாளன்' எனப்பெயர் சூட்டி தனது பத்திரிகை அபிமானத்தை வெளிக்காட்டியவர் சுகன். அதற்கு முன்னதாக புவி.உமாசந்திரன் தன் மகளுக்கு 'ஜர்னலி' எனப் பெயர் சூட்டியிருந்தார்.

275

சுகன் தனது இதழில் நவீன கவிதைகளுடன் மரபுக் கவிதைகளுக்கும் இடமளித்தார். சுகனில் மரபுக்கவிதைகள் எழுதவென்று ஒரு கவிஞர் பட்டாளம் இருக்கவே செய்தது. சுகனும் மரபில் பயிற்சி பெற்றிருந்தார். சிலருக்கு இலக்கணம் போதிக்கவும் விரும்பி அவர்களின் நட்பை இழந்தார். தன்னை ஒரு கவிஞராக நிறுவிக்கொள்ளவே சுகன் விரும்பினார். கவியரங்குகளில் பங்கு பெற்றார். கவிதைத் தொகுப்புகளை வெளியிட்டார். சுகன் இதழின் கடைசிப் பக்கத்தில் க.சு.சரவணன் என்கிற பெயரில் நிறைய எழுதுவார். ஆனால் அவை போதிய அங்கீகாரம் பெறவில்லை. சுகந்த ஸ்வரங்கள் என்றொரு தொகுப்பை அவர் வெளியிட்டபோது ப்ரகாஷ் தனது மதிப்புரையை அவருக்கு கடிதமாக எழுதினார். "சுகந்த ஸ்வரங்கள் தமிழின் எல்லாக் குறைகளுடனும், குற்றங்களோடும் விளங்குகின்றன. இவற்றில் கயத்வம், தனித்துவம் குறைவு. மேற்கோள்கள் காட்டாது உதாரணங்கள் சொல்லாது விடுகிறேன் என்றால் உங்கள் கவிதையின் நடைபாதையில் இன்று பாடும் எல்லாக் கவிஞர்களின் சுரங்களும் கலவையாகக் கேட்கிறது என்பதால்தான். நான் இப்படிச் சொல்வதால் வருத்தப்பட வேண்டாம் என் அபிப்ராயத்தால் எதுவும் மாறாது, தேறாது..."

1989 டிசம்பரில் ப்ரகாஷ் எழுதிய இக்கடிதத்தை சுமார் 11 ஆண்டுகள் கழித்து, ப்ரகாஷ் நினைவு மலரில் சுகன் வெளியிட்டார். அந்தத் துணிச்சல் அவருக்கிருந்தது. சுகனின் உரைநடை வித்தியாசமானது. எதிரிலுள்ளவரைக் கிள்ளிவிட்டு, விலகி நின்று வேடிக்கை பார்க்கக்கூடிய தன்மை அதில் உண்டு. சில சிறுகதைகளையும், கட்டுரைகளையும் அவர் எழுதியிருக்கிறார். காலவெள்ளத்தில் கரைந்துவிட்ட தஞ்சா வூரின் சில பிரத்தேயக அம்சங்களை 'தஞ்சாவூரின் உருக்குலைந்த உன்னதங்கள்' என்று எழுதினார். சிறுகதைகளில் மழுங்கல், அப்பா சில பாடல்கள் போன்றவை என் நினைவிலிருக்கிறது. சுகன் தன் அம்மாவின் செல்லப்பிள்ளை. எங்குமே அவர் அம்மாவின் புகழ் பாடிக்கொண்டிருப்பார். தனது அப்பாவைக் குறித்து அதிகம் பேசியதில்லை. 'அப்பா சில பாடல்கள்' கதையில் தன் அப்பாவை கதாபாத்திரமாக சிருஷ்டித்திருந்தார் என்று கருதுகிறேன்.

தஞ்சாவூர் இலக்கியவாதிகளில் 80களுக்குப் பிறகு எழுத வந்தவர்களில் சிலருக்குச் சினிமாவுக்குப் பாட்டெழுத வேண்டுமென்கிற அவா உள்ளத்தில் கனன்று கொண்டிருந்தது. அதற்கென்றே சந்தம் கற்றுக் கொண்டவர்கள் பட்டியல் ஒன்றும் இருக்கவே செய்கிறது. தஞ்சை வாசன் அவ்வாறு புறப்பட்டு சென்னைக்குப் போய் குறுகிய காலத்திற்குள் 300 பாடல்கள் வரை எழுதி, வேகவேகமாக மரணத்தைத் தழுவிக்கொண்டார். வாசனுக்கும், சுகனுக்கும் ஒரு காலம் வரைக்கும் நல்ல நட்பு இருந்தது. 'வாசன் நம்மிடம் தயாராகிப் போனவர்தான்'

என்று சுகன் அடிக்கடி சொல்லிக் கேட்டிருக்கிறேன். சுகனும் சினிமாப் பாடல் எழுதும் நோக்கத்துடன் சென்னை சென்று திரும்பியவர்தான்.

தொண்ணூறுகளின் இறுதியில் எழுத்தாளர் சோலை சுந்தர பெருமாள் ஒருங்கிணைந்த தஞ்சை மாவட்ட எழுத்தாளர்களின் கதைகளை 'தஞ்சை கதைக்களஞ்சியம்' என்று தொகுத்தார். அதில் என்னுடைய ஒரு சிறுகதையும் இடம் பெற்றது. தொகுப்பு வெளிவந்த பின்பு நானறிந்து கொண்ட செய்தி: "ஜாகிர்ராஜாவின் கதையை தஞ்சை கதைக் களஞ்சியத்தில் சேர்க்கக்கூடாது. அவர் தஞ்சாவூர்க்காரர் அல்ல. கொங்கு மண்டலத்துக்காரர். அவருடைய கதைகளும் அந்தப் பகுதி வாழ்க்கையைத்தான் சித்தரிக்கின்றன" என்பதாக சுகன், சோலையிடம் வாதிட்டிருக்கிறார்.

சுகனின் வாதம் நியாயமானதே. நான் தஞ்சாவூரில் வசிப்பவனே தவிர, என் வேர்கள் கொங்கு மண்டலத்துடன் பின்னிப் பிணைந்திருப்பவை தான். ஆனால் கொங்குச் சிறுகதைகள் தொகுக்கப்பட்டபோது, என்னைக் கருத்தில் கொள்ளவில்லையே.... திருச்செங்கோடு கொங்கு மண்டலம் என்றால் பழனி கீரனூரும் அச்சு அசலாகக் கொங்கு மண்டலம்தான். எனவே இதுபோன்ற வட்டாரக் கதைகளைத் தொகுக்கையில் தொகுப்பாசிரியர்கள் எல்லோருக்குமான பிரதி நிதித்துவத்தையும் கருத்தில் கொள்ளவேண்டுமென இவ்விடத்து வேண்டுகோள் வைக்கிறேன். அவ்வளவுதான் ஆதங்கம் வேறேதுமில்லை.

சுகன் தனது இதழில் சமூக அடுக்குகளிலுள்ள பலரையும் நேர்காணல் செய்து வெளியிடுவதில் ஆர்வங்கொண்டிருந்தார். பிரபலங்கள் என்றில்லை; விளிம்பில் ஊடாடிக்கொண்டிருக்கிற சாதாரணர்களையும் நேர்கண்டார். நூல் மதிப்புரை எழுதுவதில் அவருக்குச் சலிப்பேற்பட்ட போது, சுகனுக்கு வந்து குவியும் பலவகையான புத்தகங்களிலிருந்து என் விருப்பத்துக்குத் தேர்வு செய்து கொள்ளச் சொல்லி விமர்சனங்கள் எழுத வைத்தார். ஆனால் 18 ஆண்டுகளுக்கு முன்னால் நான் சுகனில் எழுதிய விமர்சனங்களுக்கும், இப்போது நானெழுதுகின்ற நூல் மதிப்புரைகள், ஆய்வுக் கட்டுரைகளுக்கும் நிறைய வித்தியாசங்களிருப்பதை உணர்கிறேன். அன்றைக்குப் பக்குவப்படாத நிலையில் நானெழுதிய மதிப்புரைகள் சிலரைக் கோபப்பட வைத்தது. ஆனால் சுகன் "இதய பலஹீனமுள்ளவர்கள் நூல் மதிப்புரைக்கு அனுப்பவேண்டாம்" என்று இதழில் ஒரு அறிவிப்பு வெளியிட்டார். அதுவும் கூடத்தவறு என்றே இப்போது எனக்குப்படுகிறது. ஆனால் அந்த அனுபவங்கள் எனக்குத் தேவை என உணர்கிறேன்.

'விசித்ரன்' என்றொரு கையெழுத்து ஒளி அச்சிதழை ஆர்வத்தில் நான் தொடங்கி நடத்தியபோது சுகன் தனது இதழில் அதைக்குறித்து

எழுதி ஆதரவளித்தார். அவருடைய அறிமுகத்தைப் படித்துவிட்டு, என் முகவரிக்குப் படைப்புகள் வந்து குவியத் தொடங்கிவிட்டன. நான் விழி பிதுங்கிப்போனேன். ஒரு கையெழுத்து இதழ் இவ்வளவு தாங்குமா? பிறகு, முக்கியம் என நான் கருதிய பல படைப்புகளை சுகனுக்கே மடை மாற்றிவிட்டேன்.

ப்ரகாஷின் எதிர்பாராத மரணத்தின்போதே எனக்கும் சுகனுக்குமான இடைவெளி விழுந்துவிட்டது. நான் சுகனில் எழுதுவதையும் நிறுத்திக்கொண்டேன். காரணங்கள் என்னவாக இருக்குமென என்னால் இப்போது துல்லியமாக அனுமானிக்க முடியவில்லை. நான் ப்ரகாஷுடன் ஐக்கியமானதை அவர் எப்படிப் புரிந்து கொண்டார் என்று தெரியவில்லை.

விக்கிரமாதித்யன் அண்ணாச்சியின் மணிவிழாவில் படைப்பாளிகள் எல்லோரும் கொண்டாட்டமான மனநிலையில் சங்கமித்திருந்தோம். சுகன் வந்து கலந்து கொண்டு தனது எல்லாவிதமான ஓய்வாமைகளுடனும் அந்நிகழ்வு குறித்து இதழில் எழுதினார். முக்கியமாக, என்னைக் குறிவைத்து சில வரிகளை எழுதியிருந்தார். நான் 'சிறகு' என்கிற சிற்றிதழில் அதற்கொரு எதிர்வினையாற்றினேன். ஒரு படைப்பாளியின் தனிப்பட்ட குணநலன்களை இதழ்களில் 'வெளிப்படையாக' எழுதுவது அத்தனைக்கு நாகரிகமான செயல் அல்ல என நான் புரிந்து கொண்ட தருணம் அது. சுகன் ஏனோ அதைச் செய்தார். நானும் பதிலுக்குச் செய்தேன். ஆனால் அதற்காக இப்போது வருந்துகிறேன்.

சுகன் இதழை முழுமையாகப் பயன்படுத்திக்கொண்டவர்கள் ப்ரகாஷும், வா.மு.கோமுவும்தான். நான் நான்கு அல்லது ஐந்து கதைகள் எழுதினேன். அவற்றிலும் சில கதைகள், வெளிப்பாட்டில் பலகீனமானவை என நிராகரித்துவிட்டேன்.

ஓவியங்களின் மேல் சுகனுக்கிருந்த ஈடுபாடு அலாதியானது. இதழுட்டைகளில் கண்டிப்பாக ஒரு நவீன ஓவியம் இடம் பெறச்செய்வதை வழக்கமாகக் கொண்டிருந்தார். ஷாராஜ், கவியோவியத் தமிழன், நட்சத்ரன் போன்றோர் சுகனுக்கு அதிகம் வரைந்தனர். எங்கள் பெரிய கோவில் புல்வெளி இலக்கியக் குழுமத்தில் கடைசியாக வந்த சேர்ந்த பித்தன் நல்ல ஓவிய வெளிப்பாடு உள்ளவர். அவருடைய கைநேர்த்தியில் பெண்கள் தங்களின் அத்தனை அழகம்சங்களுடனும் யதார்த்தமாக வெளிப்பட்டனர். பித்தனையும் சுகன் சரியாகப் பயன்படுத்தினார். சுகனிடம் பலரும் வரைந்த, பிரசுரம் காணாத ஓவியங்களின் தொகுப்பு இருந்தது. அவர் வசமிருந்த 'பேப்பர் கட்டிங்குகள்' முக்கியமானவை. 1950–60ஆம் ஆண்டுகளுக்குரிய தமிழ், ஆங்கில, மலையாள, வார மாத சஞ்சிகைகளின் கட்டிங்குகள் அவை.

சுகன் எம்.ஜி.ஆர். ரசிகர். எனக்கும் அந்தப் பைத்தியமிருந்ததால், நாங்கள் சந்தித்துக்கொள்ளும் பொழுதுகளில் எம்.ஜி.ஆர். பாடல்களைப் பாடத் தொடங்கிவிடுவோம். எம்.ஜி.ஆர். தி.மு.க.வில் இருந்த காலம் பிறகு வெளியேறி தனி இயக்கம் கண்ட காலம் எனக் காலத்தை இரண்டாகப் பிரித்துக்கொண்டு பாடல்களைப் பாடி மகிழ்வோம். அந்நாட்களை நினைக்கையில் கண்களில் நீர் கோர்க்கிறது.

அமைப்புப் பணிகளில் சுகனுக்குப் பெரிய ஆர்வம் இருந்தது. 70களுக்குப் பிறகான தஞ்சை இலக்கிய வரலாறு தமிழ்த்தாய் இலக்கியப் பேரவை, தமிழமுத மன்றம், வைரமுத்து சமூக இலக்கியப் பேரவை, தளி, ஸ்தலம் மற்றும் சில தமிழ் அமைப்புகளென விரிந்திருக்கிறது. தமிழ்த்தாய் இலக்கியப் பேரவையில் வெற்றிப்பேரொளி, இரா. செழியன் இவர்களுடன் சுகனும் பொறுப்பிலிருந்தார். நான் தஞ்சைக்கு வரும்போது அந்த அமைப்பு கலைந்துவிட்டது. எனவே நான் மற்றெல்லாக்களங்களிலும் ஊடாடி ப்ரகாஷைச் சென்றடைந்தேன். ப்ரகாஷ் இறந்த பிறகும் 'தளி' அமைப்பைக் கட்டி இழுத்துக்கொண்டு வைராக்கியமாக நடத்தினோம். அவ்வப்பொழுது நஞ்சை, ஸ்தலம் எனப் பல பெயர்களில் இயங்கினாலும் அது 'ப்ரகாஷின் தளி' அமைப்பாகவே , பாவிக்கப்பட்டது. கூட்டங்களில் சுகன் என் பெயரைக் கூறும்போது "ப்ரகாஷ் கடைசியாகத் தொடங்கி நடத்திய தளி இலக்கிய அமைப்புக்குப் புத்துணர்வு ஊட்டியவர் ஜாகிர்ராஜா' என்பார். அவ்வளவுக்கு இலக்கியத்தினைவெடுத்து அலைந்து திரிந்தோம். ஆனால் இருபது வருடங்களுக்குப் பிறகு திரும்பிப் பார்க்கையில் என்னுடன் ஓடிவந்தவர்களில் பலரையும் காணோம். புத்தகன், நட்சத்ரன், கவிஜீவன், இரா.இளங்கோ ...? அமைப்பு களச் செயல்பாடு என்று பார்க்கையில் ராசன் மட்டும் களப்பிரனாகி தமுளகசவின் மாநில துணைச்செயலாளராகி இருக்கிறார். ஆனால் அவருக்குள்ளிருந்த படைப்பு மனம் என்னவாயிற்றோ, தெரியவில்லை .

தஞ்சாவூர்க்காரர்கள் எப்போதுமே மையநீரோட்டத்துடன் வந்து கலந்து கொள்வதில் தயக்கம் காட்டுவார்கள். அத்தனைக்கு ஒவ்வாமை. வண்ணதாசன், விக்கிரமாதித்யன் இவர்களுடன் எழுதத் தொடங்கியவர் நா.விச்வநாதன். அவருக்குரிய இடம் கிடைக்கவில்லை . சி.எம். முத்து என்கிற அருமையான கதைக்காரர் இடையிருப்பிலேயே இருந்துவிட்டார். ப்ரகாஷின் பல்வேறு செயல்பாடுகள் தஞ்சாவூரோடு முடங்கிவிட்டன. இவர்கள் வழியில் பயணித்த சுகனும் அப்படித்தான்.

25 வருடங்களுக்கு மேல் 300 எண்ணிக்கைக்கும் அதிகமாக, தொடர்ந்து ஓர் இதழை நடத்த முடிந்தது சாதனை எனில், காலமாற்றத்துக்கேற்ப அதன் வடிவத்தை மாற்றிக் கொள்ள முனையாதது (சம்மதிக்காதது) ஒரு பலவீனமே. கடைசிவரைக்கும் சுகன் முந்தைய வடிவத்திலேயே

தான் வந்தது. லேஅவுட் போன்ற விஷயங்களில் அதே பழைமை. இவ்விடத்து என் ஆதங்கத்தைத் தான் பதிவு செய்கிறேனே தவிர சுகனின் பணிகளைக் குறைத்து மதிப்பிடவில்லை.

சுகனுக்கு மது, புகை போன்றவற்றில் ஒருபோதும் நாட்டம் இருந்ததில்லை. விசேஷ தினங்களில் வயிறார உண்டு நாங்களிருவரும் வாய் நிறைய வெற்றிலைபாக்கு போட்டுக் கொண்டு, நாக்கை வெளியில் நீட்டி, அதன் ரத்தச் சிவப்பை ரசித்திருக்கிறோம். எப்போதும் எதையாவது இழுத்துப் போட்டுக்கொண்டு பரபரப்பாக இயங்கிக்கொண்டிருப்பார். அப்படிப்பட்டவருக்கு சர்க்கரை நோய் என்றிருந்தபோது என்னால் நம்பமுடியவில்லை. ஜெயகாந்தன், நாகூர் ஹனீபா இருவருக்குமான நினைவேந்தலை தஞ்சை மாவட்ட தமுஉகச யூனியன் கிளப் மாடியில் நடத்திய வேளை; அங்குதான் செழியன், வல்லம் தாஜ்பால், ஞானதிரவியம், இந்துமணி என எல்லா நண்பர்களையும் நீண்ட இடைவெளிவிட்டு சந்தித்தேன். அப்போது செழியன் "சுகன் பிழைத்ததே பெரியவிஷயம்" என்றார். "நானும் சுகனைப் பார்த்தேன். நலமாக இருக்கிறார்" என்று இலக்குமி குமாரன் ஞானதிரவியம் சொன்னார். "படுக்கையிலிருந்தவாறே புத்தகம் வாசிக்கவும், எழுதவும் செய்கிறார்" என்றெல்லாம் நண்பர்கள் சொல்லிக் கேட்க, எனக்கு நிம்மதியாக இருந்தது. நானும் அப்போது உடல்நிலை சரியில்லாமல் விடுப்பிலிருந்தேன். அவரைப் போய் பார்க்கவில்லையே என்கிற குற்ற உணர்வு இப்போது மனதை அழுத்துகிறது.

எல்லோருக்கும் உடல் நிலையைக் கவனிக்குமாறு எச்சரித்துக் கொண்டிருப்பவர், தன் விஷயத்தில் எப்படி இத்தனை அலட்சியமாக இருந்தார் என்று புரியவில்லை. நான் சுகனை என் சகோதரராகவே கருதினேன். எனக்கும் அவருக்கும் எப்படியோ இடைவெளி விழுந்துவிட்டது. ஆனால் பல மேடைகளில், நேர்காணல்களில், கட்டுரைகளில் நான் அவர் பெயரைத் தவிர்த்ததில்லை.

ப்ரகாஷ் கருத்தரங்கத்தை தமுஉகச பேனரில் சென்னையில் நடத்தினோம். பிரபஞ்சன், முன்னால் அமைச்சர் எஸ்.என்.எம். உபயதுல்லா, நண்பர் பாக்கியம் சங்கர், சைதை ஜெ. உள்ளிட்ட தமுஉகச தோழர்கள் பலரின் ஒத்துழைப்பும் அதற்கு இருந்தது. ஆழி பதிப்பகத்தின் சார்பில் நான் தொகுத்த 'தஞ்சை ப்ரகாஷ் படைப்புலகம்' நூல் வெளியிடப்பட்டது. ஒருவாரத்துக்கு முன்பிருந்தே அவ்விழா மும்மரத்திலிருந்தோம். அப்போது என் பெருமதிப்பிற்குரிய பிரபஞ்சன் என்னிடம் கேட்டார். "சுகனையும் அழைக்கலாமே ஜாகிர்... உங்களுக்கு ஏதும் ஆட்சேபணை உண்டா?"

"தாராளமாக அழைக்கலாம் சார், எனக்கு மகிழ்ச்சி" என்பதுதான் அப்போது என் பதிலாக இருந்தது. வந்திருந்து உற்சாகமாகக்

கலந்துகொண்டு உரையாற்றிச் சென்றார். அந்த விழாவில் இயக்குநர் உதிர்ப்பூக்கள் மகேந்திரன், எழுத்தாளர் எஸ். ராமகிருஷ்ணன், வா.மு.கோமு, கிருஷாங்கினி, தஞ் சாவூர்க் கவிராயர், இளம்பிறை, சுந்தர்ஜி எல்லோரும் வந்து கலந்து கொண்டனர்.

ப்ரகாஷ் இறந்த அதிர்ச்சியிலிருந்து மீளமுடியாமல் நாங்கள் வெகுகாலம் தத்தளித்தோம். திடீரென சில ஆண்டுகளுக்கு முன்னால் புத்தகன் மறைந்தார். இப்போது சுகன்... எனும்போது பீதியாகவும் குழப்பமாகவும் இருக்கிறது.

குப்பு வீரமணி அய்யா காலை 9.30 மணிக்கு சுகன் இறந்த தகவலை எனக்கு கைப்பேசியில் சொன்னபோது உடனே புறப்பட்டவன்தான். ஆனாலும் சென்னைக்கும் தஞ்சாவூருக்குமான நெடுந்தொலையைச் சுலபமாகக் கடக்க முடியவில்லை. தஞ்சையில் நான் இறங்கியபோது ஏழுமணி கடந்திருந்தது. "எல்லாம் முடிந்திருக்கும்" என்று மனது சொன்னது. அதற்கு மேல் எவரையும் சந்தித்துப் பேசவும் விருப்பமில்லை. சுகன் வீட்டுக்குப்போய் அவர் மனைவியைக் குழந்தைகளைப் பார்க்கிற தைரியம் எனக்கில்லை. வீட்டுக்குப்போய் சலிப்பும் சங்கடமுமாகப் பையைத் தூக்கி எறிந்தேன். அதே வேகத்தில் குளியலறைக்குள் நுழைந்து குளிர்ந்த நீரை அள்ளி அள்ளித் தலையில் கொட்டிக்கொண்டேன். தலை துவட்டி வந்து இருக்கையிலமர்ந்தபோது ராஜி "பால் இல்லை..." என்று சொல்லியவாறு கையில் தேநீர்க்குவளையுடன் வந்தாள். அது சுகன் எனக்கு முதன்முதலாகத் தந்து உபசரித்த கறுப்புத் தேநீராக இருந்தது. தலையைக் குனிந்தவாறு கொஞ்ச நேரம் அழுது தீர்த்தேன். ராஜிக்கு அந்த அழுகையின் அர்த்தம் புரிந்திருந்தது. ஆகவே ஆசைதீர என்னை அழ அனுமதித்தாள்.

(உயிர் எழுத்து – ஜூலை 2015)